AF758605

ഗ്രീൻ ബുക്സ്

എതിർവിചാരങ്ങൾ

സച്ചിദാനന്ദൻ

കവി, നാടകകൃത്ത്, വിവർത്തകൻ, നിരൂപകൻ, കഥാകൃത്ത്.
1946-ൽ കൊടുങ്ങല്ലൂരിൽ ജനനം.
ഇരുപത്തഞ്ച് കവിതാസമാഹാരങ്ങൾ,
അത്രതന്നെ കവിതാവിവർത്തനസമാഹാരങ്ങളും
ലേഖനസമാഹാരങ്ങളും. രണ്ട് നാടകകൃതികൾ,
മൂന്നു യാത്രാവിവരണ ഗ്രന്ഥങ്ങൾ, ഒരു കഥാസമാഹാരം.
സ്വന്തം കവിതകളുടെ വിവർത്തനസമാഹാരങ്ങൾ ചൈനീസ്,
അറബിക്, ഫ്രഞ്ച്, ജർമൻ, ഇറ്റാലിയൻ, സ്പാനിഷ്, ഐറിഷ്,
ഇംഗ്ലീഷ്, ഹിന്ദി, ബംഗാളി തുടങ്ങി പതിനെട്ട് ഭാഷകളിൽ.
ലോകമെമ്പാടും കവിതകൾ അവതരിപ്പിച്ചിട്ടുണ്ട്.
ഇംഗ്ലീഷിൽ നാല് താരതമ്യ സാഹിത്യപഠന സമാഹാരങ്ങൾ.
ജ്വാല, ഉത്തരം, പച്ചക്കുതിര എന്നീ ലിറ്റിൽ മാഗസിനുകളും
മലയാളം, ഇംഗ്ലീഷ്, ഹിന്ദി ഭാഷകളിൽ പതിനഞ്ചു
പുസ്തകങ്ങളും എഡിറ്റ് ചെയ്തിട്ടുണ്ട്.
കേരളത്തിൽ ഇംഗ്ലീഷ് പ്രൊഫസർ, ഡൽഹിയിൽ
'ഇന്ത്യൻ ലിറ്ററേച്ചർ' പത്രാധിപർ, കേന്ദ്ര സാഹിത്യ അക്കാദമി
സെക്രട്ടറി, ഇഗ്നോ പരിഭാഷാവകുപ്പ് ഡയറക്ടർ,
'കഥ' എഡിറ്റർ, 'ബിയോണ്ട് ബോർഡേഴ്സ്' എഡിറ്റർ
(സാർക്ക് പ്രസാധനം) എന്നീ നിലകളിൽ ജോലി ചെയ്തു.
ഇപ്പോൾ കേരള സാഹിത്യ അക്കാദമി പ്രസിഡണ്ട്.
സിംല ഇന്ത്യൻ ഇൻസ്റ്റിറ്റ്യൂട്ട് ഓഫ് അഡ്വാൻസ്ഡ്
സ്റ്റഡീസ് നാഷണൽ ഫെല്ലോ.
അഞ്ച് കേരള സാഹിത്യ അക്കാദമി അവാർഡുകൾ,
ടാറ്റാ പോയറ്റ് ലോറിയറ്റ്, കേന്ദ്രസാഹിത്യ അക്കാദമി അവാർഡ്,
ആശാൻ, ഉള്ളൂർ, പി. കുഞ്ഞിരാമൻ നായർ, ഓടക്കുഴൽ,
വയലാർ, കമലാ സുരയ്യ, പത്മപ്രഭ, കടമ്മനിട്ട, കുസുമാഗ്രജ്,
ഗംഗാധർ മെഹർ, എഴുത്തച്ഛൻ, കുവേമ്പു, എസ്.ബി.ടി
അവാർഡ് ഉൾപ്പെടെ 73 പുരസ്കാരങ്ങൾ.
ഇറ്റലിയിൽ നിന്ന് നൈറ്റ്ഹുഡ്.
ഇന്ത്യ-പോളണ്ട് ഫ്രണ്ട്ഷിപ്പ് മെഡൽ.
ഇമെയിൽ : satchida@gmail.com

ഗ്രീൻ ബുക്സ് പ്രസിദ്ധീകരിച്ച
ഗ്രന്ഥകാരന്റെ ഇതരകൃതികൾ

കിഴക്കും പടിഞ്ഞാറും

പല ലോകം പല കാലം

(യാത്ര)

ഓർമ്മകളുടെയും മറവികളുടെയും പുസ്തകം

(ഓർമ്മ)

മലയാളത്തിന്റെ പ്രിയകവിതകൾ - സച്ചിദാനന്ദൻ

ഇരുപതു പ്രണയകവിതകളും ഒരു വിഷാദഗീതവും

(പാബ്ലോ നെരൂദ)

വിവർത്തനം

ലേഖനം

എതിർവിചാരങ്ങൾ

കല • സാഹിത്യം • ദർശനം

സച്ചിദാനന്ദൻ

ഗ്രീൻബുക്സ്

green books private limited
gb building, civil lane road, ayyanthole,
thrissur- 680 003, kerala, ph: +91 487-2381066, 2381039
website: www.greenbooksindia.com
e-mail: info@greenbooksindia.com

branches:
thrissur 8589095302
thiruvananthapuram 8589095301
calicut 8589095307

malayalam
ethirvicharangal
articles
by
satchidanandan

published august 2024

cover design : rajesh chalode

printed in india
repro india ltd

isbn : 978-81-974109-8-7

GBPL/1374/2024

സമർപ്പണം

സാഹിത്യ അദ്ധ്യാപകർക്ക്...

ഉള്ളടക്കം

കവിത: ഒരു സമന്വയകല

കാവ്യമീമാംസയിലെ ദ്വന്ദ്വങ്ങളെപ്പറ്റി ഒരു വിചാരം

ലേഖനം പ്രാഥമികമായും ഒരു കവി എന്ന നിലയിലുള്ള എന്റെ അനുഭവങ്ങളിൽ അധിഷ്ഠിതമാണ്. ഈ അനുഭവസാക്ഷ്യം കവിതയെക്കുറിച്ചുള്ള നിലവിലുള്ള സിദ്ധാന്തങ്ങളോടും ഭാഷാദ്ധ്യാപകരുടെ സ്ഥിരസങ്കൽപ്പങ്ങളോടും യോജിക്കണം എന്നില്ല. എല്ലാറ്റിനെയും വിരുദ്ധദ്വന്ദ്വങ്ങൾ - ബൈനറികൾ - ആയിക്കാണുന്ന പതിവുചിന്താപ്രവണതയെ എന്റെ അനുഭവം തീരെ പിന്തുണയ്ക്കുന്നില്ല എന്ന് ആദ്യമേ പറയട്ടെ. അത്തരം ചില ദ്വന്ദ്വങ്ങളെ ചോദ്യം ചെയ്യുക വഴിയാണ് ഞാൻ ഈ ലേഖനത്തിന്റെ പരിപ്രേക്ഷ്യത്തിൽ എത്തിപ്പെട്ടത്. ഇയ്യിടെ നടത്തിയ രണ്ടുമൂന്നു പ്രഭാഷണങ്ങളിൽ ഈ കാഴ്ചപ്പാട് ഞാൻ അവതരിപ്പിച്ചിട്ടുണ്ട്. ഒരു മുതിർന്ന കവി ഇതിനെ ഒരു മൂന്നാംകാഴ്ച എന്ന് വിശേഷിപ്പിക്കുകയുണ്ടായി. ഒരു പക്ഷേ അത് ശരിയാകാം.

കവിത എന്താണ് എന്ന ചോദ്യത്തെ എപ്പോഴെങ്കിലും അഭിമുഖീകരിക്കാത്ത കവികൾ ഉണ്ടാവില്ല. അത്തരമൊരു ചോദ്യത്തിന് ഋജുവായ എന്തെങ്കിലും ഉത്തരമുണ്ടെന്നു ഞാൻ കരുതുന്നില്ല, അതിനെ കൃത്യമായി നിർവ്വചിക്കുന്നവർ നമുക്ക് ചുറ്റും ധാരാളം കണ്ടേക്കാമെങ്കിലും. അവർക്ക് ധാരാളം പൂർവ്വികർ കിഴക്കും പടിഞ്ഞാറും ഉണ്ടുതാനും. കുറെയധികം കവികളെ പുറത്തു നിർത്തിക്കൊണ്ടല്ലാതെ അത്തരം സങ്കുചിതനിർവ്വചനങ്ങൾ കവിതയ്ക്കു നൽകുക സാദ്ധ്യമല്ല.

കുമാരനാശാനെയും പോൾ സെലാനെയും അല്ലെങ്കിൽ ഇടശ്ശേരിയെയും സെസാർ വയെഹോവിനെയും അതുപോലെ എനിക്ക് ഏറെ പ്രിയമുള്ള ആയിരം കവികളെ ഞാൻ എങ്ങനെയാണ് ഒരു ഇടുങ്ങിയ സ്ഥലത്ത് ഒതുക്കിക്കൊള്ളിക്കുക? സിംബോഴ്സ്കായിലും വൈലോപ്പിള്ളിയിലും മാനുഷികതയുടെ അഗാധമുദ്രയ്ക്കപ്പുറം എന്താണ് പൊതുവായുള്ളത്? ഒരേ 'പ്രസ്ഥാന'ത്തിൽ പെടുന്നതായി

കരുതപ്പെടുന്ന കവികൾ ഒരേ രീതിയിലാണോ എഴുതുന്നത്? ചങ്ങമ്പുഴയും സുഗതകുമാരിയും? കടമ്മനിട്ടയും കക്കാടും? ഓഡനും എലിയറ്റും? കേദാർനാഥ് സിങ്ങും കുംവർ നാരായനും? എന്തിന്, പിന്നോട്ട് പോയാൽ, കബീറും തുക്കാറാമും? 'പ്രസ്ഥാനങ്ങൾ' തന്നെ ലളിതവത്കൃതമായ നിർമ്മിതികളല്ലേ?

ലേബലുകൾ നിരൂപകർക്ക് ആവശ്യമാകാം, ചിലപ്പോൾ അവ ചില താത്കാലിക ദൗത്യങ്ങൾ നിർവഹിക്കുന്നുണ്ടെന്നും വരാം. കാൽപ്പനികത, ആധുനികത, ഉത്തരാധുനികത അങ്ങനെ പലതും. പക്ഷേ സൊഫോക്ലിസ്സും ഷേക്സ്പിയറും തിരുമൂലരും കബീറും ഇന്നും എന്നോട് സംസാരിക്കുന്നു, എന്റെ അയൽക്കാർ എന്നപോലെ ഞാൻ അവരെ തിരിച്ചറിയുന്നു, വായിക്കുന്നു, പരിഭാഷ ചെയ്യുന്നു. എന്തല്ല കവിത എന്ന് സ്വന്തം കാഴ്ചപ്പാടിൽ പറയാൻ കവികൾക്ക് ആയേക്കും; അതുപോലും പറഞ്ഞുതീരുമ്പോഴേക്കും ഏതെങ്കിലും കവി നാം കവിതയല്ലെന്നു കരുതിയിരുന്ന ഒന്നിനെ കവിതയാക്കി മാറ്റിക്കഴിഞ്ഞിരിക്കും. ഒരു കാര്യം പറയാൻ കഴിയുമായിരിക്കും: കഥ, ലേഖനം, നാടകം, ചിത്രം, ശിൽപ്പം, സിനിമ ഇവയൊന്നുമല്ലാത്ത, എന്നാൽ ഇവയെയെല്ലാം ഉൾക്കൊള്ളാൻ കഴിയുന്ന, ഇവയോരോന്നുമാകാനുള്ള പ്രവണത കാണിച്ചേക്കാവുന്ന, എന്നാൽ മുഴുവനായും ഇവയൊന്നുമാകാത്ത, നിരന്തരപരിണാമിയായ, അപ്പോഴും എവിടെയോ തെന്നിപ്പോകുന്ന തുടർച്ച നിലനിർത്തുന്ന, ഒരു ആവിഷ്കാരവിശേഷമാണ് കവിത. ഇങ്ങനെ പറയുമ്പോൾ പോലും ഞാൻ ഒരു നിർവചനത്തിന്റെ അതിരുകളിലെവിടെയോ എത്തിപ്പെട്ടോ എന്ന് എനിക്കു ഭയമുണ്ട്.

പാരമ്പര്യവും നവീനതയും

ഏ കെ രാമാനുജൻ പറഞ്ഞ കന്നഡ നാടോടിക്കഥയിലെ മഴുവിന്റേതുപോലെയാണ് കവിതയിലെ പാരമ്പര്യത്തിന്റെ കഥ. മുതുമുതുമുത്തച്ഛൻ ഉപയോഗിച്ചിരുന്ന അതേ മഴുവാണ് താനും ഉപയോഗിക്കുന്നതെന്നും തുരുമ്പിച്ചു തേഞ്ഞ അലകും പഴകി ഒടിഞ്ഞ പിടിയും പല കുറി മാറ്റിയിട്ടുണ്ടെന്നും എന്നാലും മഴു അത് തന്നെയെന്നും പറയുന്ന വിറകുവെട്ടുകാരനെപ്പോലെ നമ്മളും പറയും, സംഘകവി കപിലരും ആദികവി വാല്മീകിയും എഴുത്തച്ഛനും ആശാനും നമ്മുടെ പൂർവ്വികരാണെന്ന്. നാം അതേ വൃക്ഷത്തിന്റെ പൊടിപ്പല്ലെന്നും പറയാനാവില്ല. എന്നാൽ കവിതയുടെ അലകും പിടിയും മാറിയിരിക്കുന്നു.

'തുഞ്ചത്തെഴുത്തച്ഛനും ഞാനുമായ്
മൂന്നാലു നൂറ്റാണ്ടു ദൂരം
ഇന്നലത്തേതും പരിചിതമില്ലാത്തതായി

മാറുമ്പോൾ എനിക്കത് ചെല്ലുവാൻ വയ്യാത്ത
ഭൂതം, വിദൂരം, അന്യമാകാശം'

എന്ന് എഴുതുന്ന ആറ്റൂർ രവിവർമ്മ, കാലത്തിലെ ദൂരം അളക്കാൻ തുഞ്ചത്തെഴുത്തച്ഛനെ ഉപയോഗിക്കുകയാണ്. ഈ 'ദൂരം' സത്യമായിരിക്കുമ്പോഴും ഭാഷയുടെ സവിശേഷമായ ഒരു സർഗ്ഗാവിഷ്കാരമായി കവിത തുടരുകയും ചെയ്യുന്നു. ആഴത്തിൽ തപ്പിയാൽ തുഞ്ചനും ആറ്റൂരും അത്രയൊന്നും ദൂരത്തല്ലാ കവിതയുടെ കാലത്തിൽ വർത്തിക്കുന്നത് എന്ന് നമുക്കു പിടികിട്ടുകയും ചെയ്തേക്കാം. ആ അദൃശ്യമായ തുടർച്ചയെയാണ് ആ മരംവെട്ടുകാരൻ തന്റെ കഥയിലെ നാടോടിദർശനത്തിലൂടെ അടയാളപ്പെടുത്താൻ ശ്രമിച്ചതെന്ന് വരാം.

ഇന്നത്തെ ഒരു കവി സ്വന്തം ഭാഷയുടെ പാരമ്പര്യം മാത്രമല്ല സ്വന്തമാക്കുന്നത്. പഴയതും പുതിയതുമായ ഇന്ത്യൻ കവിതയുടെ പാരമ്പര്യങ്ങൾ, കുറച്ചു കൂടി വിശാലമായ ഏഷ്യൻ കവിതയുടെ പാരമ്പര്യങ്ങൾ, ലോകകവിതയുടെ അനേകം പാരമ്പര്യങ്ങൾ, വാമൊഴിയുടെയും വരമൊഴിയുടെയും വഴക്കങ്ങൾ, അസംഖ്യം ശൈലികൾ, സങ്കേതങ്ങൾ ഇവയുടെ മഹാവനത്തിൽ തന്റെ ഇടം അന്വേഷിക്കുകയും സ്ഥാപിക്കുകയും ചെയ്യുകയെന്ന ദുഷ്കരനിയോഗം, കവി അറിഞ്ഞാലും അറിഞ്ഞില്ലെങ്കിലും കവിയുടെ മുന്നിലുണ്ട്. അത് മുന്നിൽ ഉള്ളതുകൊണ്ടുതന്നെ അത് അറിയുകയാവും കവിക്ക് നല്ലത്. അത് അറിയാത്തവരുടെ എണ്ണം കൂടുമ്പോൾ വിശേഷിച്ചും.

'പാരമ്പര്യങ്ങൾ' എന്ന് ഓരോ കുറിയും കൽപ്പിച്ചു കൂട്ടിത്തന്നെയാണ് ഞാൻ പ്രയോഗിച്ചത്. ബഹുവചനത്തിൽ അല്ലാതെ എനിക്ക് ആ വാക്കുപയോഗിക്കാൻ കഴിയുന്നില്ല. ഒരു കവി തന്റെ പാരമ്പര്യം എന്ന് ഏകവചനത്തിൽ പറയുന്നത്, ഈ പാരമ്പര്യങ്ങളിൽ നിന്ന് ആ കവി തെരഞ്ഞെടുത്ത പാരമ്പര്യത്തിന്റെ ഇഴപ്പിരിവിനെയാണ്. അതുപോലും ആ കവി ജീവിതത്തിന്റെ പല ഘട്ടങ്ങളിൽ മാറ്റി നിർവ്വചിച്ചേക്കാം. ഓരോ പാരമ്പര്യത്തിലും ഭാവുകത്വവിശേഷങ്ങൾ, ശൈലികൾ, വാഗ്സങ്കലനങ്ങൾ, കാവ്യസങ്കേതങ്ങൾ, കവിതാഘടനകൾ, രൂപ ഗണങ്ങൾ (ഷോൺറുകൾ), കാനോനുകൾ (ക്യാനൺസ്) ഇങ്ങനെ പല ഘടകങ്ങളും ഉണ്ട്. ഒരു കവി തന്നെ ഈ ഘടകങ്ങൾ പലയിടത്തുനിന്നും സ്വീകരിച്ചതാകാം. അത് കവി കൃത്യമായി അറിയണം എന്നില്ല. അയാളുടെ/അവളുടെ കവിതാപരിചയത്തിൽ നിന്ന് അവ പലപ്പോഴും അറിയാതെ ഊറിക്കൂടുകയോ സ്വയം വിളിച്ചുണർത്തുകയോ ആണെന്ന് വരാം. സാമൂഹ്യ പരിണാമത്തിന്റെയും കാവ്യചരിത്രത്തിന്റെയും ചില ഘട്ടങ്ങളിൽ അദൃശ്യവത്കരിക്കപ്പെട്ടിരുന്ന ചില പാരമ്പര്യങ്ങൾ മുന്നോട്ടുവരികയും പുതിയ ചലനങ്ങൾക്ക് പ്രചോദകമാവുകയും ചെയ്തേക്കാം. ഇന്ന് ഇന്ത്യയിലെ

പന്ത്രണ്ടു ഭാഷകളിലെങ്കിലും ശക്തസാന്നിദ്ധ്യമായ ദളിത് കവിതയെ നോക്കുക. അവയ്ക്കടിയിൽ പലപ്പോഴും മുൻകാലത്തുണ്ടായിരുന്ന, എന്നാൽ തമസ്കരിക്കപ്പെട്ട, കവികളോ കവിതകളോ ഉണ്ട്, പേരറിയാത്ത നാടോടിക്കവികൾ ഉൾപ്പെടെ. ആദിവാസികവിതയിലും ഇങ്ങിനെ ഒരു ഉയിർത്തെഴുന്നേൽപ്പു സംഭവിക്കുന്നുണ്ട്. മലയാളത്തിൽ തന്നെ സഹോദരൻ അയ്യപ്പനും കെ പി കറുപ്പനുമെല്ലാം എസ് ജോസഫ്, എം ആർ രേണുകുമാർ, എം ബി മനോജ്, വി ആർ സന്തോഷ്, ബിനു പള്ളിപ്പാട്, വിജില ചിറപ്പാട്, എം ആർ രാധാമണി തുടങ്ങി എത്രയോ പേരുടെ കവിതയുടെ വേരുകളിൽ ഉണ്ട്. ഡി. അനിൽ കുമാർ, അശോകൻ മറയൂർ, സുകുമാരൻ ചാലിഗ്ധ, പി ശിവലിംഗൻ തുടങ്ങിയവർ ഇതേ വരെ മലയാള കവിത വാമൊഴികളോ ഉപഭാഷകളോ എന്ന നിലയിൽ ഒഴിച്ചുനിർത്തിയിരുന്ന ഭാഷകൾ തന്നെ വളരെ സർഗ്ഗാത്മകമായി ഉപയോഗിക്കുന്നു.

അറബി-മലയാള കവിതയുടെ പാരമ്പര്യം പുതിയ രീതികളിൽ ചില കവികളിൽ ഉയർന്നു വരുന്നതു കാണാം. പ്രാദേശികമൊഴികൾ ധാരാളമായി യുവകവികൾ ഉപയോഗിക്കുന്നുണ്ട്. സ്ത്രീകളായ കവികൾ ഇന്ത്യൻ ഭാഷകളിൽ അവരുടെ സ്ഥാനം അടയാളപ്പെടുത്തിക്കഴിഞ്ഞു. സ്ത്രീശരീരം, ലൈംഗികത, തുടങ്ങിയ കാര്യങ്ങൾ മാത്രം കൊണ്ടല്ല അവ സവിശേഷമാകുന്നത്, എല്ലാറ്റിനോടുമുള്ള സ്ത്രീസമീപനം, അമർച്ച ചെയ്യപ്പെട്ടിരുന്ന പെൺനോട്ടം, ഫീമെയിൽ ഗേയ്സ്, കൊണ്ട് കൂടിയാണ്. അതിലൂടെ ഭാഷയെയും അവർക്ക് പുതുക്കേണ്ടി വരുന്നു. അപ്പോൾ പഴയ കാലത്തെ, സുമംഗലമാതാ, ഉബ്ബിരി തുടങ്ങിയ ബുദ്ധസന്ന്യാസിനിമാർ മുതൽ അക്ക മഹാദേവി, മീരാബായ്, ലാൽ ദെദ്, ബഹീനാബായ് തുടങ്ങിയ ഭക്തകവികൾ വരെയുള്ളവരിലേക്ക് അവർ വേരാഴ്ത്തുന്നു.

ബാലാമണിയമ്മ മുതൽ അമ്മു ദീപ വരെയുള്ള മലയാള കവികളെ ഈ സ്ത്രീപരിപ്രേക്ഷ്യം എവിടെയോ ഒന്നിപ്പിക്കുന്നുണ്ട്. വിജയരാജമല്ലികയെപ്പോലുള്ള ട്രാൻസ്ജെൻഡർ കവികൾക്ക് പലപ്പോഴും പുതിയ ഭാഷ തന്നെ കണ്ടെത്തേണ്ടി വരുന്നു. രാജ് റാവു, ഹോഷാംഗ് മെർച്ചന്റ് തുടങ്ങിയ ഗേ കവികളുടെ പാരമ്പര്യം പഴയ അനേകം പേഴ്സ്യൻ-ഉർദു കവികളോളം പോകുന്നു. റൂത്ത് വനിത ഈ പ്രവണതയെ നമ്മുടെ മിത്തുകളിലേക്കും ഐതിഹ്യങ്ങളിലേക്കും പുരാണങ്ങളിലേക്കും വരെ വ്യാപിപ്പിച്ചിട്ടുണ്ടല്ലോ.

കവിതയെക്കുറിച്ച് ഏറ്റവുമധികം തെറ്റായ ധാരണകൾ പ്രചരിപ്പിച്ചിട്ടുള്ളത് കാവ്യാദ്ധ്യാപനം ഭാരമായി കാണുന്ന ഒരു വലിയ പറ്റം അദ്ധ്യാപകരാണ്. ചിലപ്പോൾ നിരൂപണപ്രയോഗങ്ങൾ അവരെ പിന്തുണയ്ക്കുകയും ചെയ്യുന്നു. അദ്ധ്യാപനം സരളമാക്കാനായി അവർ ഒരുപാട് ലളിതവത്കരണങ്ങൾ നടത്തിക്കൊണ്ടേയിരിക്കുന്നു.

അതിലൂടെ കാവ്യാനുഭവം ഏതെല്ലാം വൈരുദ്ധ്യങ്ങളെ സമന്വയിക്കുന്നുവോ അവയെ വീണ്ടും വൈരുദ്ധ്യങ്ങളായി ഇഴ പിരിച്ചു കാട്ടുന്നു. പാരമ്പര്യവും ആധുനികതയും, സമകാലീനതയും സാർവ്വകാലികതയും, ധ്വനിയും വൈശദ്യവും, 'സ്വ'പാരമ്പര്യവും 'അന്യ' പാരമ്പര്യങ്ങളും, വൃത്തവും വൃത്തമില്ലായ്മയും, വ്യക്ത്യനുഭവവും സാമൂഹ്യാനുഭവവും, ശുദ്ധകവിതയും അശുദ്ധകവിതയും, ചരിത്രവും വർത്തമാനവും, മിത്തും യാഥാർത്ഥ്യവും, അനുഭവവും ഭാവനയും, പ്രചോദനവും പരിശ്രമവും, നീതിബോധവും ലാവണ്യബോധവും, ഐന്ദ്രജാലികതയും വിപ്ലവാത്മകതയും, ലഘുത്വവും ഗുരുത്വവും – ഇങ്ങിനെ പോകുന്നു ആ 'വൈരുദ്ധ്യങ്ങൾ'. കവിതയുടെ അനുഭൂതിമണ്ഡലം ഈ വിപരീതപ്രതീതികളെയെല്ലാം ഒരൊറ്റ രസലായനിയിൽ അലിയിക്കുന്നുവെന്നു കാണാതെ കാവ്യാസ്വാദനം സാദ്ധ്യമല്ല.

ആധുനികത: ഒരു കാവ്യഗുണം

പാരമ്പര്യത്തിന്റെയും ആധുനികതയുടെയും കാര്യം ഞാൻ ആദ്യമേ ചർച്ച ചെയ്തു. എനിക്ക് സമകാലീനമായതെല്ലാം, എന്നോട് സംവദിക്കുകയും ഇന്നത്തെ ജീവിതത്തിലേക്കും ഉൾക്കാഴ്ചകൾ നൽകുകയും ചെയ്യുന്നതെല്ലാം, എന്ന് എഴുതപ്പെട്ടാലും എനിക്ക് പുതിയതുതന്നെ. ഷേക്സ്പിയറുടെ പല വരികളും മുഹൂർത്തങ്ങളും പല തരം സംഘർഷങ്ങളിലേക്കുള്ള ഉൾക്കാഴ്ചകളും എന്നെ ഇന്നും വിസ്മയിപ്പിക്കുന്നു. എന്നെ വിസ്മയിപ്പിക്കാത്ത ഒന്നും കവിതയായി എനിക്ക് അനുഭവപ്പെടാറില്ല. ആ വിസ്മയത്തിന്റെ പ്രഭവങ്ങൾ പലതാകാം. വൈകാരിക തീക്ഷ്ണത, ഭാഷയുടെ കൃത്യത, ബിംബത്തിന്റെ മൗലികത, രൂപകത്തിന്റെ ധ്വന്യാത്മകത, വരിയുടെ കെട്ട്, വായിച്ചു നിർത്തിയിട്ടും തുടരുന്ന മുഴക്കം, മനുഷ്യാവസ്ഥയിലേക്കുള്ള ആഴമേറിയ നോട്ടം. ഇത് ഹോമർ, വെർജിൽ, ഡാന്റെ, മിൽടൺ, വാല്മീകി, വ്യാസൻ, അമീർ ഖുസ്രു, കബീർ ഉൾപ്പെടെയുള്ള ഭക്തിസൂഫി കവികൾ ഇവരെക്കുറിച്ചൊക്കെ പറയാനാവും. 'കബീർ എന്റെ സമകാലീനൻ' എന്ന പേരിൽ ഞാൻ ഒരു ലേഖനം തന്നെ എഴുതിയിട്ടുണ്ട്, മിർസാ ഗാലിബ്ബിന്റെ ആധുനികതയെക്കുറിച്ചും. സൈദ്ധാന്തികസൗകര്യത്തിന്നായി നമുക്കു 'ആധുനികത' 'ഉത്തര ആധുനികത' മുതലായ സംജ്ഞകൾ ഉപയോഗിക്കേണ്ടി വന്നേക്കാം. അവയുടെ പിറകിൽ കാലഗണനകളും ഭാവുകത്വ പരിഗണനകളും ഇല്ലെന്നും പറയുന്നില്ല. എന്നാൽ സഹൃദയന് (സഹൃദയനായ കവി ഉൾപ്പടെ) ഈ പരിഗണനകൾക്ക് പരിമിതമായ പ്രാധാന്യമേ ഉള്ളൂ. അല്ലായിരുന്നെങ്കിൽ ഞാൻ എന്റെ പുസ്തക ശേഖരത്തിൽ നിന്ന് ഇതിഹാസങ്ങളെ മാത്രമല്ല, ഭക്തിസൂഫി കവികളെയും കാൽപ്പനികരായി അറിയപ്പെടുന്നവരെയും ഒക്കെ എടുത്തു വലിച്ചെറിയേണ്ടതായിരുന്നു.

പക്ഷേ അപ്പോഴേക്കും ഒരു ബസവ, അല്ലെങ്കിൽ ഒരു തുക്കാരാം, അഥവാ ഒരു ബുള്ളേ ഷാ എന്നോട് സംസാരിക്കാൻ വരുന്നു. എന്തിന്, ഞാൻ അവരെ പരിഭാഷപ്പെടുത്തുകപോലും ചെയ്യുന്നു, സ്ലോവീനിയയിലെ, അഥവാ മാസിഡോണിയയിലെ, ഏറ്റവും പുതിയ കവികൾക്കൊപ്പം അവരെയും എടുത്തു വെയ്ക്കുന്നു.

ഇത്ര കാലത്തെ വായനാനുഭവം എന്നെ പഠിപ്പിക്കുന്നത് ആധുനികത എന്നത് ഒരു കാവ്യഗുണം ആണെന്നാണ്. എന്നും സമകാലീനമായിരിക്കാൻ കഴിയുന്ന സൃഷ്ടികൾ ആധുനികമാണ്. ഇങ്ങനെ പറയുമ്പോൾ ഞാൻ നിശ്ചയമായും വായനക്കാരെക്കൂടി ഉൾക്കൊള്ളിക്കുന്നുണ്ട്. കാരണം, വായനക്കാരാണ് സൃഷ്ടികളെ സമകാലീനമാക്കുന്നത്. അവർ സ്വന്തം കാലത്തിൽ വെച്ച് പഴയതും പുതിയതുമായ കൃതികൾ വായിക്കുന്നു, അഥവാ സമകാലീന പാഠങ്ങൾ ഉത്പാദിപ്പിക്കുന്നു. സമകാലീനത പലർക്കും പലതുമാകാം. കബീർ എന്നോട് സംസാരിക്കുംപോലെ ഒരു യുക്തിവാദിയോടു സംസാരിക്കുമോ എന്ന് എനിക്കറിയില്ല യുക്തിവാദിയോടു കവിത സംസാരിക്കുമെങ്കിൽ. കബീർ വായിക്കാൻ വിശ്വാസിയാകണമെന്ന് പറയുകയല്ല. അവിടെ ഞാൻ എലിയറ്റിന്റെ കൂടെയാണ്. വിശ്വസിക്കുകയെന്നാൽ എന്താണ് എന്നനുഭവിപ്പിക്കുകയാണ് ഭക്തികവിത അഥവാ ആത്മീയകവിത ചെയ്യുന്നത്; അതിനു വിശ്വാസിയാകണം എന്നില്ല. ആ അനുഭവം ഉൾക്കൊള്ളാൻ തയ്യാറുള്ള സഹൃദയത്വം ഉണ്ടായാൽ മതി.

എന്റെ ഒട്ടേറെ കവിതകളിൽ 'ദൈവം' പ്രത്യക്ഷപ്പെടുന്നുണ്ടെന്നും ആ ദൈവത്തിന്റെ പല അർത്ഥങ്ങൾ അന്വേഷിക്കുകയാണ് താൻ എന്നും എന്റെ ഒരു വായനക്കാരൻ ഇയ്യിടെ എഴുതി. അപ്പോഴാണ് ആ കാര്യം ഞാൻ തന്നെ ശ്രദ്ധിച്ചത്. എനിക്ക് 'ദൈവം' ഒരു കാവ്യസങ്കൽപ്പമാണെങ്കിലും അതിലൂടെ എനിക്ക് കബീറിന്റെ രാമനും ബസവയുടെ ശിവനും മീരയുടെ കൃഷ്ണനും ബുള്ളേ ഷായുടെ അള്ളാഹുവുമായി ബന്ധം സ്ഥാപിക്കുക എളുപ്പമായി. ക്രിസ്തുവും ബുദ്ധനുമായി പണ്ടേ എന്റെ കവിത ബന്ധം സ്ഥാപിച്ചിട്ടുമുണ്ടല്ലോ.

കവിതയുടെ 'പ്രമേയം' അങ്ങനെ എടുത്തു കാണിക്കാൻ കഴിയുമെന്ന് ഞാൻ കരുതുന്നില്ല, അത് വായിക്കുന്നവരുടെ കാഴ്ചയനുസരിച്ചു മാറുന്നതാണ് എന്തുമാകട്ടെ, സമകാലീന സംഭവമാകട്ടെ, ഐതിഹ്യമാകട്ടെ, നശ്വരമായ ഒരു ഭാവമോ ആകസ്മികമായ ഒരു നിരീക്ഷണമോ ആകട്ടെ, അതിന്റെ ആവിഷ്കാരത്തിന്റെ മുന്നോട്ടും പിന്നോട്ടും ഉള്ളിലേക്കുമുള്ള നോട്ടവും ശൈലീപരമായ നവീനതയും - ഞാനുദ്ദേശിക്കുന്നത് ചീത്ത ഉർദു കവിതയിലും മറ്റും കാണുന്ന 'ട്രിക്കു'കൾ അല്ല - ആണ് എന്നെ ആകർഷിക്കുന്നത്. അത് പഴകുന്നില്ല. കവിതയുടെ കാലക്രമം ചരിത്രത്തിന്റേതല്ല.

2020ൽ എഴുതപ്പെടുന്ന കവിത തീർത്തും പഴഞ്ചനാകാം. ക്രിസ്തുവിനു മുൻപ് എഴുതപ്പെട്ടത് ഇന്നും പുതിയതും. അപ്പോൾ നവീനത ഒരു കാലഗണനയല്ല, ഒരു കാവ്യഗുണമാണ്. വൃത്തം ദീക്ഷിക്കുന്നതിനാൽ കവിത പഴയതോ ഗദ്യം ഉപയോഗിക്കുന്നതുകൊണ്ട് പുതിയതോ ആകുന്നില്ല. സമകാലീന വിഷയങ്ങളെ സ്പർശിച്ചാൽ കവത കേവലം താത്കാലികമൂല്യമുള്ളതാകും എന്ന് കരുതി പഴംകഥകളിലേക്ക് പോകുന്നവർ ഉണ്ട്. അവരിൽ ചിലർ അവയിൽ നിന്ന് പുതുത് ചിലത് കണ്ടെടുത്തേക്കാം. പലരും ആ പഴമയിൽ മുങ്ങി മരിക്കയാണ് പതിവ്. കവിതയെ പ്രമേയമായി ചുരുക്കാനാവില്ല, ഇന്നത്തെ ഒരു സംഘർഷത്തിൽ എന്നത്തേയും സംഘർഷം കൂടി ഉണ്ടെന്നു വരാം. നമ്മുടെ നീതിബോധത്തെയും ലാവണ്യബോധത്തെയും ഒന്നിച്ചു പുതുക്കാൻ അതിന്റെ ഭാവലോകത്തിനും ആവിഷ്കാരത്തിനും കഴിഞ്ഞെന്നു വരാം.

ധ്വനിയും വൈശദ്യവും

ധ്വനിയെക്കുറിച്ചുള്ള ഒരു തെറ്റിദ്ധാരണ അത് 'ചുരുക്കിപ്പറയൽ' ആണെന്നാണ്. മറിച്ച്, വായന കഴിഞ്ഞും ബാക്കിയാകുന്ന കവിതയുടെ മുഴക്കമാണത് എന്ന വീക്ഷണത്തോടാണ് എനിക്ക് യോജിപ്പ്. 'സജഷൻ' എന്ന ഇംഗ്ലീഷ് വാക്കിൽ അതിന്റെ അർത്ഥം ഒതുങ്ങില്ല. ആധുനികഹൈക്കുകൾ എന്നെ മിക്കപ്പോഴും ഹതാശനാക്കുകയാണ് പതിവ്. അവയിൽ അധികവും ഒരുതരം സൂത്രവിദ്യ മാത്രമാണ്. എന്തൊക്കെയോ പറയുന്നു എന്ന് തോന്നിപ്പിച്ചു ഒന്നും അനുഭവപ്പെടുത്താത്ത വഴിയോരച്ചൊട്ടുവിദ്യ. അനേകം മലയാള യുവകവികളെ വഴി തെറ്റിച്ച പരിഹാസ്യമായ ഒരു പ്രത്യേകതരം ആധുനിക തമിഴ് കവിതയെക്കുറിച്ച് 'ആട്ടിൻകാട്ടം' എന്നൊരു പരിഹാസകവിത തന്നെ ഞാൻ എഴുതിയിട്ടുണ്ട്. വൈശദ്യത്തിനു ചെയ്യാൻ കഴിയുന്നത് സംക്ഷേപത്തിനു ചെയ്യാനാവില്ല. അന്തരീക്ഷവും ഭാവവുമെല്ലാം മിഴിവോടെ വിരിയിച്ചു കാണിക്കുന്നതിൽ വൈശദ്യത്തിനു പങ്കുണ്ടാകാം. കവിതയുടെ സമഗ്രാനുഭവമാണ് ഒടുവിൽ പ്രധാനമാകുന്നത്. ഹ്രസ്വതയോ ദൈർഘ്യമോ അല്ല. ഈ ധാരണയുടെ പിറകിലുള്ളത് ഭാവഗീതം അഥവാ ലിറിക് ആണ് കവിത എന്ന ധാരണയാണ്. താരാട്ട്, കുട്ടിക്കവിതകൾ, ആഖ്യാനകവിത, വിലാപഗീതം, സ്തുതിഗീതം, മറ്റു തരം ദീർഘകവിതകൾ ഇവയെ ഒന്നും ഈ സങ്കല്പം കണക്കിലെടുക്കുന്നില്ല. അത്തരം കവിതകളിൽ ഭാവോന്മീലനത്തിനോ പാത്രസൃഷ്ടിക്കോ ആഖ്യാനത്തിനോ അന്തരീക്ഷസൃഷ്ടിക്കോ ഒക്കെയായി വർണ്ണനകളോ വിവരണങ്ങളോ വിശദ ബിംബങ്ങളോ സങ്കീർണ്ണ രൂപകങ്ങളോ വേണ്ടി വന്നേക്കാം. അതെല്ലാം കവിതയുടെ ജൈവഭാഗങ്ങൾ തന്നെയാണ്. അവ മാറ്റിയാൽ ആ കവിത അതാവില്ല, അഥവാ സംവേദനം പൂർണ്ണമാവില്ല.

ഇന്ന് കവിത എന്നാൽ ഭാവഗീതം എന്ന ഒരു സങ്കല്പം നില വിലുണ്ട്. അത് പുനരാലോചന ആവശ്യപ്പെടുന്നുണ്ട്. പദങ്ങൾക്ക് കവിതയിൽ അർത്ഥം മാത്രമല്ല ഉള്ളത് എന്നും, അവ പഞ്ചേന്ദ്രി യങ്ങളെയും പരിചരിക്കുന്നുണ്ട് എന്നും കവിത ചലനം, ആംഗ്യം, ശിൽപ്പം എന്നിവ കൂടി ഉൾക്കൊള്ളുന്നു എന്നും നാം ചിലപ്പോൾ മറക്കുന്നുണ്ടാകാം. കവിത എന്നും നിലനിന്നിട്ടുള്ളത് പല ഗണ ങ്ങളിലൂടെയാണ്. ഭാഷ നിലനിൽക്കാൻ പല തലങ്ങൾ അഥവാ 'രെജിസ്റ്ററു'കൾ ആവശ്യമായ പോലെ കവിത നില നിൽക്കാനും ഈ പല രൂപങ്ങളും ഗണങ്ങളും ആവശ്യമാണ്. മഹാകാവ്യം പോലെ ചിലവ പുതിയ കാലത്ത് ഇല്ലാതായേക്കാം (നെരൂദയുടെ 'ഹൈറ്റ്സ് ഓഫ് മാക്കു പിക്ച്ചു', കസന്റ്സാകീസിന്റെ 'ഒഡീസ്സി എ സീക്വൽ' ഇവ മറക്കാതെ തന്നെ), എന്നാൽ പകരം ഗസലുകളും ഗീതങ്ങളും മറ്റും ഉണ്ടാവുകയും ചെയ്യുന്നു. അനുചിതമോ അനാവശ്യമോ ആകുമ്പോഴാണ് ദൈർഘ്യം കവിതയെ ദുർബലമാക്കുന്നത. അനിവാ ര്യമായിടത്ത് അതു അനാവശ്യമല്ല. ഇവിടെ 'എല്ലാം അനുവദനീയമാണ്' എന്ന ചിത്രകാരൻ കാൻഡിൻസ്കിയുടെ പ്രസ്താവത്തെ 'ഒഴിഞ്ഞ പേജിൽ മുന്നേറണം' എന്ന ചിലിയൻ കവി നികാനോർ പാർറയുടെ താക്കീതുമായി കൂട്ടി വായിക്കുകയാവും ശരി.

വ്യക്തിയോ സമൂഹമോ?

വ്യക്തിയിൽ സമൂഹവും സമൂഹത്തിൽ വ്യക്തിയും ഉള്ളതു കൊണ്ട് ഇവയും വേർതിരിച്ചു പറയുന്നതിൽ അർത്ഥമില്ല. 'കവിത വ്യക്തിത്വത്തിൽ ഇന്നുള്ള പലായനമാണ്' എന്ന റ്റി എസ് എലിയ റ്റിന്റെ പ്രസ്താവത്തിനു ശേഷം ഇത് ചർച്ചയായിട്ടുണ്ട്. എന്നാൽ പുരോഗമനസാഹിത്യകാലത്തു തന്നെ ഇന്ത്യയിൽ ഈ ചർച്ച വേറൊരു രീതിയിൽ പ്രബലമായിരുന്നു. വ്യക്തി-സമൂഹം എന്ന ദ്വന്ദ്വം കപട മാണ്. ഭാഷ തന്നെ ഒരു സാമൂഹ്യോത്പന്നമാണ്. അതേസമയം ഭാഷ സാഹിത്യത്തിൽ വ്യക്തീകരിക്കപ്പെടുന്നുണ്ട്; അതു തന്നെ യാണ് ഭാവനയുടെയും അവസ്ഥ. സാമാന്യസവിശേഷങ്ങൾ അവിടെ സമന്വയിക്കപ്പെടുന്നു. വൈയക്തികത ഉള്ളടക്കത്തിലാകണമെന്നില്ല, രൂപത്തിലുമാകാം.

ചില കാലങ്ങളിൽ ഒരു വ്യക്തിയുടെ ദുഃഖം അന്നാ അഹ്മത്തോ വായുടെയുടെയോ, ഓസ്സിപ് മണ്ടെൽസ്താമിന്റെയോ പോൾ സെലാ ന്റെയോ സെസാർ വയെഹോയുടെയോ വിസ്വാവാ സിംബോഴ്സ്ക യുടെയോ കവിതകളിൽ കാണുംപോലെ ഒരു സമൂഹത്തെ മുഴുവൻ പ്രതിനിധാനം ചെയ്തേക്കാം. ആത്മാനുഭവവും പരാനുഭവവും ഒന്നാകുന്നതാണ് പലപ്പോഴും കവിതയുടെ പ്രഭവം തന്നെ. സമൂ ഹത്തെ ആവിഷ്കരിക്കാൻ എപ്പോഴും ഒരാൾ മയക്കൊവ്സ്കിയോ

ബ്രെഹ്റ്റോ മഹ്മൂദ് ദാർവീഷോ ആകണമെന്നില്ല. നെരൂദയുടെ കൂടുതൽ നല്ല കവിതകളായി എനിക്കനുഭവപ്പെട്ടിട്ടുള്ളത് പ്രത്യക്ഷ രാഷ്ട്രീയമുള്ള കവിതകളല്ലാ, ഒന്നുകിൽ മാക്കു പിക്ച്ചുവിനെപ്പോലെ ചരിത്രത്തെ അനുഭൂതിയാക്കുന്ന കവിതകളോ അല്ലെങ്കിൽ 'കോസ്മിക്' മാനമുള്ള കവിതകളോ, പ്രണയകവിതകളോ 'ലളിത വസ്തുക്കൾക്കുള്ള സ്തോത്രങ്ങ'ളോ ഒക്കെയാണ്; അവ എഴുതിയിരുന്നില്ലെങ്കിൽ ആ കവിയെ നാം ഓർക്കുമായിരുന്നോ എന്ന് സംശയമാണ്. ചില രാഷ്ട്രീയസന്ദർഭങ്ങളിലൊഴികെ. ഒരു ജൈവ സംഭവമായ കവിതയെ ഉള്ളടക്കമോ രൂപമോ ആയി തിരിക്കുമ്പോൾ കവിത എന്ന സമഗ്രത അപ്രത്യക്ഷമാകുന്നു.

ശുദ്ധമോ അശുദ്ധമോ?

ശുദ്ധ-അശുദ്ധ കവിതകളെക്കുറിച്ചുള്ള സങ്കല്പങ്ങൾ നമ്മുടെ ജാതി, വർണ്ണ സങ്കൽപ്പങ്ങളുമായി ബന്ധപ്പെട്ടവയാണ്. അശുദ്ധ കവിതയെക്കുറിച്ചുള്ള നെരൂദയുടെ വിശദീകരണം എല്ലാ കവിതയ്ക്കും ബാധകമാണ്. 'ഉപയോഗിച്ചതും ഉപേക്ഷിച്ചതുമായ വസ്തുക്കൾ, കാലുകളുടെയും വിരലുകളുടെയും പാടുകൾ, എല്ലാ വസ്തുക്കളുടെയും അകത്തും പുറത്തും പതിഞ്ഞിട്ടുള്ള മനുഷ്യത്വത്തിന്റെ ശാശ്വതമുദ്രകൾ. അത്തരം കവിതയാണ് നാം ലക്ഷ്യമാക്കേണ്ടത്. അമ്ലം കൊണ്ടെന്നപോലെ കൈപ്പെരുമാറ്റം കൊണ്ട് തേയ്മാനം വന്ന, വിയർപ്പും പുകയും നിറഞ്ഞ, ലില്ലിപ്പൂവും മൂത്രവും മണക്കുന്ന, നിയമത്തിന്നനുകൂലവും പ്രതികൂലവുമായി നാം ചെയ്യുന്ന കാര്യങ്ങളുടെ വൈവിദ്ധ്യം ചാർത്തുന്ന കവിത. ഭക്ഷണക്കറയും അവമതിയും പറ്റിപ്പിടിച്ച, ചുളിവുകളും നിരീക്ഷണങ്ങളും സ്വപ്നങ്ങളും ഉറക്കമിളപ്പും പ്രവചനങ്ങളും സ്നേഹവൈരാഗ്യ പ്രഖ്യാപനങ്ങളും വിഡ്ഢിത്തങ്ങളും ഞെട്ടലുകളും നാടോടിസംസ്കാരവും രാഷ്ട്രീയ വിശ്വാസങ്ങളും നിഷേധങ്ങളും സംശയങ്ങളും സ്ഥിരീകരണങ്ങളും പ്രകീർത്തനങ്ങളും ചേർന്ന, ശരീരം പോലെ, പഴംതുണി പോലെ, അവിശുദ്ധമായ കവിത.' ഒന്നിനെയും പുറത്തു നിർത്താത്ത, എല്ലാം ഉൾക്കൊള്ളുന്ന ഒരു കാവ്യസങ്കല്പമാണ് ഇവിടെ നെരൂദാ മുന്നോട്ടു വെയ്ക്കുന്നത്.

ഒരുപക്ഷേ ഇവിടെ 'പ്രതിജ്ഞാബദ്ധമായ കവിത', അങ്ങനെയല്ലാത്ത കവിത എന്ന തരംതിരിവിനെയും നാം ചോദ്യം ചെയ്യേണ്ടതുണ്ട്, അഥവാ, കൂടുതൽ ശരിയായി പറഞ്ഞാൽ, അതിനെ ഒരു രചനാപ്രശ്നം എന്നതിനേക്കാൾ പാരായണപ്രശ്നമായി കാണേണ്ടതുണ്ട്. എങ്ങിനെ കൃതികളെയും എഴുത്തുകാരെയും പുറത്തു നിർത്താം എന്നല്ല, എങ്ങനെ അവരെ സമൂഹത്തിനും വ്യക്തിക്കും പ്രയോജനകരമായ വാക്കിന്റെ ആഴമേറിയ അർത്ഥത്തിൽ, രീതിയിൽ,

വായിച്ചവതരിപ്പിക്കാം എന്നതാണ് പുരോഗമനാത്മകമായ നിരൂപണത്തിന്റെ മുന്നിലുള്ള സമസ്യ.

പ്രതിജ്ഞാബദ്ധയാണ് എന്ന് സ്വയം കരുതിയിരുന്ന ഏഷെൻ സൂവിന്റെ 'പാരീസിന്റെ നിഗൂഢതകൾ' എന്ന നോവൽ വളരെ പിന്തിരിപ്പനാണ് എന്ന് എംഗൽസ് പറഞ്ഞതിന്റെ മറുവശമാണ് പിന്തിരിപ്പൻ എന്ന് പ്ലീഹാനോഫ് വിശേഷിപ്പിച്ച ടോൾസ്റ്റോയുടെ 'യുദ്ധവും സമാധാനവും' എന്ന നോവലിനെ 'റഷ്യൻ വിപ്ലവത്തിന്റെ കണ്ണാടി' എന്ന് ലെനിൻ വിശേഷിപ്പിച്ചത്. കാഫ്കയുടെ കൃതികളെ ച്ചൊല്ലി ഒരു ഭാഗത്ത് ല്യൂക്കാച്ചും മറുഭാഗത്ത് വാൾടർ ബെന്യാമിൻ, ബ്രെഹ്റ്റ് മുതൽ പേരുമായി നടന്ന വിവാദവും നമുക്കു അപരിചിതമല്ല. രാമായണത്തെ, അതിലെ സ്ത്രീകഥാപാത്രങ്ങളുടെ ഭാഗത്തു നിന്ന് സാറാ ജോസഫ് അവതരിപ്പിച്ചത് നമുക്കറിയാം; അതിനും വളരെ മുൻപാണ് കുമാരനാശാൻ 'ചിന്താവിഷ്ടയായ സീത' എഴുതിയത്. മഹാഭാരതത്തിനും ആ രീതിയിൽ അനേകം വായനകൾ ഉണ്ടായിട്ടുണ്ട്. ദളിത് കവിതയിൽ ഏകലവ്യൻ നായകസ്ഥാനത്താണ്. കർണ്ണൻ, അതിരഥൻ മുതലായവരുടെ ഭാഗത്തുനിന്നും മഹാഭാരതത്തെ നോക്കിയവരുണ്ട്. അനേകം രാമന്മാരും അത്ര തന്നെ രാമായണങ്ങളും ഉണ്ടെന്നു സൂചിപ്പിക്കുന്ന ഒരു കന്നഡ നാടോടിക്കഥ ഏ കെ രാമാനുജൻ 'മുന്നൂറു രാമായണങ്ങ'ളിൽ ഓർമ്മിക്കുന്നുണ്ടല്ലോ.

അവാങ് ഗാദിനെപ്പറ്റിയുള്ള രണ്ടു സങ്കൽപ്പങ്ങളും ഈ അവസരത്തിൽ പ്രസക്തമാണെന്നു വരാം. ക്ലെമെന്റ് ഗ്രീൻബെർഗ്, റെനാറ്റോ പെഗ്ഗിയോളി തുടങ്ങിയവർ അതിനെ കാണുന്നത് പ്രാഥമികമായും ഒരു ഭാഷാവിപ്ലവമായാണ്. ഭാഷ നിത്യവ്യവഹാരത്തിലൂടെ പഴകുകയും അർത്ഥങ്ങൾക്ക് തേയ്മാനം വരികയും ചെയ്യുമ്പോൾ അതിനെ നവീകരിക്കേണ്ടി വരുന്നു. അപ്പോൾ കവികൾക്ക് ഒരു നവഭാഷ സൃഷ്ടിക്കേണ്ടി വരുന്നു. അതാണ് എസ്രാ പൗണ്ട്, റ്റി എസ് എലിയറ്റ്, വാലസ് സ്ടീവൻസ്, സാമുവൽ ബക്കെറ്റ് തുടങ്ങിയവർ ചെയ്യുന്നത് എന്ന് അവർ പറയും. എന്നാൽ പീറ്റർ ബർഗർ പറയുക അവാങ് ഗാദ്, സാഹിത്യസ്ഥാപനത്തെത്തന്നെ ചോദ്യം ചെയ്യുന്നു എന്നാണ്. അന്യവത്കരണം അവസാനിക്കുന്ന ഒരു ലോകം സൃഷ്ടിക്കാനായി പ്രവർത്തിക്കുകയും അതിന്റെ ഭാഗമായി നടപ്പുഭാഷയെ പരിഷ്കരിക്കുകയുമാണ് മയക്കോവ്സ്കി, നെരൂദാ, ബ്രെഹ്റ്റ്, പോൾ എലാദ്, ലൂയി അരഗങ് തുടങ്ങിയവർ ചെയ്യുന്നത്.

ബ്രെഹ്റ്റ് 'ഭാഷയെ കഴുകു'ന്നതിനെക്കുറിച്ചു പറയുന്നുണ്ടല്ലോ. സമീപകാലത്ത് സ്ലാവോയ് സിസേക് 'ഭാഷയുടെ കാവ്യാത്മകമായ പീഡനാലയം' (ദി പോയറ്റിക് ടോർചർ ഹൗസ് ഓഫ് ലാങ്ഗ്വേജ്) എന്ന ലേഖനത്തിൽ, ഭാഷയെ സത്യം പറയിപ്പിക്കാൻ ചിലപ്പോൾ

അതിനെ പീഡിപ്പിക്കുകയും മുറിപ്പെടുത്തുകയുമൊക്കെ വേണ്ടി വരും എന്ന് സൂചിപ്പിക്കുന്നുണ്ട്. ഹെയ്ദഗർ പറയും പോലെ ഭാഷ സത്തയുടെ ഭവനം (ദി ഹൗസ് ഓഫ് ബീയിംഗ്) ആണെങ്കിൽ, ആ വീട്ടിൽ താമസിക്കുന്ന സത്ത തന്നെ അസത്യമാവുമ്പോൾ നാസി കാലത്ത് സംഭവിച്ചതുപോലെ, അഥവാ ഇന്ന് മാധ്യമപ്രചാരണങ്ങളിലൂടെ ഇന്ത്യയിൽ ഭാഷയ്ക്ക് സംഭവിക്കുന്നത് പോലെഭാഷയെ കഴുകിയാൽ പോലും പോരാ, പോൾ സെലാൻ, അല്ലെങ്കിൽ സെസാർ വയേഹോ ചെയ്യുന്നപോലെ അപൂർവ്വവും ശിഥിലവും ഒക്കെ ആക്കേണ്ടി വരും. ചിലപ്പോൾ വാക്കിനു പകരം ചിത്രങ്ങളോ പ്രതിഷ്ഠകളോ (ഇൻസ്റ്റലേഷൻ) ഒക്കെ ആക്കേണ്ടിയും വരാം. അപ്പോൾ ഭാഷാനവീകരണം, സാമൂഹ്യ നവീകരണം എന്ന ലക്ഷ്യത്തോടെ ആണെങ്കിലും അല്ലെങ്കിലും, കവിതയിൽ നിരന്തരം സംഭവിക്കുന്നുണ്ട്. ആത്യന്തികമായി വൈലോപ്പിള്ളി ഭംഗിയായി പറഞ്ഞതു പോലെ കവികൾ ഒരു സൗവർണ്ണ പ്രതിപക്ഷം ആയിരിക്കും. എഴുപതുകളിലെ ഒരു കവിതയിൽ ഞാൻ എഴുതി: 'വിപ്ലവത്തിന്റെ കാലത്ത് കവിത വിജയത്തെക്കുറിച്ചു സംസാരിക്കുന്നു. വിജയിക്കുമ്പോൾ സൈബീരിയായിലേക്ക് നാടു കടത്തപ്പെടുന്നു.' (വേനൽ) ചരിത്രം ഇത് ശരി വെയ്ക്കുന്നു. റഷ്യയിലെ മന്റൽസ്താം മുതൽ ചൈനയിലെ അയ്ചിംഗ് വരെ ഇത് ഉദാഹരിക്കുന്നു.

ലോകകവിതയെ ഐന്ദ്രജാലികവും വിപ്ലവകരവും എന്ന് ചില നിരൂപകർ വേർതിരിച്ചു കണ്ടിട്ടുണ്ട്. അപ്പോൾ നാം ലോർക്കയെ, നെരൂദയെ, സിംബോഴ്സ്കയെ, ബ്രോദ്സ്കിയെ, മീവാഷിനെ, ഗിൻസ്ബർഗിനെ, പാസ്സിനെ, മസ്ദരോവിനെ... എവിടെ കൊണ്ട് കെട്ടും? റിൽകെയിലെ മാജിക് ഞാൻ ലൂയി അരഗങ്ങിലും കാണുന്നു, എലിയറ്റിന്റെ ബിംബപ്പുതുമ ഒക്റ്റാവിയോ പാസ്സിലും ലാസ്ലോ നാജിയിലും സെൻഘോറിലും പെസ്സോവയിലും അരുൺ കൊലാത്കറിലും കാണുന്നു.

യഥാതഥം/ഭാവനാത്മകം തുടങ്ങിയ ദ്വന്ദ്വങ്ങളും കപടമാണ്. കവിതയിൽ യാഥാർത്ഥ്യം പോലും ഭാവനയാൽ പരിചരിക്കപ്പെട്ട രൂപത്തിലാണ് പ്രത്യക്ഷപ്പെടുന്നത്. മറ്റൊരു കൃത്രിമദ്വന്ദ്വം സ്വയംഭൂവായ കവിതയും പ്രയത്നലഭ്യമായ കവിതയും തമ്മിലാണ്. കവികൾ കവിതാവാസനയുള്ളവരാണ് എന്ന കാര്യത്തിൽ സംശയമില്ല, എന്നാൽ വരുംപടി എഴുതുന്നതുകൊണ്ട്, പല യുവകവികളും കരുതും പോലെ, കവിത നന്നാകുന്നില്ല, നമുക്കു ഏറ്റവും നൈസർഗ്ഗികം എന്ന് തോന്നിക്കുന്ന കവിതയുടെ പോലും കയ്യെഴുത്തു പ്രതി പരിശോധിച്ചാൽ അറിയാം, എത്ര കുറി കവി ആ രചന വെട്ടിത്തിരുത്തിയിട്ടുണ്ടെന്ന്. അത് തന്റെ മൗലികഭാവനയിൽ നിന്ന് അകന്നു പോകുകയല്ല അപ്പോൾ ചെയ്യുന്നത്, മറിച്ച് തന്റെ മൂല

ലക്ഷ്യത്തോടും പ്രചോദനത്തോടും കൂടുതൽ അടുക്കാനും സത്യ സന്ധനാകാനുമാണ് കവി തിരുത്തലുകൾ വരുത്തുന്നത്. കലയും നിർമ്മാണ ചാതുരിയും ആർട്ടും ക്രാഫ്റ്റും ഇവിടെ വേറെയാകു ന്നില്ല.

കവികൾ നിരീക്ഷിക്കയും പരീക്ഷിക്കയും പരിശീലിക്കയും വായിക്കുകയും മറ്റു കലകൾ ആസ്വദിക്കുകയുമൊക്കെ ചെയ്യുന്നു ണ്ടെങ്കിൽ അത് സ്വന്തം പ്രചോദനത്തെ - പഴയതെങ്കിലും പ്രയോ ജനമുള്ളതാണ് ആ വാക്ക് - സഫലമായി ആവിഷ്കരിക്കാൻ കൂടി യാണ്; പ്രയത്നവും പ്രചോദനവും പലരും കരുതുംപോലെ വിപരീതങ്ങളല്ല, പരസ്പരപൂരകങ്ങളാണ്, ഓർമ്മയും സംഗീതവും പോലെ, ബിംബവും വിശ്വാസവും പോലെ, അനുഭവവും രൂപകവും പോലെ. പഴയ നിരൂപകനായ സി ഡി ലെവിസ് പറയുന്നുണ്ട്, കവിത യുടെ മൂലകങ്ങൾ പ്രചോദനം, ധ്യാനം (അഥവാ, ശ്രദ്ധയുടെ കേന്ദ്രീ കരണം), ഓർമ്മ, വിശ്വാസം, സംഗീതം, തിരുത്തൽ, ദർശനം ഇവ യാണ് എന്ന്. അതിലും വളരെ പഴയ പന്ത്രണ്ടാം നൂറ്റാണ്ടിലെ ക്ഷേമേന്ദ്രൻ 'കവികണ്ഠാഭരണം' എന്ന കൃതിയിൽ പറയുന്നു: 'കവി കണ്ണുകൾകൊണ്ട് ഇലകളുടെ രൂപങ്ങൾ പഠിക്കണം, കൂടി നിൽക്കു ന്നവരെ ചിരിപ്പിക്കാൻ കവിക്ക് കഴിയണം, ജനങ്ങൾ ശരിക്കും എങ്ങിനെ എന്നറിയണം, സമുദ്രങ്ങളും പർവ്വതങ്ങളും സൂര്യനും ചന്ദ്രനും നക്ഷത്രങ്ങളും സ്വയം എങ്ങിനെ എന്നറിയണം; കവിയുടെ മനസ്സ് ഋതുക്കളിൽ പ്രവേശിക്കണം പല ജനതകൾക്കിടയിൽ പോകണം, പല ഭാഷകൾ പഠിക്കണം.' ഈ രണ്ടു കാവ്യമീമാംസ കരും കവിതയുടെ ചില അടിസ്ഥാന ഘടകങ്ങളിൽ തന്നെയാണ് സ്പർശിക്കുന്നത്.

ശൈലി: കവിക്കോ കവിതയ്ക്കോ?

കവിതയെക്കുറിച്ചുള്ള മറ്റൊരു മാമൂൽ ധാരണയെക്കുറിച്ചു കൂടി സൂചിപ്പിച്ചു ഈ കാവ്യവിചാരം അവസാനിപ്പിക്കാം. ഒരു ക വിക്ക് ഒരു ശൈലി എന്ന ധാരണയാണത്. 'ദി സ്റ്റൈൽ ഈസ് ദി മാൻ' മുതലായ ചൊല്ലുകളുടെ കവിതയിലുള്ള ഒരു പ്രയോഗമാണ് അതെന്നു വരാം. എന്നാൽ മലയാളത്തിലെ കവികളെ വായിക്കു മ്പോൾ എനിക്ക് കിട്ടുന്ന അനുഭവം മറ്റൊന്നാണ്. ഓരോ കവിയും ആവിഷ്കാര സന്ദർഭം, പ്രമേയം, പ്രചോദനം, നടപ്പു ഭാഷയിൽ നിന്നുള്ള വ്യതിചലനത്തിന്നുള്ള വാസന ഇവയുടെയെല്ലാം സ്വാധീന ത്താൽ പല കവിതകളിൽ പല ശൈലികൾ പ്രയോഗിക്കുന്നുണ്ട് എന്നതാണ് എന്റെ അനുഭവം. ഏതു കവിയെ വെച്ചും ഇത് ഉദാഹ രിക്കാം.

അയ്യപ്പപണിക്കരെപ്പോലെ ഒരു കവിയെവെച്ച് ഇതുദാഹരിക്കുക വളരെ എളുപ്പമാണ്. ഒറ്റ കവിതയിൽ തന്നെ പല രീതികൾ ഉപയോഗിച്ചിട്ടുള്ള ആളാണല്ലോ അദ്ദേഹം (ഉദാ: പകലുകൾ രാത്രികൾ, പാസ്സേജ് റ്റു അമേരിക്ക, ഇവിടെ ജീവിതം). ഗദ്യ-പദ്യ രൂപങ്ങളുടെ ഒരു കാഴ്ചബംഗ്ലാവ് തന്നെയാണ് അദ്ദേഹത്തിന്റെ കവിതകൾ എന്ന് മൃത്യുപൂജ, കുടുംബപുരാണം, കാർട്ടൂൺ കവിതകൾ, ഞങ്ങൾ മറിയമാർ, പത്തുമണിപ്പൂക്കൾ, ഇണ്ടൻ, ചൊറി, അഗ്നിപൂജ ഇങ്ങിനെ എത്രയോ കവിതകൾ വെച്ച് പറയാൻ കഴിയും. ആറ്റൂർ രവിവർമ്മയുടെ സംക്രമണം, ക്യാൻസർ, അവൻ ഞാനല്ലോ, ഓട്ടോവിൻ പാട്ട്, ദേശത്തെപ്പറ്റി ഒരുപന്യാസം തുടങ്ങിയ കവിതകൾ നോക്കുക. അല്ലെങ്കിൽ കക്കാടിന്റെ 1963, സഫലമീയാത്ര, പട്ടിപ്പാട്ട് എന്നീ കവിതകൾ നോക്കുക. കടമ്മനിട്ട രാമകൃഷ്ണൻ 'കടമ്മനിട്ടശ്ശൈലി'ക്കു പ്രസിദ്ധനാണല്ലോ.

> 'ഹേ, പാർവതീ! പാർവണേന്ദുപ്രമോദേ, പ്രസന്നേ,
> പ്രകാശക്കുതിപ്പിൽ കിതയ്ക്കുന്ന നിന്നെ
> പ്രകീർത്തിച്ചു പാടാനു,മോരോ വിഭാത-
> ങ്ങളിൽ വാതദാഹാർത്തിയായ്
> നിന്റെ നിശ്വാസവേഗം
> കുടിക്കാനും...' (ദേവീസ്തവം)
>
> 'ഈറ്റപ്പുലി പെറ്റുകിടക്കും
> ഈറൻ കണ്ണു തുറന്നും
> കരിമൂർഖൻ വാലിൽ കിളരും
> പുരികം പാതി വളച്ചും
> നീറായ വനത്തിൻ നടുവിൽ
> നിൽപ്പൂ കാട്ടാളൻ' (കിരാതവൃത്തം)
>
> ''എന്തിനാണ് ഇത്രയേറെ മുട്ടകൾ?''
> അവൾ പറഞ്ഞു.
> ''നമുക്കു വിഴുങ്ങാൻ
> നമുക്കു രണ്ടു പേർക്കും
> മാത്രമായി വിഴുങ്ങാൻ.'' (പുഴുങ്ങിയ മുട്ടകൾ)

ഇതിൽ ഏതാണ് 'കടമ്മനിട്ടശ്ശൈലി?' പോരെങ്കിൽ 'ആ പശുക്കുട്ടിയുടെ മരണം', 'മോ,' 'സതീശൻ,' 'പരസ്യം'. 'ക്യാ', 'മത്തങ്ങ' തുടങ്ങിയ കവിതകൾ കൂടി വായിച്ചോളൂ. ബാലചന്ദ്രന്റെ 'യാത്രപ്പാട്ടും', 'മാനസാന്തര'വും, 'എവിടെ ജോണും' ഒരേ ശൈലിയിലാണോ?

എന്നാൽ ഇത് പുതുകവികളുടെ സ്വഭാവമാണെന്ന് ധരിക്കേണ്ട.

ഇതാ ഇടശ്ശേരി:

‘എനിക്കു രസമീ നിമ്നോന്നതമാം
വഴിക്കു തേരുരുൾ പായിക്കാൻ
ഇതേതിരുൾക്കുഴിമേലുരുളട്ടെ
വിടില്ല ഞാനീ രശ്മികളെ.’
(അമ്പാടിയിലേക്കു വീണ്ടും)

‘കുഞ്ഞലവിക്കൊരു ബാപ്പയുണ്ടേ
ചായക്കടക്കാരൻ മൊയ്തീൻകുട്ടി
മഞ്ഞമധുരപ്പഴക്കുലകൾ
തൂങ്ങുന്ന ചായക്കടയ്ക്കുടമ.’ (ഇസ്ലാമിലെ വന്മല)

‘അയ്യയ്യാ വരവമ്പിളിപ്പൂംകുല
മെയ്യിലണിഞ്ഞ കരിമ്പൂതം’ (പൂതപ്പാട്ട്)

‘ദാരിദ്ര്യം പെറ്റു കൂട്ടും
പലപല പരിഹാസ്യങ്ങൾ പാപങ്ങൾ തിങ്ങി
കൂരയ്ക്കൊക്കുന്ന മജ്ജീവിത-
മനുനിമിഷം ഹന്ത ശബ്ദായമാനം’
(മൂന്നു ഒറ്റശ്ലോകങ്ങൾ)

പോരെങ്കിൽ വൈലോപ്പിള്ളി:
‘പൂർവദിങ്ങ്മുഖത്തിങ്കൽ പുലരിത്തുടിപ്പല്ല
പൂർവവൽ പകയാളും സമരച്ചെന്തീനാളം’
(പണിമുടക്കം)

‘ഒഴിവില്ലാത്ത സങ്കൽപ്പ-
മഴവില്ലാൽ മനോഹരം
പാറയോടാലപിപ്പോരീ
പ്പനിനീരണി നിർഝരം’ (ആയിരത്തൊന്നു രാവുകൾ)

‘തള്ളിയേറുമെൻ കാതിലൊരൂറ-
ക്കള്ളു നാറും തെറിയുടെ പൂരം
തേവിടിശ്ശി നീയെന്തിനേ കഞ്ഞി
തേവി വെച്ചത്? ചോറെനിക്കില്ലേ?’ (കുടിയൊഴിക്കൽ)

ഇനിയും പിന്നോട്ട് പോകേണമോ?

എങ്കിൽ കുമാരനാശാൻ:

'ജന്മോപായ ജയോപയോഗപദവീ-
ജിജ്ഞാസു വിജ്ഞാപികേ
ജിഹ്മാതീത പഥാന്ധപാന്ഥ പരിഷൽ
സ്വാധേയ പാഥേയമേ.' (നിജാനന്ദാനുഭൂതി)

'ചാഞ്ഞലഞ്ഞചെറു ദേവദാരുവി
ന്നാഞ്ഞ ശാഖികളടിക്ക്, ചിന്തയാൽ
കാഞ്ഞു കാണ്മതു മനോരഥങ്ങളാൽ
മാഞ്ഞു തൻ നില മറന്നുനിന്നവൾ' (നളിനി)

'തൊട്ടുകൂടാത്തവർ തീണ്ടിക്കൂടാത്തവർ
ദൃഷ്ടിയിൽ പെട്ടാലും ദോഷമുള്ളോർ
കേട്ടില്ലാത്തോർ തമ്മി,ലുണ്ണാത്തോരിങ്ങനെ
യൊട്ടല്ലഹോ ജാതിക്കോമരങ്ങൾ' (ദുരവസ്ഥ)

'കാലം പിന്നെയും കഴിഞ്ഞു , കഥകൾ നിറഞ്ഞ മാസം
നാലു പോയി , നഭസ്സിൽ കാറൊഴിയാറായി
പാല പൂത്തു പരിമളം ചുമന്നു ശുദ്ധമാം പുലർ
കാലവായു കുളിർത്തെങ്ങും ചരിക്കയായീ' (കരുണ)

ഇനിയും പിന്നോട്ട് എഴുത്തച്ഛന്റെ 'അദ്ധ്യാത്മ രാമായണ'ത്തിലെ 'സുന്ദരകാണ്ഡ'വും 'ഹരിനാമകീർത്തന'വും വരെ കൊണ്ടു പോകാവുന്നതാണ് ഈ ഉദാഹരണങ്ങൾ, ഈ ഭാഷാന്തരങ്ങളെ കാവ്യസന്ദർഭവും കവിയുടെ പരിണാമവുമായി ചേർത്ത് വായിക്കുക എന്നെ പറയാനുള്ളൂ.

ലാളിത്യം, ആഴം, വിസ്മയം: കവിതയിൽ ഞാൻ തേടുന്ന പ്രധാന മൂല്യങ്ങളെ ഇങ്ങനെ സംഗ്രഹിക്കാം. ഇവയുടെ സമന്വയം സാധിച്ചവരാണ് എന്റെ കവികൾ. അവർ നിങ്ങളുടെ കവികൾ ആകണമെന്ന യാതൊരു നിർബന്ധവും എനിക്കില്ല; മറിച്ചു നിർബന്ധിക്കരുതെന്നു മാത്രം.

കവിതയും പ്രതിരോധവും

കവിതയും പ്രതിരോധവും എന്ന വിഷയം ചർച്ച ചെയ്യുവാൻ ആദ്യമായി പ്രതിരോധം കൊണ്ട് ഞാൻ അർത്ഥമാക്കുന്നത് എന്തെന്ന് വിശദീകരിക്കേണ്ടതുണ്ട്. അതിനുള്ള ഏറ്റവും നല്ല വഴി പ്രതിരോധം വിപ്ലവത്തിൽ നിന്ന് എങ്ങനെ വ്യത്യസ്തമാകുന്നു എന്ന് ആലോചിക്കുകയാണ്. വിപ്ലവം, ദീർഘകാലത്തെ മുന്നൊരുക്കം അതിനു പിറകിൽ ഉണ്ടാകാം എങ്കിൽ പോലും ഒരു പ്രത്യേക സ്ഥലത്തും കാലത്തും നടക്കുന്ന ഒരു സംഭവമാണ്. പ്രതിരോധം സാർവകാലികവും സാർവലൗകികവുമായ ഒരു അവസ്ഥയാണ്, സമൂഹങ്ങളുടെ അസ്തിത്വത്തിന്റെ തന്നെ ഒരു വ്യവസ്ഥയാണ് അത് എന്നുപറയാം. വിപ്ലവം ക്രമേണ ജനവിരുദ്ധമായി മാറുകയും സമഗ്രാധിപത്യമായി അപചയിക്കുകയും ചെയ്തേക്കാം.

വാസ്തവത്തിൽ ഇന്നോളം നടന്ന വിപ്ലവങ്ങളുടെ എല്ലാം ഗതി അങ്ങിനെ ആയിരുന്നിട്ടുണ്ട്. ഫ്രഞ്ച്, അമേരിക്കൻ, റഷ്യൻ, ചൈനീസ്, കിഴക്കൻ യൂറോപ്യൻ, അൽബേനിയൻ, ഇറാനിയൻ വിപ്ലവങ്ങൾ ഉദാഹരണം. അവയെല്ലാം തന്നെ അവ എന്തിന്നെതിരെ പോരാടിയോ അതിൽ തന്നെ ചെന്നവസാനിച്ചു: മൂലധനാധിപത്യം, മതാധിപത്യം, ഏകാധിപത്യം എന്നിവയിൽ. ജനവിരുദ്ധവും മർദ്ദകങ്ങളുമായ ഭരണകൂടങ്ങളിലാണ് അവയെല്ലാം ചെന്നൊടുങ്ങിയത്.

നെപ്പോളിയൻ, സ്റ്റാലിൻ, പോൾ പോട്ട്, ചൌഷെസ്ക്യൂ, എൻവർ ഓജാ, ഖൊമീനി തുടങ്ങിയവരുടെ രീതികൾ എങ്ങനെ മനുഷ്യാവകാശവിരുദ്ധമായിരുന്നു എന്ന് നമുക്കറിയാം. ഗുലാഗുകളും സൈബീരിയകളും ലേബർ ക്യാമ്പുകളും ഭ്രാന്താശുപത്രികളും സെൻസർഷിപ്പും ഉയർന്നു വന്നത്, അഥവാ ഒസ്സിപ് മണ്ഡൽസ്താമിന് വധവും അയ് ചിങ്ങിനു ലേബർ ക്യാമ്പും വിധിച്ചത്, വിപ്ലവത്തെ സംരക്ഷിക്കാനായിരുന്നില്ല, സമഗ്രാധികാരത്തെ സംരക്ഷിക്കാൻ ആയിരുന്നു. അമേരിക്കൻ വിപ്ലവം ലോകത്തിലെ ഏറ്റവും വലിയ സാമ്രാജ്യത്തിനു ജന്മം നൽകി, ചൈനീസ് വിപ്ലവം ലോകത്തെ

ഏറ്റവും സമർത്ഥമായ മുതലാളിത്തവ്യവസ്ഥയ്ക്കും. ഇതോടൊപ്പം പറയേണ്ട ഒന്നുണ്ട്. വിപ്ലവങ്ങൾ ദുഷിക്കുന്നു എന്നതുകൊണ്ട്, പല പ്രതിവിപ്ലവകാരികളും കരുതുംപോലെ, വിപ്ലവം എന്ന ആശയം അപ്രസക്തമാകുന്നില്ല.

ഓരോ വിപ്ലവത്തിനും പിറകിൽ ജനങ്ങളുടെ ഇച്ഛയും അവരെ ഒന്നിപ്പിച്ച സ്നേഹവും പ്രവർത്തിച്ചിരുന്നു, വലിയ സ്വപ്നങ്ങളാണ് അവരെ ഉണർത്തി ഒന്നിപ്പിച്ചിരുന്നത്. അവ തുടർന്ന് പ്രവർത്തിക്കും എന്ന് തെളിയിച്ച സംഭവങ്ങളാണ് റഷ്യയിൽ വിപ്ലവശേഷം ഉക്രൈനിൽ നടന്ന കർഷകകലാപവും കിഴക്കൻ യൂറോപ്യൻ നാടുകളിൽ നടന്ന പുഷ്പവിപ്ലവങ്ങളും മറ്റും. ഇവയ്ക്കൊപ്പം, സിയാറ്റിൽ ലോക വാണിജ്യഉച്ചകോടിക്കെതിരെ നടന്ന പ്രകടനവും വാൾ സ്ട്രീറ്റ് ഉപരോധവും, വിസ്ഥാപനത്തിന്നെതിരെ ഒറീസ്സയിലും ഗുജറാത്തിലും പശ്ചിമബംഗാളിലും നടന്ന കീഴാളപ്രതിരോധങ്ങളും, പ്ലാച്ചിമടയിലെ കൊക്കക്കോളവിരുദ്ധസമരവും കേരളം ഉൾപ്പെടെ പലയിടത്തും നടന്നതും നടക്കുന്നതുമായ ആദിവാസിഭൂസമരങ്ങളും, ലാൽഗഢ്, ജൈതാപ്പൂർ, കൂടംകുളം എന്നിവിടങ്ങളിലെ ആണവവിരുദ്ധസമരങ്ങളും, നിർഭയയുടെ ബലാത്സംഗത്തിനു ശേഷം ഡൽഹിയിൽ നടന്ന ഉപരോധവും, ഈജിപ്തും ടുണീഷ്യയും മുതൽ ലിബിയയും യെമെനും ബഹറൈനും വരെയുള്ള നാടുകളിലെ ജനാധിപത്യകലാപങ്ങളുമെല്ലാം പ്രതിരോധത്തിന്റെ ചില സമീപകാല ഉദാഹരണങ്ങളാണ്.

സ്പർട്ടാക്കസ്സിന്റെ കാലം മുതലേ ഇത്തരം പ്രതിരോധങ്ങളിൽ മനുഷ്യർ ഏർപ്പെട്ടു പോന്നിട്ടുണ്ട്. മനുഷ്യചരിത്രം അനീതിക്കും അസ്വാതന്ത്ര്യങ്ങൾക്കും അസമത്വത്തിന്റെ ഭിന്നരൂപങ്ങൾക്കും എതിരായ ചെറുത്തുനിൽപ്പുകൾ കൊണ്ട്, പ്രതിരോധിക്കുന്ന 'ജനതതിയുടെ മുഹൂർത്തങ്ങൾ' കൊണ്ട് സമ്പന്നമാണ്. ഈ കലാപങ്ങൾ പലതും വിജയം കണ്ടെത്തിയില്ല എന്നത് ശരി തന്നെ, എന്നാൽ ടർക്കിഷ് ചിന്തകനും വാസ്തുശിൽപ്പിയുമായ ടോണി ചാകർ അറബ് വിപ്ലവങ്ങളെക്കുറിച്ചു പറഞ്ഞതുപോലെ, 'ഒരു ആകാശക്കീറിലൂടെ എന്ന പോലെ, സാദ്ധ്യമായ മനുഷ്യഭാവിയുടെ ഒരാകസ്മികദർശനം മിന്നൽ പോലെ നമുക്ക് നൽകുകയാണ്' അവ ചെയ്തത്.

വിശാലമായ ഒരർത്ഥത്തിൽ എല്ലാ കലയും പ്രതിരോധാത്മകമാണ്. കലയ്ക്കുവേണ്ടിയുള്ള കല എന്ന മുദ്രാവാക്യം പോലും ഉയർത്തപ്പെട്ടത് കലയെ മൂലധനത്തിന്റെ സേവനത്തിന്നായി ഉപയോഗിക്കുന്ന സമീപനത്തിന് എതിരായിട്ടാണ്. കല കച്ചവടമല്ലെന്നും അത് മുതലാളിത്തത്തെയോ സാമ്രാജ്യത്വത്തെയോ ഫാസിസത്തെയോ സേവിക്കാനുള്ളതല്ലെന്നും അതിനു അതിന്റേതായ സ്വഛന്ദ മണ്ഡലം ഉണ്ടെന്നുമുള്ള പ്രഖ്യാപനമായിരുന്നു അത്. കവികളെ 'സൗവർണ്ണ

പ്രതിപക്ഷം' എന്ന് വിശേഷിപ്പിച്ച വൈലോപ്പിള്ളി ശ്രീധരമേനോൻ കവിതയുടെ ഈ പ്രതിപക്ഷ സ്വഭാവത്തെയാണ് ഉദ്ദേശിച്ചത്. 'വിപ്ലവ കാലത്ത് കവിത വിജയത്തെക്കുറിച്ച് പാടുന്നു, വിജയത്തിന്റെ കാലത്ത് സൈബീരിയയിലേക്ക് നാടുകടത്തപ്പെടുന്നു' എന്ന് ഒരു കവിതയിൽ ഞാനും എഴുതിയിട്ടുണ്ട്.

പിക്കാസ്സോവും ഫെർനാണ്ട് ലെഷെറും നീസ്വെസ്റ്റ്നിയും സെക്വീരോവും മുതൽ രാംകിങ്കറും ഗുലാം ഷേഖും കെ.ജി. സുബ്രഹ്മണ്യനും നളിനി മലാനിയും പുഷ്പമാലയും വരെയുള്ള ചിത്രശിൽപ്പകാരന്മാരും, ബെർതോൾട്ട് ബ്രെഹ്റ്റും ആർനോൾഡ് വെസ്കെറും ദാരിയോ ഫോയും മുതൽ ബാദൽ സർക്കാരും ഹബീബ് തൻവീറും വരെയുള്ള നാടകകാരന്മാരും ഐസൻസ്റ്റെയ്നും പുഡോവ്കിനും ഗൊദാർദും യാങ്ചോയും മുതൽ ഋത്വിക് ഘട്ടക്കും ഗൗതം ഘോഷും മൃണാൾ സെന്നും ജോൺ അബ്രഹാമും വരെയുള്ള ചലച്ചിത്രകാരന്മാരും, ബോബ് ഡിലൻ, ബോബ് മാർലി, ജോവാൻ ബോസ്സ് തുടങ്ങിയ ഗായകരും മറ്റും പ്രത്യക്ഷത്തിൽ തന്നെ കലയിൽ പ്രതിരോധതത്വം സാക്ഷാൽക്കരിച്ചവരാണ്. ഒരു പക്ഷേ അത്തരം കലയുടെ ലളിതമായ അടിസ്ഥാനതത്ത്വം ബോബ് മാർലിയുടെ 'Get up, stand up, stand up for our rights/ Get up, stand up, don't give up the fight' (ഉണരൂ, എണീക്കൂ, അവകാശങ്ങൾക്ക് വേണ്ടി ഉണരൂ, ഉണരൂ, എണീക്കൂ, പോരാട്ടം നിർത്താതിരിക്കൂ) എന്ന പാട്ടിന്റെ വരികളിലോ എഴുപതുകളിൽ കേരളത്തിന്റെ മതിലുകളിൽ നിറഞ്ഞു നിന്നിരുന്ന 'അനീതിക്കെതിരെ കലാപം ചെയ്യുക' എന്ന മുദ്രാവാക്യത്തിലോ കണ്ടെത്താം.

ഫ്രഞ്ച്കവി ബോദ്‌ലേർ 'പരിവേഷത്തിന്റെ നഷ്ടം' (Loss of a Halo) എന്ന ഒരു അവസാനകാലകവിതയിൽ കവിതയ്ക്ക് ഉദാത്തതയുടെ പരിവേഷം നഷ്ടപ്പെടുന്നതിനെക്കുറിച്ച് പറയുന്നുണ്ട്. താൻ ആരാധിക്കുന്ന കവിയെ നഗരത്തിന്റെ ഇരുണ്ട പ്രാന്തപ്രദേശത്ത് കണ്ടുമുട്ടിയ ഒരു സഹൃദയൻ മഴവില്ലുകളിൽ പാറി നടക്കേണ്ട അയാൾ എങ്ങിനെ ആ വൃത്തികെട്ട സ്ഥലത്ത് എത്തിപ്പെട്ടു എന്ന് അത്ഭുതം കൂറുന്നു. അപ്പോൾ കവി പറയുന്നു തന്റെ പരിവേഷം തെരുവിലെ ചേറിൽ വീണു പോയി എന്ന്. അത് വീണ്ടെടുക്കാമായിരുന്നില്ലേ എന്ന അയാളുടെ ചോദ്യത്തിന് കവി മറുപടി പറയുന്നത് ആ പരിവേഷം പോയത് നന്നായി എന്നും അതുകൊണ്ട് തനിക്കു യഥാർത്ഥജീവിതം കാണാനും പാവപ്പെട്ട സാധാരണക്കാർ പാർക്കുന്ന ഈ പിൻപുറങ്ങളിൽ വരാനും ആയി എന്നും ആണ്. ചിലിയൻകവി പാബ്ലോ നെരൂദാ 'അവിശുദ്ധകവിത'യെക്കുറിച്ച് പറയുമ്പോഴും കവിതയുടെ ഈ ലളിതമായ മാനുഷികതയെക്കുറിച്ചു തന്നെയാണ് പറയുന്നത്.

'ഉപയോഗിച്ചതും ഉപേക്ഷിച്ചതുമായ വസ്തുക്കൾ, കാലുകളുടെയും വിരലുകളുടെയും പാടുകൾ, എല്ലാ വസ്തുക്കളുടെയും അകത്തും പുറത്തും പതിഞ്ഞിട്ടുള്ള മാനുഷികതയുടെ ശാശ്വത മുദ്രകൾ. അത്തരം കവിതയാണ് നാം ലക്ഷ്യമാക്കേണ്ടത്. അമ്ലം കൊണ്ടെന്ന പോലെ കൈപ്പെരുമാറ്റം കൊണ്ട് തേയ്മാനം വന്ന, വിയർപ്പും പുകയും നിറഞ്ഞ, ലില്ലിപ്പൂവും മൂത്രവും മണക്കുന്ന, നിയമത്തിന്നനുകൂലമായും പ്രതികൂലമായും നാം ചെയ്യുന്ന കാര്യങ്ങളുടെ വൈവിധ്യം ചാർത്തുന്ന, കവിത. ഭക്ഷണക്കറയും അവമാനവും പറ്റിപ്പിടിച്ച, ചുളിവുകളും നിരീക്ഷണങ്ങളും സ്വപ്നങ്ങളും ഉറക്കമിളപ്പും പ്രവചനങ്ങളും സ്നേഹ,വൈരാഗ്യപ്രഖ്യാപനങ്ങളും വിഡ്ഢിത്തങ്ങളും ഞെട്ടലുകളും നാടോടിക്കവിതകളും രാഷ്ട്രീയ വിശ്വാസങ്ങളും നിഷേധങ്ങളും സംശയങ്ങളും സ്ഥിരീകരണങ്ങളും പ്രകീർത്തനങ്ങളും ചേർന്ന, ശരീരം പോലെ, പഴന്തുണി പോലെ, അവിശുദ്ധമായ കവിത.' കവിതയെക്കുറിച്ചുള്ള യാഥാസ്ഥിതിക സങ്കൽപ്പത്തിന്നായി ജീവിതത്തെ നിരാകരിക്കുന്നതിനുപകരം, ജീവിതത്തിന്നായി കവിതയെക്കുറിച്ചുള്ള യാഥാസ്ഥിതികസങ്കൽപം ഉപേക്ഷിക്കുന്നവരാണ് ഇന്നത്തെ കവികൾ.

കാവ്യബാഹ്യമോ കാവ്യേതരമോ ആയി എന്തെങ്കിലുമുണ്ടെന്നു അവർ കരുതുന്നില്ല. പഴയ നിയമങ്ങൾ അവർ ലംഘിക്കുന്നു, പുതിയ നിയമങ്ങൾ ഉണ്ടാക്കാതിരിക്കാൻ ശ്രദ്ധിക്കയും ചെയ്യുന്നു. 'വരൂ, ഈ തെരുവുകളിലെ രക്തം കാണൂ' എന്ന് കവിത വിളിച്ചു പറയുന്നു. അതുകൊണ്ടാണ് കവിത സാക്ഷ്യമാണ് എന്ന് പറയുന്നത്. പേരില്ലാത്തതിനു പേരിടുക, വാക്കില്ലാത്തതിനു വാക്ക് കണ്ടെത്തുക, ശബ്ദമില്ലാത്തവരുടെ ശബ്ദമാകുക; അദൃശ്യമായതിനെ ദൃശ്യമാക്കുകയും അശ്രാവ്യമായതിനെ ശ്രാവ്യമാക്കുകയും ചെയ്യുക, ദൈനംദിനരാഷ്ട്രീയത്തിന്റെ വർണ്ണരാജിക്കപ്പുറമുള്ള നിറങ്ങൾ പിടിച്ചെടുക്കുക: കലാകാരൻ ചെയ്യുന്നത് അതാണ്.

കവിത എത്ര മാത്രം ചരിത്രസാഹചര്യങ്ങളുമായി ബന്ധപ്പെട്ടിരിക്കുന്നു എന്ന് കാണിക്കാനാണ് തിയൊഡോർ അഡോണോ 'ഓഷ്വിറ്റ്സിനു ശേഷം കവിത അസാധ്യമാണ്' എന്ന് പ്രസ്താവിച്ചത്. അത് അക്ഷരാർത്ഥത്തിൽ എടുക്കേണ്ടതില്ല, പഴയതരം കവിത അസാധ്യമായിരിക്കുന്നു എന്നാണ് അഡോണോ ഉദ്ദേശിച്ചത്. എങ്കിൽ ഏതു തരം കവിതയാണ് ഉണ്ടാവുക? ബ്രെഹ്റ്റ് പറഞ്ഞു. 'ചീത്ത കാലങ്ങളിൽ കവിത ഉണ്ടാകുമോ? ഉവ്വുവ്വ്, ചീത്ത കാലങ്ങളെക്കുറിച്ചുള്ള കവിത.' കുറേക്കൂടി ഭംഗിയായി ഇതു പറയുന്നുണ്ട് പോളിഷ് കവി തദേവൂസ് റോസേവിച്ച്: 'സംഭീതരായ മനുഷ്യർക്ക് വേണ്ടിയുള്ള, കശാപ്പുശാലയിൽ തള്ളപ്പെട്ടവർക്ക്, അതിജീവിച്ചവർക്ക്, വേണ്ടിയുള്ള കവിത. വാക്കുകളുടെ അവശിഷ്ടങ്ങളിൽ നിന്ന്,

കപ്പൽച്ചേതങ്ങളിൽ നിന്ന് വീണ്ടെടുത്ത വാക്കുകളിൽ നിന്ന്, ചവറ്റു കൂനയിൽ നിന്ന് പെറുക്കിയെടുത്ത വിരസമായ വാക്കുകളിൽ നിന്ന് സൃഷ്ടിക്കപ്പെടുന്ന കവിത.' ഈ കവിതയ്ക്ക് ദന്തഗോപുരങ്ങളിൽ പാർക്കാനോ മുൻപിൽ നടക്കുന്നത് കണ്ടില്ലെന്നു നടിക്കാനോ കഴിയില്ല. അതുകൊണ്ടാണ് 'രാഷ്ട്രങ്ങളുടെ ഭാഗധേയത്തെ സംബോധന ചെയ്യാത്ത കവിത നിരുപയോഗമാണ്' എന്ന് ചെസ്വാ മീവാഷ് പറഞ്ഞത്. അദ്ദേഹം ഇത്ര കൂടി പറഞ്ഞു: 'ആളുകൾ ഏകകണ്ഠമായി മൗനത്തിന്റെ ഗൂഢാലോചനയിൽ ഏർപ്പെടുന്ന മുറിയിൽ നേരുള്ള ഒരു വാക്ക് വെടിയൊച്ച പോലെ മുഴങ്ങും.' ഒരു കവിതയിൽ മീവാഷ് പറയുന്നുണ്ട്, 'നിഷ്കളങ്കനായ ഒരാളെ ചതിച്ചു പൊട്ടിച്ചിരിക്കുന്നവനേ, നീ സുരക്ഷിതനെന്നു കരുതരുത്. കവി ഓർമ്മിക്കുന്നു. അയാളെ നിനക്ക് കൊല്ലാം, പുതിയൊരാൾ അപ്പോൾ പിറവിയെടുക്കും, വാക്കുകളും പ്രവൃത്തികളും രേഖപ്പെടുത്തും.' 'ചിരിക്കുന്നവർ ഭയങ്കരമായ വാർത്തകൾ കേൾക്കാനിരിക്കുന്നതേയുള്ളൂ' എന്ന് 'വരുംതലമുറയോട്' എന്ന കവിതയിൽ ബ്രെഹ്റ്റ്.

ഇന്നു കവിക്ക് പക്ഷം പിടിക്കാതിരിക്കുക പ്രയാസമാണ്. തിരഞ്ഞെടുപ്പുകൾ നടത്താനും നിലപാടുകൾ എടുക്കാനും അയാൾ/അവൾ നിരന്തരം നിർബന്ധിക്കപ്പെടുന്നു. വ്യവസ്ഥയ്ക്ക് എതിരല്ലാത്തവർ വ്യവസ്ഥയുടെ വക്താക്കളായി കരുതപ്പെടുന്നു. ലോകം വിഭക്തമാണ്. വെളുത്തവരും കറുത്തവരും, സവർണ്ണരും അവർണരും, സമഗ്രാധിപത്യസമർഥകരും ജനാധിപത്യവാദികളും, മുതലാളിമാരും തൊഴിലാളികളും, ഭൂപ്രഭുക്കളും ഭൂരഹിതകർഷരും, ഉദ്യോഗസ്ഥമേധാവികളും ഇരകളായ പൗരരും, ലൈംഗികയാഥാസ്ഥിതികരും ലൈംഗിക പുരോഗമനവാദികളും, ഏകസംസ്കാരവാദികളും ബഹുസംസ്കാരവാദികളും, പുനരുത്ഥാനവാദികളും ഉത്പതിഷ്ണുക്കളും, വ്യവസ്ഥാസംരക്ഷകരും വിപ്ലവകാരികളും. അത്തരമൊരു ലോകത്തിൽ നിഷ്പക്ഷരാവുക വിഷമമാണ്.

അതേസമയം പഴയകാലത്ത് സാധ്യമായിരുന്ന, ഹെയ്നെയ്ക്കോ ബ്രെഹ്റ്റിനോ നെരൂദായ്ക്കോ ഫൈസിനോ അലി സർദാർ ജാഫ്രിക്കോ അനായാസമായിരുന്ന, നിഷ്കളങ്കവും ലളിതവുമായ പ്രത്യയശാസ്ത്ര പ്രതിജ്ഞാബദ്ധത ഇന്നു ദുസ്സാധ്യവുമാണ്. ഏതു പ്രത്യയശാസ്ത്രവും ബുഹെൻവാൾഡിലേക്കോ സൈബീരിയയിലെക്കോ നയിക്കാം എന്നു ഇന്നു നമുക്കറിയാം. ജനാധിപത്യവും സോഷ്യലിസവും വികസനവും പറഞ്ഞു തന്നെയാണ് ഹിറ്റ്ലറും മുസ്സോലീനിയും പോൾപോട്ടും ഗെദ്ദാഫിയും ഈദി അമീനും ബുഷും മാർഗരറ്റ് താച്ചറും ടോണി ബ്ലയറും നരേന്ദ്ര മോഡിയും അധികാരത്തിൽ എത്തിയത്. സമഗ്രാധിപത്യം ജനാധിപത്യത്തിന്റെ ഭാഷ സംസാരിക്കുമ്പോൾ ജനങ്ങൾ

അനാഥരാകുന്നു, അത് സോഷ്യലിസതിന്റെ ഭാഷ സംസാരിക്കു മ്പോൾ വിപ്ലവം അനാഥമാകുന്നു.

മാർക്സിൽ നിന്ന് തന്നെ ആരംഭിക്കുന്ന ആധുനിക സാഹിത്യ സിദ്ധാന്തവും 'പ്രതിജ്ഞാബദ്ധത' എന്ന സങ്കൽപ്പത്തെ പ്രശ്നവൽ ക്കരിച്ചിട്ടുണ്ട്. ഒന്നാമതായി, എഴുത്തുകാരന്റെ പ്രത്യക്ഷലക്ഷ്യവും വിശ്വാസവും പ്രഖ്യാപനവും കൃതി വെളിപ്പെടുത്തുന്ന പ്രത്യയ ശാസ്ത്രത്തെ പ്രതിഫലിപ്പിക്കണം എന്നില്ല. ഏഷൻ സൂവിന്റെ 'പാരീ സിലെ രഹസ്യങ്ങൾ' എന്ന കൃതിയെക്കുറിച്ചുള്ള ചർച്ചയിൽ മാർ ക്സ് തന്നെ ഇത് ഉദാഹരിക്കുന്നുണ്ട്. വിപ്ലവകരമാണെന്ന് ഗ്രന്ഥ കാരൻ കരുതിയ ആ കൃതി എത്ര മാത്രം പ്രതിലോമകരമാണെന്നു ഉദാഹരണങ്ങളോടെ മാർക്സ് സ്ഥാപിക്കുന്നു. ലെനിനും പ്ലീഹാ നോഫുമായുണ്ടായ ഒരു തർക്കം മറ്റൊരുദാഹരണം. കത്തോലിക്കനും ഭൂപ്രഭുവുമായ ലിയോ ടോൾസ്റ്റോയ്ക്ക് പിന്തിരിപ്പനാകാനേ കഴിയൂ എന്ന് പ്ലീഹാനോഫ് പറഞ്ഞപ്പോൾ 'യുദ്ധവും സമാധാനവും' എന്ന നോവലിനെ 'റഷ്യൻ വിപ്ലവത്തിന്റെ കണ്ണാടി' എന്നാണ് ലെനിൻ വിശേഷിപ്പിച്ചത്.

രണ്ടാമതായി, ഓരോ കൃതിയും ബഹുസ്വരമാണ്. ഓരോന്നിലും പല ശബ്ദങ്ങൾ ഉള്ളതുകൊണ്ട് അവയിൽ ഏതു ശബ്ദം നിങ്ങൾ കേൾക്കുന്നു എന്നതിനെ ആശ്രയിച്ചിരിക്കും അതിന്റെ സഭാവം. എഴുത്തുകാരൻ മുൻകൂട്ടി അതിൽ അർഥം നിറയ്ക്കുകയല്ല, വായന യിലൂടെ അർഥം ഉത്പാദിപ്പിക്കപ്പെടുകയാണ്. സൂചകവും സൂചി തവും തമ്മിൽ സ്ഥിരമായ ബന്ധമില്ല. അതുകൊണ്ടാണ് ഒരേ വാക്കിനു പല സന്ദർഭത്തിൽ പല അർഥങ്ങൾ ദ്യോതിപ്പിക്കാൻ കഴിയുന്നതും സാഹിത്യം സാധ്യമാവുന്നതും. ഗോൾവാൾക്കറും ഗാന്ധിയും വായി ച്ചത് ഒരേ ഗീതയാണെന്നു പറയാനാവില്ല. ഇന്നത്തെ ഫെമിനിസ്റ്റ് വായിക്കുന്ന രാമായണം പഴയ രാമായണമല്ല, ഇന്നത്തെ ദളിത് വായിക്കുന്ന മഹാഭാരതം പഴയ മഹാഭാരതവുമല്ല. അവർ യഥാക്രമം സീതയുടെയോ ഏകലവ്യന്റെയോ കാഴ്ചപ്പാടിൽ നിന്ന് ആ കൃതി വായിക്കുന്നു. മൂന്നാമതായി, നിർദേശകവും (prescriptive) നിയന്ത്ര ണോന്മുഖവുമായ (normative) സമീപനങ്ങൾ സാഹിത്യത്തെ സംബ ന്ധിച്ച് തികച്ചും അപകടകരമാണെന്നും അവ മൗലികവാദങ്ങളി ലേക്കും സെൻസർഷിപ്പിലേക്കും കൊലപാതകത്തിലേക്കും നയി ക്കുമെന്നും എല്ലാ തരം സമഗ്രാധിപത്യങ്ങളും തെളിയിച്ചു കഴിഞ്ഞു. അതേസമയം സാഹിത്യത്തിനു സാമൂഹ്യം അല്ലാതിരിക്കാനും കഴി യില്ല, കാരണം ഓരോ വാക്കും സാമൂഹ്യസ്മൃതിയുടെയും ചിത്ത സംബന്ധങ്ങളുടെയും ഓരോ ലോകമാണ്, മിത്തുകളുടെ ഫോസ്സി ലുകളും ആദിരൂപങ്ങളുടെ പൊറ്റകളുമുള്ള സൂക്ഷ്മലോകങ്ങൾ.

സാഹിത്യത്തിലെ കേവലവ്യക്തിവാദത്തെ ഇത് അസംബന്ധമാക്കുന്നു. ഈ സന്ദർഭത്തിൽ പ്രത്യയശാസ്ത്രപരമായ പ്രതിജ്ഞാബദ്ധത എന്നത് ഏറിയാൽ ഒരു സ്വയംബോധ്യം മാത്രമാണ്, വെല്ലുവിളിക്കപ്പെടാവുന്ന ഒന്ന്. അപ്പോൾ സാഹിത്യത്തിനു പ്രത്യയശാസ്ത്രബദ്ധമാകാതെതന്നെ സാമൂഹ്യമായ ഉദ്വേഗങ്ങൾ ആവിഷ്കരിക്കാൻ കഴിയും. ഇതിനെ നമുക്ക് പ്രതിപക്ഷസാഹിത്യം എന്നോ പ്രതിബോധത്തിന്റെ സാഹിത്യം എന്നോ വിളിക്കാം. ഭരണകൂടത്തിന്റെ സമ്മതസമവായങ്ങളെ ചെറുക്കുന്ന സ്ത്രീകളുടെയും ദളിതരുടെയും ആദിവാസികളുടെയും വ്യത്യസ്തലൈംഗികത ഉയർത്തിപ്പിടിക്കുന്നവരുടെയും സ്നേഹത്തെ പുനർനിർവചിക്കാൻ ശ്രമിക്കുന്നവരുടെയും പരിസ്ഥിതിയുടെയും പാർപ്പിടനഷ്ടമുൾപ്പെടെയുള്ള വികസനപ്രത്യാഘാതങ്ങളുടെയും പ്രശ്നങ്ങൾ ഉയർത്തുന്നവരുടെയും യുദ്ധവിരുദ്ധരുടെയും നിലനിൽക്കുന്ന അസമമായ ജീവിതവ്യവസ്ഥയെയും മൂല്യവ്യവസ്ഥയെയും വെല്ലുവിളിക്കുന്നവരുടെയും ലോകത്തെ പുതുരീതികളിൽ നോക്കിക്കാണുന്നവരുടെയും എല്ലാം സാഹിത്യമാണ് അത്. അപ്പോൾ സാഹിത്യത്തിന്റെ ഭാഷയും ഘടനയും മാറുന്നു, ഓരോ കാലവും അതിന്റെ പ്രതിരോധത്തിന്റെ ഭാഷ കണ്ടെത്തണം, പഴയത് ആവർത്തിച്ചാൽ പോരാ. ബ്രെഹ്റ്റും മാർകേസും സരമാഗൂവും അതാണ് നമ്മോടു പറയുന്നത്.

ഇവിടെ അവാങ് ഗാദിനെ(മുന്നണിസാഹിത്യം)ക്കുറിച്ചുള്ള രണ്ടു സങ്കല്പങ്ങൾ പ്രധാനമാണ്. ക്ലെമെന്റ് ഗ്രീൻബർഗ്, റെനാറ്റോ പെഗ്ഗിയോളി എന്നിവർ പറയുന്നത് അവാങ് ഗാദിന്റെ ധർമ്മം ഭാഷയെ പുതുക്കൽ ആണെന്നാണ്. ഭാഷാപരമായ വിനിമയത്തിന്റെ അളവ് സമൂഹത്തിൽ വർദ്ധിക്കുമ്പോൾ, ഭാഷ നിർവീര്യമാകുന്നു, ജീർണവും അതാര്യവും ക്ലിഷ്ടവുമാകുന്നു. അപ്പോൾ ഭാഷയെ ചികിത്സിക്കേണ്ടിവരുന്നു. അങ്ങിനെ നോക്കിയാൽ കാല്പനികത, പ്രതീകാത്മക സാഹിത്യം, (സിംബോളിസം), എക്സ്പ്രെഷനിസം, ഇമേജിസം, ദാദായിസം, മോഡേണിസം, പോസ്റ്റ്മോഡേണിസം ഇവയെല്ലാം പലതരം മുന്നണി പ്രസ്ഥാനങ്ങൾ ആണ്. എന്നാൽ ഇവിടെ കൂടുതൽ പ്രസക്തം പീറ്റർ ബർഗറുടെ നിർവചനമാണ്.

സമൂഹത്തിന്നകത്തെ 'പ്രതിബോധ'ത്തിന്റെ (counter-consciousness) ആവിഷ്കാരമാണ് അവാങ് ഗാദ്. അത് നൈരാശ്യത്തിന്റെ ആവിഷ്കാരമല്ല, സാഹിത്യം എന്ന സ്ഥാപനത്തെത്തന്നെ ചോദ്യം ചെയ്യുന്ന സമൂലകലാപമാണ്. ഇവിടെയും ഭാഷ പുതുതാവുന്നുണ്ട്, ഒപ്പം കല ഇവിടെ ജീവനുള്ള അനുഭവവുമായി ബന്ധപ്പെടുന്നു. അങ്ങനെ ഭാവുകത്വവും ജീവിത വീക്ഷണവും കൂടി മാറ്റത്തിന് വിധേയമാകുന്നു. ഇന്ത്യൻ സാഹിത്യത്തിൽ ജീവത് സാഹിത്യ

പ്രസ്ഥാനം ആദ്യത്തെ അവാങ് ഗാദ് ആണ് എന്ന് പറയാം. അത് സാധാരണക്കാരുടെ ഭാഷകളെ സാഹിത്യഭാഷയാക്കി, സമകാലീന ജീവിതത്തിന്റെ വൈരുദ്ധ്യങ്ങളും സാധ്യതകളും ആവിഷ്കരിച്ചു. വിധി വിശ്വാസത്തെ ചോദ്യം ചെയ്തു. ചൂഷണവ്യവസ്ഥയെ മറ നീക്കി കാണിച്ചു, സംഘടിതമതങ്ങളും നാടുവാഴിത്തവുമായുള്ള ബന്ധങ്ങൾ തുറന്നു കാട്ടി, വിലക്കപ്പെട്ടിരുന്ന പ്രമേയങ്ങൾക്കും അദൃശ്യരായിരുന്ന മനുഷ്യർക്കും സാഹിത്യത്തിൽ ഇടം നൽകി. മാറ്റം സാദ്ധ്യമാണെന്നു ജനങ്ങളെ ബോദ്ധ്യപ്പെടുത്തി.

കഴിഞ്ഞ നൂറ്റാണ്ടിന്റെ എഴുപതുകളിൽ വീണ്ടും ഒരു അവാങ് ഗാദ് രംഗത്തു വന്നു. ആധുനികതയുടെ ലാവണ്യബോധത്തെ ജീവ ത്സാഹിത്യത്തിന്റെ ദർശനവുമായി അത് സമന്വയിച്ചു, അങ്ങിനെ ആധുനികതയ്ക്കു ചരിത്രത്തിന്റെ കണ്ണുകൾ നൽകി. പുതിയ ഘടന കളും ബിംബങ്ങളും പ്രതീകങ്ങളും കൊണ്ട് സമ്പന്നമായിരുന്നു ആ സാഹിത്യം. തുടർന്ന് വ്യത്യാസത്തിന്റെ ആഘോഷമായി പുതു സാഹിത്യം. ദളിത് എഴുത്തുകാർ പഴയ സൗന്ദര്യനിയമങ്ങൾ മാറ്റി എഴുതി. 'അശ്ലീലം', 'ഗ്രാമ്യം', 'ച്യുതസംസ്കാരം' എന്നെല്ലാം വിളിച്ചു മാറ്റി നിർത്തിയിരുന്ന പദങ്ങളും പ്രയോഗങ്ങളും അവർ കവിതയ്ക്ക് പ്രയോജനപ്പെടുത്തി, പാർശ്വങ്ങളിൽ ജീവിക്കുന്നവരുടെ ആവിഷ് കാരത്തിന്നായി അന്നോളം ഭാഷയിൽ കണ്ടിട്ടില്ലാത്ത പ്രാദേശിക പദങ്ങൾ ഉപയോഗിച്ചു, നാടോടിത്താളങ്ങൾ പ്രയോജനപ്പെടുത്തി. സ്തീകളുടെ സാഹിത്യം ഒരു പുതിയ 'മാതൃഭാഷ'യാണ് അന്വേ ഷിച്ചത്. സ്ത്രീശരീരം, തൃഷ്ണ, പുരുഷാധിപത്യ ത്തിന്റെ അടിച്ച മർത്തലുകളും വിവേചനങ്ങളും ഇവയെല്ലാം കവിതയ്ക്ക് വിഷയ മായി. ലൈംഗികമായ പല വിലക്കുകളും അവർ പൊട്ടിച്ചെറിഞ്ഞു. പരിസ്ഥിതിപരമായ സാഹിത്യം മുതലാളിത്ത വികസനസങ്കൽപ്പ ങ്ങളെ ചോദ്യം ചെയ്തു, പ്രകൃതിയുടെ പ്രാധാന്യം പുതിയ സന്ദർഭ ത്തിൽ ബോധ്യപ്പെടുത്തി. ആദിവാസികൾ നൂറ്റാണ്ടുകളിലൂടെയുള്ള അവരുടെ സഹനവും ചരിത്രത്തിൽ നിന്നുള്ള ബഹിഷ്കരണവും പ്രമേയമാക്കി, അവരുടെ തന്നെ ഭാഷകളിൽ - സന്താളി, ഭീലി, മുണ്ടാരി, ഗോണ്ടി, ഗാരോ, ഗാമിറ്റ്, ഹോ, ആവോ, അംഗാമി - കവിത എഴുതിത്തുടങ്ങി. ഭിന്നലൈംഗികതയെക്കുറിച്ചുള്ള കവിതകൾ, സ്ത്രീയും പുരുഷനും പകുത്തെടുത്ത ലോകത്തിൽ തങ്ങളുടെ സ്ഥാനം എവിടെ എന്ന ചോദ്യമുയർത്തി. ന്യൂനപക്ഷകവികൾ ജനാധിപത്യമെന്നാൽ ന്യൂനപക്ഷത്തിനു മേൽ ഭൂരിപക്ഷത്തിനു കുതിരകയറാനുള്ള ലൈസൻസ് അല്ലാ എന്ന് പ്രഖ്യാപിച്ചു. ഇരുപതാം നൂറ്റാണ്ടിന്റെ എൺപതുകൾ മുതൽ ശക്തിപ്രാപിച്ച ഈ പ്രവണ തകളെല്ലാം ഇന്നും ഇന്ത്യൻ കവിതയിൽ ശക്തിയായി നിലനിൽ ക്കുന്നു.

നമ്മുടെ കാലത്ത് പ്രതിരോധം എന്തിന്നെതിരെ എന്ന ചോദ്യം കൂടി അല്പം ചർച്ച ചെയ്യാം. ഒറ്റ വാക്കിൽ പറഞ്ഞാൽ ഹിംസ യ്ക്കെതിരെ. എന്നാൽ ഹിംസ അമൂർത്തമല്ല, ഓരോ കാലത്തും അത് പുതിയ പുതിയ രൂപങ്ങൾ ധരിക്കുന്നു. നമ്മുടെ കാലത്തെ ഹിംസയുടെ പ്രധാനപ്രഭവങ്ങൾ എന്തായിരിക്കാം? ഒന്നാമത്തെതു ചെറുതും വലുതുമായ യുദ്ധങ്ങൾ തന്നെ. രബീന്ദ്രനാഥ് ടാഗോർ രൂക്ഷമായി വിമർശിച്ച സങ്കുചിത ദേശീയവാദവും സാമ്രാജ്യത്തിന്റെ സാമ്പത്തിക മോഹങ്ങളുമാണ് യുദ്ധാവസ്ഥയെ നിലനിർത്തുന്നത്. അമേരിക്കൻ സമ്പദ്‌വ്യവസ്ഥയെ താങ്ങി നിർത്തുന്നത് യുദ്ധവ്യവ സായങ്ങൾ ആണെന്നതുകൊണ്ട് അവർക്ക് ലോകമെമ്പാടും യുദ്ധാ ന്തരീക്ഷവും പരസ്പരസംശയവും നിലനിർത്തേണ്ടതുണ്ട്. ഇന്നത്തെ യുദ്ധാവസ്ഥയുടെ മുഖ്യകാരണം ആ രാഷ്ട്രം തന്നെ. കൂടാതെ അതിർത്തിത്തർക്കങ്ങളും വിപണിമത്സരങ്ങളും ദേശീയാഹന്തയു മെല്ലാം യുദ്ധം പ്രോത്സാഹിപ്പിക്കുന്നു. ആഗോളമുതലാളിത്തം അസമ വികസനത്തിലൂടെ ദാരിദ്ര്യം സൃഷ്ടിക്കുന്നു.

ആഗോളീകരണം സാംസ്കാരിക വൈവിധ്യത്തെ ഇല്ലാതാക്കുന്നു. മാധ്യമങ്ങളുടെ കുത്തകവത്കരണവും വാർത്തകളുടെ നിർമ്മിതിയും ഭാഷയുടെ ജഡവത്കരണവും പല ഭാഷകളുടെയും കൊലപാത കവും നമ്മുടെ ഇന്ന് പാശ്ചാത്യരുടെ ഇന്നലെയും നമ്മുടെ നാളെ അവരുടെ ഇന്നും ആണെന്ന രീതിയിലുള്ള ഒരു ശ്രേണീക്രമത്തിന്റെ സൃഷ്ടിയും 'മൂന്നാംലോക'ത്തിന്റെ സാംസ്കാരികസ്മൃതികളുടെ നശീകരണവും യുക്തിയുടെ ആക്രമണോത്സുകതയിലൂടെ പാര മ്പര്യലോകവീക്ഷണങ്ങളെ തകർക്കുന്ന ജ്ഞാനഹിംസയും എണ്ണാനും അളക്കാനും തൂക്കാനുമാകാത്ത എല്ലാ മനുഷ്യാനുഭവ ത്തെയും ബഹിഷ്കരിക്കുന്ന സ്ഥിതിവിവരക്കണക്കുകളുടെ ആധിപ ത്യവും ആഗോളീകരണത്തിന്റെ ചില പ്രത്യാഘാതങ്ങൾ മാത്രമാണ്. 'നമ്മുടെ കാലത്തെ ഏറ്റവും വലിയ ഹിംസ' എന്ന് ബോദ്രിയാദ് ആഗോളീകരണത്തെ വിശേഷിപ്പിച്ചത് തെറ്റല്ല.

വീട്ടിലും തെരുവിലും ഓഫീസിലും ചരിത്രത്തിലും സംസ്കാ രത്തിലും സാമൂഹ്യമാധ്യമങ്ങളിലും സ്ത്രീയെ പ്രത്യക്ഷവും പരോ ക്ഷവുമായി ധ്വംസിക്കുന്ന പുരുഷമേധാവിത്തം ഹിംസയുടെ മറ്റൊരു പ്രമുഖ പ്രഭവമാണ്. ഇതിന്റെ തന്നെ ഒരു ഭാഗമാണ് ഇതരലൈംഗി കതകളെ അസ്വാഭാവികമായി കാണുന്നത്. ബലാത്കാരവും ദുര ഭിമാനക്കൊലയും മുതൽ അടുക്കളത്തടവും വാക്കാൽ ഹിംസയും വരെ ഇത് പല രൂപങ്ങൾ സ്വീകരിക്കുന്നു.

ജാതിവാദം സമൂഹത്തെ സവർണർക്ക് അനുകൂലമാക്കുന്നു. അവർണരെയും ആദിവാസികളെയും നിരന്തരം ദ്രോഹിക്കുകയും

പ്രാഥമികാവകാശങ്ങൾ നിഷേധിക്കുകയും സംസ്കാരത്തിലും അറിവിലും നിന്ന് അകറ്റി നിർത്തുകയും ചെയ്യുന്നു. ദളിത് വിദ്യാർഥി കൾക്കെതിരെ സമീപകാലത്ത് നടന്ന അക്രമങ്ങൾ അവർ പഠിച്ചു ഉയരുന്നതിന്നെതിരായ സമീപനം കൂടിയാണ് തുറന്നു കാട്ടുന്നത്. ഇന്ത്യൻ നാട്ടിൻപുറങ്ങൾ മുതൽ രാഷ്ട്രീയം വരെ ജാതിവിചാര ത്താൽ ദുഷിച്ചിരിക്കുന്നു. വടക്ക് കിഴക്കുള്ളവർക്കും മറ്റും എതിരായി നടക്കുന്ന അക്രമങ്ങൾ ഇന്ത്യയിൽ വംശവാദവും ശക്തമെന്ന് തെളി യിക്കുന്നു.

വികസനത്തിന്റെ പേരിൽ പരിസ്ഥിതി നശിപ്പിക്കുകയും ലക്ഷ ക്കണക്കിനാളുകളുടെ ആവാസഭൂമി നഷ്ടമാക്കുകയും മലകളും കാടുകളും അപൂർവ ഭൂപ്രദേശങ്ങളും ജന്തുസസ്യജാലവും ഇല്ലാ താക്കുന്ന ലാഭക്കൊതി മനുഷ്യഭാവിയെതന്നെ അസാധ്യമാക്കുന്നു. ഈ ഇക്കോഫാസിസവും ഇതിനെ പിന്തുണയ്ക്കുന്ന ടെക്നോഫാസി സവും മുതലാളിത്തരീതിയിലുള്ള വികസനത്തിന്റെ (അതിനു സോഷ്യ ലിസം എന്ന് പേരിട്ടാലും) ദുരന്തോല്പന്നങ്ങളാണ്.

ഇന്നത്തെ ഇന്ത്യയിൽ മതഫാസിസമാണ് ഏറ്റവും ശക്തമായി നമ്മുടെ ജീവിതങ്ങളെ സംഘർഷ പൂർണമാക്കുന്നത്. ഉംബെർട്ടോ ഇക്കോ 'ഫൈവ് മോറൽ പീസസ്' എന്ന പുസ്തകത്തിൽ സാർവ ജനീന ഫാസിസത്തിന്റെ ചില ലക്ഷണങ്ങൾ എണ്ണിപ്പറയുന്നുണ്ട്. ആധുനികചിന്തയുടെ തിരസ്കാരം, അന്ധമായ പാരമ്പര്യാരാധന, പ്രവർത്തനത്തിന്നായുള്ള പ്രവർത്തനം, കപടപ്രചാരണം, ബുദ്ധി ജീവി വിരോധം, അഭിപ്രായവ്യത്യാസങ്ങളോടുള്ള അസഹിഷ്ണുത, മേൽക്കോയ്മ നഷ്ടപ്പെട്ട സാമൂഹ്യവിഭാഗങ്ങളെ, വിശേഷിച്ചും മധ്യ വർഗങ്ങളെ, പ്രീണിപ്പിക്കുന്ന നയസമീപനം, 'അപരരെ' സൃഷ്ടിച്ചു അവരെ എല്ലാ പ്രശ്നങ്ങൾക്കും ഉത്തരവാദികൾ ആയി കാണൽ, വംശവിദ്വേഷം, ദുർബലരോടുള്ള പുച്ഛഭാവം, ഒപ്പം 'ആണത്ത'ത്തെ ക്കുറിച്ചുള്ള വീമ്പു പറച്ചിൽ, ജനത 'ശക്തന്നു മുന്നിൽ കീഴടങ്ങുന്ന സ്ത്രീയെപ്പോലെ'യാണെന്ന വിശ്വാസം, വിമത ലൈംഗികതയോ ടുള്ള വിരോധവും പൊതുവായ സദാചാരനാട്യവും, വീരസ്വർഗ ത്തിലുള്ള വിശ്വാസം, ജനങ്ങൾ തങ്ങളാണെന്ന മട്ടിലുള്ള സംസാരം, വാഗാടോപം, ചിന്തയുടെ സങ്കീർണതയോടുള്ള ഭയം, എല്ലാത്തി നെയും കറുപ്പും വെളുപ്പും മാത്രമായി കാണുന്ന പ്രവണത, വിമർ ശകരെ നിശ്ശബ്ദരാക്കാനുള്ള ശ്രമം, അതിന്റെ ഫലമായ മാധ്യമ നിയ ന്ത്രണം, 'ശത്രു'വിന്റെ കരുത്ത് അധികരിച്ചു കാണൽ. ഇവയാണ് അതിൽ പ്രധാനം. ഈ ലക്ഷണങ്ങൾ എല്ലാം ഒരിടത്ത് കാണണ മെങ്കിൽ നാസി ജർമനിയിലേക്ക് നോക്കണമെന്നില്ല, ഇന്ത്യയിലെ ഹിന്ദുത്വവാദപ്രസ്ഥാനത്തെയും അതിന്റെ ഭരണകൂടത്തെയും നോക്കി യാൽ മതി.

ഇന്ത്യയെ ഹിന്ദുവും ആര്യനുമായി നിർവചിച്ചു മറ്റെല്ലാ വിഭാഗങ്ങളെയും അന്യരാക്കുക, സാംസ്കാരിക സ്ഥാപനങ്ങളെ മുഴുവൻ സ്വന്തം പ്രചാരണ യന്ത്രങ്ങളാക്കുക, സെൻസർഷിപ്പും തടവും കൊലപാതകവും ബ്ലാക്ക്മെയ്‌ലിങ്ങും വഴി വിമർശകരെയും എതിർപ്രസ്ഥാനങ്ങളെയും നിർവീര്യരാക്കാൻ ശ്രമിക്കുക, വിമർശകമായ കലാസൃഷ്ടികളെ, സാഹിത്യം മുതൽ നാടകവും സിനിമയും വരെ, ആക്രമിക്കുക, കലാകാരന്മാരെ വേണ്ടിവന്നാൽ നാട് കടത്തുക, നീതിന്യായ വ്യവസ്ഥയെപ്പോലും തങ്ങൾക്കനുകൂലമായി ഉപയോഗിക്കുക, മതസംഘർഷങ്ങൾ ബോധപൂർവം ആസൂത്രണം ചെയ്യുക, ചരിത്രത്തെ തങ്ങൾക്കനുകൂലമായി വ്യാഖ്യാനിക്കുക, അതിന്നായി തങ്ങൾക്കെതിരായ രേഖകൾ പോലും അപ്രത്യക്ഷമാക്കുക, തങ്ങൾക്കെതിരായ പ്രവർത്തനത്തെ മുഴുവൻ രാജ്യദ്രോഹമായി വ്യാഖ്യാനിക്കുക: ഇങ്ങനെ ഒരു രാഷ്ട്രീയ, സാംസ്കാരിക യുദ്ധം തന്നെയാണ് ഇന്ത്യയിൽ ഇപ്പോൾ അരങ്ങേറുന്നത്. അതിന്റെ ഉദാഹരണങ്ങളിലേക്ക് കടക്കുന്നില്ല, നൂറുകണക്കിന് ഉണ്ട് അവ. ഈ ഹിന്ദുവാദത്തിന്റെ പ്രധാന ഇരകൾ ദളിതർ, ആദിവാസികൾ, മുസ്ലീം, ക്രിസ്ത്യൻ ന്യൂനപക്ഷങ്ങൾ, തൊഴിലാളികൾ, ഭൂരഹിതചെറുകിട കർഷകർ, പരിസ്ഥിതിപ്രവർത്തകർ, സർക്കാരേതരസംഘങ്ങൾ, മതേതരവാദികൾ, രാഷ്ട്രീയ ഇടതുപക്ഷം, സ്വതന്ത്രകലാസാഹിത്യകാരന്മാർ എന്നിവരാണ്. ഈ ഹൈന്ദവവാദം മറ്റു മതതീവ്രവാദങ്ങൾക്കും ഇന്ധനമായി മാറുന്നു. അങ്ങനെ നമ്മുടെ സാമൂഹ്യാന്തരീക്ഷം ആകെ കലുഷിതമാകുന്നു.

കവി എന്തിന് ഈ വിഷയങ്ങളെക്കുറിച്ച് വേവലാതിപ്പെടണം എന്ന് ചോദിക്കുന്നവർക്കുള്ള മറുപടി ഞാൻ നേരത്തെ സൂചിപ്പിച്ച ബോദ്‌ലേരുടെ കവിത തന്നെയാണ്. കവി മനുഷ്യർക്കിടയിൽ ജീവിക്കുന്നതുകൊണ്ട് ഓരോ ദളിതനും ഏൽക്കുന്ന പ്രഹരം, ഓരോ ആദിവാസിയെയും കൊല്ലുന്ന വെടിയുണ്ട, ഓരോ വൃക്ഷത്തിലും പതിക്കുന്ന കോടാലി, കവിതയ്ക്ക് നേരെയുള്ള ആക്രമണമാണ്. നമ്മുടെ കാലത്തെ വലിയ കവികൾ ഇത് തിരിച്ചറിഞ്ഞവരാണ്. കവിതയുടെ ഇന്ദ്രജാലത്തെ, അതിലെ ലീലാംശത്തെ, നിരാകരിക്കാതെതന്നെ സമൂഹത്തെ സൂക്ഷ്മമായ ബോധപരിണാമത്തിനു പ്രേരിപ്പിക്കുന്നവരാണ് എലാദ്, അരഗണ്, ലോർക്കാ, നെരൂദ, വയെഹോ, മീവാഷ്, ഷിമ്പോർസ്ക,റോസേവിച്, സെലാൻ, ദാർവീഷ്, അഡോണിസ്, മൊന്താലെ, പെസ്സോവാ, റിറ്സോസ്, അമിക്കായ്, ഹെർബെർട്ട്, കവാഫി, ഹിക്മെത്, സോയിന്കാ, സെന്ഗോർ, ലാങ്ങ്സ്ടൻ ഹ്യൂസ്, ദെരെക് വാൽകോട്ട്, ഏണസ്റ്റോ കർദേനാൾ, രാവുൽ സൂരിതാ ഇങ്ങനെയുള്ള വലിയ കവികൾ. മലയാളകവികളിൽ വായനക്കാരുടെ സ്നേഹാദരങ്ങൾ നേടിയ കവികളെല്ലാം

തുഞ്ചനും കുഞ്ചനും കുമാരനാശാനും മുതൽ വൈലോപ്പിള്ളിയും ഇടശ്ശേരിയും പി.യും വരെയുള്ളവർ, ജീവിച്ചിരിക്കുന്ന പല കവികളും ഉൾപ്പെടെ, നീതിബോധവും സൗന്ദര്യബോധവും സമന്വയിച്ചവരാണ്. അവരെല്ലാം ഭാഷയെയും പ്രേക്ഷണത്തെയും ഒന്നിച്ചു പുതുക്കി.

ഇന്നു നമുക്ക് സൗന്ദര്യത്തെ വ്യാപാരികളിൽ നിന്നും കൊലപാതകികളിൽ നിന്നും സംരക്ഷിക്കേണ്ടതുണ്ട്. നാസി വിഷവാതകപ്പുരകളിൽ ദാന്തേയുടെ നാരകാഗ്നി പുനർജനിക്കുന്നത് കണ്ട് ആ അഗ്നിയിൽ നിന്നാണ് ഇന്നത്തെ പ്രതിരോധത്തിന്റെ സൌന്ദര്യശാസ്ത്രം ഉരുത്തിരിയേണ്ടത് എന്ന് പ്രസ്താവിച്ച പീറ്റർ വീസ്സിനെപ്പോലെ നാമും ഈ ഇന്ത്യയിൽ ഇന്നു ആളുന്ന ഫാസിസത്തിന്റെ തീയിൽ ചെറുത്തുനിൽപ്പിന്റെ ആയുധങ്ങൾ രൂപപ്പെടുത്തി എടുക്കണം. സാമ്രാജ്യത്തിന്നെതിരെ ഒരിക്കൽ ഉയർത്തപ്പെട്ട ഒരു പിടി ഉപ്പു പോലെ ലളിതസുതാര്യമായ കല നാം നിർമ്മിക്കണം. വാൾട്ടർ ബെന്യാമിന്റെ ഒരു താക്കീതിൽ ഞാൻ അവസാനിപ്പിക്കട്ടെ. 'ശത്രു വിജയിച്ചാൽ മരിച്ചവർ പോലും അവരിൽ നിന്ന് സുരക്ഷിതരായിരിക്കില്ല, ഈ ശത്രു വിജയിക്കുന്നത് നിർത്തിയിട്ടുമില്ല.'

പല മതസാരവുമേകം...

നാരായണഗുരുവും മഹാത്മാഗാന്ധിയും

ഏഷ്യയിൽ ആദ്യമായി ഒരു സർവ്വമതസമ്മേളനം വിളിച്ചു കൂട്ട പ്പെട്ടത് ആലുവാ അദ്വൈതാശ്രമത്തിൽ ആയിരുന്നു എന്ന് നമുക്ക റിയാം. 1924ൽ.- ഇത് എഴുതുന്നതിനു നൂറു വർഷം മുൻപ്. എന്തു കൊണ്ട് ശ്രീനാരായണഗുരു ഇങ്ങനെ ഒരു സമ്മേളനം വിളിച്ചു കൂട്ടി എന്നത് ചിന്തനീയമാണ്. ഒപ്പം തന്നെ നൂറു വർഷം കഴിഞ്ഞു ഗുരു അന്ന് മുന്നോട്ടു വെച്ച മതസൗഭ്രാത്രവും മതാതീതമായ ആത്മീയതയും ഇന്ന് എവിടെ എത്തി നിൽക്കുന്നു എന്നന്വേഷി ക്കുന്നതും പ്രധാനമാണ്. ഇതരമതങ്ങളുടെ ചില ആചാരങ്ങളെ യോ പ്രയോഗ ദൗർബല്യങ്ങളെയോ എടുത്തു കാണിച്ചു ആ മത ങ്ങൾ മോശവും തങ്ങളുടെ മതം കേമവും എന്ന് അവകാശപ്പെടുന്ന പ്രവണത കുറഞ്ഞിട്ടില്ല എന്നല്ല, കൂടിയിട്ടുണ്ടുതാനും.

ഹിന്ദുമതം ഒഴിച്ചുള്ളതെല്ലാം സങ്കുചിതമാണ് എന്ന സമീപനം ഒരു ഉദാഹരണം മാത്രം. ഇത് മറ്റു മതങ്ങളുടെ ചില പുരോഹിതരും മുന്നോട്ടു വെയ്ക്കുന്നുണ്ട്. അവസാനത്തെ പ്രവാചകൻ ആരാണെന്ന തർക്കം ഇസ്ലാമിൽ പോലും നിലനിൽക്കുന്നു. ഏറ്റവും മഹനീയ മായ മതഗ്രന്ഥം ഏതാണെന്നും ആരാണ് ഏറ്റവും മാനുഷികമായ മൂല്യങ്ങൾ മുന്നോട്ടു വെയ്ക്കുന്നത് എന്നുമുള്ള തർക്കങ്ങൾ സജീവ മായി തുടരുന്നു. അഹിംസ ഉപദേശിച്ച ബുദ്ധമതത്തിന്റെ അനുയാ യികൾ പോലും ഹിംസയിൽ ഏർപ്പെടുന്നത് സമീപകാലത്ത് നാം കണ്ടു. ഹിന്ദു, മുസ്ലിം, ക്രിസ്ത്യൻ സംഘർഷങ്ങൾ നിത്യവും വർ ദ്ധിച്ചു വരുന്നതു ഇന്ത്യയിൽ നാം കാണുന്നു. ഹിന്ദുരാഷ്ട്ര നിർമ്മാ ണത്തിനുള്ള കുത്സിതശ്രമങ്ങൾ വിജയത്തിന്റെ വക്കിലാണ്. മുസ്ലിം ക്രിസ്ത്യൻ പള്ളികൾ ഒന്നൊന്നായി ഹിന്ദു ആരാധനാലയങ്ങൾ ആയിരുന്നു എന്ന അവകാശവാദം ഉയരുന്നു. പള്ളികളും ദർഗ്ഗ കളും തകർക്കപ്പെടുന്നു. ജാതീയതയും അതിൽ നിന്നുണ്ടാകുന്ന വിവേചനവും കുറയ്ക്കാൻ സംവരണം പോലുള്ള നടപടികൾ

പര്യാപ്തമായിട്ടില്ല. മറിച്ച് സമുദായങ്ങളെ വോട്ടുബാങ്കുകൾ ആയി കാണുന്ന രാഷ്ട്രീയമുൾപ്പെടെ പല ശക്തികളും ജാതിയെ ശക്തിപ്പെടുത്തുന്നു.

സനാതന ധർമ്മത്തെക്കുറിച്ചു ഇപ്പോൾ ഇന്ത്യയിൽ നടന്നുകൊണ്ടിരിക്കുന്ന ചർച്ചകളുടെ കൂടി പശ്ചാത്തലത്തിൽ ഗാന്ധിയും ശ്രീനാരായണനും മതത്തെയും ആത്മീയതയെയും എങ്ങനെ സമീപിച്ചു എന്ന അന്വേഷണം അത്യന്തം പ്രസക്തമാണ്. രണ്ടുപേരും തമ്മിലുണ്ടായേക്കാവുന്ന സമീപന വ്യത്യാസങ്ങളെക്കാൾ, ഇന്നത്തെ സാമൂഹ്യാവസ്ഥ കൂടി പരിഗണിച്ച്, സമീപനസാധർമ്മ്യത്തിലാണ് ഈ ലേഖനം ഊന്നുന്നത്.

ഏതു മലയാളിക്കും അർത്ഥം ആലോചിക്കാതെ തന്നെ ഉദ്ധരിക്കാനാവുന്ന നാരായണസൂത്രമാണ് 'ഒരു ജാതി, ഒരു മതം, ഒരു ദൈവം മനുഷ്യന്' എന്നത്. എന്നാൽ അത് കാണും പോലെ പ്രയോഗലളിതമല്ലെന്നു ഇന്നത്തെ കേരളീയജീവിതം മാത്രം നോക്കിയാൽ അറിയാം. 'ഗുരുവിന്റെ ദുഃഖം' എഴുതിയ സുകുമാർ അഴീക്കോടിനു തന്നെ ഗുരുതത്ത്വങ്ങളുടെ ദുർവ്യാഖ്യാനവും ദുരുപയോഗവും വ്യക്തമായിരുന്നു. ഗാന്ധിയെ ഗാന്ധിശിഷ്യർ എന്ന് അവകാശപ്പെടുന്ന കുറെപ്പേർ പൂമാലയണിഞ്ഞ പടമാക്കിയതു പോലെ തന്നെ ഗുരുവിനെ നാരായണശിഷ്യർ എന്ന് അവകാശപ്പെടുന്ന ചിലരും ചില്ലുകൂട്ടിൽ അടച്ച പ്രതിമയാക്കി നിശ്ശബ്ദനാക്കി. ഗാന്ധിയുടെയും ഗുരുവിന്റെയും ആദ്യകാലസമീപനങ്ങളിലെ വ്യത്യാസവും സംവാദവും നമുക്കെല്ലാം പരിചിതമാണ്.

ഗുരു മനനത്തിലൂടെ ബുദ്ധത നേടിയ ശേഷം കർമ്മരംഗത്ത് ഇറങ്ങിയ ആളാണ്. ഗാന്ധിയാകട്ടെ, അവസാനം വരെ അനുഭവങ്ങളിൽ നിന്ന് പഠിച്ചു പരിണമിച്ചുകൊണ്ടിരുന്ന ഒരാളും. അവർ ജനിച്ച ഇടം, കുലം മുതലായവയിലെ വ്യത്യാസങ്ങളും പരിഗണിക്കണം. ഗുരു ആദ്യം മുതലേ മതാധിഷ്ഠിതമായ ആത്മീയതയും മതാതീതമായ ആത്മീയതയും തമ്മിലുള്ള അന്തരം തിരിച്ചറിഞ്ഞ ആളാണ്. മതത്തിന്റെ ബാഹ്യതകളിൽ അദ്ദേഹം ഒരിക്കലും കുരുങ്ങിപ്പോയില്ല. ഗുരു ശിവപ്രതിഷ്ഠ നടത്തിയെങ്കിൽ അദ്ദേഹം കണ്ണാടി പ്രതിഷ്ഠയും നടത്തി എന്നും മറ്റു മതക്കാർ ആവശ്യപ്പെട്ടാൽ അവരുടെ ദൈവങ്ങളെയും പ്രതിഷ്ഠിക്കാൻ താൻ തയ്യാറാണെന്ന് പറഞ്ഞിരുന്നുവെന്നും മനസ്സിലാക്കുമ്പോൾ തന്നെത്തന്നെ പ്രതിഷ്ഠ ആക്കിയവരോട്, 'ങ്ങാ, ആഹാരം വേണ്ടല്ലോ, ജീവിച്ചു പൊയ്ക്കൊള്ളും' എന്ന് ഫലിതം പറഞ്ഞതും ഇതിനോട് കൂട്ടി വായിക്കുമ്പോൾ, വിഗ്രഹാരാധനയെ എത്ര നർമ്മം കലർന്ന ലാഘവത്തോടെയാണ് അദ്ദേഹം കണ്ടിരുന്നതെന്ന് മനസ്സിലാകും.

ഗുരുകുലത്തെക്കുറിച്ചുള്ള നാരായണതത്വവും പഴയ ഹൈന്ദവ മഠസങ്കൽപ്പത്തിൽ നിന്ന് തുലോം ഭിന്നമാണ്. ശങ്കരാചാര്യ മഠങ്ങളിൽ ഇന്നും ദളിതർക്കും 'പിന്നോക്ക' ജാതിക്കാർക്കും പ്രവേശനം ഇല്ലെന്നോർക്കുക. സനാതനധർമ്മത്തിൽ ജാതിവ്യവസ്ഥ കൂട്ടിച്ചേർത്തത് ഹിന്ദുത്വവാദികളാണ്. തന്റെ സന്ദേശങ്ങളിൽ 'ഏഷധർമ്മ സനാതന' എന്ന് ബുദ്ധനും കൂട്ടിച്ചേർത്തിരുന്നു. 'സരളാദ്വയ ഭാഷ്യകാരൻ' എന്ന് ശങ്കരാചാര്യരെ ഗുരു വിശേഷിപ്പിച്ചിട്ടുണ്ടെങ്കിലും അദ്വൈതവും ജാതിവാദവും ഒന്നിച്ച് പോകില്ലെന്ന് (ശങ്കരൻ ബ്രഹ്മസൂത്രവ്യാഖ്യാനത്തിൽ ശൂദ്രന് വേദാധികാരം നിഷേധിച്ചിരുന്നല്ലോ, അതുകൊണ്ടാണ് 'ബ്രിട്ടീഷുകാരാണ് നമുക്കു സംന്യാസം തന്നത്' എന്ന് ഗുരുവിനു പറയേണ്ടി വന്നതും.) ഗുരുവിനു നന്നായി അറിയാമായിരുന്നു.

സ്വാമി ശാശ്വതികാനന്ദ പറയും പോലെ 'മതങ്ങളുടെ ചട്ടക്കൂടുകളിൽ അമർന്നു പോയ ആത്മീയതയെ പുനരുദ്ധരിക്കുക എന്ന ദാർശനിക ദൗത്യ'മാണ് ഗുരു ഏറ്റെടുത്തത്. ജാതിവാദികളായ ശുഷ്കപണ്ഡിതരെ നേരിടാതെ ആ ധർമ്മം ഗുരുവിനു നിർവഹിക്കാൻ കഴിയുമായിരുന്നില്ല. ഗുരുവിന്റെ ആശ്രമങ്ങൾ മതാതീതമായ ആത്മീയതയുടെ കേന്ദ്രങ്ങൾ ആയാണ് വിഭാവനം ചെയ്യപ്പെട്ടിരിക്കുന്നത്, ശിവഗിരി തീർത്ഥാടനവും ഒരു ഹിന്ദു ആചാരമായി സങ്കല്പിക്കപ്പെട്ടതല്ല. ഗുരുവിന്റെ ശിവൻ, ഗാന്ധിയുടെ രാമനെപ്പോലെ തന്നെ, മതങ്ങളിൽ ഒതുങ്ങാത്ത ഒരു ചൈതന്യരാശിയാണ്. ആ ശിവൻ വരുന്നതു തമിഴ്-കന്നഡ ശൈവരിൽ നിന്നാണ്: തിരുമൂലർ ആണ് ആദ്യമായി ഒരു ജാതി, ഒരു മതം എന്ന മുദ്രാവചനം മുന്നോട്ട് വെച്ചത്.

പാമ്പാട്ടിച്ചിത്തരാണ് ആദ്യമായി ചിത്തത്തെ സ്വതന്ത്രമായി ആടുന്ന പാമ്പായി സങ്കൽപ്പിച്ചത്. ബസവണ്ണയാണ് ജാതി, മത, ലിംഗഭേദങ്ങളെ എല്ലാം അഗണ്യമാക്കുന്ന ഒരു ആശ്രമസമൂഹം നിർമ്മിച്ചത്. അക്കമഹാദേവിയാണ് ശരീരത്തിന്റെ അപ്രധാനത തെളിയിക്കാൻ മുടി കൊണ്ട് മാത്രം അരമൂടി ദിഗംബരയായി അലഞ്ഞത്. തമിഴ്-കന്നഡ ശൈവർക്ക് ശിവൻ ഒരു മതത്തിന്റെ ദേവതയായിരുന്നില്ല, ആന്തരികമായി സാക്ഷാത്കരിക്കേണ്ട ഒരു ഊർജ്ജപ്രവാഹമായിരുന്നു, അഥവാ അക്കയ്ക്ക് എന്ന പോലെ അശരീരനായ ആത്മീയകാമുകനായിരുന്നു.

> പ്രിയമൊരു ജാതിയിതെൻ പ്രിയം, ത്വദീയ
> പ്രിയമപരപ്രിയമെന്നനേകമായി
> പ്രിയവിഷയം പ്രതി വന്നിടും ഭ്രമം, തൻ
> പ്രിയമപരപ്രിയമെന്നറിഞ്ഞിടേണം

എന്ന ഏവർക്കും ഹൃദിസ്ഥമായ 'ആത്മോപദേശശതക'ത്തിലെ നാലു വരികളിൽ തന്നെ മനുഷ്യർ ഏകജാതി ആയിരിക്കുന്നതിന്റെ

ആനന്ദത്തെക്കുറിച്ചു ഗുരു സൂചിപ്പിക്കുന്നുണ്ട്. എല്ലാം ബ്രഹ്മമാണെങ്കിൽ എല്ലാവർക്കും പ്രിയമായിരിക്കുന്നത് ഏകമായ ബ്രഹ്മം തന്നെ. തന്റെ പ്രിയത്തിൽ നിന്ന് ഭിന്നമാണ് അപരന്റെ പ്രിയം എന്ന പ്രതീതി ജനിപ്പിക്കുന്നത് വ്യത്യസ്തമായ വാസനാപ്രകൃതിയിലൂടെ വീക്ഷിക്കുമ്പോൾ മാത്രമാണ്.

എന്റെ പ്രിയം, നിന്റെ പ്രിയം എന്ന ചിന്തയ്ക്കു കാരണം അവിദ്യയാണെന്നും ആത്മാവ് അഖണ്ഡം ആണെന്നും സർവ ജീവജാലങ്ങൾക്കും ആനന്ദം നൽകുന്ന പ്രവൃത്തികളാണ് നാം ചെയ്യേണ്ടതെന്നും ഗുരു തുടർന്നും പറയുന്നുണ്ടല്ലോ. അഹം, അഹം എന്ന് പറയുന്നത് അജ്ഞാനത്തിന്റെ അഹംനിന്ദയാണെന്ന് ആദ്യമേ പറഞ്ഞു വെയ്ക്കുന്നുമുണ്ട്. 'അവനവനാത്മസുഖത്തിനാചരിക്കുന്ന വയപരന്നു സുഖത്തിനായ് വരേണം' എന്ന പ്രസിദ്ധമായ ഉപദേശത്തിൽ ഒരാളുടെ സുഖം മറ്റൊരാളുടെ ദുഃഖം ആകരുത് എന്ന നിഷ്കർഷയുണ്ട്. ലോകത്തിൽ നിലനിൽക്കുന്ന ചൂഷണത്തിനും സ്വാർത്ഥതയ്ക്കും ഹിംസയ്ക്കും എതിരായ കണിശമായ താക്കീത് കൂടി ആയി ഈ വരികളെ വായിക്കാം. ഹിംസയിൽ നിന്ന് കിട്ടുന്ന ആഹ്ലാദം തിന്മയാണ്, അത് സമ്പത്തായാലും, പ്രശസ്തി ആയാലും ശാരീരിക സുഖമായാലും. ഒരാൾക്ക് നല്ലതും മറ്റൊരാൾക്ക് അല്ലലും ആയി മാറുന്ന ഏതു തൊഴിലും ആത്മവിരോധിയാണെന്ന താക്കീതും ഇതിനോട് ചേർന്നു വായിക്കണം.

> സകലവുമുള്ളതു തന്നെ തത്ത്വചിന്താ-
> ഗ്രഹനിതു സർവ്വവുമേകമായ് ഗ്രഹിക്കും
> അകമുഖമായറിയായ്കിൽ മായയാം വൻ
> പക പലതും ഭ്രമമേകിടുന്നു പാരം

സകലതിനെയും ഏകമായി ഗ്രഹിക്കുമ്പോൾ എല്ലാ നാനാത്വവും ഏകത്വമായി മാറുന്നു. മോഹമാണ് ഒന്നിനെ പലതായി കാണാൻ പ്രേരിപ്പിക്കുന്നത്. മതങ്ങളെ സംബന്ധിച്ചും ഇത് സത്യമാണ്. ഒന്നിനെ പല രീതിയിൽ കാണുകയാണ് പല മതങ്ങൾ ചെയ്യുന്നത്. വേദാന്ത്യത്തിൽ എത്തുന്നവർക്ക് അറിയുന്നവനും അറിയപ്പെടുന്ന വസ്തുവും അറിവ് എന്ന അനുഭവവും ഒന്നുതന്നെയായി മാറുന്നു. നിരക്ഷരരായ പണ്ഡിതർ ഇത് തിരിച്ചറിയുന്നില്ല. അവർ അറിവിനെ അധികാരത്തിനോ ധനസമ്പാദനത്തിനോ ഭൗതികമായ അഭിവൃദ്ധിക്കോ ഉള്ള മാർഗ്ഗമായി കാണുന്നു, പുരോഹിതരിലും മതപണ്ഡിതരിലും രാഷ്ട്രീയനേതാക്കളിലും ശാസ്ത്രജ്ഞരിലും എല്ലാം ഇത്തരം ആളുകളെ കണ്ടെത്താൻ കഴിയും. അവർ എല്ലാറ്റിനെയും വിഭജിക്കുന്നതിൽ സുഖം കണ്ടെത്തുന്നു, സ്വന്തം മതം (രണ്ടർത്ഥത്തിലും) മറ്റെല്ലാ മതങ്ങളുടെയും മീതേ ആണെന്ന് കരുതുന്നു. എല്ലാറ്റിനെയും ഏകമായി

ഗ്രഹിക്കാത്തിടത്താണ് ഭ്രമം കൊണ്ടുള്ള പക പെരുകുന്നത്. ഒരേ ആത്മാവ് തന്നെയാണ് എങ്ങും വ്യാപിക്കയും എല്ലാറ്റിനും സാക്ഷി ആയിരിക്കയും ചെയ്യുന്നതെന്ന് ഗുരു വീണ്ടും വീണ്ടും പറയുന്നുണ്ട്.

ഉടയുമിരിക്കുമുദിക്കുമൊന്നു മാറി
ത്തുടരുമിതിങ്ങുടലിൻ സ്വഭാവമാകും
മുടിയിലിരുന്നറിയുന്നു മൂന്നുമാത്മാ-
വിടരറുമൊന്നിതു വികാരമാകും

എന്നിങ്ങനെ നിരവധി നാമരൂപങ്ങളിലൂടെ നശ്വരമായ ദേഹം കൊണ്ടു നടക്കുമ്പോഴും അതിനെ നിലനിർത്തുകയും തകർക്കുകയും വീണ്ടും വാർക്കുകയും ചെയ്യുന്നത് ഒരേ ദേഹി ആണെന്ന് ഗുരു തന്നെ പറയുന്നുണ്ടല്ലോ. എല്ലാ പ്രതിഭാസങ്ങളും ഒന്നിന്റെ തന്നെ കാര്യരൂപങ്ങൾ ആണെന്ന അറിവാണ് സർവമതസാഹോദര്യത്തിന്റെ അടിസ്ഥാനം.

ഒരു പൊരുളിങ്കലനേകമുണ്ടനേകം
പൊരുളിലൊരർത്ഥവുമെന്ന ബുദ്ധിയാലേ
അറിവിലടങ്ങുമഭേദമായിതെല്ലാ-
വരുമറിവീലതിഗോപനീയമാകും

ഭേദചിന്തകളെയെല്ലാം ഭേദിച്ചു പോകുന്നതാണ് ഏകത്വവിചാരം എന്ന തത്ത്വം തിരിച്ചറിഞ്ഞ വിവേകിയ്ക്ക് ജാതിയോ, വർണ്ണമോ, മതഭേദമോ അംഗീകരിക്കാൻ ആവില്ല. അതുകൊണ്ടു തന്നെ അദ്വൈതത്തെ ഇതിൽ ഏതെങ്കിലും ഒന്നിനെ, അഥവാ എല്ലാറ്റിനെയും ന്യായീകരിക്കാനായി ഉപയോഗിക്കുന്നവർ അജ്ഞതയുടെ കൂരിരുളിൽ തന്നെയാണ് സ്വയം സ്വാമികൾ എന്നോ ആചാര്യർ എന്നോ വിശേഷിപ്പിച്ചാലും അതിനു വ്യത്യാസം വരുന്നില്ല.

ഒരു മതമാകുവതിന്നുരപ്പതെല്ലാ
വരുമിതു വാദികളാരുമോർക്കുവീല
പരമതവാദമൊഴിഞ്ഞ പണ്ഡിതന്മാ-
രറിയുമിതിന്റെ രഹസ്യമിങ്ങശേഷം

എന്ന് ഇക്കാര്യം മുൻപേ തന്നെ വ്യക്തമായി ഗുരു പ്രസ്താവിക്കുന്നുമുണ്ട്. 'പല മതസാരവുമേകം' എന്ന് അറിയാത്തവർ ആനയെ കാണാൻ പോയ അന്ധരെപ്പോലെയാണെന്നും ഭേദയുക്തികൾ പാമരരുടേതാണെന്നും 'ഒരു മതമന്യനു നിന്ദ്യമൊന്നിലോതും കരുവപരന്റെ കണക്കിനൂനമാകും' എന്നും ആ ഭ്രമത്തെ പരിഹസിക്കുന്നുമുണ്ട്.

ഗുരുവിന്റെ ദർശനത്തെ ഹിന്ദുമതത്തിന്റെ ഒരു അനുബന്ധം മാത്രമായി കാണാൻ പലരും തുനിഞ്ഞിട്ടുണ്ട്. മുൻപ് സൂചിപ്പിച്ച

പോലെ, അദ്ദേഹം നടത്തിയ ക്ഷേത്രപ്രതിഷ്ഠകൾ, രചിച്ച സ്തോത്രങ്ങൾ ഇവയെ മുൻ നിർത്തിയുള്ള വാദമാണ് ഇത്. എന്നാൽ ഇവയിലെ ഹൈന്ദവപ്രതീതി ഉപരിപ്ലവമാണ്. തന്ത്രസമുച്ചയമനുസരിച്ചല്ലാ ഗുരു അരുവിപ്പുറം ഉൾപ്പെടെ ഒരു പ്രതിഷ്ഠയും നടത്തിയിട്ടുള്ളത്; എന്നല്ലാ, സമുച്ചയവിധികളെ ലാഘവത്തോടെ ധിക്കരിക്കുന്നവയാണ് അദ്ദേഹം നടത്തിയ പ്രതിഷ്ഠകൾ. ബ്രാഹ്മണർ അരുവിപ്പുറം പ്രതിഷ്ഠയെ ചോദ്യം ചെയ്തതും 'നാം പ്രതിഷ്ഠിച്ചത് നമ്മുടെ ശിവനെയാണ്' എന്ന ഗുരുവിന്റെ സരസമായ പ്രതികരണവും പ്രസിദ്ധമാണല്ലോ.

ജാതി, മതാദികളുടെ ഇരുണ്ട തടവറകളിൽ നിന്ന് ദൈവസങ്കൽപ്പത്തെ മോചിപ്പിക്കുക എന്ന ദാർശനികനിയോഗമാണ് നാരായണ ഗുരു ഏറ്റെടുത്തത്, ആ സ്വതന്ത്രവും മതമുക്തവുമായ ആത്മീയതയുടെ സന്ദേശമാണ് അരുവിപ്പുറം വിളംബരം. ആരാധനാലയങ്ങൾ ഏതെങ്കിലും മതത്തിന്റെ ചട്ടക്കൂടിൽ നിൽക്കേണ്ടതില്ല എന്ന ആശയം കൂടിയാണ് അദ്ദേഹം അവിടെ മുന്നോട്ടു വെച്ചത്. ഗുരുവിന്റെ സ്തോത്രകൃതികൾക്ക് പോലും ഈ മുക്തസ്വഭാവമുണ്ട്. പുരാണങ്ങളിലെ ശിവപുത്രനായ ഗണപതി അല്ല അദ്ദേഹത്തിന്റെ വിനായകൻ, സാധകരെ മതാതീതമായ ദാർശനികൌന്നത്യങ്ങളിലേക്ക് നയിക്കാനുള്ള ഒരു ഉപകരണം മാത്രമാണ് ആ പ്രതീകം. ശിവഗിരി തീർത്ഥാടനവും ഈ രീതിയിൽ തീർത്ഥാടനം എന്ന സങ്കൽപ്പത്തെത്തന്നെ തിരിച്ചിടുന്നു. അത് മതസങ്കൽപ്പങ്ങളിൽ ഒതുങ്ങി നിൽക്കുന്ന ഒന്നല്ല. സമഗ്രമായ ജീവിതാവബോധത്തിന്റെ രണ്ടു വശങ്ങളായാണ് ആത്മീയ ഭൗതികങ്ങളെ ഗുരു കണ്ടത്. അദ്വൈതത്തെ ഒരു ന്യൂനപക്ഷത്തിനു അധികാരം കയ്യാളാനുള്ള ധൈഷണികായുധമായി മാറ്റിയവർക്കെതിരെ അതേ ദർശനം ശരിയായി വ്യാഖ്യാനിച്ചു അപരസങ്കൽപ്പത്തെ പ്രതിരോധിക്കയാണ് ഗുരു ചെയ്തത്. സ്വാനുഭൂതിയാൽ ആ ദർശനത്തെ തിരിച്ചറിയുകയും ഗ്രന്ഥങ്ങളിലും പണ്ഡിത സദസ്സുകളിലും നിന്ന് അതിനെ ജീവിതത്തിന്റെ വിശാലമായ ഹരിതതലങ്ങളിലേക്ക് ഒരു പരിവർത്തന ശക്തി എന്ന നിലയിൽ ഇറക്കിക്കൊണ്ടുവരികയും ചെയ്തു നാരായണഗുരു.

ഭൗതികം, ആത്മീയം എന്ന ലളിതമായ വേർതിരിവിനെ ഗുരു സ്വന്തം അറിവിന്റെയും അനുഭൂതിയുടെയും അടിസ്ഥാനത്തിൽ ചോദ്യം ചെയ്തു. ആത്മീയതയെ ഗുരു മതമായി ചുരുക്കുന്നില്ല. മതബദ്ധമായ ആത്മീയത അന്ധവിശ്വാസങ്ങൾക്കും ദുരാചാരങ്ങൾക്കും അശാസ്ത്രീയധാരണകൾക്കും ഇന്ധനമായി മാറുന്നത് അദ്ദേഹം കണ്ടു, അതുകൊണ്ട് മതങ്ങളുടെ ബഹുത്വത്തിനു അതീതമായ ഒരു ആത്മീയത അദ്ദേഹം സങ്കൽപ്പിച്ചു. അംബേദ്കർ ബുദ്ധ

ദർശനത്തിൽ കണ്ടെത്തിയത് അത്തരം ഒരു ആത്മീയത ആയിരുന്നു. തന്റെ അവസാന കൃതികളിൽ - 'ബുദ്ധൻ എന്ത് പഠിപ്പിച്ചു?', 'ബുദ്ധനും അദ്ദേഹത്തിന്റെ മതത്തിന്റെ ഭാവിയും'. 'ബുദ്ധനോ കാൾ മാർക്സോ?' - എന്തുകൊണ്ട് സാധാരണ മനുഷ്യർക്ക് ഒരു 'മതം' ആവശ്യമാണ് എന്നും അത് എന്തുകൊണ്ട് ബുദ്ധമതം ആകണം എന്നും അംബേദ്കർ വിശദീകരിക്കുന്നുണ്ട്.

അംബേദ്കർക്കു അത് ആവശ്യമായി വന്നത് അദ്വൈതം അറിയാത്തത് കൊണ്ടല്ല, ശങ്കരൻ അദ്വൈതത്തെ ബ്രാഹ്മണവത്കരിക്കുകയും ശൂദ്രർക്ക് അപ്രാപ്യമാക്കുകയും ചെയ്ത സാഹചര്യത്തിൽ കൂടിയാണ്. അല്ലെങ്കിൽ അദ്വൈതം ജാതിയെത്തന്നെ നിർമ്മാർജ്ജനം ചെയ്യണമായിരുന്നല്ലോ. അദ്വൈതം പ്രസംഗിക്കുകയും എങ്ങും ദ്വൈതം സൃഷ്ടിക്കുകയും ചെയ്യുന്ന 'ആർഷ' കാപട്യത്തിന്നെതിരായാണ് നാരായണഗുരുവും ഗാന്ധിയും പ്രവർത്തിച്ചത്. ഭാരതീയ ജീവിതത്തിലെ അസമത്വം, മത, ജാതി ഭേദങ്ങളിൽ അധിഷ്ഠിതം ആണെന്ന് ഗുരു തിരിച്ചറിഞ്ഞു. എന്നാൽ പാരമ്പര്യത്തെ തിരസ്കരിച്ചു കൊണ്ടല്ല, അതിനെ സമൂലം പുനർവ്യാഖ്യാനിച്ചു കൊണ്ടാണ് സാമൂഹ്യപരിവർത്തനം സാധിക്കുക എന്നും ഗാന്ധിക്കൊപ്പം, അറിഞ്ഞു.

'ജാതിഭേദം, മതദ്വേഷം
ഏതുമില്ലാതെ സർവ്വരും
സോദരത്വേന വാഴുന്ന
മാതൃകാ സ്ഥാനമാണിത്'

എന്ന് അരുവിപ്പുറത്തു വെച്ച് പ്രഖ്യാപിക്കുമ്പോൾ ഭാവിയിലെ ഇന്ത്യ എന്താകണം എന്ന തന്റെ സങ്കല്പം കൂടി അവതരിപ്പിക്കയായിരുന്നു ഗുരു. മഹാത്മജിയും ഗുരുവും തമ്മിലുള്ള സംഭാഷണത്തിൽ ഇത് വിശദീകരിക്കപ്പെടുന്നുണ്ട്. സ്വാതന്ത്ര്യത്തെക്കുറിച്ചുള്ള മഹാത്മജിയുടെ ചോദ്യത്തിന് ഗുരു ഉത്തരം പറഞ്ഞത്, ഇന്ത്യയുടെ പാരതന്ത്ര്യത്തിന്റെ വേരുകൾ ഓർത്താൽ മഹാത്മജി ഒരിക്കൽ കൂടി പിറക്കേണ്ടി വരും എന്നാണ്. ജാതിയെ ഉന്മൂലനം ചെയ്യാതെ ഇന്ത്യയ്ക്ക് ശരിയായ സ്വാതന്ത്ര്യമോ ജനാധിപത്യമോ സാദ്ധ്യമാവില്ലെന്നു അംബേദ്കർ പറഞ്ഞത് ഇതുമായി കൂട്ടി വായിക്കേണ്ടതാണ്. രണ്ടു തരം അടിമത്തങ്ങളെയും ഇല്ലായ്മ ചെയ്യാതെ മൂലതലത്തിൽ സ്വാതന്ത്ര്യം സാധ്യമല്ല എന്ന ഈ സത്യത്തിലേക്ക് ഗാന്ധിയും ക്രമേണ ഉണരുന്നുണ്ട്, രണ്ടിനെയും സമന്വയിക്കാൻ ശ്രമിക്കുന്നുണ്ട്. ബ്രിട്ടീഷ് വിരുദ്ധ സമരവും അയിത്തോച്ചാടനവും (മിശ്രഭോജനം, മിശ്രവിവാഹം, ഹരിജനോദ്ധാരണം, ചാമാർ ആയുള്ള ജീവിതം) ഒന്നിച്ച് കൊണ്ടുപോകാനായിരുന്നു ഗാന്ധിയുടെ ശ്രമം. സാഹചര്യ

സമ്മർദ്ദത്താൽ ആദ്യത്തേതിനു പ്രാഥമ്യം നൽകേണ്ടി വന്നുവെങ്കിലും.

ഗുരു, പൂർവ്വഗുരുക്കന്മാരെ തള്ളിപ്പറയുകയല്ല ചെയ്തത്. 'ബ്രഹ്മവിദ് ബ്രഹ്മൈവ ഭവതി' എന്ന് ബ്രഹ്മജ്ഞാനി ബ്രഹ്മം തന്നെ ആകുന്നു എന്ന്,

'ആരായുകിലന്ധത്വമൊഴിച്ചാദിമഹസ്സിൻ
നേരാം വഴി കാട്ടും ഗുരുവല്ലോ പരദൈവം'

എന്ന്, അംഗീകരിച്ചുകൊണ്ടു തന്നെ ഗുരുക്കന്മാരിൽ നിന്ന് തന്റെ തെരഞ്ഞെടുപ്പ് നടത്തുകയും വിമർശനബുദ്ധി കൈ വിടാതെ തന്റെ കാലത്തിൽ വെച്ച് അവരെ വ്യാഖ്യാനിക്കുകയുമായിരുന്നു അദ്ദേഹത്തിന്റെ രീതി. ബ്രഹ്മവിദ്യയിലെ വൈപരീത്യം അദ്ദേഹം സ്വസമൂഹത്തിൽ കണ്ടു. (ബ്രഹ്മസൂത്രത്തിലെ അപശൂദ്രാധികരണത്തിന്റെ ശാങ്കരഭാഷ്യത്തെ ചട്ടമ്പി സ്വാമികൾ 'വേദാധികാര നിരൂപണ'ത്തിൽ വിമർശിക്കുന്നതും ഇവിടെ ഓർക്കാം.) അദ്വൈതത്തിൽ കലർന്ന ബ്രാഹ്മണ്യമാലിന്യം അകറ്റി ആ തത്വചിന്തയുടെ സ്വഭാവം വീണ്ടെടുക്കുകയും അതിനെ സർവമതസമന്വയത്തിന്നായി, ജാത്യതീതമായി, ഉപയോഗിക്കുകയുമാണ് നാരായണഗുരു ചെയ്തത്. പരോപകാരം പുണ്യവും പരപീഡനം പാപവും ആണെന്ന പൂർവ്വ ധാരണയെ പരിഷ്കരിച്ച് അവനവന്റെ ആത്മസുഖത്തെ അപരന്റെ സുഖവുമായി അഭേദ്യമായി ബന്ധിപ്പിക്കുകയാണ് ഗുരു ചെയ്തത്. 'ഏകം സത് വിപ്രാ ബഹുധാ വദന്തി' എന്ന ആപ്തവാക്യത്തെ മതാഹന്തയുടെയും മതമത്സരത്തിന്റെയും സമകാലീനസന്ദർഭത്തിലേയ്ക്ക് അദ്ദേഹം യുക്തിസഹമായി ആനയിച്ചു. മതാതീതമായ സംന്യാസം സാദ്ധ്യമാണെന്ന് അദ്ദേഹം തെളിയിച്ചു. ഒപ്പം മതമൗലികവാദങ്ങളുടെ അപരവിദ്വേഷത്തിൽ നിന്ന് ആത്മീയതയെ രക്ഷിക്കുവാൻ അനുകമ്പയെ മുന്നിൽ വെച്ച് സാമൂഹ്യ സേവനത്തെ ആത്മീയതയുടെ ഒരു തലമാക്കി മാറ്റി. ഭൗതിക വാദികൾക്കും മതവിശ്വാസികൾക്കും യോജിക്കാവുന്ന ഒരു മൂല്യമാണല്ലോ അനുകമ്പ, അഥവാ ബുദ്ധഭാഷയിൽ, കരുണ. എസ് എൻ ഡി പി യോഗത്തിന്റെ മൂലലക്ഷ്യം അതായിരുന്നു യോഗം പൂർണ്ണമായും ഗുരുവിന്റെ വഴി കൈവിട്ടു കഴിഞ്ഞുവെങ്കിലും. രാഷ്ട്രീയമായി 'സെക്യുലർ' എന്ന സംജ്ഞയെ, ഗാന്ധിയെപ്പോലെ തന്നെ, യുക്തിവാദപരമായി അല്ല, സർവ്വമതസഹഭാവവും പല ലോകവീക്ഷണങ്ങളുടെ നിരന്തര സംവാദവും മതങ്ങളോട് സമഭാവന പുലർത്തുന്ന രാഷ്ട്രവും ഭിന്ന വിഭാഗങ്ങളുടെ തുല്യ പ്രാതിനിദ്ധ്യവും ആയാണ്, ഗുരു മനസ്സിലാക്കിയത്. മതനിഷേധവും മതസ്ഥാപനവുമാണ് ഗുരുദേവൻ ചെയ്തതെന്ന സഹോദരൻ അയ്യപ്പന്റെ വാക്യം ഇവിടെ ഓർക്കാവുന്നതാണ്.

വേറൊരു തരത്തിൽ പറഞ്ഞാൽ 'മത'ത്തിന്റെ യാഥാസ്ഥിതികമായ അർത്ഥം ഗുരു മാറ്റിയെടുത്തു.

അതുകൊണ്ട് തന്നെ ശ്രീനാരായണന്റെ സൂക്ഷ്മരാഷ്ട്രീയത്തെ മനസ്സിലാക്കുക പ്രധാനമാണ്. ജനാധിപത്യ വിരുദ്ധമായ ജാതിമേധാവിത്തത്തെയും സങ്കുചിതമതശാഠ്യത്തെയും വെല്ലുവിളിക്കാത്ത സ്വാതന്ത്ര്യ സങ്കല്പം പൊള്ളയാണെന്ന് തെളിഞ്ഞു കൊണ്ടിരിക്കുന്ന ഈ കാലത്ത് നമുക്കു അത് കൂടുതലായി മനസ്സിലാക്കാൻ കഴിഞ്ഞേക്കും. 'നഹി വൈരേണ വൈരം ശാമ്യതി ഏഷ ധർമ്മ സനാതന' എന്ന്, വൈരംകൊണ്ട് വൈരത്തെ വെല്ലാൻ സാധിക്കില്ലെന്ന്, ബുദ്ധനെപോലെ ഗുരുവും മനസ്സിലാക്കിയിരുന്നു. അനുകമ്പാ ദശകം മുഴുവൻ പരസ്പരസ്നേഹത്തിന്റെയും അനുതാപത്തിന്റെയും മൈത്രിയുടെയും ആവശ്യമാണല്ലോ വിളംബരം ചെയ്യുന്നത്.

കേരളത്തിൽ കഴിഞ്ഞ നൂറ്റാണ്ടിൽ നടന്നതും ഇന്നും തുടരുന്നതുമായ ജനകീയ സമരങ്ങൾക്ക് ആവശ്യമായ രീതിയിലുള്ള കർതൃത്വ രൂപീകരണത്തിൽ നാരായണ ചിന്തയ്ക്കു വലിയ പങ്കുണ്ട്. അവയുടെ നൈതികമായ ഇച്ഛാശക്തിയുടെ വേരുകൾ സമതോന്മുഖമായ ഗുരുചിന്തയിൽ തന്നെയാണ് തേടാൻ കഴിയുക. കോൺഗ്രസ്സ് രാഷ്ട്രീയം ഗാന്ധിയിൽ നിന്ന് അകന്ന പോലെ തന്നെ എസ് എൻ ഡി പിയുടെ അവസരവാദപരവും അധികാരോന്മുഖവുമായ രാഷ്ട്രീയം ഗുരുവിൽനിന്നു തീർത്തും അകന്നിട്ടുണ്ട്. ഗുരുവുമായുള്ള സംഭാഷണത്തിൽ തന്റെ കാലത്ത് തന്നെ ഗുരു സ്വപ്നം കണ്ട സ്വാതന്ത്ര്യം സാദ്ധ്യമാവും എന്ന ആഗ്രഹം ഗാന്ധി പ്രകടിപ്പിക്കുന്നുണ്ട്, എന്നാൽ അതുണ്ടായില്ല എന്ന് നമുക്കറിയാം. ബ്രിട്ടീഷ് ആധിപത്യത്തിൽ നിന്ന് മാത്രമാണ് നാം മുക്തി നേടിയത്. വർണ്ണാധിപത്യവും പുരുഷാധിപത്യവും ധനാധിപത്യവും ഇന്നും ശക്തിയായി നിലനിൽക്കുന്നു എന്നുതന്നെയല്ല, കൂടുതൽ ശക്തി നേടുകയും ചെയ്യുന്നു. ഗാന്ധിക്കും ഗുരുവിനും ഡൽഹിയിലെ അധികാര കൈമാറ്റം മാത്രമായിരുന്നില്ല സ്വാതന്ത്ര്യം, അവശരുടെയും പതിതരുടെയും ദരിദ്രരുടെയും സ്വാതന്ത്ര്യം കൂടി ആയിരുന്നു. സാമൂഹ്യമായ അസ്വാതന്ത്ര്യം എത്ര മാത്രം 'രൂഢമൂലം' (ഗുരുവിന്റെ തന്നെ വാക്കുപയോഗിച്ചാൽ) ആണെന്ന് അടിത്തട്ടിൽ നിന്ന് വന്ന ഗുരുവിനും അടിത്തട്ടുകാരനായി മാറിയ ഗാന്ധിക്കും അറിയാമായിരുന്നു. അതുകൊണ്ടുതന്നെ തങ്ങൾ സ്വപ്നം കാണുന്ന സാമൂഹ്യ സ്വാതന്ത്ര്യം എത്ര ദൂരെയാണെന്നും. ആ അകലമാണ് രണ്ടു പേരെയും ഇന്നും പ്രസക്തമാക്കുന്നത്. സാമൂഹ്യവിപ്ലവവും സ്വാതന്ത്ര്യസമരവും തമ്മിലുള്ള ബന്ധം ആദ്യം ഗുരുവും അധികം താമസിയാതെ ഗാന്ധിയും തിരിച്ചറിഞ്ഞു.

ധർമ്മത്തിനപ്പുറവും ഇപ്പുറവും ഒന്നുമില്ലെന്ന് പറയുക വഴി ദൈവം ധർമ്മമാണ് എന്ന് തന്നെയാണ് ഗുരു ഉദ്ദേശിച്ചത്; ഉണ്മയും അറിവും നന്മയും അഥവാ സത്താശാസ്ത്രവും ജ്ഞാനശാസ്ത്രവും നീതി ശാസ്ത്രവും ഈ 'ധർമ്മ' സങ്കൽപ്പത്തിൽ ഒന്നിക്കുന്നു. ജീവിതാ നുഭവം രാഷ്ട്രീയം, സാമൂഹ്യം, സാമ്പത്തികം, നൈതികം എന്നി ങ്ങിനെ വേർപെട്ടിരിക്കുന്നില്ല; അത് ഒരു സാകല്യമാണ്. അതുകൊണ്ടു തന്നെ എല്ലാത്തരം വിധേയത്വങ്ങൾക്കും എതിരായ നിലപാട് സ്വാത ന്ത്ര്യത്തിനു വേണ്ടിയുള്ള നിലപാടാണ്. ഈ അർത്ഥത്തിലാണ് ശ്രീനാരായണനും പൂർണ്ണമായും സ്വാതന്ത്ര്യസമര സേനാനി ആകു ന്നത്. ഗാന്ധിയും നാരായണനും അംബേദ്കറും ഒന്നിക്കുന്നതും ഈ സമരസമഗ്രതയിൽ തന്നെ.

ii

'സനാതന ധർമം' എന്ന പേരും ആശയവും മനുസ്മൃതിയിൽ (ക്രിസ്തുവിനു മുൻപ് രണ്ടാം നൂറ്റാണ്ടിലോ മൂന്നാം നൂറ്റാണ്ടിലോ) ആകണം ആദ്യം പ്രത്യക്ഷപ്പെട്ടത്. മിക്കവാറും വേദങ്ങളുമായി ബന്ധപ്പെട്ട യജ്ഞാദികളെ സൂചിപ്പിക്കാനാകണം ആ സംജ്ഞ അന്ന് ഉപയോഗിക്കപ്പെട്ടത്. വേദങ്ങൾ 'സനാതനം' ആണെന്ന ധാരണയിൽ നിന്നാണ് ആ സങ്കല്പം വരുന്നത്. ഗാന്ധി ആ പ്രയോഗം ബോധപൂർവ്വം തെരഞ്ഞെടുത്തതല്ലാ, 1920ൽ കേരളം സന്ദർശിച്ച പ്പോൾ, അയിത്തം 'സനാതനധർമ്മ'ത്തിന്റെ ഭാഗമാണ് എന്ന് വാദിച്ച നമ്പൂതിരിമാരുടെ അവകാശവാദത്തെ എതിർക്കുവാൻ വേണ്ടി സാന്ദർഭികമായി അത് അദ്ദേഹത്തിന് ഉപയോഗിക്കേണ്ടി വന്നതാണ്. അപ്പോഴേക്കും ശ്രമണസങ്കൽപ്പവുമായി ബന്ധപ്പെട്ട് ഉണ്ടായ ആ പദം, ബ്രാഹ്മണ പ്രത്യയശാസ്ത്രത്തിന്റെ ഭാഗമായി മാറിയിരുന്നു. അതുകൊണ്ട് മതാതീതമായ നൈതികതയുടെ അടിസ്ഥാനത്തിൽ 'സനാതനധർമ്മ'ത്തെ പുനർനിർവചിക്കേണ്ടത് ഗാന്ധിക്ക് ആവശ്യ മായി വന്നു.

ഗാന്ധി മതാടിസ്ഥാനത്തിലുള്ള പൗരത്വത്തിലോ രാഷ്ട്രത്തിലോ വിശ്വസിക്കുന്ന ആളായിരുന്നില്ല. അദ്ദേഹത്തെ സംബന്ധിച്ചിടത്തോളം സത്യം, മറ്റുള്ളവരുമായി ചേർന്നു സംവാദാത്മകമായ സഹാന്വേ ഷണത്തിലൂടെ കണ്ടെത്തേണ്ടതാണ്, ഏതെങ്കിലും പുസ്തകത്തിലോ മാതൃകയിലോ മുൻകൂർ നിലനിൽക്കുന്ന ഒന്നല്ല തന്നെ. ഒരാളുടെ സത്യവും മറ്റൊരാളുടെ സത്യത്തിനു മേലേ അല്ല. നമുക്കു നമ്മുടെ സത്യം പ്രിയപ്പെട്ടതാണെങ്കിൽ മറ്റുള്ളവർക്ക് അവരുടെ സത്യവും അത്ര തന്നെ പ്രിയപ്പെട്ടതാണ്. 'വാദിക്കാനും ജയിക്കാനുമല്ല, അറി യാനും അറിയിക്കാനുമാണ്' എന്ന ശ്രീനാരായണന്റെ സംവാദ

നീതിയിൽ തന്നെയാണ് ഗാന്ധിയും വിശ്വസിച്ചത്. സത്യത്തിന്റെ ആത്യന്തികസ്വഭാവത്തെക്കുറിച്ചുള്ള അനിശ്ചിതത്വമാണ് നമ്മെ ഒന്നിച്ചുള്ള സത്യാന്വേഷണത്തിന്നു പ്രേരിപ്പിക്കുന്നത്.

'നിങ്ങൾ എന്റെ ജീവിതം നിരീക്ഷിക്കുക: ഞാൻ ജീവിക്കുന്നത്, ഭക്ഷിക്കുന്നത്, സംസാരിക്കുന്നത്, പൊതുവേ പെരുമാറുന്നത്. അവയുടെ ആകെത്തുകയാണ് എന്റെ മതം' എന്ന് ഗാന്ധി പറയുന്നു. മറ്റൊരു സന്ദർഭത്തിൽ സത്യവും ധർമ്മവും ഒഴികെ മറ്റൊരു മതവുമില്ലാ എന്നും. ഇത് അദ്ദേഹം കൂടുതൽ വ്യക്തമാക്കുന്നുണ്ട് : 'മതം കൊണ്ട് ഞാൻ അർത്ഥമാക്കുന്നത് എന്താണെന്ന് ഞാൻ വിശദീകരിക്കാം. ഞാൻ ഹിന്ദുമതത്തെയല്ലാ മറ്റു മതങ്ങളെക്കാൾ മൂല്യവത്തായി കാണുന്നത്, ഹിന്ദുമതത്തിനുമപ്പുറം പോകുന്ന മതത്തെയാണ്, ഒരാളുടെ പ്രകൃതം തന്നെ മാറ്റുന്ന ഒന്നിനെ, അകത്തെ സത്യവുമായി ഒരാളെ അഴിയാത്ത വിധം ബന്ധിപ്പിക്കുന്ന ഒന്നിനെ, എന്നും നമ്മെ ശുദ്ധീകരിക്കുന്ന ഒന്നിനെ. പൂർണ്ണമായ ആവിഷ്കാരത്തിന് എന്ത് വിലയും കൊടുക്കാൻ മടിക്കാത്ത, സ്വയം കണ്ടെത്തുകയും തന്റെ സ്രഷ്ടാവിനെ കണ്ടെത്തുകയും ആ സ്രഷ്ടാവും താനും തമ്മിലുള്ള ശരിയായ പാരസ്പര്യത്തെ മനസ്സിലാക്കുകയും ചെയ്യും വരെ ആത്മാവിനെ അസ്വസ്ഥമാക്കുകയും ചെയ്യുന്ന മനുഷ്യപ്രകൃതിയിലെ ആ അനശ്വരമൂലകമാണ് അത്.' സദാചാരത്തെക്കുറിച്ച് അദ്ദേഹം പറയുന്നത് ഇതുമായി കൂട്ടി വായിക്കണം. 'നടന്നു തേഞ്ഞ പാതയെ പിന്തുടരുന്നതല്ല സദാചാരം, ശരിയായ പാത സ്വയം കണ്ടെത്തുകയും അത് നിർഭയമായി പിന്തുടരുകയും ചെയ്യുന്നതാണ്.'

മതത്തെ നീതിയുടെ പ്രഭവം എന്ന രീതിയിലാണ് ഗാന്ധിജി കണ്ടത്. യന്ത്രങ്ങളെപ്പോലെയാണ് നാം പ്രവർത്തിക്കുന്നതെങ്കിൽ അതിൽ ധാർമ്മികതയില്ല. ബോധപൂർവ്വം, തന്റെ ചുമതല എന്ന നിലയിൽ നിർവഹിക്കുന്ന കർത്തവ്യം മാത്രമാണ് നൈതികമായത്, ആരെങ്കിലും പറഞ്ഞതുകൊണ്ടു മാത്രം ചെയ്യുന്നതല്ല. എങ്കിൽ മതം അനുശാസിക്കുന്നതു കൊണ്ട് മാത്രം ദാനം ചെയ്യുന്നവരും മറ്റും ഗാന്ധിയുടെ ധർമ്മസങ്കൽപ്പത്തിൽ വരുന്നില്ല, അവർ ഒരു നിയമം, അഥവാ ആചാരം, പിന്തുടരുക മാത്രമാണ്. സ്വർഗ്ഗം കിട്ടുമെന്ന പ്രതീക്ഷയിൽ ചെയ്യുന്ന നന്മകൾക്കും ധാർമ്മികത അവകാശപ്പെടാൻ ആവില്ല. ഗാന്ധി തന്നെത്തന്നെയും ഈ നിയമത്തിൽ നിന്ന് ഒഴിച്ച് നിർത്തുന്നില്ല. അഹിംസാവാദിയായ താൻ ആരെയും ഒന്നും ചെയ്യാൻ നിർബന്ധിക്കുകയില്ല എന്ന് അദ്ദേഹം പറയുന്നു. സ്വതന്ത്രനായി തെറ്റു ചെയ്യുന്നതാണ് ബന്ധനത്തിൽ കിടന്നു ശരി ചെയ്യുന്നതിനേക്കാൾ നല്ലത് എന്ന് അദ്ദേഹം ഒരു ആംഗലചിന്തകനെ ഉദ്ധരിക്കുന്നു. നിർബന്ധത്തിനു വഴങ്ങി നന്മ ചെയ്താൽ, നിർബന്ധം പോയാലുടൻ അയാളുടെ തിന്മകൾ മുഴുവൻ കൂടുതൽ ശക്തിയോടെ തിരിച്ചു വരും.

ധാർമ്മികത ഇല്ലാത്തിടത്ത് മതവും ഇല്ല. യുക്തിസഹമല്ലാത്തതും നീതിബോധത്തെ പ്രചോദിപ്പിക്കാത്തതുമായ ഒരു മതതത്വവും താൻ അനുസരിക്കില്ലാ എന്ന് ഗാന്ധി പറയുന്നുണ്ട്. അധാർമ്മികം അല്ലാത്തിടത്തോളം മതവിശ്വാസത്തെ താൻ എതിർക്കുകയില്ലെന്നും ടാഗോറുമായുള്ള ഈ സംഭാഷണത്തിൽ അദ്ദേഹം പറയുന്നുണ്ട്. ഒരു മതവും നൈതികതയ്ക്ക് അതീതമല്ലെന്നും നീതിബോധം നഷ്ടപ്പെട്ടാൽ നമുക്കു മതവും നഷ്ടപ്പെടും എന്നും തുടർന്ന് പറയുന്നു.

സ്വാർത്ഥമോഹം അനീതിയാണെന്നും പരനന്മയാണ് നീതി എന്നും സ്വരാജ് എന്നാൽ നീതിയുടെ രാജ്യമാണെന്നും ഗാന്ധി വ്യക്തമാക്കുന്നുണ്ട്. 'സനാതനം' എന്നതിന് ഗാന്ധി നൽകുന്ന അർത്ഥം ഏതെങ്കിലും പുസ്തകത്തിൽ പറയുന്നത് എന്നല്ല, നിത്യപ്രസക്തമായ മാനുഷിക മൂല്യങ്ങൾ എന്നതാണ്. ആ മൂല്യങ്ങളുടെ പേരിൽ ഏതു പുസ്തകത്തെയും തള്ളിപ്പറയാൻ അദ്ദേഹം തയ്യാറായിരുന്നു. വേദങ്ങൾ അയിത്തം അനുവദിക്കുന്നുവെങ്കിൽ താൻ അവയെ തള്ളിപ്പറയുകയും ഹിന്ദുമതം ഉപേക്ഷിക്കുകയും ചെയ്യുമെന്ന് ഗാന്ധി പ്രസ്താവിച്ചിട്ടുണ്ട്. അന്ത്യകാലത്ത് ഒരു പടി കൂടി മുന്നോട്ടു പോയി ജാതി നിലനിൽക്കുന്നിടത്തോളം അയിത്തം ഉണ്ടാകുമെന്നും അതിനാൽ ജാതി തന്നെയാണ് ഇല്ലാതാകേണ്ടതെന്നുമുള്ള അംബേദ്കറുടെ നിഗമനത്തിൽ ഗാന്ധിയും എത്തുന്നുണ്ടെന്ന് 1945ൽ ശ്യാംലാലിന് എഴുതിയ കത്തിൽ നിന്ന് വ്യക്തമാണ്.

ഗാന്ധിയുടെ രാമൻ ആർ എസ് എസ്സിന്റെ, മാംസപേശീസമ്പന്നനും അസ്ത്രധാരിയും യുദ്ധോദ്യുക്തനുമായ, രാമനല്ല. പട്ടിണി കിടക്കുന്ന ജനകോടികളുടെ മനസ്സാണ് ഗാന്ധിയുടെ രാമക്ഷേത്രം. സമൂഹത്തിലെ പ്രായോഗികപ്രശ്നങ്ങൾ പരിഹരിക്കാൻ ഉതകാത്ത മതത്തെ മതമായി ഗാന്ധി കണക്കാക്കിയില്ല. താൻ ആത്മീയമായി അവകാശപ്പെടുന്ന കാര്യങ്ങളും പ്രായോഗികമായി പരാജയമാണെങ്കിൽ അവ ആത്മീയവുമല്ല. 'മതം ഹിന്ദു, ഇസ്ലാം, ക്രിസ്തുമതം മുതലായവയ്ക്കും അപ്പുറമാണ്. അത് വിഭാഗീയമല്ല. എല്ലാവരെയും യോജിപ്പിച്ചു നിർത്തുന്നതാണ് മതം.' അപരലോകം എന്നൊന്ന് ഇല്ലെന്നു ഗാന്ധി ഒരു അഭിമുഖസംഭാഷണത്തിൽ പറയുന്നുണ്ട് പ്രപഞ്ചത്തെ ഒരു അണുവിൽ ഒതുക്കാം. അഹിംസ സർവ്വവ്യാപിയാണ്. സ്വർഗ്ഗം നേടാനായി നന്മ ചെയ്യുന്നതല്ല മതം. എല്ലാ മതങ്ങളും ഒരേ ഇടത്താണ് എത്തിച്ചേരുന്നത്. എത്ര വ്യക്തികളുണ്ടോ അത്രയും മതങ്ങളുമുണ്ട്, പക്ഷെ അവ സാഹോദര്യത്തിൽ വർത്തിക്കുന്നു. 'സർവമതസഹഭാവം' എന്ന ഗാന്ധിയൻ ആദർശത്തിന്റെ അടിസ്ഥാനം അതാണ്.

ഗുജറാത്തിഭാഷയിലെ 'നവജീവൻ' വാരികയിൽ 1921 ഫെബ്രുവരിയിൽ 'സനാതനി ഹിന്ദു ആരാണ്?' എന്ന ശീർഷകത്തിൽ ഗാന്ധി ഒരു ലേഖനം എഴുതുകയുണ്ടായി. അതിനുണ്ടായ ആസന്ന ഹേതു, ഗുജറാത്തിഭാഷയിലെ വലതുപക്ഷമാസികയായ 'ഗുജറാത്തി' ഗാന്ധിയെ ആക്ഷേപിച്ചതാണ്. ഗോധ്രയിൽ 1917ൽ നടന്ന 'അന്ത്യജ'സമ്മേളനത്തിൽ ഗാന്ധി അയിത്താചാരത്തിന്നെതിരെ നടത്തിയ പ്രസംഗം അവരെ ചൊടിപ്പിച്ചിരുന്നു. അവർക്ക് ഗാന്ധി 'ഇന്ത്യയുടെ ശിരസ്സിൽ ഒരു കറ' എന്ന ശീർഷകത്തിൽ ഒരു കത്തയച്ചു. 'അത് (അയിത്തം) കൊണ്ടാണ് രണ്ടായിരം വർഷമായി ഹിന്ദുമതം മതത്തിന്റെ പേരിൽ ഒരുപാട് പാപങ്ങൾ ചെയ്തു കൂട്ടിയത്. അത്തരം യാഥാസ്ഥിതികത്വം തനി കാപട്യമാണ്. നിങ്ങൾ ഈ കാപട്യത്തിൽ നിന്ന് മുക്തരാകണം.' അയിത്തത്തെ ന്യായീകരിക്കാൻ മനുസ്മൃതിയും മറ്റു പഴയ ഗ്രന്ഥങ്ങളും ഉദ്ധരിക്കുന്നതിനെ അദ്ദേഹം പരിഹസിച്ചു. അവ പലതും നിരർത്ഥകമാണെന്നു പറഞ്ഞു. ഇരുപതു ദിവസം കഴിഞ്ഞു വീണ്ടും ഒരു പ്രഭാഷണത്തിൽ അയിത്താചരണത്തെ ഹിന്ദുമതത്തിലെ 'സാത്താനിസം' എന്നദ്ദേഹം വിശേഷിപ്പിച്ചു. ആ തിന്മ മാറാതെ സ്വരാജ് സാദ്ധ്യമല്ല എന്നും ഗാന്ധിജി കൂട്ടിച്ചേർത്തു. അത് നിലനിൽക്കുവോളം തന്നെ 'ഹിന്ദു' എന്ന് വിശേഷിപ്പിക്കാൻ തനിക്കു ലജ്ജയുണ്ടെന്നും പറഞ്ഞു. ഹിന്ദു മഹാസഭയുടെ പിറവിക്കു ശേഷം, ആർ എസ് എസ് ഉടലെടുക്കും മുൻപ്, മനുഷ്യരെ ജാതിയുടെ പേരിൽ വേർതിരിക്കുന്നതും നിലത്ത് ഇഴയാൻ പ്രേരിപ്പിക്കുന്നതും ഗ്രാമത്തിന്റെ ഓരങ്ങളിലേക്ക് ഓടിക്കുന്നതും എച്ചിൽ തീറ്റിക്കുന്നതും അവർ ജീവിക്കുന്നോ മരിക്കുന്നോ എന്ന പരിഗണന പോലും നൽകാത്ത വിധം ക്രൂരമായ നിസ്സംഗത പുലർത്തുന്നതും ഹിന്ദുമതമല്ല, 'ഡയറിസം' ആണെന്ന് (ജാലിയൻ വാലാബാഗിലെ ജനറൽ ഡയറിനെ ഓർത്തുകൊണ്ട്) ഗാന്ധി എഴുതി.

ഗോസംരക്ഷണം കൊണ്ട് ആർക്കും സ്വർഗ്ഗം ലഭിക്കാൻ പോകുന്നില്ലെന്നും നല്ല മനുഷ്യരാകാൻ എല്ലാ പ്രാണികളെയും സ്നേഹിക്കണം എന്നും മമത, വിദ്വേഷം, ക്രോധം, അസൂയ മുതലായ വികാരങ്ങളിൽ നിന്ന് മുക്തരാകണമെന്നും പറഞ്ഞ ഗാന്ധിയെ, പശുവിന്റെ പേരിൽ മനുഷ്യരെ കൊല്ലുന്നവർക്ക് മനസ്സിലാകാത്തത് സ്വാഭാവികം. പൗരാണിക ഇന്ത്യയിൽ വിശിഷ്ടരായ അതിഥികൾക്കുള്ള ഭക്ഷണം ആയിരുന്നു ഗോമാംസം എന്നും, ഓരോ വിഭാഗത്തിൽപെട്ടവർക്കും അവരുടെ ഭക്ഷണരീതികൾ തുടരാൻ അവകാശമുണ്ടെന്ന് ഗാന്ധി പരസ്യമായി പ്രസ്താവിച്ചിട്ടുണ്ടെന്നും കൂടി നരഭോജികളായ ഗോസംരക്ഷകർ ഓർക്കുന്നത് നന്ന്. 1936ൽ 'ഹരിജനി'ൽ എഴുതിയ ഒരു ലേഖനത്തിൽ തന്റെ നിലപാട് അദ്ദേഹം ഒന്ന് കൂടി വ്യക്തമാക്കി. 'ഭഗവദ്ഗീത ഉൾപ്പെടെ എല്ലാ പുണ്യഗ്രന്ഥങ്ങൾ വായിക്കുമ്പോഴും

ഞാൻ എന്റെ വിവേകം ഉപയോഗിക്കുന്നു. ആദ്ധ്യാത്മികമായ ഒരു കൃതിക്കും എന്റെ യുക്തിബോധത്തെ മറികടക്കാൻ കഴിയില്ല.'

അതേ വർഷം തന്നെ അതേ മാസികയുടെ മറ്റൊരു ലക്കത്തിൽ ഗാന്ധിയും സി എഫ് ആൻഡ്രൂസും തമ്മിലുണ്ടായ ഒരു സംഭാഷണം പ്രസിദ്ധീകരിക്കപ്പെട്ടു. 'എല്ലാ മതങ്ങളുടെയും പരസ്പര സഹിഷ്ണുതയോ സമത്വമോ ഞാൻ അംഗീകരിക്കുന്നുണ്ടോ എന്നാണെങ്കിൽ, എല്ലാ പ്രധാനമതങ്ങളും തുല്യമാണ് എന്നാണു എന്റെ അഭിപ്രായം. നമുക്കു നമ്മുടെ മതത്തോടുള്ള അതേ ആദരവ് മറ്റു മതങ്ങളോടും സ്വാഭാവികമായും ഉണ്ടാകണം. ശ്രദ്ധിക്കുക, പരസ്പര 'സഹിഷ്ണുത അല്ല, തുല്യബഹുമാനം.' തന്റെ യുക്തിബോധത്തിനും മൂല്യബോധത്തിനും ഇണങ്ങാത്ത ഒരു മതവും തനിക്കു സ്വീകാര്യമല്ലെന്ന് ഗാന്ധി തുടർന്നു പറഞ്ഞു. ആചാരങ്ങളെ പരിഹസിച്ച കബീറിന്റെ ആരാധകനായിരുന്നു ഗാന്ധി. 'അപരലോകം എന്നൊന്നില്ല. എല്ലാ ലോകങ്ങളും ഒന്നാണ്. 'ഇഹ'വും 'പര'വും ഇല്ല.' മറ്റൊരു പ്രസ്താവം: 'എല്ലാ ജീവിതമേഖലയിലും സഹായകമാവുന്നില്ലെങ്കിൽ എല്ലാ മതവും പ്രയോജനരഹിതമാണ്.' 'മതം എന്നാൽ വിഭാഗീയതയല്ല. പ്രപഞ്ചത്തിന്റെ ധാർമ്മികക്രമത്തിലുള്ള വിശ്വാസം ആണത്. ഈ മതം ഹിന്ദു, ഇസ്ലാം, ക്രിസ്ത്യൻ മുതലായ മതങ്ങൾക്കും അപ്പുറമാണ്. അത് അവയ്ക്ക് മേലേ അല്ല, മറിച്ച് അവയെ അത് കൂട്ടിയിണക്കുന്നു, അവയ്ക്ക് വാസ്തവികത നൽകുന്നു.'

ആധുനികമായ അർത്ഥത്തിലുള്ള 'സെക്യുലറിസ'വും ഗാന്ധിയുടെ ചിന്തയിൽ ഉണ്ടായിരുന്നു. 'ഭരണകൂടം നിശ്ചയമായും മതേതരം ആകണം. രാജ്യത്തിൽ ജീവിക്കുന്ന എല്ലാവർക്കും തടസ്സവും വിഷമവുമില്ലാതെ സ്വന്തം മതം പിന്തുടരാൻ കഴിയണം. പൗരർ രാജ്യത്തെ നിയമങ്ങൾ പിന്തുടരണം എന്നേയുള്ളൂ. മതപ്രചാരണത്തിന് ഒരു പ്രതിബന്ധവും ഉണ്ടാകരുത്. എന്നാൽ വിദേശഭരണകാലത്ത് ഉണ്ടായ പോലെ ഒരു മതപ്രചാരണത്തെയും ഭരണകൂടം പ്രത്യേകമായി പിന്തുണയ്ക്കാൻ പാടില്ല.'

മതത്തെ, ഗാന്ധി വ്യക്തിയുടെ കാര്യം മാത്രമായാണ് കണ്ടത്. ഒരു മതവും ഒരു മതത്തിന് മീതെയല്ലെന്നു അദ്ദേഹം ആവർത്തിച്ചു പറഞ്ഞു. 'സഹിഷ്ണുത' എന്ന വാക്ക് ഗാന്ധിക്ക് ഇഷ്ടമല്ലായിരുന്നു. അതിൽ തങ്ങൾ മീതെയാണ് എന്ന ഒരു ഭാവമുണ്ട്. മറ്റുള്ളവരെ തങ്ങൾ 'സഹിക്കുക'യാണ് എന്ന തരത്തിലുള്ള ഒരു 'ഇറങ്ങിവരവും'. ഒരു മതവും ആത്യന്തിക സത്യം കണ്ടെത്തിക്കഴിഞ്ഞു എന്നും ഗാന്ധി കരുതിയില്ല. 'നാം സത്യം മുഴുവനായി കണ്ടെത്തിയെങ്കിൽ നാം അന്വേഷകർ ആവുമായിരുന്നില്ല, ദൈവം തന്നെയാകുമായിരുന്നു,

കാരണം ദൈവം സത്യമാണ്.' നാം സ്വയം അപൂർണ്ണരായതിനാൽ നമ്മുടെ മതങ്ങളും അപൂർണ്ണം ആയേ തീരൂ. മറിച്ചു കരുതുമ്പോഴാണ് മതമൗലികവാദങ്ങൾ ഉണ്ടാകുന്നത്, അവയിൽ നിന്നാണ് മതരാഷ്ട്രവാദങ്ങൾ ഉടലെടുക്കുന്നത്.

'ഞങ്ങളുടെ മതമാണ് സർവ്വ ശ്രേഷ്ഠം, അതിനാൽ ഞങ്ങൾക്ക് നിങ്ങളെ ഭരിക്കാൻ അധികാരമുണ്ട്' എന്നതാണ് എല്ലാത്തരം മതരാഷ്ട്രവാദങ്ങളുടെയും അടിത്തറ. ഇവിടെ എല്ലാ മതരാഷ്ട്രവാദികളും അവർ ഹിന്ദുക്കളോ മുസ്ലീങ്ങളോ ക്രിസ്ത്യാനികളോ യഹൂദരോ ആകട്ടെ അവിടെ ഏകാഭിപ്രായക്കാരാകുന്നു എന്റെ മതം കേമം, അതിനാൽ ഞങ്ങൾ നിങ്ങളെ ഭരിക്കാൻ അർഹതയുള്ളവർ, ദൈവത്താൽ അതിന്നു നിയോഗിക്കപ്പെട്ടവർ എന്നതാണ് ഇരുവരുടെയും വാദം ഗാന്ധി ഇരുവരോടും ഒരേപോലെ പിണങ്ങി നിൽക്കുന്നു. സ്വന്തം മതത്തിന്റെ/ പ്രത്യയശാസ്ത്രത്തിന്റെ/ യുക്തിയുടെ മേന്മയെക്കുറിച്ചുള്ള ഉറപ്പാണ് എല്ലാ ഹിംസയുടെയും പ്രഭവം എന്ന് ഗാന്ധി കണ്ടു. ജിന്നയും സവർക്കരും ഹിറ്റ്ലറും മുസ്സോളിനിയും ഫ്രാങ്കോവും സ്റ്റാലിനും ഉണ്ടാകുന്നത് ഒരേ വിശ്വാസാഹന്തയിൽ നിന്നാണ്. എല്ലാവരും നീതിവിരുദ്ധവും ക്രൂരവും നിന്ദ്യവുമായ കൂട്ടക്കൊലകൾക്ക് കാരണവുമായി.

പൗരത്വഭേദഗതിനിയമം കൊണ്ടുവരുന്ന ഒരു ഭരണകൂടത്തിനെതിരെ അദ്ദേഹം നിസ്സഹകരണപ്രസ്ഥാനം നയിക്കുമായിരുന്നു എന്ന കാര്യത്തിൽ ഒരു സംശയവും വേണ്ടാ. എന്നല്ല ന്യൂനപക്ഷസംരക്ഷണത്തിനു വേണ്ടി ഒരിക്കൽ കൂടി ആത്മത്യാഗം ചെയ്യാൻ അദ്ദേഹം മടിക്കുമായിരുന്നില്ല. കാരണം അദ്ദേഹത്തിന്റെ അടിസ്ഥാനപ്രമാണം, നേരത്തെ സൂചിപ്പിച്ചതുപോലെ, സർവ്വധർമ്മസഹഭാവം ആയിരുന്നു. എല്ലാ മതങ്ങളും സത്യത്തിലേക്കുള്ള പല വഴികൾ മാത്രമാണെന്ന് അദ്ദേഹം കരുതി. ഇതാകട്ടെ, അദ്ദേഹത്തിന്റെ പുതിയ കണ്ടുപിടുത്തവുമായിരുന്നില്ല.

അനേകം ഭക്തി കവികളും സൂഫി കവികളും ആത്മീയവിമോചനചിന്തകരും തിരുമൂലർ, ബസവ, കബീർ, ബുള്ളേ ഷാ, അദ്ദേഹത്തിനും മുൻപേ പറഞ്ഞു വെച്ച ഒരു തത്വം അദ്ദേഹം പിന്തുടരുകയായിരുന്നു. എന്നല്ല, ഇന്ത്യയ്ക്ക് മതസൗഹാർദ്ദത്തിന്റെ ഒരു ദീർഘ പാരമ്പര്യം തന്നെയുണ്ട്. അതിന്റെ അനേകം ഉദാഹരണങ്ങൾ സയ്യീദ് നകി ചൂണ്ടിക്കാണിക്കുന്നുണ്ട്. മുസ്ലീങ്ങൾ ആയിരുന്ന കബീർ, റഹീം , രസ്ഖാൻ, സലബേഗാ തുടങ്ങിയവർ രാമഭക്തരോ കൃഷ്ണ ഭക്തരോ ആയിരുന്നു. കാശ്മീരിലെ ലാൽ ദെദ്ദ്, ഹിന്ദുക്കൾക്കിടയിൽ ശിവഭക്തയായ ലല്ലേശ്വരിയും മുസ്ലീങ്ങൾക്കിടയിൽ സൂഫിയായ ലല്ലാ ആരിഫയും ആയി അറിയപ്പെടുന്നു. അവിടത്തെ

നൂറുദീൻ വാലി, 'നന്ദ് ഋഷി' എന്നാണു അറിയപ്പെടുന്നത്. തമിഴ് ശൈവർക്കിടയിൽ ധാരാളം 'പീർമാ'രുണ്ടായിരുന്നു. മൊയ്നുദീൻ ചിഷ്ത്തിയുടെ അജ്മീർ ദർഗയും ഔറംഗബാദിലെ ഷാ ഷെരീഫ് ദർഗയും ഷിർദ്ദിയിലെ സായീമന്ദിരവും ശബരിമലയിലെ വാവരുടെ പള്ളിയും ഹിന്ദുക്കൾക്കും മുസ്ലീങ്ങൾക്കും പുണ്യ സ്ഥലങ്ങളാണ്. ഗുജറാത്തിലെ പിറാനയിൽ ഇമാം ഷാ ബാബാ മസ്ജിദ് നോക്കി നടത്തുന്നത് പട്ടേൽമാരാണ്.

കച്ചിലെ ജാട്ടുകൾ ദുർഗ്ഗയെ ആരാധിക്കുന്ന മുസ്ലീങ്ങളാണ്. രാജസ്ഥാനിലെ ഗോഗാ മോർഹി ക്ഷേത്രത്തിനു മുന്നിൽ 'അള്ളായ്ക്ക് സ്തുതി' എന്ന് എഴുതി വെച്ചിരിക്കുന്നു. ജൈസൽമേറിലെ 'മങ്ങിണിയാർ'മാർ മീരാഭജനുകളും സൂഫിയായിരുന്ന ബുള്ളേ ഷായുടെ കവിതകളും ഒരേ സമയം പാടുന്നു. കേരളത്തിലെ ഇരിണിയിൽ ഒരു മൗലവിത്തെയ്യമുണ്ട്. അമർനാഥ് ക്ഷേത്രം കണ്ടുപിടിച്ചത് പഹൽ ഗാവിലെ ആദം മാലിക് ആണ്. ഗുരു നാനാക്കിന്റെ ഗ്രന്ഥസാഹിബ്ബിൽ എല്ലാ പ്രധാനമതഗ്രന്ഥങ്ങളിലെയും ഭാഗങ്ങൾ സഞ്ചയിച്ചിരിക്കുന്നു. അക്ബർ തന്റെ 'ദീൻ ഇലാഹി' എന്ന മതത്തിലൂടെ അത്തരം ഒരു സംയുക്തമാണ് വിഭാവനം ചെയ്തിരുന്നത്. ഇന്ത്യയ്ക്ക് സ്വാതന്ത്ര്യം ലഭിച്ചത് എല്ലാ മതങ്ങളിലും പെട്ട ജനങ്ങൾ ഒന്നു ചേർന്നു സമരം നയിച്ചിട്ടാണ്. ഇന്ത്യൻ ഭാഷകൾക്ക് ക്രിസ്ത്യൻ മിഷനറിമാർ ചെയ്ത സംഭാവനകൾ നിഘണ്ടുക്കൾ, വ്യാകരണക്രോഡീകരണം, ഗദ്യനിർമ്മിതി ഇവ മറക്കാനാവില്ല. ചിത്രകല, സംഗീതം, ശിൽപ്പം, വാസ്തുശിൽപ്പം, തത്ത്വചിന്ത, സാഹിത്യം, ശാസ്ത്രം, സൗന്ദര്യമീമാംസ ഇങ്ങിനെ ഏതു മേഖല എടുത്താലും ഇന്ത്യയിൽ പിറന്നതും വന്നതുമായ എല്ലാ മതങ്ങളും ഗംഭീരമായ സംഭാവനകൾ ചെയ്തിട്ടുണ്ടെന്ന് കാണാം.

ഗാന്ധി വർഗ്ഗീയതയെ ആത്മീയതയുടെ നേർവിപരീതമായാണ് കണ്ടത്. തീർഥാടനകേന്ദ്രങ്ങൾക്ക് വിശുദ്ധി നഷ്ടമായി എന്നദ്ദേഹം പ്രസ്താവിച്ചു. കുംഭമേളയെയും യജ്ഞങ്ങളെയും തള്ളിപ്പറഞ്ഞു. സത്യമല്ലാതെ വേറെ ദൈവമില്ല എന്ന് അന്ത്യകാലത്ത് പ്രസ്താവിച്ചു. തന്റെ പ്രാർഥനായോഗങ്ങളിൽ എല്ലാ മതങ്ങളുടെയും സ്തുതികൾ ഉൾപ്പെടുത്തി. പന്തിഭോജനത്തിലൂടെ ബ്രാഹ്മണ്യത്തെ വെല്ലുവിളിച്ചു. സ്വജാതിവിവാഹങ്ങളിൽ പോവുകയില്ലെന്നു നിശ്ചയിച്ചു. 'എനിക്ക് ചാമാറും ബ്രാഹ്മണനും തമ്മിൽ ഒരു വ്യത്യാസവുമില്ല' എന്ന് പ്രഖ്യാപിച്ചു. ദൈവത്തെ റാം, അള്ളാ, ഖുദാ, ആഹുരാ മസ്ദാ എന്തും വിളിക്കാം എന്ന് പറഞ്ഞു. ആദ്യം അദ്ദേഹം അയിത്തത്തെ മാത്രമേ എതിർത്തിരുന്നുള്ളൂ. എന്നാൽ പിന്നീട് വർണ്ണാശ്രമധർമ്മത്തേയും അദ്ദേഹം തള്ളിപ്പറഞ്ഞു. വർണ്ണങ്ങൾ നില നിൽക്കുന്നിടത്തോളം തൊഴിലും വർണ്ണവും ബന്ധപ്പെട്ടു കിടക്കുമെന്നും അപ്പോൾ

ജാതിയും നില നിൽക്കും എന്നും അദ്ദേഹം വിശദീകരിച്ചു. മനു വാദത്തെ അദ്ദേഹം തീർത്തും നിരാകരിച്ചു. ഇന്ത്യയിൽ ജാതി, വർണ്ണം, മതം, പുരുഷ മേധാവിത്തം ഇവ കെട്ടു പിണഞ്ഞു കിടക്കുന്നത് അദ്ദേഹം കണ്ടു.

ഭൂരിപക്ഷമതദേശീയത ജനങ്ങളുടെ തുല്യത എന്ന ആശയത്തിന്നെതിരാണെന്ന് ആദ്യമേ തിരിച്ചറിഞ്ഞതു കൊണ്ടാണ് ഹിന്ദുമഹാസഭയുടെ രൂപീകരണകാലം മുതൽ അതിനെ അദ്ദേഹം എതിർത്തത്. അതിന്റെ വില രക്തമായി ഒടുക്കുകയും വേണ്ടി വന്നു. ദക്ഷിണാഫ്രിക്കയിൽ നിന്ന് വർണ്ണ വിവേചനത്തിന്റെ അപകടങ്ങൾ തിരിച്ചറിഞ്ഞ ഗാന്ധി ഇന്ത്യയിൽ വന്നപ്പോൾ ജാതി അതിനേക്കാൾ അപകടം പിടിച്ചതാണെന്ന് മനസ്സിലാക്കി. കാരണം അതിൽ തൊഴിൽ വിഭജനവും സാമ്പത്തിക അസമത്വവും സാമൂഹ്യ ശ്രേണീകരണവും തൊട്ടുകൂടായ്മയും കെട്ടു പിണഞ്ഞു കിടക്കുന്നത് ഗാന്ധി കണ്ടു. ഇതെല്ലാം ഇന്ത്യയിൽ ഇന്നും നിലനിൽക്കുന്നു എന്ന് ദളിതപീഡനങ്ങളും ആദിവാസികളുടെ ആവാസനഷ്ടവും അപരവത്കരണവും ദുരഭിമാനക്കൊലകളും പൗരസമൂഹം മുതൽ ഉദ്യോഗസ്ഥശ്രേണി വരെയുള്ള ബ്രാഹ്മണ മേധാവിത്തവും തെളിയിക്കുന്നു. (ബീഹാറിൽ ഇയ്യിടെ നടന്ന പോലെയുള്ള സത്യസന്ധമായ ഒരു ജാതി സെൻസസ് മതി സവർണ്ണാധിപത്യം ഇന്ത്യയിൽ വലിയ മാറ്റമൊന്നുമില്ലാതെ നിലനിൽക്കുന്നു എന്ന് കാണിക്കാൻ.) നിർഭാഗ്യവശാൽ ഈ ബ്രാഹ്മണ്യത്തെയാണ് ഇന്ന് ഹിന്ദുത്വവാദികൾ 'സനാതന ധർമ്മം' എന്ന പേരിൽ ഉയർത്തിപ്പിടിക്കുന്നത്. അധിനിവേശത്തിൽ നിന്നുള്ള സ്വാതന്ത്ര്യം എന്ന പ്രാഥമികലക്ഷ്യം നേടിയ ശേഷം കുറച്ചു കാലം കൂടി ജീവിച്ചിരുന്നെങ്കിൽ ഗാന്ധിജി തന്റെ ശിഷ്ടജീവിതം ജാതിവിരുദ്ധ സമരത്തിനും 'ഹിന്ദുത്വ'വാദികളുടെ സങ്കൽപ്പത്തിൽ നിന്ന് ഹിന്ദുമതത്തെ മോചിപ്പിക്കുന്നതിനും ഉഴിഞ്ഞുവെയ്ക്കുമായിരുന്നു, ശ്രീനാരായണ ഗുരുവിനെപ്പോലെ തനിക്കു ജാതിയും മതവുമില്ലാ എന്ന് പ്രസ്താവിക്കുക തന്നെ ചെയ്യുമായിരുന്നു തന്റെ പ്രവർത്തനങ്ങളിലൂടെ അത് അദ്ദേഹം എന്നും തെളിയിച്ചിരുന്നുവെങ്കിലും.

വിഭജനം തടയാൻ അന്ത്യനിമിഷംവരെ, താൻ ഒറ്റയാവും വരെ, ശ്രമിച്ചിട്ടും അദ്ദേഹത്തിന് കഴിഞ്ഞില്ലെങ്കിലും സത്യഗ്രഹം, നിരാഹാര സമരം, പൗരനിസ്സഹകരണം തുടങ്ങി ഭാവിയുടെ ആയുധങ്ങളാകാവുന്ന സത്യപ്രയോഗമുറകൾ തന്നിട്ടാണ് അദ്ദേഹം വിടവാങ്ങിയത്. അവയുടെ അടിസ്ഥാനം ധാർമ്മികധൈര്യമാണ്. സത്യഗ്രഹം സത്യത്തിനുവേണ്ടിയുള്ള വിട്ടുവീഴ്ചയില്ലാത്ത അന്വേഷണവും പൂർണ്ണമായ നിർഭയത്വവും ആവശ്യപ്പെടുന്നു. അത് ഒരു ജ്ഞാനസിദ്ധാന്തവും കർമ്മപദ്ധതിയുമാണെന്ന് തിരിച്ചറിഞ്ഞവരാണ്

നെൽസൺ മണ്ടേല മുതൽ പലതരം മനുഷ്യാവകാശ സമരങ്ങളുടെ നേതാക്കളും അണികളും വരെ. ധ്യാനം, നൈതികയുക്തി, സമരം, സംവാദം, പരിവർത്തനസന്നദ്ധത, ഹിംസാവർജ്ജനം, മാധ്യസ്ഥം, ഒത്തുതീർപ്പ് ഇവയെല്ലാം ഉൾക്കൊള്ളുന്നതാണ് സത്യഗ്രഹം, ഇന്ന് ലോകമെമ്പാടുമുള്ള ജനകീയപ്രസ്ഥാനങ്ങളുടെ കേന്ദ്ര സങ്കല്പനമാണത്. ഇവിടെ 'ശത്രുക്കൾ' ഇല്ല, മറ്റൊരു വീക്ഷണം പുലർത്തുന്നവരേയുള്ളൂ. അന്യോന്യം നശിപ്പിക്കൽ അല്ലാ ലക്ഷ്യം എന്നതുകൊണ്ടു തന്നെ സഹിഷ്ണുതയോടെയുള്ള സംവാദം സാധ്യവുമാണ്. സത്യം അറിയപ്പെട്ട ഒന്നല്ലെന്നും അന്വേഷിച്ചു കണ്ടെത്തേണ്ടതാണെന്നുമുള്ള പരിസരത്തു നിന്നാണ് സത്യഗ്രഹം ആരംഭിക്കുന്നത്. അതുകൊണ്ട് ഒരു തരം മൗലികവാദികൾക്കും അത് സാദ്ധ്യവുമല്ല. അവർക്ക് യുദ്ധവും ഹിംസയും മാത്രമാണ് 'നന്മ' സ്ഥാപിക്കാനുള്ള വഴി അങ്ങനെ 'നന്മ' സ്ഥാപിക്കപ്പെട്ട ചരിത്രവുമില്ല. മലയിലും ഗുഹയിലും മരച്ചുവട്ടിലെ ഏകാന്തതയിലുമല്ല, പൊള്ളുന്ന ജീവിതത്തിന്റെ നാനാത്വത്തിലും ഏകത്വത്തിലുമാണ് സത്യത്തിന്റെ യഥാർത്ഥ സ്ഥാനം. തന്റെ സംവാദങ്ങളിൽ അവിശ്വാസികളെ വിട്ടുപോകാതിരിക്കാനാണ് 'ദൈവം സത്യമാണ്' എന്ന തന്റെ ആദ്യ നിലപാടിൽ നിന്ന്, 'സത്യം തന്നെയാണ് ദൈവം' എന്ന നിലപാടിലേക്ക് ഗാന്ധിജി മാറുന്നത്. ഗാന്ധി ഉണ്ടായിരുന്നെങ്കിൽ തനിക്കു റിപ്പബ്ലിക്കൻ പാർട്ടി സ്ഥാപിക്കേണ്ടി വരുമായിരുന്നില്ല എന്ന് ഗാന്ധിയുടെ കൊലപാതകത്തിന് ശേഷം അംബേദ്കർ വേദനയോടെ പറഞ്ഞത് തന്റെ ദൗത്യം ഭരണഘടനയ്ക്ക് നിർവഹിക്കാനാവുന്നില്ലെങ്കിൽ ഗാന്ധി ഏറ്റെടുത്തു ജനകീയമാക്കുമായിരുന്നു എന്ന ഉറപ്പു കൊണ്ടാണ്.

നാരായണഗുരു ധ്യാനമനനങ്ങളിലൂടെ സത്യത്തിലും, അവിടെ നിന്ന് അനുകമ്പയുടെ സാമൂഹ്യതയിലും എത്തിച്ചേർന്നെങ്കിൽ ഗാന്ധി ദക്ഷിണാഫ്രിക്ക മുതലുള്ള അനുകമ്പാപൂർണ്ണമായ കർമ്മത്തിന്റെ പല പടവുകളിലൂടെ സത്യത്തിലും ധർമ്മത്തിലും എത്തി എന്ന് പറയാം. രണ്ടുപേരും അവസാനം മതാതീതവും സമൂഹോന്മുഖവുമായ ആത്മീയതയിൽ എത്തിച്ചേരുകയും അങ്ങിനെ സനാതനധർമ്മത്തെ വിപ്ലവകരമായി പുനർനിർവചിക്കുകയും ചെയ്തു.

ചെറുമാസികകൾ:
സങ്കല്പം, പാരമ്പര്യം, അനുഭവം

ഞാൻ ചെറുമാസികകളിൽ എഴുതി വളർന്നു വന്ന എഴുത്തുകാരനാണ്. ഇത് ഞാൻ അഭിമാനത്തോടെയാണ് പറയുന്നത്. എന്റെ ആദ്യകാലകവിതകളും ലേഖനങ്ങളും പ്രത്യക്ഷപ്പെട്ടത് 'കേരള കവിത', 'അന്വേഷണം', 'സമീക്ഷ' തുടങ്ങിയ ആനുകാലികങ്ങളിൽ ആണ്. വൈകി ആണ് എന്റെ രചനകൾ 'മാതൃഭൂമി' ഉൾപ്പെടെയുള്ള പ്രസിദ്ധീകരണങ്ങൾ പ്രകാശിപ്പിച്ചു തുടങ്ങിയത്. 'മാതൃഭൂമി' വാരികയിൽ 'എഴുത്തച്ഛൻ എഴുതുമ്പോൾ' എന്ന കവിത വരും മുൻപേ ഞാൻ 'കേരളകവിത'യിൽ 'അഞ്ചുസൂര്യൻ', 'ഒരു തുള്ളി', 'ആത്മഗീത', 'അന്വേഷണ'ത്തിൽ'തപസ്സ്', 'പുനർജ്ജന്മം', 'വിയത്നാം', 'സമീക്ഷ'യിൽ 'ഇനിയും', 'കേരള ഡൈജസ്റ്റി'ൽ', 'ഓപ്പോൾ' തുടങ്ങിയ കവിതകൾ എഴുതിക്കഴിഞ്ഞിരുന്നു.

മുഖ്യധാരാമാസികകളിൽ എഴുതാൻ തുടങ്ങിയിട്ടും ചെറുമാസികകളുമായുള്ള ബന്ധം ഞാൻ തുടർന്നു. ആഫ്രിക്കൻ കവിതയെക്കുറിച്ചുള്ള എന്റെ ലേഖനവും അസ്തിത്വവാദത്തെയും സാർത്രിനെയും കുറിച്ചുള്ള പത്ത് ലേഖനങ്ങളുടെ പരമ്പരയും ഞാൻ മഹാരാജാസിൽ വിദ്യാർത്ഥി ആയിരിക്കുമ്പോൾ ആണ് 'കേരള ഡൈജസ്റ്റ്' പ്രസിദ്ധീകരിക്കുന്നത്, തുടർന്ന് 'അസ്തിത്വവാദ'ത്തെക്കുറിച്ചുള്ള ദീർഘലേഖനം 'യുഗരശ്മി'യിൽ വന്നു. പിന്നീട് കേരള സാഹിത്യ അക്കാദമിയുടെ 'സാഹിത്യലോകം', 'സമതാളം', 'രാഷ്ട്രശിൽപി'. 'ഉപാസന', 'ഭാഷാപോഷിണി', 'രസന', 'സംക്രമണം', 'പ്രസക്തി', 'സമസ്യ', 'വിചിന്തനം', 'പ്രേരണ', 'അമർഷം', 'ഗൾഫ് വോയ്സ്', 'പമ്പരം', 'ഗീതം', 'വിവേകോദയം', 'സുഹൃത്ത്', 'അക്ഷരം', 'ബോധി', 'നിത്യത', 'കർപ്പൂരം', 'തുഗ്ലക്ക്'. 'വൈദ്യശസ്ത്രം', 'സ്ട്രീറ്റ്', 'ഭയം', 'ഇന്നു', 'സൂചീമുഖി', 'തനിമ', 'പച്ചമലയാളം', 'പച്ചക്കുതിര', 'തോർച്ച', 'അകം', 'വായനശാല', 'വാക്ക്' 'പാഠഭേദം', 'വീക്ഷണം', 'കാക്ക', 'എഴുത്ത്', 'പ്രസാധകൻ' (പേരുകൾ മറന്നു പോയ മറ്റൊട്ടേറെ

മാസികകൾ ഉണ്ട്.) തുടങ്ങിയ ചെറിയ പ്രസിദ്ധീകരണങ്ങളിൽ എന്റെ അനേകം കവിതകളും ലേഖനങ്ങളും ചിത്രങ്ങളും – 'സുഹൃത്ത്'ന്റെ ഒരു കവർ എന്റെ ഒരു ലിനോക്കട്ട് ആയിരുന്നു – വന്നു വന്നുകൊണ്ടിരിക്കുന്നു. അങ്ങനെ കേരളത്തിലെ ലിറ്റിൽ മാഗസിൻ പ്രസ്ഥാനവുമായി അഭേദ്യമായി ബന്ധപ്പെട്ടിരിക്കുന്നു എന്റെ സാഹിത്യജീവിതം. ഒരുപക്ഷേ മലയാളത്തിൽ ഏറ്റവുമധികം ചെറുമാസികകളിൽ എഴുതിയ ആൾ – മറ്റൊരാൾ അയ്യപ്പപ്പണിക്കർ ആയിരിക്കാൻ ഇടയുണ്ട് – ഞാൻ ആയിക്കൂടെന്നില്ല.

ഇംഗ്ലീഷിൽ എഴുതാനും പരിഭാഷ ചെയ്യാനും ആരംഭിച്ചപ്പോളും എന്റെ ആശ്രയം ലിറ്റിൽ മാസികകൾ ആയിരുന്നു: ജയന്ത മഹാത്ര എഡിറ്റു ചെയ്ത കട്ടക്കിൽ നിന്നുള്ള 'ചന്ദ്രഭാഗ', ഡൽഹിയിൽ നിന്ന് മീനാക്ഷി മുഖർജി എഡിറ്റു ചെയ്ത 'വാഗർഥ്', കൽക്കത്തയിൽ നിന്നുള്ള ഗായത്രി സിൻഹയുടെ 'ബ്രൗൺ ക്രിട്ടീക്', സുബോധ് സർക്കാരിന്റെ 'ഭാഷാനഗർ', ബറോഡയിൽ നിന്ന് ഗണേഷ് ഡേവി ഇറക്കിയിരുന്ന 'സേതു' ബാംഗ്ലൂരിൽ നിന്ന് ഫാദർ എസ്. കാപ്പൻ പ്രസിദ്ധപ്പെടുത്തിയിരുന്ന 'നെഗേഷൻസ്', ബോംബെയിൽ നിന്നുള്ള 'ഗാലറി', ഡൽഹിയിൽ നിന്ന് അന്തരാ ദേവ് സെൻ ഇറക്കുന്ന 'ദി ലിറ്റിൽ മാഗസിൻ',കൊല്ലത്തു നിന്ന് പി.കെ. ശ്രീനിവാസൻ ഇറക്കുന്ന 'ജേർണൽ ഓഫ് ലിറ്ററേച്ചർ ആൻഡ് ഈസ്തെറ്റിക്സ്', കേരള സാഹിത്യ അക്കാദമിയുടെ 'മലയാളം ലിറ്റററി സർവേ', കോട്ടയത്ത് എം ജി യൂണിവേഴ്സിറ്റിയുടെ 'ഹരിതം' സാഹിത്യ അക്കാദമിയുടെ 'ഇന്ത്യൻ ലിറ്ററേച്ചർ', ലണ്ടനിൽനിന്നുള്ള 'പോയട്രി', ലണ്ടനിൽ നിന്നുതന്നെയുള്ള 'വാസഫിരി', കൊളറാഡോവിൽ നിന്നുള്ള 'മൗണ്ടൻസ് മൂവിംഗ്', പിന്നെ ഫ്രാൻസിലും ഇറ്റലിയിലും നിന്നുള്ള ചില പ്രസിദ്ധീകരണങ്ങൾ, പല ഓൺ ലൈൻ മാസികകൾ. ഇവയിൽ അധികവും കവിതകളും പിന്നെ ലേഖനങ്ങളും അഭിമുഖങ്ങളും ആണ് വന്നിട്ടുള്ളത്. ഇവയെല്ലാം ലിറ്റിൽ മാഗസിൻ എന്ന എന്റെ സങ്കൽപ്പത്തെ തൃപ്തിപ്പെടുത്തുന്നുണ്ടോ എന്ന് ചോദിച്ചാൽ വീണ്ടും ഒന്ന് ആലോചിക്കേണ്ടി വരും: ചെറുമാസിക അഥവാ 'ലിറ്റിൽ മാഗസിൻ' എന്നാൽ എന്താണ്?

വലുപ്പത്തിൽ ചെറുതായതുകൊണ്ടോ കുറച്ചു കോപ്പികൾ മാത്രം അച്ചടിക്കുന്നതുകൊണ്ടോ കൃത്യമായി ഇറങ്ങാത്തത് കൊണ്ടോ, യുവാക്കളുടെ കൃതികൾ പ്രസിദ്ധീകരിക്കുന്നതുകൊണ്ടോ ഒരു ആനുകാലികം 'ചെറുമാസിക' ആവുമോ? എങ്കിൽ നമുക്ക് നൂറുകണക്കിന് ചെറുമാസികകൾ ഉണ്ടായിട്ടുണ്ട്. ഈ സ്വഭാവങ്ങളെല്ലാം ചെറുമാസികകൾ കാണിച്ചെന്നിരിക്കാം, എന്നാൽ അതിനെ ഒരു ലിറ്റിൽ മാഗസിൻ ആക്കുന്നത് ഇതൊന്നുമല്ല, അത് മുഖ്യധാരാ

പ്രസിദ്ധീകരണങ്ങളിൽ നിന്നും തികച്ചും വ്യത്യസ്തമായ ഒരു സംസ്കാരം മുന്നോട്ടു വെയ്ക്കുന്നു എന്നതാണ്. അത് ഒരു 'അവാങ് ഗാദ്' (മുന്നോടി) പ്രകാശനമാണ്, മുഖ്യധാര അവഗണിക്കുന്നതോ വിട്ടുകളയുന്നതോ അതിനു അറിവില്ലാത്തതോ ആയ ആശയ ആവിഷ്കാരങ്ങളുടെ ലോകത്തെ, ലോകങ്ങളെ, അത് വായനക്കാർക്ക് മുന്നിൽ തുറന്നിടുന്നു.

ലോകത്തെ നോക്കിക്കാണുന്ന പുതിയ രീതികൾ, അനുഭവത്തെ ആവിഷ്കരിക്കുന്ന നവസമ്പ്രദായങ്ങൾ, കലയുടെ നൂതന സാധ്യതകൾ, അതു കാണിച്ചു തരുന്നു. അത് മുന്നിൽ നടക്കുന്നു, ലോകത്തോട് സമകാലീനമായിരിക്കുന്നു. മിക്കപ്പോഴും ഏതെങ്കിലും പുതിയ പ്രസ്ഥാനത്തിന്റെയോ വിചാരധാരയുടെയോ മുഖപത്രം കൂടിയായാണ് ചെറുമാസികകൾ അവതരിക്കുക പതിവ്. അല്ലെങ്കിൽ പൊതുവേ പുതിയ പ്രവണതകളെ പ്രതിനിധാനം ചെയ്തു കൊണ്ട്. കേരളത്തിൽ നവോത്ഥാനവുമായി ബന്ധപ്പെട്ടുണ്ടായ മാസികകൾ കേസരി, ഭാഷാപോഷിണി, വിദ്യാവിനോദിനി, രസികരഞ്ജിനി, വിദ്യാവിലാസിനി, സുജനാനന്ദിനി, ലക്ഷ്മീഭായി, കവനോദയം, മംഗളോദയം, മഹിള, മുസ്ലിം വനിത തുടങ്ങിയവ ഒരർത്ഥത്തിൽ ചെറു മാസികകൾ ആയിരുന്നു. അക്കാലത്തിന്റെ പുതിയ ഊർജത്തെയും വിദ്യാഭ്യാസമുന്നേറ്റത്തെയും സ്ത്രീസ്വാതന്ത്ര്യശ്രമങ്ങളെയും ഇംഗ്ലീഷ് വിദ്യാഭ്യാസത്തിലൂടെ കൈ വന്ന ലിബറൽ മൂല്യങ്ങളെയും അവ പ്രതിനിധാനം ചെയ്തു.

'നവസാഹിതി'യും'ഗോപുര'വും ആധുനിക സാഹിത്യവും നവചിന്തയും പ്രചരിപ്പിക്കുന്നതിൽ മുന്നിൽ നിന്നു. എം. ഗോവിന്ദനും കെ സി എസ് പണിക്കരും സി ജെ തോമസ്സും അവയിൽ ഒന്നിച്ചു. ഗോവിന്ദന്റെ 'സമീക്ഷ' പ്രസാധനനിലവാരത്തിൽ വീണ്ടും മുന്നോട്ടു പോയി. 'എല്ലാം പുതുക്കുക' (Make It New) എന്നതായിരുന്നു അതിന്റെ നിയോഗം; 'മനുഷ്യന്റേതായ ഒന്നും അന്യമല്ല' എന്നു അത് പ്രഖ്യാപിച്ചു, 'മനുഷ്യനാണ് എല്ലാറ്റിന്റെയും മാനദണ്ഡം' എന്ന ഹ്യൂമനിസ്റ്റ് മുദ്രാവാക്യം ഏറ്റുവിളിച്ചു. സമൂഹത്തെയും കലയെയും കുറിച്ചുള്ള ചർച്ചകളും വിദേശസാഹിത്യപരിചയങ്ങളും, ആധുനികരായി പിന്നീട് അറിയപ്പെട്ട എഴുത്തുകാരുടെ രചനകളും കൊണ്ട് സമ്പന്നമായിരുന്നു 'സമീക്ഷ'യുടെ ലക്കങ്ങൾ, മൂന്നു ഇംഗ്ലീഷ് വിശേഷാൽ പതിപ്പുകളിലൂടെ അത് ഇന്ത്യ മുഴുവൻ ശ്രദ്ധ പിടിച്ചുപറ്റി. 'മംഗളോദയ'വും 'തിലക'വും മറ്റും വേറൊരു വശത്ത് സാഹിത്യത്തെ സജീവമായി നിലനിർത്താൻ സഹായിച്ചു, സമീക്ഷയുടെ സാർവലൗകികതയും ആധുനിക ഭാവവും അവയ്ക്ക് ഇല്ലായിരുന്നെങ്കിലും. അയ്യപ്പപ്പണിക്കരും കെ എസ് നാരായണപിള്ളയും ചേർന്ന്

തുടങ്ങിയ 'കേരളകവിത' കവിതയുടെയും കവിതാ പരിഭാഷയുടെയും കവിതാനിരൂപണതിന്റെയും ക്ഷേത്രത്തിൽ അഭൂതപൂർവമായ ഉണർവ്വാണ് സൃഷ്ടിച്ചത്. പിന്നീടാണ് കെ. ജി. ശങ്കരപിള്ളയുടെ 'സമകാലീനകവിത' ഇറങ്ങിയത്, അൻവർ ആലിയും മറ്റും ചേർന്ന 'കവിതയ്ക്ക് ഒരിടം', 'പക്ഷിക്കൂട്ടം' എന്നീ പ്രസിദ്ധീകരണങ്ങളും ഇറക്കി. 'കേരള പഠനങ്ങൾ' ആയിരുന്നു മറ്റൊരു പ്രധാന മാസിക. ഭാസുരേന്ദ്രബാബുവിന്റെ 'സംവാദം', കെ. വേണുവും മറ്റും പങ്കെടുത്തിരുന്ന 'മലയാളനാട്' എന്നിവ പ്രാഥമികമായും രാഷ്ട്രീയ മാസികകൾ ആയിരുന്നു. മദിരാശിയിൽ നിന്ന് ടി വി കുഞ്ഞികൃഷ്ണൻ ആരംഭിച്ച 'അന്വേഷണം', എ. അയ്യപ്പന്റെ 'അക്ഷരം', ഇ.എം. മുരളീധരൻ നായരുടെ 'യുഗരശ്മി' എന്നീ ആനുകാലികങ്ങളും പുതിയ എഴുത്തിനെ പ്രോത്സാഹിപ്പിച്ചു.

മലയാളത്തിലെ സാഹിത്യപ്രണയികളിൽ ഒട്ടേറെ പേർ എന്നെങ്കിലും ഒരു ചെറുമാസിക നടത്തിയവരോ, നടത്താനായി ടൈറ്റിൽ വാങ്ങി വെച്ചിട്ടുള്ളവരോ നടത്തണമെന്ന് ആഗ്രഹിക്കുന്നവരോ ആണെന്ന് എനിക്ക് അനുഭവത്തിൽ നിന്നറിയാം. സ്വന്തം അനുഭവം പറയാം:

ഞാൻ 'ജ്വാല' എന്ന ചെറുമാസിക ആരംഭിക്കുന്നത് തൃശ്ശൂരിൽ 'ബെസ്റ്റ് പ്രിന്റേഴ്സ്' ഉടമയായിരുന്ന പീ.കെ.എ. റഹിമിനെ പ്രസാധകൻ ആക്കിക്കൊണ്ടാണ്. അദ്ദേഹത്തിന്റെ പൂർണ്ണ സഹകരണം ഇല്ലെങ്കിൽ അത് ഒരു സ്വപ്നം മാത്രം ആകുമായിരുന്നു. വാസ്തവത്തിൽ ആ ടൈറ്റിൽ അദ്ദേഹത്തിന്റേതായിരുന്നു, വല്ലപ്പോഴും ഇറങ്ങിയിരുന്ന ഒരു പ്രസിദ്ധീകരണം ആയിരുന്നു അത്. എന്നെ അതിലേക്കു ആകർഷിച്ചത് അതിന്റെ ഒരു എം.എൻ. റോയ് വിശേഷാൽ പതിപ്പാണ്. ഞാൻ അന്ന് എറണാകുളത്തു മഹാരാജാസ് കോളേജിൽ ഇംഗ്ലീഷ് മാസ്റ്റേഴ്സിനു പഠിക്കുന്നു. എം.എൻ റോയിയും ഴാങ് പൂൾ സാർത്രും ശിരസ്സിൽ കയറിയിരിക്കുന്ന കാലം. എം. ഗോവിന്ദന്റെ 'സമീക്ഷ'യിലൂടെ ആണ് റോയിയെപ്പറ്റി ആദ്യം മനസ്സിലാക്കുന്നത്. പിന്നെ 'റിനൈസൻസ് പബ്ലിഷേഴ്സ്' വഴി അദ്ദേഹത്തിന്റെ പുസ്തകങ്ങൾ വരുത്തി വായന തുടങ്ങി. റൂം മേറ്റ് ആയിരുന്ന, പിന്നീട് ഐ . എ. എസ്. ഓഫീസർ ആയിരിക്കെ ഒരു മാഫിയയാൽ കൊല ചെയ്യപ്പെട്ട, സി ടി. സുകുമാരനും ഞാനും ആ പുസ്തകങ്ങൾ മാറി മാറി വായിച്ചു. 'ന്യൂ ഹ്യൂമനിസം' എന്ന പുസ്തകത്തിലെ റാഡിക്കൽ ആശയങ്ങൾ ഞങ്ങൾക്ക് നന്നായി ഇഷ്ടമായി. തുടർന്ന് 'റാഡിക്കൽ ഹ്യൂമനിസ്റ്റുകൾ' എന്ന് സ്വയം വിശേഷിപ്പിച്ചുകൊണ്ട് പി. കെ. എ. റഹീമിന് ഒരു കത്തയച്ചു. അതായിരുന്നു റഹീമുമായുള്ള നീണ്ട സൗഹൃദബന്ധത്തിന്റെ തുടക്കം. അദ്ദേഹം ഞങ്ങളെ തൃശ്ശൂർ നമ്പൂതിരിവിദ്യാലയത്തിൽ നടത്താറുള്ള ചർച്ചകളിലേക്ക്

ക്ഷണിച്ചു. തുടർന്ന് വന്നേരിയിലും തിരുനാവായിലും ഒക്കെ ചർച്ച കൾ നടന്നു. സമകാലീന വിഷയങ്ങൾ, വിശേഷിച്ചും ജനാധിപത്യ ത്തിന്റെ പ്രശ്നങ്ങൾ, ആയിരുന്നു പ്രധാന വിഷയം. വി. ടീ. ഭട്ടതി രിപ്പാട്, എം. തോമസ് മാത്യു, ചരിത്രകാരൻ എം. ഗംഗാധരൻ, സി. പീ. ഗംഗാധരൻ, വളാഞ്ചേരിയിലെ എൻ. ദാമോദരൻ, ചെറിയ ഇ എം. എസ് എന്നറിഞ്ഞിരുന്ന തൃശ്ശൂരിലെ ഇ.എം.എസ്, വന്നേരി യിലെ അബ്ദുമാസ്റ്റർ, വാരിയർ മാസ്റ്റർ, സി. ജി. ജോർജ്, പിന്നീട് തമിഴ് നടനായ വിജയൻ, വിദ്യപ്പൻ എന്ന് ഞങ്ങൾ വിളിച്ചിരുന്ന, ഇപ്പോൾ ബാംഗ്ലൂരിൽ ഉള്ള വിദ്യാസാഗരൻ, അന്ന് നിയമവിദ്യാർത്ഥി ആയിരുന്ന കൃഷ്ണകുമാർ, റഹീമിന്റെ പുന്നയൂർക്കുളം സുഹൃത്തു ക്കൾ, അപ്പപ്പോൾ വന്നിരുന്ന സുഹൃത്തുക്കൾ, ചിലപ്പോൾ കാട്ടുമാടം നാരായണൻ, തത്ത്വചിന്താ അധ്യാപകനായ പീ. വി. ഉണ്ണികൃഷ്ണൻ, ഇങ്ങിനെയായിരുന്നു ആ സംഘം.

മറ്റു പലരെയും ഞാൻ വ്യക്തമായി ഓർക്കുന്നില്ല. പഴയ 'ജ്വാല' ഏതാണ്ട് നിലച്ചപ്പോഴാണ് അതേ പേരിൽ എന്തുകൊണ്ട് ഒരു കൊച്ചു മാസിക ആരംഭിച്ചുകൂടാ എന്ന് ഞാൻ റഹീമിനോട് നിർദ്ദേശിച്ചത്. 12 ലക്കങ്ങൾ മാത്രം. അത് ആദ്യമേ പ്രഖ്യാപിച്ചിരുന്നു. അഞ്ച് രൂപ വാർഷിക വരിസംഖ്യ. അഞ്ഞൂറ് കോപ്പി എന്നാണ് എന്റെ ഓർമ. ഓരോ ലക്കവും ഓരോ ചിത്രകാരന്മാരാണ് ഡിസൈൻ ചെയ്തത്. ഓരോന്നിന്റെയും സൈസ് വ്യത്യസ്തമായിരുന്നു. പക്ഷേ പൊതുവേ ഡിമൈ 1/1 6 ഇൽ 32 പേജ് ആയിരുന്നു. ആദ്യലക്കം 16 ആയി മടക്കിയ ഒറ്റ ഷീറ്റ് ആയിരുന്നു. സി.എൻ. കരുണാകരന്റെ ഡിസൈൻ, കളർ ചിത്രങ്ങൾ സഹിതം, അതിനെ മനോഹരമാക്കി. പിന്നെ പലതും വിശേഷപ്പതിപ്പുകൾ ആയിരുന്നു.

വിദ്യാഭ്യാസപ്പതിപ്പ്, ക്ഷോഭപ്പതിപ്പ്, ഖസാക്ക് പതിപ്പ് മൗന പ്പതിപ്പ്, ഒടുവിൽ മരണപ്പതിപ്പ് എന്നിങ്ങനെ. ചെറിയ എഡിറ്റോറിയ ലുകൾ ഓരോ ലക്കത്തിലും ഞാൻ എഴുതിയിരുന്നു. . എം വി ദേവൻ ആണ് ഖസാക്കുചിത്രങ്ങൾ വരച്ചത്. അത് കിട്ടിയ ഒ. വി. വിജയൻ 'Overwhelmed' എന്ന് എനിക്ക് ടെലഗ്രാം ചെയ്തത് ഓർക്കുന്നു കോവിലൻ, നിർമൽ കുമാർ, മേതിൽ രാധാകൃഷ്ണൻ തുടങ്ങിയവർ അതിൽ എഴുതിയിരുന്നു. ഏ. സി. കെ. രാജാ, കെ. ദാമോദരൻ തുടങ്ങിയ ചിത്രകാരന്മാരും ലക്കങ്ങൾ മനോഹരമാക്കി. ഒരു ലക്ക ത്തിലെ പ്രധാന ഇനം ജാപ്പനീസ് ഹൈക്കുകൾ ആയിരുന്നു, ബാഷോയുടെയും മറ്റും, മറ്റൊന്നിൽ കോൺക്രീറ്റ് കവിതകൾ, ഒന്നിൽ ഒഗ്ഡൻ നാഷിന്റെ ലിമെറിക്കുകൾ. അതിൽ ഒരു കവിത ഞാൻ തർജ്ജുമ ചെയ്തത് ഇപ്പോഴും ഓർക്കുന്നു: 'Candy is dandy, but liquor is quicker' എന്നത് 'കൽക്കണ്ടം കാമൻ, പക്ഷേ കള്ളല്ലോ വേഗൻ' എന്നായി മലയാളത്തിൽ. മേതിൽ രാധാകൃഷ്ണന്റെ

'ഒമേഗ' ('മരിച്ചു പോയീ, മരിച്ചു പോയീ മേതിൽ രാധാകൃഷ്ണൻ'...) എന്ന കവിത, എൻ എസ് മാധവന്റെ 'ആന്റിഗണി' എന്ന കഥ - ഇങ്ങിനെ പിന്നീട് പ്രസിദ്ധരായ ഒട്ടേറെ എഴുത്തുകാരുടെ സൃഷ്ടി കൾ, എം മുകുന്ദന്റെയും മറ്റും കഥകൾക്കൊപ്പം 'ജ്വാല' പ്രകാശി പ്പിച്ചു. ജെ. കൃഷ്ണമൂർത്തിയുടെയും പൗലോ ഫ്രെയറിന്റെയും വിപ്ലവ കരങ്ങളായ വിദ്യാഭ്യാസ സങ്കല്പങ്ങൾ ഒരു ലക്കത്തെ സമ്പന്ന മാക്കി. അവസാനലക്കത്തിന്റെ - മരണപ്പതിപ്പ് - എഡിറ്റോറിയൽ ഞാനും റഹീമും മാറി മാറി പല തരം ചായങ്ങളിൽ മുക്കി പതിച്ച കൈപ്പത്തി ആയിരുന്നു; കവർ വെറും കറുപ്പും. ഓരോ ലക്കത്തിനും ഉപയോഗിച്ച കടലാസ്സു പോലും പല തരമായിരുന്നു, ക്ഷോഭപ്പതി പ്പിനു ഒപ്പുകടലാസാണ് ഉപയോഗിച്ചത്.

കുറച്ചു കാലം 'പ്രേരണ'യുമായി ഞാൻ അടുത്ത് ഇട പഴകിയി രുന്നു, കെ ജി ശങ്കരപ്പിള്ളയും ഉണ്ടായിരുന്നു. തൃശ്ശൂർ ഒരു ചെറിയ പ്രസ്സിലാണ് ആ ലക്കങ്ങൾ അടിച്ചിരുന്നത്. മാറ്റർ ഉണ്ടാക്കൽ മുതൽ പ്രൂഫ് നോട്ടം വരെ ചെയ്യേണ്ടി വന്നിട്ടുണ്ട്. ഒരു ലക്കം മുഴുവൻ ഞാനാണ് ഉണ്ടാക്കിയത്. ബ്രെഹ്റ്റ് പതിപ്പ്. ബ്രെഹ്റ്റിന്റെ നാടക വേദിയെപ്പറ്റിയുള്ള ഏറെ കുറിപ്പുകൾ അതിന്നായി തർജ്ജുമ ചെയ്തു. പിന്നീട് 'ഇള' (പിന്നെ 'മാതൃഭൂമി' ഇറക്കി) പുറത്തിറക്കിയ 'ബ്രെഹ് റ്റിന്റെ കല' എന്ന പുസ്തകത്തിന്റെ ഉള്ളടക്കം ഏറെയും അന്ന് ചെയ്തതാണ്. പിന്നെ ഞാൻ മാതൃഭൂമി വാരികയിൽ എഴുതിയ ബ്രെഹ്റ്റിന്റെ എപിക് തിയ്യേറ്ററിനെക്കുറിച്ചുള്ള ലേഖനവും. അത് നല്ല കടലാസ്സിൽ ചെയ്യണം എന്ന് എനിക്കുണ്ടായിരുന്നു. എന്നാൽ പത്രാധിപരായിരുന്ന കെ. എസ്.സദാശിവൻ (അദ്ദേഹം ഇന്നില്ല) ഏറ്റവും വില കുറഞ്ഞ തവിട്ടുനിറത്തിലുള്ള കടലാസ്സിൽ അടി ക്കുന്നതേ 'പ്രോലെട്ടേറിയൻ' ആകൂ എന്ന വീക്ഷണക്കാരൻ ആയി രുന്നു.

1982ൽ ആരംഭിച്ച 'ഉത്തരം' ആണ് പിന്നീട് എന്റെ പത്രാധിപ ത്യത്തിൽ ഇറങ്ങിയ മാസിക. സാംസ്കാരികവേദി ശിഥിലമാവുകയും മാവോയിസ്റ്റ് പ്രസ്ഥാനത്തിന്റെ ആദ്യഘട്ടം കൊലപാതകങ്ങളിലും ആത്മഹത്യകളും നാടുവിടലുകളിലും സംന്യാസങ്ങളിലും കൂറു മാറ്റങ്ങളിലും ചെന്നൊടുങ്ങുകയും ചെയ്ത കാലം. കെ.ജീ. ശങ്കര പിള്ള 'അഗ്നിശമന'വും ഞാൻ 'ഒടുവിൽ ഞാൻ ഒറ്റയാകുന്നു'വും എഴുതിയ സമയം. 'അഗ്നിശമനം' വന്നത് 'ഉത്തര'ത്തിന്റെ ഒന്നാം ലക്കത്തിലാണ്. മൈത്രേയനും ടി എൻ ജോയിയും മുരളീധരനും പി സീ രവീന്ദ്രനും കവിയൂർ ബാലനും ബി രാജീവനും കെ രാജീ വനും എല്ലാം ചേർന്ന് ഹരിപ്പാടിന്നടുത്തു മൈത്രേയന്റെ വീട് കേന്ദ്ര മാക്കി 'ഗ്രാംഷി ഇൻസ്റ്റിറ്റ്യൂട്ട്' ആരംഭിക്കുന്നു. പുതിയ അന്വേഷണ ങ്ങളുടെ ആവശ്യം എല്ലാവർക്കും അനുഭവപ്പെട്ട സമയം. ഒരു തരം

ഒറ്റപ്പെടലിൽ നിന്നും നൈരാശ്യത്തിൽ നിന്നും രക്ഷപ്പെടാൻ കൂടിയാണ് ഞാൻ, പി.കെ. അശോക് കുമാറിന്റെ പിന്തുണയോടെ 'ഉത്തരം' ആരംഭിച്ചത്.

അന്ന് പോളണ്ടിൽ ലേ വലേസ മാറ്റങ്ങൾ തുടങ്ങി വെയ്ക്കുന്ന സമയമായിരുന്നു. അതുകൊണ്ട് ആദ്യലക്കം പോളണ്ട് സ്പെഷ്യൽ ആക്കാൻ ഞാൻ തീരുമാനിച്ചു. പോളണ്ടിനെക്കുറിച്ച് ഒരു പാട് വസ്തുതകളും ലേഖനങ്ങളും കവിതകളും ശേഖരിച്ചു, കുറെയെല്ലാം കെ. സി. നാരായണൻ വഴി എം ഗോവിന്ദനിൽ നിന്ന് ലഭിച്ചവ ആയിരുന്നു. ലേഖനങ്ങളും വസ്തുതകളും ഓരോ പേജിലും രണ്ടു കോളങ്ങൾ ആയി തുടർച്ചയായി അച്ചടിക്കുകയായിരുന്നു ഒരു വലിയ കോളം, വലിയ ടൈപ്പിൽ, മറ്റൊരു ചെറിയ കോളം ചെറിയ ടൈപ്പിൽ. പിന്നെ മറ്റു ലേഖനങ്ങൾ. കെ. ജീ. സുബ്രഹ്മണ്യവുമായുള്ള അഭിമുഖം, ആനന്ദിന്റെ 'അഭയാർഥികൾ' എന്ന നോവലിലെ ഒരധ്യായം, കെ. ജീ. ശങ്കരപ്പിള്ളയുടെ കവിതയെക്കുറിച്ച് പി ഉദയകുമാറിന്റെ പഠനം, ഏ. അയ്യപ്പന്റെ 'പച്ച', അയ്യപ്പപണിക്കരുടെ 'ഉത്തരായനം' എന്നീ കവിതകൾ, അരവിന്ദന്റെ 'പോക്കുവെയിൽ' എന്ന സിനിമയെക്കുറിച്ച് ഒരു ചർച്ച ഇതൊക്കെയായിരുന്നു ഒന്നാം ലക്കത്തിൽ. തുടർന്നുള്ള നാല് ലക്കങ്ങളിൽ ലൂഷ്യോ കൊളെറ്റിയുടെ 'ഭരണകൂടവും വിപ്ലവവും' എന്ന കൃതിയെക്കുറിച്ച് എന്റെ വിലയിരുത്തൽ (എം. വീ. നരേന്ദ്രൻ എന്ന തൂലികാനാമത്തിൽ), രാജൻ ഗുരുക്കളുടെ കേരളീയ സാമൂഹ്യ രൂപീകരണ ത്തെക്കുറിച്ചുള്ള ലേഖനം, ആനന്ദുമായുള്ള സംഭാഷണങ്ങൾ, (തുടർച്ചയായി), ഫ്രെഡ്രിക് ജെയിംസനുമായി അയ്യപ്പപണിക്കരുടെ സംഭാഷണം, വിഭാഗീയതയെപ്പറ്റി പൗലോ ഫ്രെയറുടെ കുറിപ്പ്, മാർകേസിന്റെ നോബേൽ സമ്മാന പ്രസംഗം, നിക്കോളാസ് ഗിയെന്റെ കവിതകൾ, എൻ.എസ്. മാധവന്റെ 'ഖസാക്കിന്റെ സമ്പദ് വ്യവസ്ഥ' എന്ന ലേഖനം, കെ.സി. നാരായണന്റെ 'അയ്യപ്പപണിക്കർ വിമർശനം ('നമ്മുടെ കവികൾ ഈ മട്ടിൽ ആകാതിരിക്കട്ടെ'), 'സാർത്രും മാർക്സിസവും' എന്ന ഞാൻ തയ്യാറാക്കിയ ഫീച്ചർ, സാംസ്കാരിക വിപ്ലവത്തെക്കുറിച്ചു സി. ആർ. പരമേശ്വരന്റെ ('ഗബ്രിയേൽ') ലേഖനം ഇങ്ങനെയെല്ലാം ആയിരുന്നു വിഭവങ്ങൾ. ചില ലക്കങ്ങളിൽ സുബ്രമണ്യ ദാസിന്റെ സ്കെച്ചുകൾ ഉണ്ടായിരുന്നു. ഒരു തുറന്ന സമീപനത്തിന്റെ തുടക്കമായിരുന്നു അത്. പ്രധാനമായും സാമ്പത്തിക കാരണങ്ങളാൽ 'ഉത്തരം' തുടരാനായില്ല.

കുറേക്കൂടി സ്വതന്ത്രമായ 'പച്ചക്കുതിര' എന്ന മാസികയെക്കുറിച്ചു ഞാനും ചിത്രകാരൻ (ഇപ്പോൾ ചലച്ചിത്രകാരൻ) മധുസൂദനനും കൂടിയാണ് ആദ്യം ആലോചിച്ചത്. 'സമീക്ഷ' പോലെ

എല്ലാറ്റിനുമുള്ള ഒരു ത്രൈമാസികം - അതായിരുന്നു സങ്കൽപം. ഷാജഹാൻ മാടമ്പാട്ട് ആണ് ഡി സി ബുക്സ് ഏതായാലും ഒരു പ്രസിദ്ധീകരണത്തെക്കുറിച്ചു ആലോചിക്കുന്നുണ്ട്, അപ്പോൾ ഞാൻ എഡിറ്റ് ചെയ്തു അവർക്ക് 'പച്ചക്കുതിര' പ്രകാശിപ്പിച്ചു കൂടെ എന്ന് ചോദിച്ചത്. ഒരു മാസിക ഇറക്കുന്നതിന്റെ സംഘടനാപരമായ ബുദ്ധി മുട്ടുകൾ നന്നായി അറിയാവുന്നതു കൊണ്ട് ഞാൻ സമ്മതം മൂളി. രവി ഡി സി സമ്മതിക്കയും ചെയ്തു. അങ്ങനെ എഡിറ്റിംഗ് ഞാനും ഡിസൈൻ മധുവും ഡൽഹിയിൽ നിന്നും, അച്ചടി കോട്ട യത്ത് നിന്നും എന്ന് വെച്ചു. 2003-2004 കാലത്തായിരുന്നു അത്. ഒന്നാം ലക്കം കോട്ടയത്ത് ഒ. വീ. വിജയൻ ആണ് റിലീസ് ചെയ് തത്, സുന്ദരരാമസ്വാമി അതിഥി ആയിരുന്നു.

പച്ചക്കുതിരയുടെ എട്ടു ലക്കങ്ങളെക്കുറിച്ചു എനിക്ക് തികഞ്ഞ അഭിമാനമുണ്ട്. ഡിസൈൻ കൊണ്ടും ഉള്ളടക്കം കൊണ്ടും ഇത്ര മികവു പുലർത്തിയ ഏതെങ്കിലും ചെറുമാസിക മലയാളത്തിൽ ഉണ്ടായതായി എനിക്ക് ഓർക്കാൻ കഴിയുന്നില്ല. 200, ചിലപ്പോൾ അല്പം കുറവ്, ചിലപ്പോൾ കൂടുതൽ, ക്രൗൺ ¼ ലുള്ള പേജുകൾ ആയിരുന്നു ഓരോ ലക്കത്തിനും. ഗോവിന്ദന്റെ 'സമീക്ഷ'യിൽ നിന്നുള്ള ഒരു മുന്നോട്ടുപോക്ക് ആയിരുന്നു അത്. അവയുടെ ഉള്ള ടക്കം വിവരിക്കാൻ ഒരുപാട് സ്ഥലം വേണ്ടി വരും. ഓർമ്മയിൽ നിൽക്കുന്ന ചിലത് :സ്ത്രീവാദവും ഇസ്ലാമും, ദളിത്: ഇന്ന്, വിമത ലൈംഗികത തുടങ്ങിയ വിഷയങ്ങളെക്കുറിച്ച് പലർ പങ്കെടുത്ത ചർച്ചകൾ, സുമാ ജോസ്സന്റെ 'സാരി'യുടെ തിരക്കഥ, ഒ. വി. വിജ യന്റെ കാർട്ടൂണുകളെക്കുറിച്ചു പ്രശസ്ത കാർട്ടൂണിസ്റ്റ് ഉണ്ണിയുടെ പഠനം, ജോയ് മാത്യുവിന്റെ നാടകം, ഇക്കാലത്ത് അന്തരിച്ച എഡ്വേർഡ് സയ്ദ്, ഭൂപൻ ഖാക്കർ, വി കെ എൻ, നരേന്ദ്രപ്രസാദ് ഇവരെ ക്കുറിച്ച് അനുസ്മരണലേഖനങ്ങൾ, ഴാക് പ്രേവേർ, വിസ്വാവ ഷിമ്പോർസ്കാ, പോൾ സെലാൻ, എവ്തുഷേങ്കോ, റഫീക്ക് അഹ മ്മദ്, വീരാൻകുട്ടി, ആശാലത, രൂപേഷ് പോൾ, വീ. ആർ. സന്തോഷ്, എം ബി മനോജ്, എൻ ബൈജു, പി ടി ബിനു തുടങ്ങിയവരുടെ കവിതകൾ, സമകാലീന ചൈനീസ് സാഹിത്യത്തെക്കുറിച്ചു പ്രത്യേക ഫീച്ചർ, ഗാവോ സിൻജ്യാനിന്റെ നോബൽ പ്രഭാഷണം, അഷീസ് നന്ദി, ദിലീപ് മേനോൻ, എം ആർ രാഘവവാരിയർ, വന്ദനാ ശിവ, ശബാനാ ആസ്മി, ഇ വി രാമകൃഷ്ണൻ, ടി വി മധു, നിസാർ അഹ മ്മദ്, എം മുരളീധരൻ, ജോർജ് വർഗീസ്, എം ടീ അൻസാരി, എസ് ആനന്ദ്, ചന്ദ്രഭാൻ ആസാദ്, കരുണാകരൻ, വി. സി ഹാരിസ് തുട ങ്ങിയവരുടെ കനമുള്ള ലേഖനങ്ങൾ, സക്കറിയയും ജെ. ദേവിക യുമായുള്ള സംഭാഷണം, സാറാ ജോസഫുമായുള്ള സംഭാഷണം, ക്ലാരിസ് ലിസ്പെക്തോർ, ബ്രയാൻ ആൽഡിസ്, സി ഗണേഷ്,

കരുണാകരൻ, സാവിത്രി രാജീവൻ തുടങ്ങിയവരുടെ കഥകൾ. നിറയെ ഫോട്ടോകളും ചിത്രങ്ങളും. പിൽക്കാലത്ത് മുഖ്യധാരാ മാസികകൾ ആ ഡിസൈൻന്റെ ചില അംശങ്ങൾ പകർത്തുകയുണ്ടായി, വിശേഷിച്ചും പരാമർശിക്കപ്പെടുന്ന എഴുത്തുകാരുടെ ഫോട്ടോകൾ നെറ്റിൽ നിന്ന് എടുത്തും മറ്റും ചേർക്കുന്ന പതിവ്. രണ്ടു വർഷത്തിനുശേഷം സാമ്പത്തികകാരണങ്ങളും പ്രൊഡക്ഷൻ സൗകര്യവും കണക്കിലെടുത്ത് ഡി സി രവി അതിനെ ഒരു ചെറിയ മാസികയാക്കി മാറ്റുകയായിരുന്നു.

2006ൽ അയ്യപ്പപ്പണിക്കരുടെ വേദനാകരമായ വേർപാടിനുശേഷം അദ്ദേഹം നടത്തിയിരുന്ന 'കേരളകവിത'യുടെ വാർഷികചുമതലയും എന്റെ മേൽ വന്നു ചേർന്നു. അതിനു പുതിയ ദിശകളും ഗൗരവവും നൽകാൻ ഞാൻ കഴിയുന്ന പോലെ ശ്രമിച്ചിട്ടുണ്ട്. ഇപ്പോളുള്ള സാമ്പത്തിക പ്രതിസന്ധി പരിഹരിക്കാനായാൽ അത് തുടർന്ന് പോകാൻ കഴിയും എന്ന പ്രതീക്ഷയും ഉണ്ട്.

ഈ ഓർമ്മക്കുറിപ്പ് മുഴുവൻ ആകണമെങ്കിൽ ഇംഗ്ലീഷിൽ ഞാൻ എഡിറ്റ് ചെയ്ത - ചെയ്യുന്ന ചില പ്രസിദ്ധീകരണങ്ങളെക്കുറിച്ചു കൂടി പറയണം. ഒന്ന് കേന്ദ്രസാഹിത്യ അക്കാദമിയുടെ മുഖപത്രമായ 'ഇന്ത്യൻ ലിറ്ററെച്ചർ' (Indian Literature) ആണ്. ഞാൻ വളരെക്കാലം അതിന്റെ വരിക്കാരനും വായനക്കാരനും ആയിരുന്നു. 1992ൽ അക്കാഡമി ഒരു പത്രാധിപരെ അന്വേഷിക്കുന്നു എന്നും ഞാൻ ചേർന്നാൽ സന്തോഷം ആയിരിക്കും എന്ന് അയ്യപ്പപണിക്കർ ആണ് എന്നോട് പറഞ്ഞത്. ഞാൻ സ്വാഭാവികമായും ആദ്യം മടിച്ചു. ഇരിഞ്ഞാലക്കുട ക്രൈസ്റ്റ് കൊളേജിൽ അന്ന് ഞാൻ ഇംഗ്ലീഷ് പ്രൊഫസ്സർ (അന്ന് കോളേജുകളിലും പ്രൊഫസ്സർമാർ ഉണ്ടായിരുന്നു) ആണ്. കേരളസാംസ്കാരികരംഗത്ത് ഞാൻ നിറഞ്ഞു നിന്നിരുന്ന കാലം. ജീവിതം ശാന്തം. സകുടുംബം പുതുതായി പണിത വീട് വിട്ടു ഡൽഹിയിലേക്കു മാറുക എന്നത് ഒട്ടും എളുപ്പമായിരുന്നില്ല. സാമ്പത്തികമായി ഞാൻ പാപ്പരായിരുന്നു, വീടിന്റെ കടവും മൂത്ത മകളുടെ വിവാഹവും കഴിഞ്ഞു കടം മാത്രമുള്ള അവസ്ഥ. ഡൽഹിയിൽ വാടകയും ചിലവും കൂടും എന്നും അറിയാമായിരുന്നു. ഒരു വർഷം ലീവ് എടുത്തു പോയി പരീക്ഷിക്കാൻ തീരുമാനിച്ചു. രണ്ടാമത്തെ മകളെ ഹോസ്റ്റലിൽ ആക്കി. ആനന്ദായിരുന്നു അന്ന് ഡൽഹിയിൽ എനിക്കു ഏറ്റവും അടുപ്പമുള്ള ആൾ (ഇന്നും അതെ). അദ്ദേഹത്തോട് ഒരു വാടകവീട് നോക്കി വെയ്ക്കാൻ പറഞ്ഞു. എം മുകുന്ദൻ ആയിടെ തന്റെ ലാജ്പത് നഗർ അമർ കോളനിയിലുള്ള വീട് ഒഴിഞ്ഞു കാൽകാജിയിലേക്ക് മാറിയിരുന്നു. ആ വീടാണ് ഞങ്ങൾക്കായി ആനന്ദ് എടുത്തത്. അദ്ദേഹം തന്നെ റെയിൽവേ സ്റ്റേഷനിൽ വന്നു

ഞങ്ങളെ കൊണ്ടുപോയി. എന്നെ ഡൽഹിക്ക് മാറ്റുന്നതിൽ അയ്യപ്പപണിക്കർക്ക് എന്ന പോലെ ആനന്ദിന്നും ഒരു പങ്കുണ്ടായിരുന്നു. ഔപചാരികമായ ഇന്റർവ്യൂ കഴിഞ്ഞിട്ടും സംശയിച്ചു നിന്ന എന്നെ ഡൽഹിക്ക് മാറുന്നത് നന്നാവും എന്ന് പ്രേരിപ്പിച്ചത് അദ്ദേഹം ആയിരുന്നു.

കോളേജിലെ ശമ്പളത്തെക്കാൾ കുറവായിരുന്നു എഡിറ്ററുടെ ശമ്പളം. പക്ഷേ അത് സംരക്ഷിക്കാം എന്ന കരാറിലാണ് ഞാൻ വന്നത്. വന്നപ്പോൾ അത് പറ്റില്ലെന്നായി അക്കാദമി അഡ്മിനിസ്ട്രേഷൻ. ഒരു ടിപ്പിക്കൽ 'മദ്രാസി'വിരോധം. രാജിഭീഷണി കൊണ്ടേ അത് സമ്മതിപ്പിക്കാൻ ആയുള്ളൂ. ഈ ബുദ്ധിമുട്ടുകൾ ഇവിടെ പറയുന്നത് സാമ്പത്തികപരാധീനത ഇല്ലാതെ, അല്പം സഹായികളോടുകൂടി ഒരു ചെറുമാസിക നടത്താനുള്ള എന്റെ മോഹത്തിന് കൊടുത്ത വില എന്തെന്ന് പറയാനാണ്. ഞാൻ പരിചയപ്പെട്ട 'ഇന്ത്യൻ ലിറ്ററേച്ചർ' ഏതാണ്ട് ഒരു ഗസറ്റ് പോലെ ആയിരുന്നു. ഉള്ളടക്കം മോശമായിരുന്നില്ല. ചില നല്ല എഡിറ്റർമാരും ഉണ്ടായിരുന്നു. പ്രസാധനം തീരെ മോശമായിരുന്നു. പൊതുവേ നിർജ്ജീവമായ ഒരു സർക്കാർ മാസിക.

എനിക്ക് മുൻപുണ്ടായിരുന്ന എസ്.ബാലുറാവു ആണ് ആദ്യമായി കവറിൽ പെയിന്റിങ്ങുകൾ ഉപയോഗിക്കാൻ തുടങ്ങിയത്. ഞാൻ ആദ്യം ചെയ്തത് 'കെട്ടും മട്ടും' മാറ്റുകയായിരുന്നു. സൈസ് ഡെമി 1/8 ഇൽ നിന്ന് റോയൽ ആക്കി മാറ്റി, പേജുകൾ കൂട്ടി, അകത്തു ചിത്രകാരന്മാരെക്കൊണ്ട് സ്കെച്ചുകൾ വരപ്പിച്ചു തുടങ്ങി, അഭിമുഖങ്ങളുടെ കൂടെ ഫോട്ടോകൾ കൊടുത്തു, (അഭിമുഖങ്ങൾ ആരംഭിച്ചതും ഞാൻ ആണ്, ഞാൻ തന്നെ മുൽക്ക് രാജ് ആനന്ദിനെ ഇന്റർവ്യൂ ചെയ്തു കൊണ്ട്). പിന്നെ ഉള്ളടക്കത്തിൽ ഗണ്യമായ മാറ്റങ്ങൾ വരുത്തി. മുഖ്യമായും ചെയ്തത് ഓരോ ലക്കത്തിനും ഓരോ ഫോക്കസ് നൽകുകയായിരുന്നു. ഒപ്പം അതുവരെ മാറ്റി നിർത്തപ്പെട്ടിരുന്ന എഴുത്തുകാരെയും പ്രസ്ഥാനങ്ങളെയും ദ്വൈമാസികത്തിൽ അവതരിപ്പിച്ചു. സ്ത്രീകളുടെ രചനയ്ക്ക് രണ്ടു പ്രത്യേക ലക്കങ്ങൾ, ഗുജറാത്തി ദളിത് സാഹിത്യം, പഞ്ചാബി ദളിത് സാഹിത്യം, എ.കെ. രാമാനുജൻ, വിവർത്തനം, യുവകവിത, വിവിധ ഭാഷാ സാഹിത്യങ്ങൾ (ഹിന്ദി, മറാത്തി, കന്നട, മലയാളം, തെലുങ്ക്, തമിഴ്, ഉർദു...) തുടങ്ങിയവയ്ക്ക് ഊന്നൽ നൽകുന്ന ലക്കങ്ങൾ... അങ്ങനെ. കൂടാതെ 'അയൽക്കാർ' എന്ന പേരിൽ ബാംഗ്ലാദേശ്, പാക്കിസ്ഥാൻ, ശ്രീലങ്ക തുടങ്ങിയ നാടുകളിൽ നിന്നുള്ള കൃതികൾ ഉൾപ്പെടുത്തി ഒരു പംക്തിയും, 'ദി സെക്കന്റ് ട്രെഡിഷൻ' എന്ന പേരിൽ ഭക്തി -സൂഫി കവിതയുടെ ഒരു പംക്തിയും ആരംഭിച്ചു. മുഴുനാടകങ്ങളും ചെറു നോവലുകളും ഉൾപ്പെടുത്തി തുടങ്ങി.

പുരോഗമന സാഹിത്യം, ആധുനിക സാഹിത്യം തുടങ്ങിയ വിഷയങ്ങളിൽ ചോദ്യാവലികൾ അയച്ചു ചർച്ചകൾ നടത്തി. മധുസൂദനന്റെ സഹായത്തോടെ പ്രത്യേകം കവർ ഡിസൈനുകൾ, ഉള്ളടക്കത്താൾ, ബാര ഭാസ്കരന്റെ സ്കെച്ചുകൾ... അങ്ങനെ പ്രസിദ്ധീകരണം ആകെ മാറി, വരിക്കാർ നാലിരട്ടി ആയി. അതിനുവേണ്ടി പ്രത്യേകം ബ്രോഷറുകൾ വിതരണം ചെയ്തു. ക്രമേണ ഈ മാതൃക അക്കാദമിയുടെ ഹിന്ദി മാധ്യമം ആയ 'സമകാലീൻ ഭാരതീയ സാഹിത്യ'യും പിന്തുടർന്നു. ചില പുസ്തകങ്ങളും ഞങ്ങളുടെ വകുപ്പ് ഇറക്കി മാതൃക കാണിച്ചു. 1992-94 കാലത്ത് ആയിരുന്നു ഇത്. കിട്ടുന്നതിൽ നിന്ന് തിരഞ്ഞെടുക്കുന്ന രീതി മാറ്റി പരിഭാഷകൾ കമ്മീഷൻ ചെയ്യാൻ തുടങ്ങിയതും ഞാൻ ആണ്. പിന്നീട്, 94-ൽ എന്നെ അക്കാദമിയുടെ കാര്യദർശി ആയി തിരഞ്ഞെടുക്കാനുള്ള പ്രധാന കാരണം ഇന്ത്യൻ ലിറ്ററെച്ചറിൽ ഞാൻ നടത്തിയ നവീകരണവും ഇന്ത്യൻ എഴുത്തുകാരുമായി സ്ഥാപിച്ച അഗാധസൗഹൃദവും ആണെന്നു ഞാൻ കരുതുന്നു. അനന്തമൂർത്തിയുടെ ആദരം കലർന്ന പ്രത്യേക വാത്സല്യത്തോടൊപ്പം. പിന്നെ സെക്രട്ടറി ആയി തുടർന്ന പത്ത് വർഷവും ഞാൻ 'ഇന്ത്യൻ ലിറ്ററേച്ചർ' പത്രാധിപസമിതി അംഗമായിരുന്നു, പിരിഞ്ഞ ശേഷം കുറച്ചു കാലം ഗസ്റ്റ് എഡിറ്റർ ആയും ജോലി ചെയ്തു. അങ്ങനെ നോക്കിയാൽ എനിക്ക് ഏറ്റവും കൂടുതൽ കാലത്തെ ബന്ധമുള്ള പ്രസിദ്ധീകരണം അതുതന്നെ. എന്നെ തുടർന്ന് വന്ന ശിവപ്രകാശ്, നിർമൽ കാന്തി ഭട്ടാചാര്യ, എ. ജെ. തോമസ്, സുബോധ് സർക്കാർ തുടങ്ങിയവർ ഞാൻ തുടങ്ങി വെച്ചതെല്ലാം തുടരുകയും പരിഷ്കരിക്കയും ചെയ്തു. ഇന്നും ഞാൻ ആ ദ്വൈമാസികത്തിളെ വായനക്കാരനും എഴുത്തുകാരനും ആണ്.

അക്കാദമിയിൽ നിന്ന് പിരിഞ്ഞ ശേഷം രണ്ടു വർഷം 'ബിയോണ്ട് ബോർഡേഴ്സ്' (Beyond Borders) എന്ന സാർക്ക് മാസികയുടെ പത്രാധിപരായി പ്രവർത്തിച്ചു. അവിടെയും ഏറെ മാറ്റങ്ങൾ കൊണ്ടുവരാനും വിശേഷാൽ പതിപ്പുകൾ ഇറക്കാനും എനിക്ക് കഴിഞ്ഞു, കൂടെ 'സാർക്ക് ലൈബ്രറി ഓഫ് ലിറ്ററെച്ചർ' എന്ന ഗ്രന്ഥപരമ്പരയും എഡിറ്റ് ചെയ്തു.

ഇപ്പോൾ എനിക്ക് ധാരാളം ഓൺലൈൻ മാസികകളുമായി ബന്ധമുണ്ട്, ഒരെണ്ണം ഇപ്പോഴും എഡിറ്റ് ചെയ്യുന്നു. കുറച്ചു കാലം കവിതയ്ക്കുള്ള ഒരു അന്തർദേശീയ പ്രസിദ്ധീകരണം, മേതിൽ രാധാകൃഷ്ണന്റെ സാങ്കേതിക പിന്തുണയോടെ, '1 ഓവർ ദി 8ത്' (1 over the8th),നടത്തി.അനേകംരാജ്യങ്ങളിൽഅംബാസിഡർമാരുണ്ടായിരുന്നു അതിന്. ഇംഗ്ലീഷിൽ ഉള്ള കവിതകളും മറ്റു ഭാഷകളിൽ നിന്ന് ഇംഗ്ലീഷിലേക്കുള്ള പരിഭാഷകളും അതിൽ വന്നു, organize.in എന്ന

വെബ് സൈറ്റിൽ പോയാൽ ഇപ്പോഴും അത് കാണാം. മറ്റൊന്ന് ഞാനും ഗീതാ ഹരിഹരനും പത്രാധിപരായ 'ഗുഫ്തുഗു' (Guftugu, സ്വകാര്യം, ചർച്ച എന്നെല്ലാം അർഥം, guftugu.in കാണുക), പ്രതിരോധ സാഹിത്യത്തിന്റെ മുഖപത്രം. ഞങ്ങൾ മുൻകയ്യെടുത്തു സംഘടിപ്പിച്ച ഇന്ത്യൻ റൈറ്റേഴ്സ് അസോസിയേഷൻ ആണ് പ്രസാധകർ. അതിന്റെ ആദ്യലക്കം ഇറക്കിയത് ഇന്ത്യ ഇന്റർനാഷനൽ സെന്ററിൽ വെച്ചാണ്. റോമീലാ ഥാപ്പർ, ഗീത ഹരിഹരൻ, ശ്യാം മേനോൻ എന്നിവർക്കൊപ്പം ഞാനും പങ്കെടുത്ത, പ്രതിരോധത്തെക്കുറിച്ചുള്ള ഒരു ചർച്ചയോടു കൂടി.

ഒന്നാം ലക്കത്തിൽ ആനന്ദ്, മുകുന്ദൻ, മാധവൻ എന്നിവരുടെ കഥകൾ, എന്റെയും പെരുമാൾ മുരുഗന്റെയും വിവേക് നാരായണന്റെയും കവിതകൾ, ഗീതാ ഹരിഹരന്റെയും ഗണേഷ് ഡേവിയുടെയും ലേഖനങ്ങൾ, ധാരാളം ചിത്രങ്ങൾ, ഉണ്ണിയുടെയും ഒർജിത് സെന്നിന്റെയും കാർട്ടൂണുകൾ തുടങ്ങിയവ ഉണ്ട്. കൂടുതൽ സമ്പന്നമായ രണ്ടാം ലക്കം അംബേദ്കർ സർവ്വകലാശാലയിൽ വെച്ച് 'ജാതി, മതം, സംസ്കാരം' എന്ന ചർച്ചയോടെ പ്രസിദ്ധീകരിച്ചു. ഇപ്പോൾ അതിന്റെ അനേകം ലക്കങ്ങൾ ഇറങ്ങിക്കഴിഞ്ഞു. അവ എല്ലാം സൈറ്റിൽ ലഭ്യമാണ്.

അങ്ങനെ ചെറു മാസികകളുമായുള്ള എന്റെ ബന്ധം പുതിയ കാലത്ത് പുതിയ രീതികളിൽ സജീവമായിത്തന്നെ തുടരുന്നു. ഇ വി രാമകൃഷ്ണൻ എഡിറ്റ് ചെയ്യുന്ന 'അന്യോന്യം' പോലെ മലയാളത്തിലും ഈ പാരമ്പര്യം ഇന്നും തുടരുന്നു.

കവിതാപരിഭാഷ:
അനുഭവങ്ങളും പാഠങ്ങളും

വർഷങ്ങൾക്കു മുൻപ്, ഞാൻ നിരന്തരമായി കവിതകൾ പരിഭാഷ ചെയ്തു കൊണ്ടിരുന്ന ഒരു കാലത്ത്, കൃത്യമായി പറഞ്ഞാൽ 1977–ൽ, 'കവിതാവിവർത്തനം' എന്ന ഒരു കവിത എഴുതാനിടയായി. അത് ഇങ്ങിനെയാണ്:

കവിതാവിവർത്തനം
ഒരു കൂടുവിട്ടു കൂടുമാറ്റമാണ്
മത്സ്യം വെള്ളത്തിലൂടെ ഊളിയിടുന്നതു പോലെ
വിവർത്തകൻ മനസ്സുകളിലൂടെ ഊളിയിടുന്നു
ഓരോ വാക്കിന്റെയും തീരത്ത്
അവൻ തരിമണലിൽ കുനിഞ്ഞിരിക്കുന്നു
ഓരോ കക്കയുടെയും നിറം പഠിക്കുന്നു
ഓരോ ശംഖും ഊതിനോക്കുന്നു.

കവിതാവിവർത്തനം വിക്രമാദിത്യൻകഥയിലെ
അമ്പരപ്പിക്കുന്ന തല മാറ്റിവെക്കലാണ്
വിവർത്തകൻ തന്റെ ഉടലിൽ
മറ്റൊരു കവിയുടെ ശിരസ്സ് താങ്ങി നിർത്തുന്നു
ഓരോ വരിയും ഓരോ വഴിയാണ്
ദുഃഖവും യുദ്ധവും മടുപ്പും കൊണ്ട്
കീറിപ്പറിഞ്ഞ ഒരു വഴി
അനശ്വരരായ മനുഷ്യരും
ദൈവങ്ങളും മരങ്ങളും വിഹരിക്കുന്ന
സംഗീതാത്മകമായ ഒരു പിൻ വഴി.
ഒരു വരി അവസാനിക്കുന്നിടത്ത്
ഒരഗാധത പൊട്ടിത്തുറക്കുന്നു
അവിടെ മരിച്ചവരുടെ ആത്മാക്കൾ
ദാഹം തീർക്കാനെത്തുന്നു

വിശുദ്ധമായ ഈ വഴിയേ പോരുന്നവർ
ചെരിപ്പും ഉടുപ്പും അഴിച്ചു വെയ്ക്കണം
അടിവാരത്തെ കാറ്റുകളെപ്പോലെ
നഗ്നരായി നൂണുപോകണം

ഒരു ദിവസം ഞാൻ എന്റെ കവിത
എന്റെ തന്നെ ഭാഷയിലേക്കു
വിവർത്തനം ചെയ്യുന്നതായി സ്വപ്നം കണ്ടു
നാമേവരും ഓരോ കവിതയും
നമ്മുടെ ഭാഷയിലേക്കു വിവർത്തനം ചെയ്യുന്നു
പിന്നെ നാം അർത്ഥത്തെച്ചൊല്ലി വഴക്കിടുന്നു
എനിക്ക് തോന്നുന്നു
ബാബേൽ ഒരിക്കലും പണി തീരുകയില്ല'

ഈ കവിത കവിതാവിവർത്തനത്തിന്റെ വെല്ലുവിളികളിൽ ആരംഭിച്ചു അതിന്റെ അസാധ്യതയോടുക്കുന്ന ദുസ്സാധ്യത സൂചിപ്പിച്ചാണ് അവസാനിക്കുന്നത്. അവസാനത്തെ വരി ഒരു അതിശയോക്തി ആണെന്നു വേണമെങ്കിൽ പറയാം. അത്രയേറെ കവിതകൾ വിവർത്തനവിധേയമായിട്ടുണ്ട്. നാം മറ്റു ഇന്ത്യൻ ഭാഷകളിലെയും വിദേശഭാഷകളിലെയും കവിതകൾ വായിച്ചിട്ടുള്ളത് നമുക്കറിയാവുന്ന ഭാഷകളിലുള്ള അവയുടെ വിവർത്തനം വായിച്ചിട്ടാണല്ലോ. ബാബേലിനെ ഒരു രൂപകമായി എടുക്കുകയാണ് വേണ്ടത്: എല്ലാ വിവർത്തകരും ചേർന്ന് സൂര്യനിലേക്കുള്ള ഒരു ഗോപുരം പണിയുകയാണ്, കവിത എന്ന അനിർവചനീയമായ ചൈതന്യത്തിലേക്ക്, ഊർജ്ജപ്രഭവത്തിലേക്ക്, ഒരു ഗോപുരം. അത് ഒരിക്കലും പണി തീരുകയില്ലായിരിക്കാം; എന്നാൽ ഓരോ വിവർത്തനവും അതിന്റെ ഒരു ശിലയാണ്. വാൾട്ടർ ബെന്യാമിൻ, എല്ലാ വിവർത്തനവും മനുഷ്യന് എന്നോ നഷ്ടപ്പെട്ടിരിക്കാവുന്ന ഒരു പൊതുഭാഷയെ ലക്ഷ്യമാക്കുന്നു എന്ന് പറയുമ്പോൾ അതാകാം ഉദ്ദേശിക്കുന്നത്. ഭാഷയുടെ വിപിനത്തിലേക്ക് നാം കൂക്കുമ്പോൾ കിട്ടുന്ന മറുകൂക്കാണ് വിവർത്തനം എന്നും അദ്ദേഹം ആ മർമ്മസ്പർശിയായ ലേഖനത്തിൽ ('ദി ടാസ്ക് ഓഫ് ദി ട്രാൻസ്ലേറ്റർ': ഇല്യൂമിനേഷൻസ്) പറയുന്നുണ്ട്. ഓരോ കവിതാപരിഭാഷയും മൂലത്തിന്റെ ഒരു പ്രതിധ്വനി ആണെന്നർത്ഥം. അതിനു മൂലത്തിനു പകരം നിൽക്കാൻ കഴിയില്ല, അത് അതിന്റെ ഉദ്ദേശ്യം പോലുമല്ല. തന്റെ ഭാഷയിൽ ഒരു മറുഭാഷാകവിതയെ പുനർഭാവന ചെയ്യുകയാണ് വിവർത്തകൻ. അതിലൂടെ ഒരു സംസ്കാരത്തിന് മറ്റൊരു ഭാഷ അന്വേഷിക്കുകയും രണ്ടു ഭാഷാസംസ്കൃതികൾക്കിടയിൽ ഒരു പാലം പണിയുകയും. വേറൊരു തരത്തിൽ ആലോചിച്ചാൽ, ഗായത്രി സ്പിവാക് പറയും

പോലെ, മൂലത്തിന്റെ ഒരു സൂക്ഷ്മപാരായണമാണ് വിവർത്തക/ൻ നടത്തുന്നത്. വിവർത്തനത്തെ മൂലത്തിന്റെ അനുകരണമായും മൂലത്തെ ജീവനോടെ ആഹരിക്കുന്ന പ്രവൃത്തിയായുമൊക്കെ - ഒരുതരം 'നരഭോജനം' - സൈദ്ധാന്തികർ വിശേഷിപ്പിച്ചിട്ടുണ്ട്.

കഴിഞ്ഞ രണ്ടു നൂറ്റാണ്ടുകളിൽ വികസിച്ചിട്ടുള്ള വിവർത്തന സിദ്ധാന്തങ്ങളിൽ ഏറിയ പങ്കും ഗദ്യവിവർത്തനത്തിന്റെ സ്വഭാവങ്ങളെയും സമസ്യകളെയും സമീപനങ്ങളെയുമാണ് സംബോധന ചെയ്തിട്ടുള്ളത്. എന്നു തന്നെയല്ല, അവയുടെ ഒരു ദീർഘകാല പഠിതാവും അധ്യാപകനും എന്ന നിലയ്ക്ക് എനിക്കു ബോദ്ധ്യമായിട്ടുള്ള കാര്യം അവയെല്ലാം തന്നെ വിവർത്തനത്തിന്റെ പ്രക്രിയയെ മനസ്സിലാക്കാനുള്ള ശ്രമങ്ങൾ ആണെന്നും വിവർത്തക/ൻ അഭിമുഖീകരിക്കുന്ന സജീവപ്രശ്നങ്ങളെക്കാൾ ചെയ്യപ്പെട്ട വിവർത്തനത്തിൽ ഉൾപ്പെട്ട കൈമാറ്റങ്ങളുടെ ഭാഷാപരവും സാംസ്കാരികവും രാഷ്ട്രീയവുമായ വിവക്ഷകൾ അറിയാനാണ് അവ സഹായിക്കുന്നതെന്നുമാണ്. വിവർത്തനം ചെയ്യാൻ കൃതിയുടെ മുൻപിലിരിക്കുന്ന ആളെ അവയൊന്നും ഏറെ സഹായിക്കില്ല, അങ്ങനെ ഒരു ലക്ഷ്യവും വിവർത്തനസിദ്ധാന്തങ്ങൾക്കില്ല. എന്നെ വിവർത്തനത്തിൽ സഹായിച്ചിട്ടുള്ളത് സ്വാനുഭവത്തിൽ നിന്ന് മനസ്സിലാക്കിയ ചില കാര്യങ്ങളാണ്. കവിതയുടെ സവിശേഷ സന്ദർഭത്തിൽ അവയെ ഇങ്ങിനെ സംഗ്രഹിക്കാം:

പലപ്പോഴും കവിതയുടെ വൈശിഷ്ട്യങ്ങളായി സഹൃദയൻ തിരിച്ചറിയുന്ന പ്രത്യേകതകൾ തന്നെയാണ് വിവർത്തനത്തിൽ ഏറ്റവും വലിയ പ്രതിബന്ധങ്ങളായി വിവർത്തകന് അനുഭവപ്പെടുന്നത്. ഛന്ദസ്സിന്റെ വിനിയോഗമാണ് ഒന്ന്. ദ്രാവിഡമാകട്ടെ, സംസ്കൃതമാകട്ടെ, വൃത്തങ്ങൾ മിക്കവെയും എല്ലാ ഭാഷകളിലും ഒരേപടി നില നിൽക്കുന്നില്ല. പാശ്ചാത്യവൃത്തരീതികൾ തന്നെ വ്യത്യസ്തങ്ങളാണ്. ഒന്നുകിൽ വൃത്തം ഉപേക്ഷിക്കുക, അല്ലെങ്കിൽ ലക്ഷ്യഭാഷയിലെ ഏതെങ്കിലും വൃത്തരീതി ഉപയോഗിക്കാനായി കവിതയെ മാറ്റിയെഴുതുക (വൈലോപ്പിള്ളി തന്റെ കവിതകളുടെ ഇംഗ്ലീഷ് വിവർത്തനങ്ങളിൽ ചെയ്തിട്ടുള്ള പോലെ) - ഇവ മാത്രമാണ് ഇവിടെയുള്ള വഴികൾ. വൃത്തം ദീക്ഷിക്കാത്ത കവിതകളെ സംബന്ധിച്ചിടത്തോളം ഇത് കവിതയുടെ സ്വരം, അഥവാ 'ടോൺ' ആകുന്നു. ഒരു ഭാഷയിലെ 'ടോൺ' - അത് പരിഹാസത്തിന്റേതാകാം, അദ്ധ്യാപനത്തിന്റേതാകാം, മ്ലാനതയുടേതാകാം, ആഹ്ലാദത്തിന്റേതാകാം. ധ്യാനത്തിന്റേതാകാം. പഴയ കാലത്തെ ഏതെങ്കിലും ശൈലിയെ ബോധപൂർവ്വം ഓർമ്മിപ്പിക്കുന്നതാകാം - അതേപടി മറ്റൊരു ഭാഷയിൽ പുനഃസൃഷ്ടിക്കുക എളുപ്പമല്ല. അയ്യപ്പപ്പണിക്കരുടെ 'ഇവിടെ ജീവിത' ത്തിന്റെ പഠനത്തിൽ ഞാൻ ഇത് ഉദാഹരിച്ചിട്ടുണ്ട്.

മറ്റൊന്ന് ഭാഷാവിതാനങ്ങളുടേതാണ് (ഇംഗ്ലീഷിൽ 'രെജിസ്റ്റേഴ്സ്'). ചിലപ്പോൾ വൈലോപ്പിള്ളിയുടെ 'കുടിയൊഴിക്കലി'ൽ അഥവാ അയ്യപ്പപ്പണിക്കരുടെ 'കുരുക്ഷേത്രം', 'പകലുകൾ രാത്രികൾ ' തുടങ്ങിയ രചനകളിൽ എന്ന പോലെ ഒരൊറ്റ കവിതയിൽ തന്നെ പല ഭാഷാവിതാനങ്ങൾ ഉണ്ടെന്നു വരാം. ചിലപ്പോൾ പല കവിതകൾ പല വിതാനങ്ങൾ ഉപയോഗിച്ചെന്നു വരാം. വൈലോപ്പിള്ളി തന്നെ എടുക്കുക.

'തള്ളിയേറുമെൻ കാതി, ലൊരൂറ
ക്കള്ളു നാറും തെറിയുടെ പൂരം' (കുടിയൊഴിക്കൽ)

എന്ന പരുക്കൻ നാടൻ ഭാഷ,

'പണി മുടക്കിയുടമതൻ
പടി മുടക്കി നിന്നു പോൽ
പഴയ കൂലി കൂട്ടുകെന്നു
തൊഴിലെടുക്കുമാളുകൾ' (മാനഭംഗം)

എന്ന ചൊടിയുള്ള മുദ്രാവാക്യഭാഷ,

'ഓണത്തല്ലുണ്ടു പോൽ കുന്നംകുളങ്ങരെ
യാണത്തമുള്ളോരു തല്ലാണേ
പ്രീണിച്ചു കേരള നാട്ടിലെ തമ്പ്രാക്കൾ
മാനിച്ചു പോന്നൊരു മല്ലാണേ' (ഓണത്തല്ല്)

എന്ന നാടോടിക്കാവ്യഭാഷ,

'പറയാമിനി വന്ന കാരിയം, താങ്കൾക്കൊരു
ചെറുതാം സമ്മാനം ഞാൻ കൊണ്ടുവെച്ചിരിക്കുന്നു'
(കിളിയും മനുഷ്യനും)

എന്ന ഗദ്യത്തോട് തൊട്ടു നിൽക്കുന്ന ശൈലി,

'ചീട്ടു തരുന്നൊരു ചങ്ങാതീ, കൊല-
ച്ചീട്ടു തരല്ലേ ചങ്ങാതീ' (ചേറ്റുപുഴ)

എന്ന സംഭാഷണ ഭാഷ,

'വീണ്ടുമാരോഗ്യം വിളംബരം ചെയ്തൊളി
പൂണ്ട മിഴിയും തുടുത്ത കവിളുമായ്
വിശ്വസമൃദ്ധിതൻ പാടത്തു കൊയ്യട്ടെ
സൽസഖിമാരുമായ് സ്വൈരമായ് ഭാരതം' (വിരുന്നുകാരൻ)

എന്ന ഉദാത്തഭാഷ,

'എവിടെ നൃത്തലോലകൾ
വിവിധപുഷ്പബാലകൾ
എവിടെയെവിടെ വേനലിൻ
കവികൾ കോകിലാദികൾ? (മഴത്തുള്ളികൾ)

എന്ന ഗാനശൈലി ഇവ ഉൾപ്പെടെ എത്രയെത്ര തലങ്ങളാണ് അദ്ദേഹം ഉപയോഗിക്കുന്നത്!

ഇത് ആശാനിലും ('വീണ പൂവും' 'ദുരവസ്ഥ'യും 'കരുണ'യും ആദ്യകാല ശ്ലോകങ്ങളും കുട്ടിക്കവിതകളും ഒന്നു താരതമ്യം ചെയ്യുക) ഇടശ്ശേരിയിലും (ഉദാ: പൂതപ്പാട്ട്, പെങ്ങൾ, പുളിമാവു വെട്ടി, പ്രണാമം, പുത്തൻ കലവും അരിവാളും, കാവിലെപ്പാട്ട്) അയ്യപ്പപ്പണിക്കരിലും (ഉദാ: മൃത്യുപൂജ, ഉത്സവം, ഞങ്ങൾ മരിയമാർ, ഹൂഗ്ലി, കുട്ടനാടൻ ദൃശ്യങ്ങൾ, പത്തുമണിപ്പൂക്കൾ) മറ്റും കാണാം. ഉയർന്നതും താഴ്ന്ന തുമായ 'രജിസ്റ്ററു'കൾ വിനയചന്ദ്രനിൽ കാണാം. (ഉദാ: അഞ്ചിതൾ വിനായകം, കൂന്തച്ചേച്ചി) ഉയർന്ന രജിസ്റ്ററിന്റെ തന്നെ പല ഉപയോ ഗങ്ങൾ ബാലചന്ദ്രന്റെ കവിതയിലുണ്ട്.

മനോജ് കുറൂർ, അൻവർ അലി, പി പി രാമചന്ദ്രൻ, അനിതാ തമ്പി, പി രാമൻ, എസ്. ജോസഫ്, എം.ആർ. രേണുകുമാർ, വി.എം. ഗിരിജ തുടങ്ങി പിന്നീടു വന്ന കവികൾ ഇത്തരം സാധ്യതകളെല്ലാം പല രീതിയിൽ പ്രയോജനപ്പെടുത്തുന്നുണ്ട്. മൂലഭാഷയെയും ലക്ഷ്യ ഭാഷയെയും കുറിച്ച് സൂക്ഷ്മബോധമുള്ളവർക്കേ ഈ തലങ്ങൾ പരിഭാഷയിൽ കൊണ്ടുവരാനാവൂ. കവിതയുടെ ദൗർഭാഗ്യം കൊണ്ടോ പരിഭാഷയുടെ ഭാഗ്യം കൊണ്ടോ എന്നറിയില്ല, ഏറ്റവും പുതിയ കവികളിൽ പലരിലും ഇത്തരം സൂക്ഷ്മഭാഷാബോധങ്ങൾ ഏറെ യൊന്നും പ്രവർത്തിക്കുന്നില്ല. അത് വിവർത്തനം കുറെ എളുപ്പമാ ക്കിയിട്ടുണ്ട്. അതിൽ സന്തോഷിക്കേണ്ടവർക്കു സന്തോഷിക്കാം.

സംസ്കാരം തർജ്ജുമ ചെയ്യുന്നത് ഇതിനേക്കാൾ പ്രയാസമാണ്.

'പുളിയിലനേർക്കര മുണ്ടു മടക്കി
പ്പൂവു നിറച്ചാളമ്മാളു'
പുടമുറിയാഘോഷിച്ചാങ്ങളമാരവർ /
പൂകീ നാത്തൂൻ വീടുകളിൽ'
('പെണ്ണും പുലിയും', വൈലോപ്പിള്ളി)

എന്ന വരികളുടെ മുൻപിൽ ഒരു വിധം പരിഭാഷകർ മുട്ടുമടക്കും. ഇവിടെ വാക്കുകളേക്കാൾ സന്ദർഭം തന്നെയാണ് പ്രശ്നം. നാട്ടിൻ പുറങ്ങളുമായി ബന്ധപ്പെട്ട കാഴ്ചകൾ, ഗന്ധങ്ങൾ, ശബ്ദങ്ങൾ, സ്മൃതികൾ, സസ്യജന്തുജാലങ്ങൾ, മിത്തുകൾ, ഐതിഹ്യങ്ങൾ, വിശ്വാസങ്ങൾ 'ഉണ്ണി നീ ദ്രോഹിക്കരു,

തമ്മ ചൊല്ലിനാൾ, ചിറ്റൂ-
രപ്പനാടുവാനെണ്ണ കൊണ്ട് പോം പുഴുവല്ലോ'
('എണ്ണപ്പുഴുക്കൾ', വൈലോപ്പിള്ളി)

ഇവയെല്ലാം കവിതയ്ക്ക് വെളിച്ചവും പരിഭാഷയ്ക്ക് ഇരുട്ടും ആകാം.

ഇവ കൂടാതെ പൊതുസമസ്യകളുണ്ട്. അനുഭവത്തിൽ നിന്നു ഞാൻ പഠിച്ച ഒരു കാര്യം ഭാഷകൾ തമ്മിൽ എത്ര മാത്രം കുടുംബ ബന്ധമുണ്ടോ, അത്രത്തോളം പരിഭാഷ വിശ്വസ്തമാകാനുള്ള സാധ്യത കൂടുതലാണെന്നാണ്. മലയാളം, തമിഴ്, തെലുങ്ക്, കന്നഡ, മറാത്തി തുടങ്ങിയ ദ്രാവിഡവ്യാകരണവും ലിംഗ-വചനരൂപങ്ങളും പ്രത്യയങ്ങളും വാക്യഘടനകളും പിന്തുടരുന്ന ഭാഷകൾ തമ്മിൽ പരിഭാഷ കൂടുതൽ എളുപ്പമാണ്.

ഹിന്ദി, ബംഗാളി തുടങ്ങിയ ഇൻഡോ ആര്യൻ ഭാഷകൾ, ഇംഗ്ലീഷ്, ഫ്രഞ്ച്, ഇറ്റാലിയൻ, സ്പാനിഷ് തുടങ്ങിയ ഇൻഡോ-യൂറോപ്യൻ ഭാഷകൾ ഇങ്ങനെയിങ്ങനെ ഗോത്രങ്ങൾ അകലും തോറും വാക്യഘടനയുടെയും ലിംഗത്തിന്റെയും മറ്റും പുതിയ സമസ്യകൾ ഉടലെടുക്കുന്നു. മൂന്നു ലിംഗങ്ങൾ ഉള്ള, കർത്താവനുസരിച്ചു ക്രിയയ്ക്ക് മാറ്റം വരാത്ത, മലയാളത്തിൽ നിന്ന്, രണ്ടു ലിംഗങ്ങൾ മാത്രമുള്ള, കർത്താവിന്റെ ലിംഗവും വചനവും അനുസരിച്ച് ക്രിയാരൂപം മാറുന്ന, ഹിന്ദിയിലേക്ക് തർജ്ജുമ ചെയ്യുന്നതിന്റെ, അഥവാ മറിച്ചു ചെയ്യുന്നതിന്റെ, പ്രശ്നങ്ങൾ ഞാൻ നേരിട്ടനുഭവിച്ചിട്ടുണ്ട്. കർത്താവ്, കർമ്മം, ക്രിയ എന്ന ക്രമം പിന്തുടരുന്ന ഇന്ത്യൻ ഭാഷകളിൽ നിന്ന് കർത്താവ്, ക്രിയ, കർമ്മം എന്ന ക്രമം പിന്തുടരുന്ന യൂറോപ്യൻ ഭാഷകളിലേക്കുള്ള തർജുമ വീണ്ടും സങ്കീർണ്ണമാകുന്നു. സമസ്ത പദങ്ങൾ, കർത്താവ് വാക്യത്തിൽ ഇല്ലാതെ വരുന്നതോ കുറെ കഴിഞ്ഞു മാത്രം വരുന്നതോ ആയ സന്ദർഭങ്ങൾ, വിശേഷണങ്ങളുടെ പെരുക്കം, വികാരത്തിന്റെ തോത്, ബന്ധസൂചകമായ സംജ്ഞകൾ ഇങ്ങിനെ പലയിടങ്ങളിലും ശ്രദ്ധ ആവശ്യമായി വരാം.

പരിഭാഷകൾ പലതരം ധർമ്മങ്ങൾ ഒന്നിച്ചോ വേറെ വേറെ ആയോ അനുഷ്ഠിക്കുന്നുണ്ട്. അത് ലക്ഷ്യഭാഷയുടെ കഴിവ് പരീക്ഷിക്കുന്നു, അതിന്റെ സാഹിത്യസമ്പത്തിനെ കൂടുതൽ സമൃദ്ധമാക്കുന്നു. ഭാവുകത്വപരിവർത്തനത്തെ ത്വരിതപ്പെടുത്തുന്നു, പുതിയ സാഹിത്യ പ്രസ്ഥാനങ്ങൾക്കും പ്രവണതകൾക്കും പ്രേരണ നൽകുന്നു, ഭാവുകന്റെ സൗന്ദര്യബോധത്തെയും ജീവിത ബോധത്തെയും ഭാഷാബോധത്തെയും വികസിപ്പിക്കുന്നു, സംസ്കാരങ്ങൾ തമ്മിൽ ബന്ധിപ്പിക്കുന്നു. സാമൂഹ്യമോ രാഷ്ട്രീയമോ ആയ സംക്രമണത്തിനു രാസത്വരകമാകുന്നു.

ii

ഞാൻ ചെയ്ത നാടകപരിഭാഷകളും അൽപ്പം ചില കഥാപരിഭാഷകളും ഇവിടെ ചർച്ചയ്ക്കെടുക്കുന്നില്ല. എന്നാൽ ഞാൻ കവിത എഴുതാൻ തുടങ്ങിയ കാലം മുതൽ തന്നെ കവിതാപരിഭാഷയും

ആരംഭിച്ചു എന്നതാണ് സത്യം. ഏതാണ്ട് പതിമൂന്നാം വയസ്സിലാണ് ആധി നിറഞ്ഞ ഈ വ്യാധികൾ രണ്ടും പിടി പെട്ടത്. ആദ്യത്തെ പരിഭാഷകൾ ഒമാർ ഖയ്യാമിന്റെ റൂബായികൾ ആയിരുന്നു. ഫിറ്റ്സ് ജെറാൾഡിന്റെ പ്രസിദ്ധമായ ഇംഗ്ലീഷ് വിവർത്തനങ്ങളിൽ നിന്ന്. പേഴ്സ്യൻ പണ്ഡിതർ അത് അത്ര നല്ല തർജ്ജമയായി കരുതുന്നില്ല എന്നെല്ലാം പിന്നീടാണ് അറിഞ്ഞത്. പക്ഷേ ചിത്രങ്ങൾ നിറഞ്ഞ ആ പുസ്തകം ഹൈസ്കൂൾ ലൈബ്രറിയിൽ കണ്ടപ്പോൾ തന്നെ ഇഷ്ടമായി. പല കവിതകളും മന്ദാക്രാന്ത, സ്രഗ്ദ്ധര തുടങ്ങിയ സംസ്കൃതവൃത്തങ്ങളിൽ ശ്ലോകങ്ങൾ ആയാണ് ചെയ്തത് കുമാര നാശാന്റെ സ്വാധീനമായിരിക്കാം ഹേതു. അതെല്ലാം അന്ന് കൊടു ങ്ങല്ലൂർ സർക്കാർ ബോയ്സ് ഹൈസ്കൂളിന്റെ കയ്യെഴുത്തു മാസിക കളിലാണ് വെളിച്ചം കണ്ടത്. ആദ്യകവിതകൾ അവയിലും നാട്ടിൻ പുറത്തെ 'കലാകുസുമം' വായനശാല നടത്തിയിരുന്ന കയ്യെഴുത്തു മാസികകളിലും എന്ന പോലെ. ക്രൈസ്റ്റ് കോളേജിൽ എത്തിയ പ്പോൾ ഇംഗ്ലീഷ് കാൽപ്പനികകവികളിൽ ആകൃഷ്ടനായി. ഷെല്ലിയുടെ 'പടിഞ്ഞാറൻ കാറ്റിന്നൊരു ഗീതം', 'വേഡ്സ്വർത്തിന്റെ 'മിൽട്ടൺ', 'ഡാഫഡിൽ പുഷ്പങ്ങളോട്', 'വസന്താരംഭത്തിലെഴുതിയ വരികൾ', കീറ്റ്സിന്റെ 'ഗ്രീക്ക്ചിതാകലശത്തിന്നുള്ള ഗീതം' തുടങ്ങിയ കവിത കളുടെ പരിഭാഷകൾ അന്ന് ക്രൈസ്റ്റ് കോളേജിൽ പഠിപ്പിച്ചിരുന്ന മാമ്പുഴ കുമാരൻ മാസ്റ്ററെ കാണിച്ചത് ഓർക്കുന്നു. അവയൊന്നും പ്രസിദ്ധീകരിച്ചില്ല.

കോളേജ് മാസികയിൽ സ്വന്തം രചനകളാണ് നൽകാറുള്ളത്, മലയാളവും ഇംഗ്ലീഷും. (ഇംഗ്ലീഷിൽ കവിതയെഴുതുന്നത് ഒരു സാഹസം തന്നെയായിരുന്നു, പിന്നെ ഞാൻ അത് ശ്രമിച്ചിട്ടേയില്ല) വിചിത്രമായി തോന്നാം, മഹാരാജാസിലെ എം എ പഠനകാലത്ത് ഞാൻ അധികമൊന്നും തർജ്ജമകൾ ചെയ്തതായി ഓർക്കുന്നില്ല. ഒരു പുസ്തകം ചെയ്തു. നസ്രുൾ ഇസ്ലാമിന്റെ കവിതകൾ, കേരള സാഹിത്യ അക്കാദമിക്ക് വേണ്ടി. അത് ബംഗാളിയിൽ നിന്ന് തന്നെ യാണ് ചെയ്തത്. കവിതകൾ ദേവനാഗരി ലിപിയിൽ കിട്ടി; അൽപ്പം വാക്കുകളെ അറിയാതെ ഉണ്ടായിരുന്നുള്ളൂ. താളവും. അതിനു മഹാ രാജാസിൽ ബംഗാളി അദ്ധ്യാപികയായിരുന്ന നിലീന അബ്രഹാ മിന്റെ സഹായം തേടി. കവിതകളും ലേഖനങ്ങളും – സാർത്രിനെ ക്കുറിച്ചു പത്ത് ലേഖനങ്ങളുടെ ഒരു പരമ്പര തന്നെ – ആണ് അക്കാ ലത്തു കൂടുതലും എഴുതിയത്. യൂറോപ്യൻ ആഫ്രിക്കൻ കവിത കളുമായി പരിചയം നേടുന്നത് ആ കാലത്തായിരുന്നു. കൂട്ടുകാർ ഹോട്ടലിലോ ബാറിലോ പോകുമ്പോൾ ഞാൻ സ്കോളർഷിപ് പണം മിച്ചം വെച്ച് ബ്രോഡ് വേയിലെ 'പൈ ആൻഡ് കമ്പനി'യിൽ നിന്നും,

കോളേജിനു മുന്നിലുള്ള ആസാദ് ബുക്ക് സെന്ററിൽ നിന്നും പുസ്തകങ്ങൾ വാങ്ങും.

'പെൻഗ്വിൻ മോഡേൺ പോയറ്റ്സ്', 'പെലിക്കൻ യൂറോപ്യൻ പോയറ്റ്സ്' എന്നീ പരമ്പരകൾ ഇറങ്ങുന്ന കാലമാണ്. കൂടാതെ ഫ്രഞ്ച്, ജർമ്മൻ, സ്പാനിഷ് കവിതകളുടെയും മറ്റും ദ്വിഭാഷാ സമാഹാരങ്ങളും എല്ലാം വില കുറഞ്ഞ പേപ്പർ ബാക്കിൽ. അവയിൽ പലതിൽനിന്നുമാണ് പിന്നീട് ഞാൻ 'കേരളകവിത'യിൽ പരിഭാഷകൾ ചെയ്തത്. കവിതാ പരിഭാഷയെ ഞാൻ കവിതാരചന പോലെ തന്നെ പ്രധാനമായി എടുക്കുന്നത് 'കേരള കവിതാ' ത്രൈമാസികത്തിന്റെ കാലത്താണ്. അയ്യപ്പപ്പണിക്കർ ആണ് അതിനു പ്രേരണയായത്. ചിലപ്പോൾ അദ്ദേഹം ഇങ്ങോട്ട് പേരുകൾ നിർദ്ദേശിക്കും. ചിലപ്പോൾ ഞാൻ അങ്ങോട്ടും. ഇൻഡോനേഷ്യൻ കവി ചേരിൽ അൻവറിന്റെയും ജീബനാനന്ദ ദാസിന്റെയും കവിതകൾ അദ്ദേഹം പറഞ്ഞു, പോളിഷ് കവി സിബ്ന്യൂ ഹെർബെർട്ട് മുതൽ വടക്കുകിഴക്കേ ഇന്ത്യയിലെ കവികളുടെ പേരുകൾ വരെ ഞാൻ നിർദ്ദേശിച്ചു. ആധുനികമായ ഒരു കാവ്യഭാവുകത്വത്തെ മലയാളികൾക്ക് പരിചയപ്പെടുത്തുകയായിരുന്നു ലക്ഷ്യം.

പിന്നീട് സ്വന്തമായി പ്രസിദ്ധീകരണങ്ങൾ ആരംഭിച്ചപ്പോൾ അവയ്ക്ക് വേണ്ടിയും മറ്റു ലിറ്റിൽ മാഗസിനുകൾക്ക് വേണ്ടിയും തർജ്ജമകൾ ചെയ്തു. 'ജ്വാല'യ്ക്ക് വേണ്ടി ജാപ്പനീസ് ഹൈക്കു കവിതകൾ, ഒഗ്ഡൻ നാഷിന്റെ ലിമറിക്കുകൾ (ആ മാസികയുടെ വലിപ്പത്തിന് അവയെ പറ്റുമായിരുന്നുള്ളൂ), 'പച്ചക്കുതിര'യ്ക്കു വേണ്ടി വിസ്വാവാ ഷിമ്പോഴ്സ്കാ അങ്ങനെ.

എഴുപതുകളിൽ പരിഭാഷ ഒരു രാഷ്ട്രീയ പ്രവർത്തനം കൂടിയായി. അക്കാലത്താണ് പാബ്ലോ നെരൂദ, ബെർതോൾറ്റ് ബ്രെഹ്റ്റ്, പോൾ എലാർ്, ലൂയി ആരഗൻഗ്, ഓഡൻ, മാവോ, ഹോചി മിൻ, അനേകം ആഫ്രിക്കൻ-ലാറ്റിൻ അമേരിക്കൻ കവികൾ തുടങ്ങിയവരുടെ പരിഭാഷകൾ നടത്തുന്നത്. ഇവയിൽ ചിലത് 'നവയുഗം' വാർഷികപ്പതിപ്പിനു വേണ്ടി കെ ജി ശങ്കരപ്പിള്ളയോടൊത്ത് 'വിശ്വവിപ്ലവകവികൾ' എന്ന പ്രത്യേക ഫീച്ചറിനുവേണ്ടി ചെയ്തവയാണ്. അന്ന് ഗ്രന്ഥശാലാസഹകരണസംഘം പ്രസിഡന്റ് ആയിരുന്ന പി. ഗോവിന്ദപ്പിള്ളയാണ് ഇരിഞ്ഞാലക്കുടയിലെ എന്റെ വാടകവീട്ടിൽ വന്നു നെരൂദ തർജ്ജമയ്ക്ക് ആദ്യം പ്രേരിപ്പിക്കുന്നത്. അതോടൊപ്പം ഹോചിമിന്റെ 'ജയിൽ ഡയറി'യും ചെയ്തു. അവ ഒന്നിച്ചാണ് തിരുവനന്തപുരത്ത് വെച്ച് അടിയന്തിരാവസ്ഥക്കാലത്ത് പൊലീസിന്റെ കനത്ത കാവലിൽ പ്രകാശനം ചെയ്തത്. അത് ഒരു പ്രതിരോധ

യോഗം തന്നെയായി മാറി. കേരളത്തിന് പുറത്തു അങ്ങനെയൊന്നു ആ കാലത്ത് നടത്താൻ കഴിയുമായിരുന്നു എന്ന് തോന്നുന്നില്ല.

ക്രമേണ കാവ്യപരിഭാഷ എന്റെ സർഗ്ഗാത്മകപ്രവർത്തനത്തിന്റെ തന്നെ ഒരംശമായി മാറുകയായിരുന്നു. സൗന്ദര്യശാസ്ത്രപരമോ രാഷ്ട്രീയമോ ആയ പ്രത്യേക കാരണങ്ങൾ ഇല്ലാത്തപ്പോഴും - ആ പ്രേരണകൾ തുടരുമ്പോൾ തന്നെ കവിതകൾ എഴുതാത്ത കാലങ്ങളിൽ, ഭാഷയെയും ഭാവനയെയും സജീവമായി നിലനിർത്തുന്നതിന്റെ ഭാഗമായി ഞാൻ പല തരം കവികളെ വിവർത്തനം ചെയ്തു. അതിൽ ക്വാസിമോഡോ, ഉംഗാരെറ്ടീ തുടങ്ങിയ മിതഭാഷികളായ 'ഹെർമെറ്റിക്' കവികൾ മുതൽ മൊന്താലെ, മഹ്മൂദ് ദാർവീഷ് തുടങ്ങിയ രാഷ്ട്രീയ കവികൾവരെ ഉണ്ടായിരുന്നു. പരിസ്ഥിതിവാദികളും സമഗ്രാധിപത്യവിരുദ്ധരും പ്രണയകവികളും സ്ത്രീവാദികളും ദളിത് കവികളും ഉണ്ടായിരുന്നു. മലയാളത്തിലെ ആദ്യത്തെ സ്ത്രീകവിതാ സമാഹാരം (മുപ്പതു ഇന്ത്യൻ കവയിത്രികൾ) ഞാൻ എഡിറ്റ് ചെയ്തു ജോയ് മാത്യു (ബോധി) പ്രസിദ്ധീകരിച്ചതാണ്. ആദ്യത്തെ ഹിന്ദി കവിതാ സമാഹാരം 'സമകാലീന ഹിന്ദി കവിത' ഞാൻ ഹിന്ദിയിൽ നിന്ന് നേരിട്ട് പരിഭാഷ ചെയ്തതാണ്. ആഫ്രിക്കൻ, ലാറ്റിൻ അമേരിക്കൻ, യൂറോപ്യൻ, ഏഷ്യൻ കവിതകൾ വേറെയും.

ഇതിനിടെ പരിഭാഷാ ശില്പശാലകൾക്ക് ക്ഷണം ലഭിച്ചു തുടങ്ങി. എൺപതുകളുടെ തുടക്കത്തിലാണ് ഭോപ്പാലിലെ ഭാരത് ഭവനിൽ ദിലീപ് ചിത്രേയുടെ നേതൃത്വത്തിൽ അത്തരം ഒരു ശിൽപ്പശാലയിൽ ഞാൻ പങ്കെടുത്തത്. ഞങ്ങൾ കുറച്ചു പേരുടെ കവിതകൾ ശക്തി ചതോപാധ്യായ്, ദിലീപ് ചിത്രേ, ഞാൻ - ഹിന്ദിയിലേക്ക് പരിഭാഷ ചെയ്യുന്ന ശിൽപ്പശാല ആയിരുന്നു അത്. ഒപ്പം കേദാർ നാഥ് സിംഗ്, വിനോദ് കുമാർ ശുക്ല, അശോക് വാജ്പേയി എന്നിവരുടെ കവിതകൾ ഇംഗ്ലീഷിലേക്കും പരിഭാഷ ചെയ്യപ്പെട്ടു.

ചില കവികൾക്ക് രണ്ടു റോളും ഉണ്ടായിരുന്നു. പരിഭാഷകരിൽ അരവിന്ദ് മഹ്രോത്രയെപ്പോലെ പ്രശസ്ത കവികളും ഉണ്ടായിരുന്നു. ഏറ്റവും പ്രായം കുറഞ്ഞ കവി ഞാനായിരുന്നു. എന്റെ പരിഭാഷകൻ യുവകവി രാജേന്ദ്ര ധോഡപ്കർ ആയിരുന്നു. ഞങ്ങളെ കൂട്ടിയിണക്കാൻ സുധാ ഗോപാൽ കൂടി ഉണ്ടായിരുന്നു. (സുധയും ഗോപാലകൃഷ്ണനും പിന്നെ അടുത്ത സുഹൃത്തുക്കളായി, വിസ്മയകരമായ കാര്യം ഞങ്ങൾ എല്ലാം - രാജേന്ദ്ര ഉൾപ്പെടെ - പിന്നീട് ഡൽഹിയിൽ എത്തി എന്നതാണ്.) അത് ഒരു നല്ല മാതൃക ആയിത്തോന്നി. അന്ന് കേരളത്തിൽ ആയിരുന്ന എന്റെ ഹിന്ദി അത്ര നന്നായിരുന്നില്ല, എന്റെ പരിഭാഷകന് മലയാളം അറിയുകയുമില്ല. സുധയുടെ സഹായം കൊണ്ട് നേരിട്ട് തന്നെയാണ് പരിഭാഷ നടന്നത്.

അവിടെ നടന്ന പരിഭാഷകൾ എല്ലാം ഒരു പുസ്തക പരമ്പരയായി ഇറങ്ങി. ഹിന്ദിയിൽ മുൻപന്തിയിലുള്ള 'രാജ് കമൽ' ആയിരുന്നു പ്രസാധകർ. ആ സമാഹാരം എനിക്ക് ഒരു പാട് കവി/സഹൃദയ സുഹൃത്തുക്കളെ ഉണ്ടാക്കിയെന്നു പിന്നീട് ഡൽഹിയിലേക്കു താമസം മാറ്റിയപ്പോൾ തിരിച്ചറിഞ്ഞു. ഒപ്പം പല ഇന്ത്യൻ കവികളെയും അടുത്ത് പരിചയപ്പെടാനും ഇട വന്നു. ഞങ്ങൾ രണ്ടുമൂന്നാഴ്ച ഒന്നിച്ച് താമസിച്ചല്ലോ. കേദാർനാഥ് സിംഗ്, ദിലിപ് ചിത്രേ, അശോക് വാജ്പേയി, അരവിന്ദ് കൃഷ്ണ മേഹ്രോത്ര ഇവരെല്ലാം ആജീവ നാന്ത സുഹൃത്തുക്കളായി, ആദ്യത്തെ രണ്ടു പേർ ഇപ്പോൾ ഇല്ലെ ങ്കിലും. ഭാരത് ഭവൻ വഴിയാണ് ഞാൻ ഇന്ത്യയിലെയും പുറത്തെയും ഒട്ടേറെ നല്ല കവികളെ അടുത്തറിയുന്നത് എന്ന് കൂടി പറയട്ടെ. അത് അക്കാദമിയിൽ ചേർന്നപ്പോൾ സഹായകമാവുകയും ചെയ്തു. ഒപ്പം എന്റെ ഹിന്ദി പുതുക്കാനും ശക്തിപ്പെടുത്താനും സഹായിച്ചു. പിന്നീട് ഹമ്പിയിലും പട്ടാമ്പിയിലും ദക്ഷിണഇന്ത്യൻ കവികളുടെ പരിഭാഷാശിൽപ്പശാലകളിൽ പങ്കെടുക്കാനും സാഹിത്യ അക്കാദ മിയിൽ ചിലത് ഡയറക്റ്റ് ചെയ്യാനും കഴിഞ്ഞു. മറ്റൊരു നല്ല അനു ഭവം വെയിൽസിൽ വെച്ചും തുടർന്ന് കോവളത്തു വെച്ചും വെൽഷ് ഇന്ത്യൻ കവികളുടെ വിവർത്തനശിൽപ്പശാലയിൽ പങ്കെടുത്തതാ യിരുന്നു.

മറ്റൊന്ന് സ്വീഡനിൽ രണ്ടാഴ്ച താമസിച്ചു സ്വീഡിഷ് കവിത കൾ കവികളോടൊപ്പമിരുന്നു പരിഭാഷ ചെയ്തതായിരുന്നു. ചില പ്പോൾ അവർ ഞാൻ താമസിച്ചിരുന്ന റൈറ്റേഴ്സ് ഹോമിൽ വന്നു, ചിലപ്പോൾ ഞാൻ സ്റ്റോക്ക്ഹോമിലോ, ഉപ്സാലയിലോ മറ്റിടങ്ങളിലോ ഉള്ള അവരുടെ വീട്ടിൽ പോയി. അവർ എല്ലാവരും ഇംഗ്ലീഷ് ഒരു വിധം നന്നായി അറിയാവുന്നവർ ആയിരുന്നത് കൊണ്ടും, ഇംഗ്ലീഷ് തർജ്ജമകൾ ലഭ്യമായിരുന്നതുകൊണ്ടും പരിഭാഷ വലിയ ആയാസം ഉള്ളതായിരുന്നില്ല. മുൻപും സ്വീഡനിൽ പോയിട്ടുള്ളത് കൊണ്ടും യൂറോപ്പ് യാത്രകൾ ധാരാളം ചെയ്തിട്ടുള്ളത് കൊണ്ടും ആ രചന കളുടെ സാംസ്കാരിക പശ്ചാത്തലവും അപരിചിതമായിരുന്നില്ല, പോരെങ്കിൽ സംശയനിവൃത്തി വരുത്താൻ കവികൾ തന്നെയും! ആ കവിതകളാണ് 'ഉറങ്ങുന്നവർക്കുള്ള കത്തുകൾ' എന്ന പേരി ലുള്ള പുസ്തകം (ഡി. സി. ബുക്സ്) ഈ പുസ്തകവും കമലാ ദാസിന്റെ 'കെട്ടിയിട്ട കോലാട്' എന്ന അന്ത്യകവിതകളുടെ സമാ ഹാരവും മാതൃഭൂമി ബുക്സ് പ്രസിദ്ധീകരിച്ച 'പടിഞ്ഞാറൻ കവിത', 'മൂന്നാം ലോക കവിത', 'ഇന്ത്യൻ കവിത', 'പലലോകകവിത' എന്നീ നാലു ബൃഹത് സമാഹാരങ്ങളും നെരൂദയുടെ 'ഇരുപതു പ്രണയ കവിതകളും ഒരു വിലാപഗീതവും' (ഗ്രീൻ ബുക്സ്) ചേർന്നാൽ

ഞാൻ മലയാളത്തിലേയ്ക്ക് ചെയ്ത കവിതാ പരിഭാഷകളുടെ ഏതാണ്ട് സമ്പൂർണ്ണമായ ഒരു ചിത്രം ലഭിക്കും. ഇവയ്ക്കു മുൻപുള്ള സമാഹാരങ്ങളിലെ പരിഭാഷകൾ മിക്കവയും ഈ സമാഹാരങ്ങളിൽ ഉണ്ട് എന്നർത്ഥം.

എന്റെ പരിഭാഷാ സമ്പ്രദായത്തെക്കുറിച്ചു കൂടി ചിലത് പറയാം. സ്വാഭാവികമായും ഇംഗ്ലീഷ്, ഹിന്ദി ഭാഷകളിലുള്ള പരിഭാഷകളെ എനിക്ക് പലപ്പോഴും ആശ്രയിക്കേണ്ടി വന്നിട്ടുണ്ട്. ഇന്ത്യൻ കവികളെ പരിഭാഷ ചെയ്യുമ്പോൾ ഹിന്ദിയെ ആണ് എനിക്ക് കൂടുതൽ വിശ്വാസം. ഉർദു ദേവനാഗരി ലിപിയിൽ ലഭിച്ചാൽ ഏതാണ്ട് നേരിട്ട് തന്നെ ചെയ്യാൻ കഴിയും. സംശയമുള്ള ചില വാക്കുകൾ മനസ്സിലാക്കുകയേ വേണ്ടൂ. സ്പാനിഷ്, ജർമ്മൻ, ഫ്രഞ്ച് തുടങ്ങി റോമൻ ലിപി ഉപയോഗിക്കുന്ന ഭാഷകളിൽ നിന്ന് വിവർത്തനം ചെയ്യുമ്പോൾ ബൈലിംഗ്വൽ സമാഹാരങ്ങൾ ആണ് കഴിവതും ഉപയോഗിക്കാറു; എം എയ്ക്കു ഓൾഡ് ഇംഗ്ലീഷ് എന്റെ പ്രത്യേകവിഷയമായിരുന്നതുകൊണ്ട് - അന്ന് അത് തീരെ ഇഷ്ടമായിരുന്നില്ലെങ്കിലും - ജർമ്മൻ പോലത്തെ ഭാഷകളിലേക്കു ഒരു താക്കോൽ കയ്യിലുണ്ട്. ഫ്രഞ്ച് പഠിക്കാൻ ശ്രമിച്ചിട്ടുണ്ട്. സ്പാനിഷ് ഉൾപ്പെടെയുള്ള ഭാഷകൾ എഴുതിക്കണ്ടാൽ ലാറ്റിൻ റൂട്ട് വഴി കുറെ മനസ്സിലാകും. ഉറക്കെ വായിക്കാനും കഴിയും. തീർച്ചയായും ഇംഗ്ലീഷ് പരിഭാഷ, കഴിയുമെങ്കിൽ ഒന്നിലേറെ, ഉപയോഗിക്കാതെ വയ്യ. ഹിന്ദിയിൽ നിന്ന് നേരിട്ട് പരിഭാഷ ചെയ്യാം. ഇംഗ്ലീഷിൽ നിന്നും. നിഘണ്ടു അധികം ഉപയോഗിക്കേണ്ടി വരാറില്ല. കഴിയുന്നത്ര മൂലവുമായി ഒത്തു നോക്കും. ഇതെല്ലാം എന്റെ ജീവിതസാഹചര്യങ്ങളുടെയും യാത്രകളുടെയുമൊക്കെ സംഭാവനകൾ ആണ്, എന്റെ വ്യക്തിപരമായ മഹത്വമൊന്നുമല്ല. അൽപ്പം ഹിന്ദിയും പഞ്ചാബിയും ഹിന്ദിയും ഉർദുവും അറിയാതെ ഡൽഹിയിൽ കഴിയാനാവില്ല. ഇംഗ്ലീഷ് എന്റെ ഉപജീവന ഭാഷ കൂടിയായിരുന്നു. മലയാളം സ്കൂളിന്നപ്പുറം പഠിച്ചിട്ടില്ല. വായനയിലൂടെ നേടിയതേ ഉള്ളൂ. എഴുത്തച്ഛനും ആശാനും സി വി രാമൻ പിള്ളയും മറ്റും നേരത്തെ ഉള്ളിൽ കടന്നു കൂടിയതുകൊണ്ട് അതു കഴിഞ്ഞു. പിന്നെ തുടർച്ചയായ വായനയും.

നേരെ മറിച്ചുള്ള കുറെ പരിഭാഷകളും ചെയ്യേണ്ടി വന്നിട്ടുണ്ട്. എന്റെ തന്നെ കവിതകളുടെ ഇംഗ്ലീഷ് പരിഭാഷകൾ 700 പേജെങ്കിലും വരും. അവയിൽ ഭൂരിപക്ഷവും The Missing Rib (Poetrywalla, Bombay, 2016), Not Only the Oceans (Do, 2018), Questions from the Dead (Coppercoin, Delhi) The River Beneath the River (The Red River, Delhi) എന്നീ സമാഹാരങ്ങളിൽ ഉണ്ട്. എന്നേക്കാൾ മുതിർന്നവരും എന്റെ സമകാലീനരും എന്നേക്കാൾ പ്രായം കൊണ്ട്

താഴെയുള്ളവരുമായ മലയാള കവികളുടെയും ഹിന്ദി കവികളുടെയും ഇംഗ്ലീഷ് പരിഭാഷകൾ 300 പേജെങ്കിലും വരും ഇതിൽ എഴുത്തച്ഛന്റെ അദ്ധ്യാത്മ രാമായണത്തിലെ ചില ഭാഗങ്ങളും ഉൾപ്പെടുന്നു അതിസാഹസികമായ ഈ കൃത്യം ഞാൻ ഏറ്റെടുത്തത് അയ്യപ്പ പണിക്കരുടെ നിർബന്ധത്തിനു വഴങ്ങി ആയിരുന്നു. സാഹിത്യ അക്കാദമിയുടെ മദ്ധ്യകാല ഇന്ത്യൻ സാഹിത്യം എന്ന സമാഹാരത്തിന് വേണ്ടി. ഷേക്സ്പിയറുടെ ഗീതകങ്ങൾ എന്നെക്കൊണ്ട് മലയാളത്തിലേക്ക് ചെയ്യിച്ചതും അയ്യപ്പപ്പണിക്കർ തന്നെയായിരുന്നു. ഹിന്ദിയിൽ നിന്ന് കേദാർ നാഥ് സിംഗ്, മംഗളേഷ് ദബ്രാൽ, അനാമിക തുടങ്ങിയവരുടെ കവിതകൾ ഇംഗ്ലീഷിൽ ആക്കിയതും അത്തരം സാഹചര്യങ്ങളിൽ തന്നെ. എങ്കിലും പരിഭാഷയുമായി ബന്ധപ്പെട്ട ഒരു ജോലി ചെയ്യുമെന്ന് ഞാൻ ഒരിക്കലും കരുതിയിരുന്നില്ല: ഞാൻ അവസാനം ചെയ്ത ജോലികളിൽ ഒന്ന് ഇന്ദിരാഗാന്ധി നാഷണൽ ഓപ്പൺ സർവ്വകലാശാലയിൽ പരിഭാഷാപഠന പരിശീലന വകുപ്പിന്റെ പ്രൊഫസറും ഡയറക്ടറുമായിട്ടാണ്. തുടക്കമായതിനാൽ അവിടെ ശിൽപ്പശാലകൾ നടത്താനും നല്ല ഒരു പാഠ്യപദ്ധതി രൂപീകരിക്കാനും കഴിഞ്ഞു. നേരത്തെ സൂചിപ്പിച്ച പോലെ ആ സിദ്ധാന്തങ്ങൾ ഒന്നും പരിഭാഷയെ സഹായിച്ചില്ലെങ്കിലും, ആ സങ്കീർണ്ണ പ്രക്രിയയെ പല കോണുകളിൽ നിന്ന് മനസ്സിലാക്കാൻ അവ സഹായകമായി.

ഇപ്പോൾ ഞാൻ ഉൾപ്പെട്ട പരിഭാഷാ പദ്ധതികളെക്കുറിച്ച് പറഞ്ഞു ഈ ലേഖനം അവസാനിപ്പിക്കാം. ഒന്ന്, ഭക്തിസൂഫി കവികളുടെ പരിഭാഷയാണ്. ഇത് പരോക്ഷമായ ഒരർത്ഥത്തിൽ ഒരു രാഷ്ട്രീയ പദ്ധതി കൂടിയാണ്. ഇന്ത്യൻ സാഹിത്യം, കലകൾ (സംഗീതം, നൃത്തം, നാടകം, ചിത്രകല, ശിൽപ്പകല) ഇവയ്ക്കു ഏറ്റവും വലിയ സംഭാവനകളും പ്രചോദനവും നൽകിയ കവികൾ എന്ന നിലയ്ക്ക് മാത്രമല്ല, ഇന്ത്യയിലെ പ്രതിപക്ഷസാഹിത്യപാരമ്പര്യത്തിന്റെ പ്രതിനിധികൾ എന്ന നിലയിൽ കൂടിയാണ് അവർ പ്രാധാന്യം കൈവരിക്കുന്നത്. ശ്രീനാരായണ ഗുരുവിന്റെയും ഗാന്ധിയുടെയും ആത്മീയ വിപ്ലവപ്രചോദനം ഈ പാരമ്പര്യത്തിൽ നിന്ന് വരുന്നതാണ്. നമ്മുടെ സ്ത്രീവിമോചന ചിന്തകൾ ആരംഭിക്കുന്നത് ബുദ്ധസന്ന്യാസിനികളായ ഉബ്ബിരി, സുമംഗലമാതാ തുടങ്ങിയവരിൽ നിന്നെന്ന പോലെ ആണ്ടാൾ, അക്ക മഹാദേവി, മീരാബായ്, ബഹീനാ ബായി, ഗംഗാ സതി, ലാൽ ദെദ് തുടങ്ങിയവരിൽ നിന്ന് കൂടിയാണ്. ജാതി, വർണ്ണം, സങ്കുചിതമായ അർത്ഥത്തിലുള്ള മതം, ബ്രാഹ്മണാധികാരം, പൗരോഹിത്യം, സംസ്കൃത പ്രാഭവം, ആചാരങ്ങൾ ഇവയെ വെല്ലുവിളിച്ചവരായിരുന്നു ഈ കവികൾ ഏറെയും. ഞാൻ ആരംഭിച്ചത് ഈ ചോദ്യം ചെയ്യൽ പാരമ്പര്യത്തിന്റെ ഉത്തമപ്രതീകമായ കബീറിൽ നിന്നാണ്.

'ദൈവവുമായുള്ള സംഭാഷണങ്ങൾ' എന്ന പേരിൽ ഈ കവിതകൾ 'മാതൃഭൂമി ബുക്സ്' പ്രസിദ്ധപ്പെടുത്തിയിട്ടുണ്ട്. അവർ തന്നെ 'നാലു വചനകവികൾ', 'ബുള്ളേ ഷായുടെ കവിതകൾ', 'തുക്കാറാമിന്റെ കവിതകൾ', പല ഭക്തി-സൂഫി കവികളുടെ ഒരു സമാഹാരം എന്നിവയും ഉടൻ പുറത്തിറക്കി. ഇപ്പോൾ ഞാൻ തുക്കാറാമിന്റെ കവിതകൾ തർജ്ജമ ചെയ്യുകയാണ്. ഈ മഹാസമുദ്രത്തിലെ ചില തുള്ളികൾ മാത്രമേ ഒരു ജീവിതംകൊണ്ട് കോരിയെടുക്കാനാവൂ. എത്രത്തോളം എനിക്ക് ചെയ്യാനാവും എന്നൊന്നും തീർച്ചയില്ല. ഈ മഹാമാരിക്കാലത്തെ എന്റെ മുഖ്യപ്രവർത്തനം ഈ പരിഭാഷകളും, പെൻഗ്വിന് വേണ്ടി 'Singing in the Dark', 'Greening the Earth' എന്നീ കാലികപ്രസക്തിയുള്ള സമാഹാരങ്ങളുടെ എഡിറ്റിങ്ങും ആയിരുന്നു.

ഇതോടൊപ്പം ഞാൻ 'മാദ്ധ്യമം' വാരികയിൽ 'കവിതയ്ക്ക് ഒരു വീട്' എന്ന പംക്തിയിലൂടെ ഒരുപാട് സമകാലീനകവികളെ അവതരിപ്പിക്കുന്നുണ്ട് എന്ന് വായനക്കാർക്ക് അറിയാമല്ലോ. ഐറിഷ് കവിതകളുടെ ഒരു സമാഹാരം മലയാളത്തിൽ ചെയ്യാനുള്ള ഒരു ഐറിഷ് കവിസുഹൃത്തിന്റെ അഭ്യർത്ഥനയും ഞാൻ സ്വീകരിച്ചിട്ടുണ്ട്. പഴയതും പുതിയതും, കവിതയെ സംബന്ധിച്ച് ഒരു വിരുദ്ധ ദ്വന്ദ്വമല്ല എന്ന തിരിച്ചറിവിന്റെ ആഹ്ലാദത്തിലാണ് ഞാനിപ്പോൾ. മുപ്പതു വർഷം മുൻപു തന്നെ കബീറിന്റെ സമകാലികതയെയും ഗാലിബ്ബിന്റെ ആധുനികതയെയും കുറിച്ച് ഞാൻ എഴുതിയിട്ടുള്ളതിനാലും ഭക്തികവിതയെ ഒരു പ്രതിപാരമ്പര്യമായി അവതരിപ്പിക്കുന്ന മൂന്നു ദീർഘ പ്രഭാഷണങ്ങൾ ബനാറസ് ഹിന്ദു സർവ്വകലാശാലയിൽ നടത്തിയിട്ടുള്ളതിനാലും ഭക്തിസൂഫി കവികളെക്കുറിച്ചു ഒരു കവിതാ പരമ്പര തന്നെ എഴുതിയിട്ടുള്ളതിനാലും മതേതരമായ ഒരു ആത്മീയതയെക്കുറിച്ച് അര നൂറ്റാണ്ടായി സംസാരിച്ചുകൊണ്ടിരിക്കുന്നതിനാലും ഇത് ഇപ്പോൾ ഉദിച്ച ഒരു വിവേകം ആണെന്ന് പറയാനാവില്ല.

നവോത്ഥാനം:
നിർവചനവും പ്രയോഗവും

> 'പുസ്തകങ്ങളുടെയും ഗവേഷണപ്രബന്ധങ്ങളുടെയും കൂറ്റൻ മേൽക്കൂരയ്ക്കു കീഴെ സുരഭിലമായ പൂവിനും പുല്ലിനും പകരം ഗ്രന്ഥങ്ങളുടെയും ഉദ്ധരണികളുടെയും മൃദുശയ്യയിൽ മയങ്ങിക്കിടക്കുന്ന ഒരു സുന്ദരിയാണ് സംസ്കാരം. രാജകുമാരന്റെ ആഗമനം അവളെ ഉണർത്തുന്നു, അതോടെ കാട്ടിലുള്ളതിനെല്ലാം അവൾക്കൊപ്പം ജീവൻ വെയ്ക്കുന്നു.'
>
> (Peter Burger: Theory of the Avant-garde)

പീറ്റർ ബർഗർ പറയുംപോലുള്ള സാംസ്കാരികമായ ഒരു പുനരുജ്ജീവനത്തെയാണ് പൊതുവേ നാം 'നവോത്ഥാനം' എന്ന സംജ്ഞ കൊണ്ട് ഉദ്ദേശിക്കുന്നത്. ഒരുപക്ഷേ ഈ സംജ്ഞ ആദ്യമായി ഈ അർത്ഥത്തിൽ ഉപയോഗിക്കപ്പെട്ടത് യൂറോപ്പിൽ മദ്ധ്യകാലത്തിന്നു ശേഷം, പതിന്നാലു മുതൽ പതിനേഴാം നൂറ്റാണ്ടു വരെ നീണ്ട, സാംസ്കാരികവും രാഷ്ട്രീയവും കലാപരവും സാമ്പത്തികവുമായ പുനരുജ്ജീവനത്തെയാണ്. അവിടത്തെ ക്ലാസ്സിക്കൽ കൃതികളിലേക്കും പാരമ്പര്യത്തിലേക്കും തിരിച്ചു ചെന്ന് അവയിൽ നിന്ന് ധൈഷണികവും തത്ത്വചിന്താപരവും സൗന്ദര്യാത്മകവുമായ ഊർജ്ജം നേടിയാണ് ഈ പുനരുജ്ജീവനം നടന്നതെന്ന് നമുക്കറിയാം. മദ്ധ്യകാലമൂല്യങ്ങളിൽ നിന്നും സ്ഥാപനങ്ങളിൽ നിന്നുമുള്ള വിമുക്തിയും വ്യക്തിയെ കേന്ദ്രമാക്കുന്ന ഒരു സമീപനവും പ്രകൃതിയിലും ഭൗതികലോകത്തിലുമുള്ള പുതിയ ഒരു ജിജ്ഞാസയും ഇക്കാലത്ത് വളർന്നു വന്നു. ഗ്രീസിന്റെയും റോമിന്റെയും ക്ലാസ്സിക്കൽ പൈതൃകം വീണ്ടും കണ്ടെത്തപ്പെട്ടു. മാർപ്പാപ്പയെയും റോമാസാമ്രാജ്യത്തെയും കേന്ദ്രമാക്കിയുള്ള സാർവത്രികവീക്ഷണം ചോദ്യം ചെയ്യപ്പെട്ടു. പ്ലാറ്റോണിക് തത്ത്വചിന്ത ക്രിസ്തുമതത്തെ സ്വാധീനിച്ചു. പല തലങ്ങളിൽ പല കാലങ്ങളിലായി നടന്ന പരിവർത്തനങ്ങളുടെയും പരിഷ്കരണങ്ങളുടെയും ആകത്തുകയെയാണ് 'നവോത്ഥാനം' എന്ന പദം

കൊണ്ട് ചരിത്രകാരന്മാർ വിശേഷിപ്പിക്കാൻ ശ്രമിച്ചത്. ആധുനികത, പുരോഗതി ഇവയിലേക്കുള്ള യൂറോപ്പിന്റെ നീക്കമായും അത് ആഘോഷിക്കപ്പെട്ടു. എന്നാൽ ഈ സംജ്ഞ സൂചിപ്പിക്കുന്ന വിജയഭാവം ഇന്ന് സംശയത്തോടെയാണ് വീക്ഷിക്കപ്പെടുന്നത്. ഭൗതികലോകത്തെക്കുറിച്ചുള്ള ശാസ്ത്രീയമായ അന്വേഷണങ്ങൾ, സ്വകാര്യമൂലധനത്തിൽ അധിഷ്ഠിതമായ വാണിജ്യപരിശ്രമങ്ങൾ, ദേശങ്ങളുടെ ജനനം, നഗരജീവിതത്തിന്റെ പുനരുത്ഥാനം, ഭാഷാസാഹിത്യങ്ങളുടെ വളർച്ച, മതസ്ഥാപനങ്ങളിൽ സാധാരണ വിശ്വാസികൾക്ക് വർദ്ധിച്ച പങ്ക്, പൗരോഹിത്യത്തിലെ പരിഷ്കരണങ്ങൾ, സാമ്രാജ്യത്വത്തിന്റെയും പോപ്പിന്റെ അധികാരത്തിന്റെയും അനുക്രമമായ ക്ഷയം, ഒപ്പം തന്നെ ദേശങ്ങൾക്കകത്ത് ഭൂസ്വത്തും വാണിജ്യസമ്പത്തും കയ്യിലുള്ള വരേണ്യവർഗങ്ങളുടെ നെടുനായകത്വം ഇവയെല്ലാം അക്കാലത്തെ നിർവ്വചിച്ച ചില സവിശേഷതകളായിരുന്നു. എങ്കിലും പത്തൊമ്പതാം നൂറ്റാണ്ടിലെ ഷൂൾ മിഷേലെ (Jules Michelet: History of France), ജേക്കബ് ബർക്ക്ഹാർട്ട് (Jacob Burckhardt: The Civilization of the Renaissance) എന്നീ ചരിത്രകാരന്മാർ പറയും പോലെ അക്കാലത്ത് ലോകവും മനുഷ്യനും പുതുതായി കണ്ടു പിടിക്കപ്പെട്ടെങ്കിൽ അത് ക്ലാസിക്കുകളുടെ സ്വാധീനത്തിൽ കലയിലും സാഹിത്യത്തിലും സംഭവിച്ച പരിവർത്തനങ്ങളിൽ തന്നെയാണ് അന്വേഷിക്കേണ്ടത്. ഇറ്റലിയിൽ അവിടെത്തന്നെ റോം, വെനീസ്, ഫ്ളോറൻസ് എന്നീ നഗരങ്ങളിൽ മാത്രം സംഭവിച്ച ഒരു ഉയിർത്തെഴുന്നേൽപ്പായിട്ടാണ് ആദ്യകാലത്ത് നവോത്ഥാനം വ്യാഖ്യാനിക്കപ്പെട്ടതെങ്കിലും പിന്നീട് യൂറോപ്പിൽ ചെറുതും വലുതുമായ ഒട്ടേറെ കേന്ദ്രങ്ങൾ അതിന്നുണ്ടായിരുന്നുവെന്നു കണ്ടെത്തപ്പെട്ടിട്ടുണ്ട്. ഒപ്പം തന്നെ സ്ത്രീപുരുഷ തുല്യതയെപ്പറ്റിയും മറ്റുമുള്ള അതിന്റെ പല അവകാശവാദങ്ങളും ചോദ്യം ചെയ്യപ്പെട്ടിട്ടുമുണ്ട്.

പാശ്ചാത്യരാജ്യങ്ങളിൽ മാത്രം നടന്നതും അതേ മാതൃകയിൽ തന്നെ മറ്റു രാജ്യങ്ങളിൽ നടക്കേണ്ടതുമായ ഒരു പ്രസ്ഥാനമാണ് നവോത്ഥാനം എന്ന പടിഞ്ഞാറൻ പണ്ഡിതരുടെയും അവരുടെ ഇന്ത്യൻശിഷ്യന്മാരുടെയും സങ്കല്പനം ഇന്ന് സ്വീകാര്യമല്ലാതായിട്ടുണ്ട്. ആ സങ്കല്പനത്തിനു പിന്നിലുള്ളത് സംസ്കാരത്തെ സംബന്ധിച്ച ഒരു ശ്രേണീകൃതവീക്ഷണമാണ്. പടിഞ്ഞാറാണ് എല്ലാ പുരോഗതിയുടെയും കേന്ദ്രം എന്നും അതിന്നൊപ്പമെത്താനാണ് മറ്റു നാടുകൾ ശ്രമിക്കേണ്ടതെന്നും ഇന്നത്തെ യൂറോപ്പ് അഥവാ അമേരിക്ക നാളെ ഇന്ത്യ ഉൾപ്പെടെയുള്ള രാജ്യങ്ങൾ എത്തിച്ചേരേണ്ട അവസ്ഥയാണെന്നുമുള്ള കാഴ്ചപ്പാടാണ് അത്. ഏതാണ്ട് ക്രീറ്റൻ ഹെല്ലെനിക് സംസ്കാരങ്ങളുടെ കാലത്തു തന്നെ സിന്ധു-നദീതട സംസ്കാരം (അതിന്റെ നിർമ്മാതാക്കളെക്കുറിച്ചുള്ള തർക്കങ്ങൾ

അവിടെ നിൽക്കട്ടെ) നിലനിന്നിരുന്നു എന്നും, ക്രിസ്തുവിനും എത്രയോ മുൻപ് വേദങ്ങളും ബ്രാഹ്മണങ്ങളും ഉപനിഷത്തുകളും രാമായണ-മഹാഭാരതങ്ങളും പാർശ്വർ, കപിലർ, മഹാവീരൻ, ഗോശാല, പതഞ്ജലി, ചാർവാകൻ, അജിത കേശകമ്പിളി തുടങ്ങിയ ചിന്ത കരും ജൈന, ബുദ്ധ ദർശനങ്ങളും ഉണ്ടായി എന്നും, ക്രിസ്ത്വബ്ദ ത്തിന്റെ ആദ്യകാലത്തു തന്നെ നാഗാർജുനനും മഹായാനബുദ്ധമതവും തന്ത്രവും പുരാണങ്ങളും പഞ്ചതന്ത്രവും പ്രജ്ഞാപരിമിതയും ശങ്ക രനും ഷഡ്ദർശനങ്ങളും രാമാനുജനും മറ്റും ഉണ്ടായി എന്നും, ക്രിസ്ത്വബ്ദം നാല് മുതൽ പതിമൂന്നു വരെയുള്ള നൂറ്റാണ്ടുകൾ ഇന്ത്യൻ ശിൽപ്പവാസ്തുകലകളുടെ ഗുപ്ത, ചാലൂക്യ, രാഷ്ട്രകൂട, പല്ലവ, ചോള, രാജ്പുത്, ഹൊയ്സല ശൈലികളുടെ സുവർണ്ണ കാലം ആയിരുന്നു എന്നും, ക്രിസ്ത്വബ്ദം ആറും ഏഴും നൂറ്റാണ്ടിൽ സാമൂഹ്യസമത്വം സ്വപ്നം കണ്ട തമിഴ് ശൈവരും പതിനൊന്നു പന്ത്രണ്ടു നൂറ്റാണ്ടോടെ ജാതിവർഗവംശ ലിംഗ വിവേചനങ്ങൾ ഇല്ലാത്ത ചെറിയ മാതൃകാസമൂഹങ്ങൾ സൃഷ്ടിച്ച കന്നഡ വീരശൈ വരും തുടർന്ന് തെലുങ്ക്, മറാഠി, ഗുജറാത്തി,ബ്രജ്, രാജസ്ഥാനി, ഭോജ്പുരി, ബനാറസി, ആസ്സമിയാ, ബംഗ്ലാ, ഒഡിയാ, പഞ്ചാബി, മലയാളം തുടങ്ങിയ ഭാഷകളിലും മനുഷ്യതുല്യതയിൽ ഊന്നിയ ആയിരക്കണക്കിന് ഭക്തിസൂഫി പാരമ്പര്യങ്ങളിൽ പെട്ട ദാർശനിക കവികൾ ഉയർന്നു വന്നുവെന്നും ഓർക്കുകയും, ഹെയിന്റിഹ് സിമ്മർ ചെയ്യും പോലെ അക്കാലങ്ങളിലെ പാശ്ചാത്യലോകത്തിന്റെ സ്ഥിതി യുമായി ഇതിനെ താരതമ്യം ചെയ്യുകയും മാത്രം മതി ഈ വീക്ഷണം പൊളിഞ്ഞു പോകാൻ.

യൂറോപ്യൻ നവോത്ഥാനം എന്ന, ക്ലാസിക്കുകളിലേക്കുള്ള പിന്മടക്കത്തിന്റെയും ക്രിസ്തു മതനവീകരണത്തിന്റെയും സംയു ക്തത്തെ, ഇന്ത്യൻ നവോത്ഥാനവുമായി താരതമ്യപ്പെടുത്തുന്നതിൽ, അവ തമ്മിലുള്ള ചില ബാഹ്യസമാനതകൾക്കപ്പുറം, വലിയ യുക്തി യുണ്ടെന്നു തോന്നുന്നില്ല. ഇന്ത്യനവസ്ഥയിൽ, ഏകകാലത്തു സംഭ വിച്ച ഏകശിലാരൂപമായ ഒറ്റ നവോത്ഥാനം എന്നതിനേക്കാൾ പല കാലത്ത് പലയിടങ്ങളിൽ പല മാതിരി സംഭവിച്ച നവോത്ഥാനത രംഗങ്ങളുടെ ഒരു പരമ്പര എന്ന സങ്കല്പമാവും അനുയോജ്യം. ഉദാഹരണത്തിന് ക്രിസ്തുവിനു മുൻപ് ആറാം നൂറ്റാണ്ടിൽ, പഴയ ഇന്ത്യൻ സംസ്കാരത്തെ തകർത്തു കളഞ്ഞ ജാതിവ്യവസ്ഥയെയും ഹിംസാധിഷ്ഠിതമായ രാജാധികാരത്തെയും നീതിരഹിതമായ ബ്രാഹ്മണപൗരോഹിത്യത്തെയും മതത്തിന്റെ പേരിലുള്ള ദുരാചാ രങ്ങളെയും വേദാധികാരത്തെയും യജ്ഞസംസ്കാരത്തെയും ചോദ്യം ചെയ്ത സമത്വോന്മുഖവും മാനുഷികവുമായ ബുദ്ധധർമ്മത്തിന്റെ ഉദയവും വ്യാപനവും ഒരു വലിയ നവോത്ഥാനമായിരുന്നു. തക്ഷശില

മുതൽ താമ്രലിപ്തി വരെയുള്ള, വിജ്ഞാനകേന്ദ്രങ്ങൾ കൂടിയായ, നഗരങ്ങളും റോം മുതൽ ചൈന വരെ ഇന്ത്യ നേടിയ പ്രശസ്തിയും അശോകനും ചന്ദ്രഗുപ്തനും ശിലാദിത്യനും മറ്റും മറുനാടുകളിലേക്കയച്ച ധർമ്മപ്രചാരകർക്ക് ഏഷ്യ മുഴുവൻ ലഭിച്ച സ്വീകാര്യതയും ഭൗതിക ശാസ്ത്രത്തിന്റെയും തത്ത്വചിന്തയുടെയും നവാങ്കുരങ്ങളും എല്ലാം ചേർന്നാണ് ആ കാലഘട്ടത്തെ ഒരു പുനരുജ്ജീവനയുഗമാക്കിയത്.

അതേസമയത്ത് തന്നെ ഗ്രീസിൽ സോക്രട്ടീസും ചൈനയിൽ ലാവോ സുവും കൺഫ്യൂഷ്യസ്സുംപോലുള്ള സ്ഥിതവ്യവസ്ഥാവിമർശകരായ ചിന്തകർ ഉയർന്നു വന്നു എന്നും കാണേണ്ടതുണ്ട്. വിവേകത്തിലും സദാചാരത്തിലും കരുണയിലും അഹിംസയിലും അധിഷ്ഠിതമായ ഒരു ഹ്യൂമനിസമാണ് ബുദ്ധൻ പ്രചരിപ്പിച്ചത്. പുരോഹിത മാധ്യസ്ഥമില്ലാതെ തന്നെ വ്യക്തികൾക്ക് ബോധോദയം സാധ്യമാണെന്ന അദ്ദേഹത്തിന്റെ വിപ്ലവകരമായ നിലപാടാണ് പിന്നീട് ഭക്തിപ്രസ്ഥാനകാലത്ത് ബസവയും നാമദേവനും മുതൽ കബീറും ലാൽ ദെദ്ദുംവരെയുള്ളവർക്ക് വെളിച്ചമായത്. 'ദൈവത്തിന്റെ തിരഞ്ഞെടുക്കപ്പെട്ട ജനങ്ങൾ' എന്ന യഹൂദ-ബ്രാഹ്മണ സങ്കല്പം തിരസ്കരിച്ച് എല്ലാ ജനങ്ങളും സമസൃഷ്ടരാണെന്ന ഹ്യൂമനിസ്റ്റ് ഭാവന സ്വീകരിക്കുകയാണ് ക്രിസ്തുവും ബുദ്ധനും മുഹമ്മദ് നബിയും അവരിൽ നിന്ന് പ്രചോദനം ഉൾക്കൊണ്ടവരും ചെയ്തത്. അങ്ങനെ മതത്തേയും ജാതിയേയും പീഡനയന്ത്രമാക്കുന്നവർക്കെതിരായ ഒരു കലാപമനോഭാവം, നൈതികമായ ഒരു ആത്മീയത, കിഴക്കും പടിഞ്ഞാറും രൂപം കൊണ്ടു. പിന്നീടിങ്ങോട്ട് രാമകൃഷ്ണനും വിവേകാനന്ദനും ഗാന്ധിയും ശ്രീനാരായണഗുരുവും വരെയുള്ളവർക്ക് വഴി തുറന്നത് ഈ സമതാദർശനമാണെന്നു കാണാം.

ഒരുപക്ഷേ നാം 'നവോത്ഥാനം' എന്ന് വിളിക്കുന്ന സാമൂഹ്യ പ്രതിഭാസത്തിനു കൂടുതൽ അടുപ്പമുള്ളത് പടിഞ്ഞാറ് 'ബോധോദയം' (Enlightenment) എന്ന് വിളിക്കപ്പെടുന്ന, മുഖ്യമായും പതിനെട്ടാം നൂറ്റാണ്ടിൽ നടന്ന, താത്ത്വികമുന്നേറ്റവുമായാണ്.'വിവേകത്തിന്റെ യുഗം' എന്നും ഇക്കാലത്തെ വിളിക്കാറുണ്ട്. യൂറോപ്പിൽ ബേക്കൺ, ദെക്കാർത്ത്, ലോക്ക്, സ്പിനോസാ എന്നിവർ തുടക്കമിട്ടതും ദിദറോ, ഹ്യൂം, കാന്റ്, റൂസ്സോ, വോൾട്ടയർ, മൊണ്ടെസ്ക്യൂ, ആദം സ്മിത്ത് തുടങ്ങിയവർ മുന്നോട്ടുകൊണ്ടു പോയതും ബെഞ്ചമിൻ ഫ്രാങ്ക്ലിൻ, തോമസ് ജെഫേഴ്സൺ തുടങ്ങിയവരിലൂടെ അമേരിക്കയിൽ എത്തിച്ചേർന്നതുമായ നവീനാശയങ്ങളുടെ പ്രചാരകാലമായിരുന്നു അത്. കാന്റിന്റെ നിർവചനം അനുസരിച്ച് 'മനുഷ്യവംശം സ്വയം ഉണ്ടാക്കി വെച്ച അപക്വതയിൽ നിന്നുള്ള' മോചനം ആണത്.

'മതത്തിന്റെയും രാഷ്ട്രീയത്തിന്റെയും വരട്ടുവാദങ്ങൾക്കും സ്ഥിത സങ്കല്പങ്ങളോടുമുള്ള അതിന്റെ അലസവും ഭീരുത്വം നിറഞ്ഞതുമായ അടിമത്തത്തിൽ നിന്നുള്ള' മോചനം. ഹോബ്സ്സിന്റെ 'ലെവിയാത്തൻ' മനുഷ്യരുടെ സ്വാഭാവികതുല്യത, ജനസമ്മതിയുള്ള ഭരണകൂടം, പൗരസമൂഹവും ഭരണകൂടവും തമ്മിലുണ്ടാകേണ്ട വേർതിരിവ്, തുടങ്ങിയ ആശയങ്ങൾ മുന്നോട്ടു വെച്ചു. 150 തത്ത്വചിന്തകരുടെയും ശാസ്ത്രജ്ഞരുടെയും സഹായത്തോടെ ഡി അലെംബർട്ട് 35 വാല്യങ്ങളായി തയ്യാറാക്കിയ വിജ്ഞാനകോശം ('എൻസൈക്ലോപ്പീഡിയ', 175–172), വോൾട്ടയറിന്റെ 'തത്ത്വചിന്താനിഘണ്ടു' ('ഫിലോസൊഫിക്കൽ ഡിക്ഷണറി', 1764), റൂസ്സോവിന്റെ 'അസമത്വത്തെക്കുറിച്ചുള്ള പ്രബന്ധം' (Discourse on Inequaltiy, 1754), 'സോഷ്യൽ കോൺട്രാക്റ്റ്' (1762), ആദം സ്മിത്തിന്റെ 'ധർമ്മവിചാര സിദ്ധാന്തം' (The Theory of Moral Sentiments, 1759), 'രാഷ്ട്രങ്ങളുടെ സമ്പത്ത്' (The Wealth of Nations, 1776), മൊണ്ടെസ്ക്യൂവിന്റെ 'ദി സ്പിരിറ്റ് ഓഫ് ദി ലോസ്' (1748) തുടങ്ങിയ കൃതികൾ പുതിയ ആശയങ്ങളുടെ പ്രചാരകരായി.

ഇവയ്ക്കു മുമ്പുതന്നെ സ്പിനോസ, ദെക്കാർത്തിന്റെ ദ്വൈതവാദത്തെ ചോദ്യം ചെയ്തു വസ്തുക്കളുടെ എല്ലാം ഏകത എന്ന ആശയം മുന്നോട്ടു വെയ്ക്കുകയും 'എത്തിക്സ്' എന്ന പ്രശസ്ത കൃതിയിലൂടെ മതേതരമായ ഒരു ധർമ്മശാസ്ത്രത്തിന്റെ സാധ്യത ചൂണ്ടിക്കാട്ടുകയും ചെയ്തിരുന്നു. ബോധോദയകാലത്ത് സാമ്പ്രദായികമായ വിശ്വാസാധികാരങ്ങളെ നിലനിർത്തിക്കൊണ്ടുതന്നെ പരിഷ്കരണങ്ങൾക്ക് വേണ്ടി വാദിച്ച, കാന്റിയൻ ചിന്തയിൽ നിന്ന് പ്രചോദനം നേടിയ, ഒരു ധാരയും വ്യക്തിസ്വാച്ഛന്ദ്യം, പ്രാതിനിധ്യ ജനാധിപത്യം, ആവിഷ്കാരസ്വാതന്ത്ര്യം, മതാധിപത്യത്തിന്റെ പൂർണ്ണ നിരാകരണം, വിവേകാധിഷ്ഠിതമായ സമൂഹം, പുതിയ കലാവീക്ഷണം, ദേശീയസാഹിത്യങ്ങളുടെ വികാസം എന്നിവയ്ക്കായി നിലകൊണ്ട, പിന്നീട് ഫ്രഞ്ച് വിപ്ലവത്തിലേക്ക് നയിച്ച, ഒരു വിപ്ലവാത്മകധാരയും നിലനിന്നിരുന്നു. പതിനെട്ടാം നൂറ്റാണ്ടിൽ തന്നെ മേരി വോൾസ്റ്റൻ ക്രോഫ്റ്റ് സ്ത്രീകളുടെ അവകാശങ്ങൾക്ക് വേണ്ടി വാദിച്ചുകൊണ്ട് (A Vindication of the Rights of Women, 1791) ഫെമിനിസത്തിന്റെ വിത്തുകളും പാകിയിരുന്നു.

'നവോത്ഥാന'ത്തെ പ്രതിരോധം, വിപ്ലവം എന്നീ സങ്കൽപ്പനങ്ങളിൽ നിന്നും വ്യവച്ഛേദിച്ചു കാണേണ്ടതുണ്ട്. 'പ്രതിരോധം' എന്നത് സാർവ്വകാലികവും സാർവ്വലൗകികവുമായ ഒരവസ്ഥയാണ്. പുരാതനറോമിലെ സ്പർട്ടാക്കസ്സിന്റെ കാലം മുതലേ അടിമത്തത്തിനും അനീതിക്കുമെതിരെ മനുഷ്യർ ചെറുത്തുനിന്നിട്ടുണ്ട്. വിപ്ലവങ്ങൾക്കു മുൻപും പിൻപും അവ സംഭവിക്കാറുണ്ട്. റഷ്യൻ വിപ്ലവത്തിന്

ശേഷമാണ് ഉക്രെയ്നിലെ കർഷകർ പുതിയ ഭരണകൂടത്തിന്റെ അവഗണനയ്ക്കെതിരെ കലാപം ചെയ്തത്. ചൈനയിലെ തിയാനെന്മെൻ സ്ക്വയർ ഉയിർത്തെഴുന്നേല്പ്പു മറ്റൊരുദാഹരണമാണ്.

ഫ്രാൻസിലെ വിദ്യാർഥി കലാപം, കിഴക്കൻ യൂറോപ്പിലെ ഹാവേലിന്റെയും മറ്റും നേതൃത്വത്തിൽ നടന്ന മനുഷ്യാവകാശസമരങ്ങൾ, ലോകവാണിജ്യ കൗൺസിൽ ഉച്ചകോടിയുടെ സമയത്തുണ്ടായ പ്രതിരോധം, വാൾ സ്ട്രീറ്റ് ഉപരോധം, 'അറബ് വസന്തം' എന്നറിയപ്പെടുന്ന ജനാധിപത്യസമരങ്ങൾ, ഇന്ത്യയിൽ നിർഭയ സംഭവത്തിന്റെ പശ്ചാത്തലത്തിൽ നടന്ന പാർലമെന്റ് ഉപരോധവും സമീപകാലത്ത് നടന്ന കർഷകരുടെയും തൊഴിലാളികളുടെയും യുവാക്കളുടെയും മാർച്ചുകളും, മൂന്നാറിലെ സ്ത്രീ തൊഴിലാളികളുടെ സമരം, ആദിവാസികളുടെ നിൽപ്പുസമരം, 'നോട് മീ', 'മീ ടൂ', 'വനിതാ മതിൽ' തുടങ്ങിയ ഫാസിസത്തിനും പുരുഷഹിംസയ്ക്കും എതിരായ നീക്കങ്ങൾ ഇങ്ങനെ ഭാവിപരിവർത്തനത്തിന്റെ സാധ്യതകൾ സൂചിപ്പിക്കുന്ന, പലപ്പോഴും സ്വയംഭൂവായ, അന്റോണിയോ നെഗ്രിയും മൈക്കേൽ ഹാർട്ടും 'ജനതതിയുടെ മുഹൂർത്തം' എന്ന് വിളിക്കുന്ന, ജൈവകലാപങ്ങളെല്ലാം 'പ്രതിരോധ'ത്തിനു ചില ഉദാഹരണങ്ങൾ ആണ്.

മറിച്ച് 'വിപ്ലവങ്ങൾ' അടിച്ചമർത്തപ്പെടുന്ന വർഗ്ഗങ്ങൾ നടത്തുന്ന, പ്രത്യയശാസ്ത്രപരമായ അടിത്തറയും ഭാവിയെക്കുറിച്ചുള്ള പദ്ധതികളുമുള്ള, ഫ്രഞ്ച്, റഷ്യൻ, ചൈനീസ്, ക്യൂബൻ വിപ്ലവങ്ങൾ പോലുള്ള ഭരണകൂടഅട്ടിമറികളാണ്. ഇവയിലെല്ലാം രാഷ്ട്രീയവും സാമ്പത്തികവും മനുഷ്യാവകാശപരവുമായ വശങ്ങളാണ് മുന്നിൽ നിൽക്കുന്നത്. എന്നാൽ 'നവോത്ഥാനം' പ്രാഥമികമായും സാംസ്കാരികമാണ്, കല, സാഹിത്യം, ശാസ്ത്രം, തത്ത്വചിന്ത, വിദ്യാഭ്യാസം, നീതിവ്യവസ്ഥ, ജനപ്രാതിനിധ്യം, മാനവസമത്വം തുടങ്ങിയവയാണ് ഇവിടെ മുന്നിൽ നിൽക്കുന്നത്. ഒപ്പം തന്നെ മതങ്ങളും മതാചാരങ്ങളുമായി ബന്ധപ്പെട്ട 'പുനരുത്ഥാനം' അഥവാ റിവൈവലിസത്തിൽ നിന്നും ആചാരനിരാസവും സ്ഥിതവ്യവസ്ഥയുടെ വിമർശനവും കൊണ്ട് 'നവോത്ഥാനം' വ്യത്യസ്തമായിരിക്കുന്നു. ബോധോദയത്തിന്റെ തത്വചിന്തയായ ഹ്യൂമനിസത്തിന്റെ അടിസ്ഥാനസങ്കല്പങ്ങൾ ഇവയാണ്: ഒന്ന്: ലോകത്തെക്കുറിച്ചുള്ള ജ്ഞാനം നിരീക്ഷണം, പരീക്ഷണം, യുക്തിസഹമായ അപഗ്രഥനം ഇവയിൽ നിന്ന് ഉണ്ടാകുന്നതാണ്; രണ്ട്, മനുഷ്യർ പ്രകൃതിയുടെ അവിഭാജ്യഭാഗമാണ്, ആരാലും നയിക്കപ്പെടാത്ത പരിണാമപ്രക്രിയയുടെ ഫലമാണ്; മൂന്ന്, അനുഭവം കൊണ്ട് പരീക്ഷിക്കപ്പെട്ട മനുഷ്യാവശ്യങ്ങളിൽ നിന്നാണ് ധാർമ്മികമൂല്യങ്ങൾ ഉടലെടുക്കുന്നത്; നാല്, മാനുഷികാദർശങ്ങളെ സേവിക്കുന്നതിലുള്ള വ്യക്തിപരമായ പങ്കാളിത്തമാണ് ജീവിത

സംതൃപ്തിക്കു നിദാനം; അഞ്ച്, മനുഷ്യർ പ്രകൃതം കൊണ്ട് തന്നെ സാമൂഹ്യജീവികളാണ്, ബന്ധങ്ങളിലാണ് അവർ അർത്ഥം കണ്ടെ ത്തുന്നത്; ആറ്, സമൂഹത്തിന്റെ നന്മയ്ക്കായി പ്രവർത്തിക്കുന്നത് വ്യക്തിസുഖം പരമാവധി വർധിപ്പിക്കുന്നു. (അമേരിക്കൻ ഹ്യൂമനിസ്റ്റ് അസോസിയേഷന്റെ 2003ൽ പ്രകാശിപ്പിച്ച മൂന്നാം ഹ്യൂമനിസ്റ്റ് മാനി ഫെസ്റ്റോവിന്റെ സംഗ്രഹം)

ഇന്ത്യയെ സംബന്ധിച്ചിടത്തോളം പല കാലങ്ങളിലായുണ്ടായ തരംഗങ്ങളുടെ രൂപത്തിലാണ് നവോത്ഥാനം സംഭവിച്ചിട്ടുള്ളത്. നേരത്തെ സൂചിപ്പിച്ചതുപോലെ ബുദ്ധതത്ത്വചിന്തയുടെ ഉദയവും സംക്രമണവുമാണ് ആദ്യത്തെ ഇന്ത്യൻ നവോത്ഥാനം എന്ന് പറയാം. യൂറോപ്യൻ നവോത്ഥാനത്തിന്നും ഇരുപത്തിരണ്ടു നൂറ്റാണ്ടുകൾക്കു മുൻപുതന്നെ അരങ്ങേറിയതാണ് അത്. മഹാവീരന്നും എത്രയോ മുൻപ് തുടങ്ങുന്ന ജൈനതീർത്ഥങ്കരന്മാരുടെ ചരിത്രം അതിനെ ക്കാൾ ഏറെ പഴയതാണെങ്കിലും, മതപരിവർത്തനം എന്ന സങ്കല്പം, 'സംഘം' എന്ന സമാന്തര സമത്വാധിഷ്ഠിതസമുദായത്തിന്റെ സൃഷ്ടി, വർണ്ണ, ജാതി, വംശ, ലിംഗ, ദേശ വിവേചനങ്ങൾക്കെതിരായ ധർമ്മ സങ്കൽപ്പം, കരുണയിലും സഹാനുഭൂതിയിലുമുള്ള ഊന്നൽ, അധി കാരവിരോധം, ജനവിദ്യാഭ്യാസം, ജനങ്ങളുടെ ഭാഷയുടെ ഉപയോഗം, എല്ലാവർക്കുമായുള്ള നളന്ദ, തക്ഷശില എന്നീ സർവ്വകലാശാല കളുടെ സ്ഥാപനം, ഈ ഭൂമിക്കപ്പുറം സ്വർഗ്ഗനരകങ്ങൾ നിലനിൽ ക്കുന്നില്ല എന്ന വിശ്വാസം ഇവ ബുദ്ധമതത്തിന് ചില വ്യത്യസ്ത മാനങ്ങൾ നൽകുന്നുണ്ട് മുഹമ്മദ് നബിക്കും ക്രിസ്തുവിനും അവരുടെ തത്ത്വങ്ങളുടെ പിന്തുടർച്ചക്കാർക്കും നേരിടേണ്ടി വന്ന ഭ്രഷ്ടും പീഡനങ്ങളും, ബുദ്ധരോടൊപ്പം ജൈനമതക്കാർക്കും യാഥാ സ്ഥിതിക ഹിന്ദുക്കളിൽ നിന്ന് നേരിടേണ്ടി വന്നു എന്നത് ശരിയാ യിരിക്കെത്തന്നെ.

ഇന്ത്യൻ നവോത്ഥാനത്തിന്റെ രണ്ടാം തരംഗം ഭക്തിസൂഫി പ്രസ്ഥാനങ്ങളുടെതായിരുന്നു. പ്രത്യക്ഷത്തിൽ ബുദ്ധിസത്തിന് എതിരായി തോന്നുമെങ്കിലും ബുദ്ധധർമ്മത്തിന്റെ പാഠങ്ങൾ പലതും ഈ പ്രസ്ഥാനങ്ങൾ പ്രായോഗികമാക്കി എന്ന് പറയാം. വേറെ രീതി യിൽ പറഞ്ഞാൽ ഈ പ്രസ്ഥാനത്തിന്റെ മുൻനിരക്കാർ എം. ഗോവി ന്ദന്റെ ഒരു സംജ്ഞ കടമെടുത്താൽ 'പ്രച്ഛന്നബുദ്ധർ' ആയിരുന്നു. ശൈവം, വൈഷ്ണവം, ശാക്തേയം, സഗുണം, നിർഗുണം എന്നി ങ്ങിനെ വ്യത്യസ്തങ്ങളായ ഉപാസനാസങ്കൽപ്പങ്ങൾ ഉണ്ടായിരുന്ന പ്പോഴും ഭക്തികവികൾക്ക് - ചില അപവാദങ്ങൾ ഒഴിച്ചാൽ - ചില പൊതുപ്രത്യേകതകൾ ഉണ്ടായിരുന്നു. അവയെ ഇങ്ങിനെ സംഗ്ര ഹിക്കാം.

1. അത് പലരും കരുതും പോലെ കേവലം ഒരു ഹൈന്ദവ പ്രസ്ഥാനം ആയിരുന്നില്ല. കബീറിനെയും ലല്ലാ ആരിഫയെയും പോലുള്ളവർക്ക് ഹിന്ദുക്കളും മുസ്ലീങ്ങളുമായ ഗുരുക്കന്മാർ ഉണ്ടായിരുന്നു എന്ന് തന്നെയല്ല, റഹീം, രസഖാൻ, സലബേഗാ തുടങ്ങിയവർ വൈഷ്ണവരിലും, പീർ മുഹമ്മദിനെപ്പോലുള്ളവർ ശൈവരിലും ഉണ്ടായിരുന്നു. ഇവരിൽ പലരുടെയും പുണ്യസ്ഥലങ്ങളും പൊതുവായിരുന്നു.

2. ആണ്ടാൾ, കാരയ്ക്കൽ അമ്മയാർ, മുക്തയക്ക, അക്കമഹാദേവി, ജാനാബായി, ബഹീനാബായി, മീരാബായി, ഗംഗാസതി, ലല്ലേശ്വരി (ലല്ലാ ആരിഫാ) തുടങ്ങി നൂറുകണക്കിന് സ്ത്രീകളും, ശൂദ്രരും അതിശൂദ്രരും, പരുത്തി നൂലാക്കുന്ന ദാദു, നെയ്ത്തുകാരനായ കബീർ, തയ്യൽക്കാരനായ നാമദേവൻ, തോണിക്കാരനായ ചൗഡയ്യാ, തോൽ ഊറയ്ക്കിടുന്ന രവിദാസ് (റായ് ദാസ്), കളിമൺ പണിക്കാരായ ചോഖാമേളയും കർമ്മ മേളയും, ഇവരെക്കൂടാതെ 'തിരുമന്തിര'ത്തിൽ പറയും പോലെ തമിഴ് ശൈവരായ ചെത്തുകാരും ചെറുകച്ചവടക്കാരും ഉഴവുകാരും മരപ്പണിക്കാരും ലോഹപ്പണിക്കാരും വിറകുവെട്ടുകാരുമുൾപ്പെട്ട കൈവേലക്കാരും തൊഴിലാളികളുമെല്ലാം ഭക്തിപ്രസ്ഥാനത്തിന് പൊതുവേ ഒരു കീഴാള സ്വഭാവം നൽകി.

3. കബീറിനെയും നാനാക്കിനെയും ബുള്ളേ ഷായെയും ഷാ അബ്ദുൽ ലത്തീഫിനെയും പോലെ, മതങ്ങൾ തമ്മിലുള്ള സംവാദത്തിനും ഉദ്ഗ്രഥനത്തിനും അവർ ശ്രമിച്ചു

4. ജാതിവർണ്ണവ്യവസ്ഥകളെ അവർ തുറന്നെതിർത്തു.

5. പുരോഹിതർക്ക് മതത്തിൽ സ്ഥാനമില്ലെന്നും ആരുടെയും മാദ്ധ്യസ്ഥം കൂടാതെ തന്നെ മനുഷ്യർക്ക് ദൈവവുമായി ബന്ധപ്പെടാം എന്നും അവർ ഉറക്കെ പ്രഖ്യാപിച്ചു, അതുകൊണ്ടുതന്നെ അവരിൽ പലരും ക്ഷേത്രങ്ങളെയും നിരാകരിച്ചു.

6. സംസ്കൃതത്തിന്നു പകരം അവർ നാട്ടുഭാഷകളിൽ കവിതകൾ രചിച്ചു, പലപ്പോഴും കബീർ, മീര, നാമദേവൻ, വിദ്യാപതി തുടങ്ങിയവരെപ്പോലെ ഒന്നിലേറെ ഭാഷകളിൽ. ചിലപ്പോൾ എഴുത്തച്ഛനെപ്പോലെ അവർ ഭാഷയുടെ ജനയിതാക്കൾ തന്നെയായി കൊണ്ടാടപ്പെട്ടു

7. വരമൊഴിയേക്കാൾ വാമൊഴിക്കു അവർ പ്രാമുഖ്യം നൽകി.

8 ഒട്ടനവധി കാവ്യ, ഗാന നൃത്ത, നാടക രൂപങ്ങൾക്ക് അവർ ജന്മം നൽകി (ഭജൻ, കീർത്തൻ, ധുൻ, അഭംഗ്, ദോഹാ, ബാരാമാസ, രാസ, പ്രബന്ധം, പദം, വാഖ്, വചനം, ബീജക്, കസീദാ, ജാത്ര, ഹരികഥ, ബുറകഥ, അംഗീയ നാട്, ലീല, തുംഗി, മണിപ്പുരി, ഒഡീസ്സി, കുച്ചിപ്പുടി, ഭരതനാട്യം, യക്ഷഗാനം, രാമലീല, കൃഷ്ണലീല, കഥകളി തുടങ്ങിയവ)

9. അവരുടെ ചിന്തയിലും പ്രയോഗത്തിലും കവിതയും തത്ത്വചിന്തയും തമ്മിലും ഭൗതികവും അധിഭൗതികവും തമ്മിലും ഉണ്ടായിരുന്ന അതിർവരമ്പുകൾ ഇല്ലാതായി

10. പ്രകൃതിയിൽ നിന്നും തൊഴിലിടങ്ങളിൽ നിന്നും അടുക്കളയിൽ നിന്നും മറ്റുമുള്ള പ്രതീകങ്ങൾ - മരം, ആകാശം, തീ, ജലം, പക്ഷി, തറി, ചക്രം, കത്തി,ഉല, കയിൽ, മുഖപടം, സിന്ദൂരം മുതലായവ - അവർ ധ്വന്യാത്മകമായി ഉപയോഗിച്ചു. ക്രിസ്ത്വബ്ദം ആറാം നൂറ്റാണ്ടു മുതൽ പത്തൊൻപതാം നൂറ്റാണ്ടു വരെ സജീവമായിരുന്നു ഈ സമീപനം.

ഇന്ത്യൻ നവോത്ഥാനത്തിന്റെ മൂന്നാം തരംഗത്തെയാണ് നാം സാധാരണയായി 'നവോത്ഥാനം' എന്ന് വ്യവഹരിക്കുന്നത്. ഇത് പല ഭാഗങ്ങളിൽ പല രീതിയിലാണ് പ്രവർത്തിച്ചത്. ബംഗാളിൽ പ്രാഥമികമായും അത് മതപരമായ അനാചാരങ്ങൾക്കെതിരെ - ബാലവിവാഹം, സതി, വിധവാവിവാഹനിരോധം, സ്ത്രീവിദ്യാഭ്യാസനിരാസം - നിന്ന ഒരു സവർണ്ണ പരിഷ്കരണപ്രസ്ഥാനമായിരുന്നു. അതുകൊണ്ടാവാം ബംഗാളിൽ ഒരു നവോത്ഥാനവും ഉണ്ടായിട്ടേ ഇല്ലെന്നു സുനിൽ ഗംഗോപാദ്ധ്യായയെപ്പോലുള്ളവർ പറയുന്നത്. എന്നാൽ മഹാരാഷ്ട്രയിൽ മഹാത്മാ ജ്യോതിബാ ഫൂലെ, സാവിത്രിബായ് ഫൂലെ എന്നിവർ അയിത്തം, ജാതിവ്യവസ്ഥ ഇവയെ പ്രതിരോധിക്കുകയും സ്ത്രീകൾക്കും ദളിതർക്കുംവേണ്ടി (പ്രത്യേകിച്ചും മാഹാർ, മാംഗ് ജാതിക്കാർ) സ്കൂളുകൾ തുറക്കുകയും 'സത്യശോധക് സമാജ്'ത്തിലൂടെ സാർവജനീനമായ സത്യധർമ്മങ്ങൾ എന്ന ആശയം പ്രചരിപ്പിക്കുകയും ചെയ്തു. ആദ്യം മുതലേ സ്വാനുഭവങ്ങളിലൂടെ തന്നെ ബ്രാഹ്മണ മേൽക്കോയ്മയുടെയും ആര്യരുടെ പ്രാകൃതത്വത്തിന്റെയും വേദാധികാരത്തിന്റെയും കടുത്ത വിമർശകനായി മാറിയിരുന്ന ഫൂലെ, തോമസ് പെയിന്റെ 'റൈറ്റ്സ് ഓഫ് മാൻ' വായിച്ചു ഉത്തേജിതനാവുകയും തികഞ്ഞ ജാതിവിരുദ്ധനായി മാറുകയും ദളിതരെയും ശൂദ്രരെയും ആദ്യമായി മനുഷ്യരായി കണ്ട ബ്രിട്ടീഷുകാരെയും ക്രിസ്ത്യൻ പാതിരിമാരെയും ബഹുമാനിക്കുകയും ചെയ്തു. തുടർന്ന് ഭീം റാവു അംബേദ്കർ ഒരു കീഴാള നവോത്ഥാനത്തിന്നു നേതൃത്വം നൽകി. അതിലും പാശ്ചാത്യസമത്വചിന്തകർക്കൊപ്പം ബുദ്ധദർശനത്തിന്റെ കാര്യമായ സ്വാധീനമുണ്ടായിരുന്നുവെന്നു നമുക്കറിയാം.

അംബേദ്കർ അവസാനം എഴുതിയ പുസ്തകം 'ബുദ്ധനും അദ്ദേഹത്തിന്റെ ധർമ്മവും' എന്നതായിരുന്നല്ലോ. രണ്ടു ലക്ഷം ദളിതരെ ബുദ്ധമതത്തിൽ ചേർത്തുകൊണ്ട് ഹിന്ദുമതത്തിന്റെ ഉച്ചനീചത്വത്തിന്റെ സംസ്കാരത്തെ അദ്ദേഹം പരസ്യമായി തിരസ്കരിക്കുകയും ചെയ്തു. ഗോവിന്ദ് റാനഡേ, ആർ.ജി. ഭൺഡാർക്കർ എന്നിവർ നേതൃത്വം നൽകിയ അക്കാദമിക് വിപ്ലവം ഈ മാറ്റങ്ങൾക്ക്

അനുപൂരകമായിരുന്നു. ഇന്ത്യയിൽ മൂന്നുതരം ദുരാധിപത്യങ്ങൾ (ടിരണി) നിലനിൽക്കുന്നു എന്ന് ഭൺഡാർക്കർ പറഞ്ഞു: രാഷ്ട്രീയമായി സാമ്രാജ്യാധിപത്യം, സാമൂഹ്യമായി ജാതിവ്യവസ്ഥ, മതപരമായി പുരോഹിതാധിപത്യം അഥവാ ബ്രാഹ്മണാധിപത്യം ഇവയായിരുന്നു ആ മേധാവിത്തരൂപങ്ങൾ. ഇവരെല്ലാം മറാഠി ഭക്തികവിതയിൽ നിന്ന് പ്രേരണ സ്വീകരിച്ചവർ കൂടിയായിരുന്നു.

പൊതുവേ കൊളോണിയൽ ഭരണത്തിന്നെതിരായ വിമർശനവും ആഭ്യന്തരമായ ഉച്ചനീച്ചത്വങ്ങൾക്കെതിരായ നിലപാടും സമന്വയിച്ച കാശ്മീരിയിലെ ഗുലാം മഹ്ജൂർ, ബംഗാളിയിലെ രവീന്ദ്ര നാഥ ടാഗോർ, നസ്രുൾ ഇസ്ലാം, പഞ്ചാബിയിലെ ഭായ് വീർ സിംഗ്, മറാഠിയിലെ കേശവസുതൻ, ഗുജറാത്തിയിലെ ഉമാശങ്കർ ജോഷി, ഹിന്ദിയിലെ സുമിത്രാനന്ദൻ പന്ത്, മൈഥിലീ ശരൺ ഗുപ്ത, നിരാല, ഉർദുവിലെ ഇക്ബാൽ, തെലുങ്കിലെ ശ്രീ ശ്രീ, തമിഴിലെ സുബ്രഹ്മണ്യ ഭാരതി, ഭാരതീദാസൻ, മലയാളത്തിലെ കുമാരനാശാൻ, വള്ളത്തോൾ, കന്നഡയിലെ കുവേമ്പു, എൻ.എസ്. ബേന്ദ്രേ തുടങ്ങിയ കവികൾ പ്രതിനിധാനം ചെയ്യുന്നത് സാർവ്വഭാരതീയമായ ഒരു നവോത്ഥാനത്തിന്റെ ഊർജ്ജപ്രസരത്തെയാണ് എന്ന് പറയാം. ഇവരിൽ ടാഗോർ അനേകം കലകളിൽ വ്യാപരിക്കുകയും ദേശീയതയുടെ സങ്കുചിതത്വങ്ങളെ വിമർശിക്കുകയും ആധുനിക വിദ്യാഭ്യാസത്തിനും സാർവ്വദേശീയമായ കലയ്ക്കും വേണ്ടി നിലകൊള്ളുകയും ചെയ്ത ആളെന്ന നിലയിൽ നവോത്ഥാനമൂല്യങ്ങളുടെ ഒരു യഥാർത്ഥ പ്രതിനിധി ആയിരുന്നു എന്നു പറയാം. 'ഹിന്ദ് സ്വരാജി' ലൂടെ ഗാന്ധി പാശ്ചാത്യസംസ്കാരത്തിന്റെ ആക്രമണോത്സുകതയ്ക്കും അത്യാർത്തിക്കുമെതിരെ അഹിംസയും ഗ്രാമസ്വയം ഭരണവും അയിത്തോച്ചാടനവും ഉയർത്തിപ്പിടിക്കുകയും, ഇന്ത്യൻ ജനതയെ അധിനിവേശത്തിന്നെതിരെ ഒന്നിപ്പിക്കുകയും സർവ്വമതസൗഹാർദത്തിനു വേണ്ടി നിലകൊള്ളുകയും വിഭജനത്തെ അവസാനം വരെ എതിർക്കുകയും ചെയ്തപ്പോൾ അംബേദ്കർ ജാതിയുടെ തന്നെ അന്ത്യം കുറിക്കുന്നതിന്നും ദളിതരുടെ ഉന്നമനത്തിനും ആധുനിക ജനാധിപത്യമൂല്യങ്ങൾക്കും വേണ്ടി ശബ്ദമുയർത്തി. പരസ്പര വിരുദ്ധം എന്നതിലേറെ പരസ്പരപൂരകമായ അംശങ്ങൾ ഇവരിൽ ഇന്ന് നമുക്ക് കണ്ടെത്താൻ കഴിയും.

2

ഇരുപതാം നൂറ്റാണ്ടിന്റെ ആരംഭദശകങ്ങളിൽ കേരളത്തിൽ സംഭവിച്ചത് സമൂഹത്തിന്നകത്തു അദൃശ്യമായി നിലനിന്ന ഒരു പ്രതിബോധത്തിന്റെ ജാഗരണം ആയിരുന്നു. ഓറി ലെഫെബ്വേറുടെ ഒരു പ്രയോഗം കടമെടുത്താൽ മലയാളിയുടെ 'ദൈനംദിനം' ഇളകി

മറിഞ്ഞു. 'ദൈനംദിനം' (everyday) എന്നതുകൊണ്ട് ആ ഫ്രഞ്ച് ചിന്തകൻ ഉദ്ദേശിക്കുന്നത് പച്ചയായ ജീവിതത്തിന്റെ ഭൗതികാനുഭവ മാണ്; ലോകവും ഇതര മനുഷ്യരുമായി നാം ബന്ധപ്പെടുന്ന രീതി യാണ് അത് എന്നും പറയാം. ഹെഗെലിന്റെ ഭാഷയിൽ 'ലോക ത്തിന്റെ ഗദ്യം' (the prose of the world). അതുവരെ ദൈനംദിനത്തെ നിർവചിച്ചിരുന്നത് ആചാരങ്ങളും അനുഷ്ഠാനങ്ങളും വിലക്കുകളും അദൃശ്യമായ ചൂഷണവും സമൂഹത്തെ ജാതികളും വർഗങ്ങളുമായി വിഭജിക്കുന്ന പ്രയോഗങ്ങളുമായിരുന്നു. നഗരവും ഗ്രാമവും തമ്മിൽ, യന്ത്രങ്ങളും കയ്യുപകരണങ്ങളും തമ്മിൽ, സാഹിത്യവും മതഗ്രന്ഥ ങ്ങളും തമ്മിൽ, കരകൗശലവും കലയും തമ്മിൽ, വേർതിരിവുണ്ടാ യിരുന്നില്ല. നിത്യസംഭവങ്ങൾ സാഹിത്യ വിഷയം ആയിരുന്നില്ല, സാധാരണ മനുഷ്യർ സമൂഹത്തിലോ സാഹിത്യത്തിലോ നായികാ നായകന്മാരും ആയിരുന്നില്ല. എന്നാൽ നവോത്ഥാനം കേരളത്തിന്റെ പൊതുമണ്ഡലത്തെ ആകെ പുതുക്കിപ്പണിതു.

കേരളം ഒരു ആധുനികജനാധിപത്യമതേതരസമൂഹമാകാൻ നട ത്തിയ പ്രയത്നങ്ങളുടെ ആകെത്തുകയായിരുന്നു 'നവോത്ഥാനം' എന്ന പേരിൽ അറിയപ്പെട്ടത്. അത്, ഇ എം എസ് നിരീക്ഷിക്കും പോലെ, സമുദായപരിഷ്കരണം, ദേശീയവിമോചനം, സാമൂഹ്യ സമത്വം ഇവയെ യഥാക്രമം മുന്നിൽ നിർത്തുന്ന മൂന്നു ഘട്ടങ്ങളി ലൂടെ കടന്നു പോയി. കുഞ്ഞാലി മരയ്ക്കാർ, പഴശ്ശിരാജാ, വേലു ത്തമ്പിദളവാ തുടങ്ങിയവരുടെ വൈയക്തികസാഹസികതകളുടെ കാലം പിന്നീട് സാമൂഹ്യപ്രസ്ഥാനങ്ങളുടെ മഹാജാഗ്രതകൾക്കു വഴി മാറി. ബ്രിട്ടീഷുകാർ നാടുവാഴിത്തത്തെ ഏറെയൊന്നും ഇല്ലാ താക്കാൻ ശ്രമിച്ചില്ല. ഇന്ത്യയെ ആധുനികരാഷ്ട്രമാക്കുക എന്നത് അവരുടെ ലക്ഷ്യമായിരുന്നില്ലല്ലോ. സ്വന്തം ആവശ്യത്തിനു വേണ്ടി ഏർപ്പെടുത്തിയ ഇംഗ്ലീഷ് വിദ്യാഭ്യാസവും റെയിൽവേയും മറ്റും ആനുഷംഗികമായി ചില ഗുണങ്ങൾ കൊണ്ടുവന്നു എന്നു മാത്രം. നവോത്ഥാനം കേരളത്തിൽ ആരംഭിക്കുന്നത് സമുദായങ്ങൾക്കകത്തെ പരിഷ്കരണ പ്രസ്ഥാനങ്ങളുടെ രൂപത്തിലാണ് ഉപജാതികൾ ഇല്ലാ താക്കുക, അനാചാരങ്ങളെ നിരുത്സാഹപ്പെടുത്തുക, കൂട്ടുകുടുംബം, മരുമക്കത്തായം തുടങ്ങിയ സമ്പ്രദായങ്ങൾ പുനഃപരിശോധിക്കുക, വിദ്യാഭ്യാസം പ്രോത്സാഹിപ്പിക്കുക ഇവയെല്ലാമായിരുന്നു ഈ പ്രസ്ഥാനങ്ങളുടെ മുഖ്യപരിപാടികൾ.

സാർവത്രിക വിദ്യാഭ്യാസം എന്ന ആശയം ഹോം റൂൾ, നിസ്സ ഹകരണ പ്രസ്ഥാനം ഇവയ്ക്കും കാൽ നൂറ്റാണ്ട് മുൻപ് ശ്രീനാരാ യണ ഗുരു, ഡോ. പൽപ്പു, വാഗ്ഭടാനന്ദൻ, സഹോദരൻ അയ്യപ്പൻ, മിതവാദി സി. കൃഷ്ണൻ, സി. കേശവൻ, അയ്യങ്കാളി, പണ്ഡിറ്റ് കെ പി കറുപ്പൻ, ബ്രഹ്മാനന്ദ ശിവയോഗി, കുറൂർ ദാമോദരൻ നമ്പൂതിരി,

ചട്ടമ്പി സ്വാമികൾ, അയ്യാവു സ്വാമി, വൈകുണ്ഠസ്വാമി, സി കൃഷ്ണ പിള്ള, പ്രേംജി, എം ആർ ബി, പാർവ്വതി നെന്മണിമംഗലം, ആര്യാ പള്ളം, ഈ എം എസ്, പി കൃഷ്ണപിള്ള, ഏ. കെ. ജി, കെ കേള പ്പൻ, സ്വദേശാഭിമാനി രാമകൃഷ്ണപ്പിള്ള, ആറാട്ടുപുഴ വേലായുധ പ്പണിക്കർ, ദാക്ഷായണി വേലായുധൻ, പി. കെ. റോസി, അക്കാമ്മ ചെറിയാൻ, എം സി ജോസഫ്, ഇ . മാധവൻ, കുമാരഗുരു അഥവാ പൊയ്കയിൽ അപ്പച്ചൻ, മുഹമ്മദ് അബ്ദുറഹ്മാൻ, കുര്യാക്കോസ് ചാവറയച്ചൻ, വക്കം അബ്ദുൽ ഖാദർ മൗലവി, അബ്രഹാം മല്പ്പാൻ തുടങ്ങി ഭിന്നസമുദായങ്ങളിൽ നിന്നുയർന്നു വന്ന നേതാക്കൾ മുന്നോട്ടു വെച്ചു.

ശ്രീനാരായണഗുരു വ്യവഹാരവും അധികാരവും തമ്മിലുള്ള ബന്ധം തിരിച്ചറിയുകയും പീഡകരുടെ പുണ്യഗ്രന്ഥങ്ങളെ മത മുക്തമായി വായിച്ചെടുക്കുകയും അവരുടെ ചിഹ്ന-പ്രതീക പദ്ധതി കൾ തിരിച്ചിടുകയും - കണ്ണാടിപ്രതിഷ്ഠയിലും 'ഈഴവശ്ശിവൻ' മുതലായ പ്രയോഗങ്ങളിലും മറ്റും ഇത് കാണാം - ബ്രാഹ്മണ സഹായം ഇല്ലാതെ തന്നെ ആത്മീയ ജീവിതം സാധ്യമാണ് എന്ന് തെളിയിക്കുകയും സർവമത സാഹോദര്യം, സാമൂഹ്യമായ അന്തസ്സ്, ഭൗതിക ശ്രേയസ് ഇവ തമ്മിൽ വൈരുധ്യം ഉണ്ടാകേണ്ടതില്ലെന്നു തെളിയിക്കുകയും ചെയ്തു. ഗുരുവിന്റെ പല ആശയങ്ങളുടെയും സ്രോതസ്സ് തമിഴ്-കന്നഡ ശൈവകവിചിന്തകർ ആയിരുന്നു. 'ഒരു ജാതി, ഒരു ദൈവം' എന്നാ പ്രഖ്യാപനം ആദ്യം നടത്തിയത് ആറാം നൂറ്റാണ്ടിലെ തമിഴ് ശൈവചിന്തകനായ തിരുമൂലർ ആയിരുന്നു (തിരുമന്തിരം, പദ്യം, 2104) തന്റെ കാലത്തെ മതവൈരങ്ങൾ കണ്ടു മടുത്ത തിരുമൂലർ പറഞ്ഞു. ''ആറു മതങ്ങളെ പിന്തുടരുന്നവർക്കും അവനെ അറിയില്ല, അവൻ ആറു മതങ്ങളിൽ കുരുങ്ങി കിടക്കുന്നു മില്ല; അന്വേഷിക്കൂ, മനസ്സ് ജാഗ്രമാക്കൂ. അപ്പോൾ മോക്ഷപ്രാപ്തി യുണ്ടാകും.'' സിദ്ധ (ചിത്ത) കാവ്യ പ്രസ്ഥാനവുമായി ബന്ധപ്പെട്ട അൻപതോളം കവികളുണ്ട്, ഇവരിൽ കൈത്തൊഴിൽക്കാരും കർഷ കരും ഇടയന്മാരും നെയ്ത്തുകാരും എണ്ണയാട്ടുകാരും ചെണ്ടക്കാരും പാമ്പാട്ടികളും ലൈംഗികത്തൊഴിലാളികളുമെല്ലാം ഉണ്ടായിരുന്നു. പീർ മുഹമ്മദ്, മസ്താൻ സാഹിബ് എന്ന രണ്ടു സൂഫിവര്യന്മാരുടെ പേരും കൂട്ടത്തിൽ കാണുന്നു.

പാരമ്പര്യശാസ്ത്രങ്ങളുടെ ആധികാരികത, അനുഷ്ഠാനങ്ങളുടെ സാധുത, ജാതിവ്യവസ്ഥയുടെ ന്യായീകരണങ്ങൾ ഇവയെ എല്ലാം അവർ ചോദ്യം ചെയ്തു. ചിവവാക്കിയരുടെ ഒരു പദ്യം ('ചിത്തർ ജ്ഞാനക്കോവൈ', 121) വേദോച്ചാരണത്തെയും പൂജാകർമ്മങ്ങളെയും വിഗ്രഹാരാധനയെയും പരിഹസിക്കുന്നതാണ്. 'ഞങ്ങൾ ജാതിവിഭജന ങ്ങൾക്കു തീക്കൊളുത്തും, അങ്ങാടികളിൽ ഞങ്ങൾ തത്ത്വചിന്ത

ചർച്ച ചെയ്യും. വെറുക്കപ്പെട്ട വീടുകളുമായി ഞങ്ങൾ സംവാദത്തിലേർപ്പെടും. ഞങ്ങൾ പല വഴികളിൽ ചുറ്റിത്തിരിയും' എന്ന് ചിവവാക്കിയർ. മറ്റൊരിടത്ത് (123) പുനർജന്മത്തെയും അദ്ദേഹം ചോദ്യം ചെയ്തു. 'പാല് അകിട്ടിലേക്ക് തിരിച്ചു പോകുന്നില്ല, വെണ്ണയ്ക്കു തിരിച്ചു തൈരാകാൻ കഴിയില്ല, ശംഖുടഞ്ഞാൽ ശംഖനാദം അതിൽ ഇരിക്കുന്നില്ല, കൊഴിഞ്ഞ പൂവും വീണ പഴവും വൃക്ഷത്തിലേക്ക് തിരിച്ചുപോകുന്നില്ല; മരിച്ചവർ ഒരിക്കലും വീണ്ടും ജനിക്കുന്നില്ല, ഒരിക്കലും' (43).

ഈ കവികളെല്ലാം അന്നത്തെ ഭരണവർഗങ്ങളായിരുന്ന ബ്രാഹ്മണ, വെള്ളാള, വണിക ജാതികൾക്കു താഴെയുള്ളവരായിരുന്നു. നിർവ്യക്തികമായ ബ്രഹ്മത്തിൽ വിശ്വസിക്കുക വഴി അവർ ശരാശരി ആചാരങ്ങളിലും പുരോഹിതരിലും നിന്ന് രക്ഷപ്പെട്ടു. ജ്ഞാന, ഭക്തി, യോഗങ്ങളുടെ ഘടകങ്ങൾ സമന്വയിച്ചതയിരുന്നു സിദ്ധദർശനം. ഇന്ത്യൻ സൂഫികളെപ്പോലെതന്നെ അവർ ഭക്തിയുടെ ശുഷ്കവും യാന്ത്രികവുമായ വശങ്ങൾ നിരാകരിച്ച് സ്നേഹം, കാരുണ്യം, സഹാനുഭൂതി ഈ മൂല്യങ്ങൾക്ക് പ്രാഗമ്യം നൽകി. ശരീരം ഈശ്വരന്റെ ആവാസം തന്നെയാണെന്ന് അവർ കരുതി. 'മനസ്സ് ശ്രീകോവിൽ, ഉടൽ ക്ഷേത്രം, വായ് ഗോപുരവാതിൽ' എന്നു തിരുമൂലർ.'ലോകം എന്നെപ്പോലെ സന്തുഷ്ടമാകട്ടെ' എന്നായിരുന്നു തിരുമൂലരുടെ പ്രാർത്ഥന. ചുരുക്കത്തിൽ ഒരു 'പ്രതിപാരമ്പര്യം' ആണ് ഈ ദാർശനിക കവികൾ സൃഷ്ടിച്ചത്. ലൂയി കാംപ്ഫ് പറയും പോലെ, പ്രതിപാരമ്പര്യം എന്നാൽ പാരമ്പര്യത്തെ എതിർക്കൽ അല്ല, എതിർക്കലിന്റെ പാരമ്പര്യമാണ്. കർണ്ണാടകത്തിലെ വീരശൈവരുടെ പാരമ്പര്യവും വ്യത്യസ്തമായിരുന്നില്ല. പന്ത്രണ്ടാം നൂറ്റാണ്ടിലെ ബിജ്ജളരാജാവിന്റെ ദുർഭരണത്തിന്നെതിരെയുള്ള ഒരു പ്രസ്ഥാനമായാണ് അത് ആരംഭിച്ചത്.

രാജാവിന്റെ സൈന്യശക്തി, ബ്രാഹ്മണരുടെ പുരോഹിതാധികാരം, മഹാജനഅഗ്രഹാരങ്ങളുടെ ജാതിക്കോയ്മ ഇവയ്ക്കെതിരെ അവർ ശബ്ദമുയർത്തി. സ്വാതന്ത്ര്യം, സമത്വം, വിവേകം, സാഹോദര്യം എന്നിവയെക്കുറിച്ചുള്ള തന്റെ ധാരണകളുടെ അടിസ്ഥാനത്തിൽ സമൂഹത്തെ അഴിച്ചുപണിയാനാണ് ബസവേശ്വരൻ അഥവാ ബസവണ്ണ ശ്രമിച്ചത്. 'ജന്മരഹിതനു ജാതിഭേദവും അയിത്തവും ഇല്ലെ'ന്നും ആത്മജ്ഞാനം നേടിയവന് ഒരു ജാതിയേ ഉള്ളൂ' എന്നും ബസവ പറഞ്ഞു (വചനങ്ങൾ 417, 878) 'വെണ്ണ തിന്നു ഉരുകുകയും', 'തീ കാണുമ്പോൾ വാടുകയും' ചെയ്യുന്ന, ആവശ്യത്തിനു വിൽക്കാവുന്ന, 'കള്ളനെ ഭയന്ന് കുഴിച്ചിടേണ്ടി വരുന്ന' ദൈവങ്ങളെ പരിഹസിക്കുക വഴി അദ്ദേഹം വിഗ്രഹാരാധനയെ നിരാകരിച്ചു.

യജ്ഞത്തിൽ അഗ്നിക്ക് തീറ്റി കൊടുക്കുന്ന ബ്രാഹ്മണർ, ആ അഗ്നി സ്വന്തം വീട് ചാമ്പലാക്കുമ്പോൾ അതിനെ ശകാരിച്ചു വെള്ള മൊഴിക്കുന്നു എന്നും മറ്റൊരിടത്ത് ബ്രാഹ്മണരുടെ കാപട്യത്തെ പരിഹസിക്കുന്നു. 'സത്യം പറയലാണ് സ്വർഗം, അസത്യം നരകവും; സദാചാരം സ്വർഗം, ദുഷ്ച്ചര്യ നരകവും' എന്നും പാപപുണ്യങ്ങൾ നാം തന്നെ ഉണ്ടാക്കിയതാണെന്നും സംസാരം തന്നെ നിർവാണം എന്നും കായകം അഥവാ അധ്വാനം ആണ് കൈലാസം എന്നും ബസവ പറയുന്നുണ്ട്.

ലിംഗവിഭജനങ്ങളെയും ബസവ, ദാസിമയ്യ, അക്കമഹാദേവി തുടങ്ങിയ ശൈവദാർശനികകവികൾ നിരാകരിച്ചു. ദാസിമയ്യ പറയുന്നു: 'മുലയും മുടിയും കണ്ടാൽ അതിനെ അവർ പെണ്ണെന്നു പറയുന്നു. താടിയും മീശയും കണ്ടാൽ ആണെന്നും. പക്ഷേ രണ്ടിനുമിടയിൽ തെന്നി നടക്കുന്ന ആത്മാവ് ആണല്ല, പെണ്ണുമല്ല.' (വചനം 133). 'ധനികർ ക്ഷേത്രങ്ങൾ പണിയുന്നു, ദരിദ്രനായ ഞാനോ എന്റെ കാലുകൾ തൂണുകൾ, ദേഹം കോവിൽ, ശിരസ്സ് സ്വർണ്ണത്താഴികക്കുടം' എന്ന് ക്ഷേത്രങ്ങളെ നിരാകരിക്കുന്ന ബസവ, ആധുനികകാലത്ത് ന്യൂട്ടൺ, മാർക്സ് എന്നിവരെപ്പോലെ ചലനത്തെ പ്രപഞ്ചനിയമമായി എണ്ണുന്നു. 'നിൽക്കുന്നത് വീഴും; ചലിക്കുന്നത് നിത്യം നിലനിൽക്കും.' മനുഷ്യൻ ജനിക്കുന്നത് സമൂഹത്തിലേക്കു മാത്രമല്ല, പ്രകൃതിയുടെ ഒരു സന്ദർഭത്തിലേക്ക് കൂടിയാണെന്നും ആ പ്രകൃതിയും മനുഷ്യന്റെ അംശമാണെന്നും ബസവ വിശ്വസിച്ചു. ഏക ദൈവവിശ്വാസം മനുഷ്യരുടെ സാഹോദര്യം പടുത്തുയർത്താനുള്ള ഒരു മാർഗം മാത്രമായിരുന്നു അദ്ദേഹത്തിന്. കർമ്മ സിദ്ധാന്തത്തെ അദ്ദേഹം കയ്യൊഴിഞ്ഞു. ഒപ്പം ബഹുദൈവവിശ്വാസവും പുനർജന്മസിദ്ധാന്തവും. ബസവ ഇതെല്ലാം പറയുക മാത്രമല്ല, ജാതി-ലിംഗവ്യത്യാസങ്ങളില്ലാത്ത ഒരു ബദൽസമുദായ മാതൃക സൃഷ്ടിച്ചുകാണിക്കുകയും ചെയ്തു. തുടർന്ന് മഹാരാഷ്ട്രയിലെ നാമദേവനും തുക്കാറാമും ദലിതനായ ചോഖാമേളയും എല്ലാം ഉൾപ്പെട്ട വാർക്കരി പ്രസ്ഥാനം അമ്മട്ടൊരു മാതൃകാസമുദായം സൃഷ്ടിച്ചു.

വടക്ക് കബീർ, മീരാബായ്, ഗുരു നാനാക്ക്, ലാൽ ദേദ്, സൂഫികളായ ബുള്ളെ ഷാ, ഷാ അബ്ദുൽ ലത്തീഫ്, മൊയ്നുദ്ദിൻ ചിഷ്തി, നിസാമുദ്ദീൻ ഔലിയാ തുടങ്ങിയവർ സമാനമായ ആശയങ്ങൾ പ്രചരിപ്പിച്ചു ജനങ്ങളുടെതായ ഒരു ആത്മീയതയ്ക്ക് രൂപം നൽകി. ഇത് നേരത്തെ ഉദാഹരണങ്ങളിലൂടെ സൂചിപ്പിച്ചതുപോലെ പലപ്പോഴും മതങ്ങളെ കവിഞ്ഞു പോയി. ഇത്രയും ഞാൻ ചുരുക്കിപ്പറഞ്ഞത്, നമ്മുടെ ദാർശനിക സാഹിത്യ പാരമ്പര്യം ഹിന്ദുത്വവാദികൾ പറയുന്ന സങ്കുചിതവും വിദ്വേഷജനകവുമായ ഏകശിലാ സംസ്കാരമല്ലെന്നും, അതിൽ തിരുമൂലർ മുതൽ ഗാന്ധി വരെ വരുന്ന

കലാപത്തിന്റെയും ചോദ്യം ചെയ്യലിന്റെയും സമത്വത്തിന്റെയും വൈവിധ്യത്തിന്റെ അംഗീകാരത്തിന്റെയും മതങ്ങളുടെ സാഹോദര്യത്തിന്റെയുമായ ഒരു വലിയ എതിർധാരയുണ്ടെന്നും നമ്മുടെ നവോത്ഥാനത്തിനു പിറകിൽ ശൈവനായിരുന്ന നാരായണഗുരുവും ബുദ്ധവിശ്വാസിയായിരുന്ന സി കൃഷ്ണനും യുക്തിവാദിയായിരുന്ന സഹോദരൻ അയ്യപ്പനും ദളിത് നവോത്ഥാനം സ്വപ്നം കണ്ട അയ്യങ്കാളിയും ഉൾപ്പെട്ട അത്തരം ഒരു ധാരയുടെ പ്രചോദനം ഉണ്ടായിരുന്നുവെന്നും ചൂണ്ടിക്കാണിക്കാനാണ്.

തിരിഞ്ഞു നോക്കുമ്പോൾ നമ്മുടെ ഉണർച്ചയുടെ മൂന്നു ഘട്ടത്തിലും കേന്ദ്രത്തിലുണ്ടായിരുന്നത് കീഴാളചിന്തകരും സമൂഹങ്ങളുമായിരുന്നുവന്നു കാണാം. ശ്രീനാരായണഗുരു, സഹോദരൻ അയ്യപ്പൻ, അയ്യങ്കാളി, പൊയ്കയിൽ അപ്പച്ചൻ, മക്തി തങ്ങൾ, അബ്രഹാം മൽപ്പാൻ, വയ്ക്കം അബ്ദുൽ ഖാദർ മൗലവി, ചാവറയച്ചൻ, ദാക്ഷായണി വേലായുധൻ, ആറാട്ടുപുഴ വേലായുധപ്പണിക്കർ, മുഹമ്മദ് അബ്ദുർറഹ്മാൻ മുതലായവരുടെ അഭാവത്തിൽ അത് ബംഗാളിലെ തഥാകഥിത 'നവോത്ഥാനം' പോലെ അടിത്തട്ടിനെ സ്പർശിക്കാത്ത ബ്രാഹ്മണപരിഷ്കരണപ്രസ്ഥാനം മാത്രമായിപ്പോകുമായിരുന്നു.

പ്രാദേശികമായ ഒരു ആധുനികതയുടെ ആരംഭം നമുക്ക് നവോത്ഥാനത്തിൽ കാണാം. അദൃശ്യമായിരുന്ന വിഭജന ചൂഷണ സമ്പ്രദായങ്ങൾ അക്കാലത്തു മറനീക്കി കാണിക്കപ്പെട്ടു. സ്വദേശാഭിമാനി രാമകൃഷ്ണ പിള്ളയെയും കെ മാധവൻ നായരെയു കെ പി കേശവ മേനോനെയും കെ കേളപ്പനെയും മുഹമ്മദ് അബ്ദുറഹ്മാനെപ്പോലെയുമുള്ള മതേതരപൊതുവ്യക്തിത്വങ്ങളും 'മാതൃഭൂമി', 'ഐക്യം', 'അൽ അമീൻ' തുടങ്ങിയ ദേശാഭിമാനം ഉയർത്തിപ്പിടിച്ച പത്രങ്ങളും സാമ്രാജ്യത്വ വിരുദ്ധ പ്രസ്ഥാനത്തിനു ശക്തി പകർന്നു. അതിൽ നിന്നു തന്നെയാണ് കോൺഗ്രസ് സോഷ്യലിസ്റ്റ്, സോഷ്യലിസ്റ്റ്, കമ്മ്യൂണിസ്റ്റ് പ്രസ്ഥാനങ്ങൾ ഉരുത്തിരിഞ്ഞു വന്നത്. സ: കൃഷ്ണ പിള്ളയും, ഏ കെ ജിയും ഈ എം എസ്സും കെ ദാമോദരനും കെ പി ആർ ഗോപാലനും കെ പി ഗോപാലനും എല്ലാം സാമ്രാജ്യ വിരുദ്ധവികാരത്തെ സാമൂഹ്യസമത്വം എന്ന ആദർശവുമായി സമന്വയിച്ച് സ്വാതന്ത്ര്യ സമരത്തിന് അദ്ധ്വാനിവർഗ്ഗാടിസ്ഥാനം നൽകി. മലയാളിയുടെ ദൈനംദിനം ജനാധിപത്യപരമായ സംഘർഷങ്ങൾക്കും പരിഹാരങ്ങൾക്കുമുള്ള ഒരിടമായി വികസിച്ചു.

ഒപ്പം സാഹിത്യം പഴയ ചിട്ടകളെ ചോദ്യംചെയ്തു കൊണ്ട് ദൈനംദിനത്തെ പ്രതിനിധാനം ചെയ്യാനുള്ള വേദിയായി മാറി. ഇംഗ്ലീഷ് വിദ്യാഭ്യാസവും അച്ചടിയുടെ - പ്രിന്റ് ക്യാപ്പിറ്റലിസത്തിന്റെ - വരവും മിഷനറിമാരിലൂടെ മലയാളം നേടിയ പുതിയ വളർച്ചയും (നിഘണ്ടു,

വ്യാകരണം, ബൈബിൾ ഗദ്യം), കേരളവർമ്മ വലിയ കോയിത്തമ്പുരാൻ അധ്യക്ഷനായിരുന്ന പാഠപുസ്തക സമിതിയിലൂടെ നടന്ന ഗദ്യത്തിന്റെ ചിട്ടപ്പെടുത്തലും സംസ്കൃതത്തിൽ നിന്നും ഇംഗ്ലീഷിൽ നിന്നുമുണ്ടായ പരിഭാഷകളിലൂടെ ഉരുത്തിരിഞ്ഞു വന്ന നിരൂപണ മാനദണ്ഡങ്ങളും, 'കേരളമിത്രം', 'കേരള പത്രിക', 'മലയാളി', 'നസ്രാണി ദീപിക', 'സത്യനാദ കാഹളം', 'സ്വദേശാഭിമാനി' തുടങ്ങിയ പത്രങ്ങളും, 'വിദ്യാവിനോദിനി', 'രസികരഞ്ജിനി', 'കവനോദയം', 'ഭാഷാപോഷിണി', 'വിദ്യാവിലാസിനി', 'കേസരി', 'മംഗളോദയം' തുടങ്ങിയ വിദ്യാഭ്യാസപരവും സാഹിത്യോന്മുഖവുമായ പ്രസിദ്ധീകരണങ്ങളും 'ലക്ഷ്മീഭായി', 'സുജനാനന്ദിനി', 'മഹിള', 'മുസ്ലിം വനിത' തുടങ്ങിയ സ്ത്രീകേന്ദ്രിതമായ മാസികകളും ഗദ്യത്തിനും സാഹിത്യത്തിനും സ്വാതന്ത്ര്യ വിചാരങ്ങൾക്കും പുതിയ ഇടങ്ങളും മാനങ്ങളും നൽകി. കേരളവർമ്മ, ഏ ആർ, അപ്പൻ തമ്പുരാൻ, കുഞ്ഞിക്കുട്ടൻ തമ്പുരാൻ പി ഗോവിന്ദപ്പിള്ള, സി പി അച്യുത മേനോൻ, സി വി രാമൻപിള്ള, മൂലൂർ, സി വി കുഞ്ഞിരാമൻ, പള്ളത്ത് രാമൻ, കെ പി കറുപ്പൻ, മോയിൻകുട്ടി വൈദ്യർ ഇവരെല്ലാം വിവിധ രീതികളിൽ ഈ പൊതു മണ്ഡലത്തിന്റെ വളർച്ചയ്ക്ക് പിന്തുണ നൽകി. മുക്തകങ്ങളുടെ ചിത്രതുല്യമായ നിശ്ചലതയിൽ നിന്ന് ആശാന്റെയും വള്ളത്തോളിന്റെയും കൃതികളുടെ ചലനാത്മകതയിലേക്ക് കവിത നീങ്ങിയപ്പോൾ പുതുതായി കണ്ടെടുക്കപ്പെട്ട ചെറുകഥയും നോവലും പഴയ മഹാകാവ്യങ്ങളുടെ ഭൂതരതിയുടെ സ്ഥാനത്ത് വർത്തമാന കാലത്തിന്റെ സംഘർഷങ്ങളെ മുന്നോട്ടു കൊണ്ടു വന്നു.

ഈ പരിവർത്തനങ്ങൾ തന്നെയാണ്, പുതിയ രാഷ്ട്രീയ ജാഗ്രതയോടൊപ്പം, മലയാളത്തിലെ ആദ്യത്തെ അവാങ് ഗാദ് പ്രസ്ഥാനമായ ജീവത്സാഹിത്യപ്രസ്ഥാനവും സാധ്യമാക്കിയത്. സാഹിത്യത്തെ അത് സമകാലീന സമൂഹതിന്നഭിമുഖം നിർത്തി. വിധിവിശ്വാസം കയ്യൊഴിഞ്ഞു. ദാരിദ്ര്യം ചൂഷണത്തിന്റെ ഫലമാണെന്ന് കാണിച്ചു. വർഗ്ഗവ്യവസ്ഥ എന്ന യാഥാർത്ഥ്യം അംഗീകരിച്ചു.

നാടിവാഴിത്തവും സംഘടിതമതത്തിന്റെ സ്ഥാപിത താത്പര്യങ്ങളുമായുള്ള രഹസ്യബന്ധങ്ങൾ മറ നീക്കിക്കാണിച്ചു. മുൻപ് സാഹിത്യത്തിൽ നിന്ന് ഒഴിച്ചു നിർത്തപ്പെട്ടിരുന്ന വിഭാഗങ്ങൾക്ക് – കർഷകർ, തോട്ടികൾ ഉൾപ്പെടെയുള്ള തൊഴിലാളികൾ, ദളിതർ, ലൈംഗിക തൊഴിലാളികൾ, യാചകർ – അതിൽ സ്ഥാനം നൽകി. സാമാന്യജനതയ്ക്ക് ഒരു ഭാഷ നൽകി. അനേകം പ്രാദേശികവും സാമുദായികവുമായ വാമൊഴിഭേദങ്ങൾ കഥാസാഹിത്യത്തിൽ കടന്നു വന്നു. സാഹിത്യം മതേതരമായി. പരിഭാഷകളിലൂടെ വന്ന ബാഹ്യ സ്വാധീനങ്ങളെ – സോളാ, ബാൽസക്ക്, ഫ്ളോബേർ, മോപ്പസാംഗ്,

ചെഹോഫ്, ടോൾസ്റ്റോയ്, ഗോർക്കി, ഷോളഖോഫ്, മയക്കോഫ് സ്കി, നെരൂദാ കേരളീയമായ സന്ദർഭത്തിൽ വെച്ച് പുതുക്കി, മല യാളത്തിനു ഒരു റിയലിസ്റ്റ് ശൈലി നിർമ്മിച്ചു.

കവിതയിൽ സംസ്കൃത പ്രാഭവം കുറഞ്ഞു. പ്രതിലോമാശയ ങ്ങളെ എതിർക്കുക, ശാസ്ത്രീയ മനോഭാവം വളർത്തുക, ജീവി തത്തെ നേരായി ചിത്രീകരിക്കുക ഇതെല്ലാം ജീവത്സാഹിത്യത്തിന്റെ ലക്ഷ്യങ്ങളായിരുന്നു. എ. മാധവമേനോന്റെ വാക്കുകളിൽ, 'നമ്മെ പ്രവൃത്തിയിൽ നിന്ന് പിന്തിരിപ്പിച്ചു നിശ്ചേഷ്ടതയിലേക്കും നിർജീ വത്വത്തിലേക്കും വലിച്ചിഴച്ചു കൊണ്ടുപോകുന്ന എല്ലാറ്റിനെയും ഞങ്ങൾ പ്രതിലോമപരമെന്ന നിലയിൽ തള്ളിക്കളയുന്നു. നമ്മളിൽ വിമർശന ബുദ്ധിയെ ഉജ്ജീവിപ്പിക്കുന്നതും യുക്തിയുടെ വെളിച്ച ത്തിൽ സ്ഥാപനങ്ങളെയും സമ്പ്രദായങ്ങളെയും പരിശോധിക്കുവാ നുള്ള വാസനയെ വളർത്തിക്കൊണ്ടു വരുന്നതും അതോടൊപ്പം പ്രവർത്തിക്കുവാനും സംഘടിക്കുവാനും പരിവർത്തനം ചെയ്യു വാനും നമ്മെ പ്രചോദിപ്പിക്കുന്നതുമായ എല്ലാറ്റിനെയും ഞങ്ങൾ 'പുരോഗമനപരം' എന്ന നിലയിൽ സ്വീകരിക്കുകയും ചെയ്യുന്നു.' അക്കാലത്ത് ജീവത്സാഹിത്യത്തിനും പുരോഗമനസാഹിത്യത്തിനും പല നിർവചനങ്ങളും നൽകപ്പെട്ടു. 'നിത്യജീവിതസ്പർശിയായ വിഷയങ്ങളെ നൈസർഗ്ഗിക ഭാഷയിൽ ഹൃദയസ്പൃക്കായ രീതി യിൽ ആവിഷ്കരിക്കണം' എന്ന് കെ ദാമോദരൻ (1937 ജൂൺ 12ന്റെ കോഴിക്കോട് സമ്മേളനത്തിൽ). 'കുടുംബം, മതം, ലിംഗബന്ധം, യുദ്ധം, സമുദായം എന്നിവകളെ സ്പർശിക്കുന്ന പ്രതിലോമപരവും മിതവാദപരവുമായ ചിന്താഗതിയെ എതിർക്കുവാനും സാമുദായിക വിദ്വേഷം, വർണ്ണവൈരം, മനുഷ്യചൂഷണം തുടങ്ങിയവയെ പ്രോത്സാ ഹിപ്പിക്കത്തക്കവണ്ണമുള്ള ഇന്നത്തെ സാഹിത്യത്തിലെ എല്ലാ ഗതി കളെയും തടയുവാനും ഉതകുന്ന കർശനമായ ഒരു വിമർശനരീതിയെ അവർ വളർത്തിക്കൊണ്ടുവരേണ്ടിയിരിക്കുന്നു' എന്ന് എ. മാധവ മേനോൻ (1937 മെയ്). കലയ്ക്കും സാമൂഹ്യബോധത്തിനും തുല്യ പ്രാധാന്യം നൽകണമെന്ന് കേശവദേവ് (1944, ഷൊർണൂർ, 'അഖില കേരള പുരോഗമനസാഹിത്യ സംഘടന'യിൽ അവതരിപ്പിച്ച മാനി ഫെസ്റ്റോ).

ഇവിടെയൊക്കെ നാം ശ്രദ്ധിക്കേണ്ട ഒരു കാര്യമുണ്ട്:

ഒന്ന്, രൂപം, ഉള്ളടക്കം ഇവയെക്കുറിച്ച് പല വീക്ഷണങ്ങളെയും ഉൾക്കൊള്ളാൻ പ്രസ്ഥാനത്തിന് കഴിഞ്ഞു. രണ്ട്, പ്രാഥമികമായും ചില മൂല്യങ്ങളെയാണ് പ്രസ്ഥാനം മുന്നോട്ടു വെച്ചത്. ഏതെങ്കിലും രാഷ്ട്രീയകക്ഷിയെ അല്ല. അതുകൊണ്ടാണ് അന്നു ജീവിച്ചിരുന്ന പ്രമുഖസാഹിത്യകാരന്മാരെല്ലാം – ബഷീർ, തകഴി, ഉറൂബ്, കാരൂർ,

കേശവദേവ്, എസ് കെ പൊറ്റെക്കാട്ട്, ഇ എം കോവൂർ, പൊൻകുന്നം വർക്കി, ചെറുകാട്, വെട്ടൂർ രാമൻ നായർ, വള്ളത്തോൾ, ചങ്ങമ്പുഴ, ഇടപ്പള്ളി, ഇടശ്ശേരി, വൈലോപ്പിള്ളി, എൻ വി കൃഷ്ണവാരിയർ തുടങ്ങിയവർ - ജീവത് സാഹിത്യപ്രസ്ഥാനത്തിന്റെ ഭാഗമായത്. തുടർന്ന് പി ഭാസ്കരൻ, വയലാർ, ഒ എൻ വി, തിരുനല്ലൂർ, പുതുശ്ശേരി രാമചന്ദ്രൻ തുടങ്ങിയവരും. പ്രതിരോധത്തിന്റേതായ ഈ നൈതികത ഇന്നും നമ്മുടെ സാഹിത്യത്തിൽ നിർണ്ണായകമായി തുടരുന്നു. അവയുടെ അടിസ്ഥാനവും ജീവത്സാഹിത്യം മുന്നോട്ടു വെച്ച പുതിയ നൈതികത തന്നെയാണ്. പിന്നീടു വന്ന യുവഎഴുത്തുകാരിലും ഇതിന്റെ തുടർച്ചകൾ കാണുക പ്രയാസമല്ല ദളിത്, സ്ത്രീ, പരിസ്ഥിതി ഇവയെ സംബന്ധിച്ച ഉത്കണ്ഠകൾ ഇതേ മൂല്യബോധത്തിന്റെ പ്രതിരോധാത്മകമായ തുടർച്ച തന്നെയാണ്. ഈ ഉണർച്ചയിൽ പ്രവാസികളും വലിയ പങ്കു വഹിച്ചിട്ടുണ്ട്.

ഇ. എം എസ് അവസാന കാലത്ത് കണ്ടെത്തിയതു പോലെ പിന്നീട് പ്രസ്ഥാനത്തിൽ കടന്നു വന്ന വിഭാഗീയതയും മുരട്ടുവാദവും അസഹിഷ്ണുതയും സാമൂഹ്യമായ സ്റ്റീരിയോടൈപ്പിംഗും ആണ് പല എഴുത്തുകാരെയും പ്രസ്ഥാനത്തിൽ നിന്ന് അകറ്റിയത്. എന്നാൽ, ഭാവുകത്വവും ഭാഷയും മാറിമാറി വരുമ്പോഴും അവരുടെ രചനകളെ ജീവത്സാഹിത്യത്തിന്റെ പ്രാണനായ മൂല്യബോധം സ്വാധീനിച്ചുകൊണ്ടേയിരുന്നു. ചീത്ത കലയ്ക്കു നല്ല രാഷ്ട്രീയവും മുന്നോട്ടു വെയ്ക്കാനാവില്ല എന്ന കാഴ്ചപ്പാട് ഇന്ന് വ്യാപകമാണ്.

വായനയെ കേന്ദ്രത്തിൽ വെയ്ക്കുന്ന പാരായണസിദ്ധാന്തങ്ങൾ പ്രതിജ്ഞാബദ്ധതയെ എഴുത്തിന്റെ എന്നതിനേക്കാൾ വായനയുടെ പ്രശ്നം ആയി കാണുന്നു. ജീവത്സാഹിത്യ പ്രസ്ഥാനത്തിന്റെ കാലത്ത് പ്രാപ്യമല്ലാതിരുന്ന മാർക്സിയൻ സമീപനങ്ങൾ ഇന്ന് പ്രചാരത്തിലുണ്ട്. മാർക്സിസം എന്നപോലെ മാർക്സിസ്റ്റ് സൗന്ദര്യവിജ്ഞാനീയവും ഏകശിലാരൂപമല്ലെന്നു ഇന്ന് നമുക്കറിയാം. ല്യൂക്കാച്ചിന്റെ കാലത്തു തന്നെ ബെർതോൾറ്റ് ബ്രെഹ്റ്റ്, ഏണസ്റ്റ് ബ്ലോഹ്, വാൾട്ടർ ബെന്യാമിൻ തുടങ്ങിയ ചിന്തകർ വേറെ വഴികളിൽ സഞ്ചരിച്ചിരുന്നു. മാർക്സ്, ലെനിൻ ഇവരുടെ കൃതികളുടെ വിവക്ഷകളും പുതുതായി മനസ്സിലാക്കപ്പെട്ടിട്ടുണ്ട്. എഴുത്തുകാരന്റെ പ്രത്യയശാസ്ത്ര വിശ്വാസവും കൃതിയുടെ സന്ദേശവും തമ്മിൽ വൈരുധ്യം ഉണ്ടാകാമെന്ന് അവർ വെളിപ്പെടുത്തിയിട്ടുണ്ട്. ഏണസ്റ്റ് ഫിഷർ മുതൽ ലൂയി അല്ത്യുസ്സർ, സ്ലാവോയ് സിസെക്ക്, ഷീൽ ദേലേസ്, ജോർജിയോ അഗംബൻ, ഴാക് റാൻസിയെ തുടങ്ങിയവർ വരെയുള്ള ഇടതുപക്ഷചിന്തകർ പഴയ പ്രശ്നപരിസരങ്ങളെ അപ്രസക്തമാക്കുന്ന രീതിയിലുള്ള സൂക്ഷ്മ നിരീക്ഷണങ്ങൾ കലാസാഹിത്യങ്ങളെക്കുറിച്ചു നടത്തിയിട്ടുണ്ട്. ഉദാഹരണത്തിന് 'കല കലയ്ക്കു

വേണ്ടി' എന്ന മുദ്രാവാക്യം മുഴക്കപ്പെട്ടത് കല ഫാസിസത്തിനും ഭരണകൂടത്തിനും മുതലാളിത്തത്തിനും വേണ്ടി എന്ന ആശയത്തിന് എതിരായിട്ടാണ് എന്ന് ഇന്ന് നമുക്കറിയാം.

ശരിയായ എഴുത്തുകാർ പൊതുവേ വൈലോപ്പിള്ളിയുടെ ഭാഷയിൽ ഒരു 'സൗവർണ്ണപ്രതിപക്ഷം' ആണെന്നും നമുക്കറിയാം. പ്രതിരോധം എന്ന സംജ്ഞയും ഇന്ന് കൂടുതൽ വിപുലമായ അർഥങ്ങൾ നേടിയിട്ടുണ്ട്. വർഗമേൽക്കോയ്മ പോലെ ജാതിക്കോയ്മ, ആണധികാരം, പരിസ്ഥിതിവിനാശകമായ മുതലാളിത്തവികസനം, യുദ്ധങ്ങൾ, സാമ്രാജ്യത്വം, സദാചാരപ്പൊലീസിംഗ് തുടങ്ങിയവയ്ക്കെതിരായ ചെറുത്തുനിൽപ്പുകളും പ്രതിരോധത്തിന്റെ പൊതു പരിധിയിൽ വരും.

എങ്കിലും ഇന്ന് നവോത്ഥാനപാരമ്പര്യത്തെക്കുറിച്ച് സംസാരിക്കുമ്പോൾ, അതിന്റെ നന്മകൾ ഉൾക്കൊണ്ടു കൊണ്ടുതന്നെ നമുക്ക് അൽപ്പം വിമർശനാത്മകമായിക്കൂടി അതിനെ കാണേണ്ടതുണ്ട്. പ്രത്യക്ഷരക്ഷാസഭയുടെയും സാധുപരിപാലന സമാജത്തിന്റെയും അല്പായുസ്സ്, അഹിന്ദു-ദളിത് പരിഷ്കർത്താക്കൾക്ക് വേണ്ടത്ര പ്രാമാണ്യം ലഭിക്കാതെ പോയത്, ശൂദ്രപരിരക്ഷയ്ക്കു പോലും വേദങ്ങളെ കൂട്ടുപിടിക്കുക വഴി അറിയാതെയാണെങ്കിലും വേദാധികാരം ഊട്ടിയുറപ്പിച്ചത്, സ്ത്രീകളുടെ തൊഴിലും അത് വഴിയുള്ള സ്വാതന്ത്ര്യവും എന്ന ആശയത്തിൽ ഊന്നാതെ അവരെ ഇന്ദുലേഖയെപ്പോലെ വിദ്യാസമ്പന്നരും ഭർത്താവുമായി ഒപ്പത്തിനൊപ്പം സല്ലപിക്കാൻ കഴിയുന്നവരുമായ വീട്ടമ്മമാരായി മാത്രം സങ്കൽപ്പിച്ചത് - ഇവ നമുക്ക് പിൻകാഴ്ചയിലൂടെ തിരിച്ചറിയാൻ കഴിയുന്നുണ്ട്. ഇവയൊക്കെ ജാതിവിരുദ്ധപ്രസ്ഥാനം ദുർബ്ബലമായ പിൽക്കാലത്ത് ജാതിരാഷ്ട്രീയത്തിന്റെ വളർച്ചയ്ക്കും മനുഷ്യദൈവങ്ങളുടെ ആഗമനത്തിനും ആചാരനിഷ്ഠമായ അസംസ്കൃതമതബോധത്തിനും നാരായണഗുരു, ചട്ടമ്പിസ്വാമികൾ, അയ്യാ വൈകുണ്ഠർ, ആനന്ദതീർഥർ തുടങ്ങിയവർ ഉയർത്തിപ്പിടിച്ച ആത്മീയഹ്യൂമനിസത്തിന്റെ അപചയത്തിനും പുരോഹിതാധികാരത്തിന്റെ വികാസത്തിനും വഴിവെച്ചു. ഏകാധിപത്യത്തിൽ നിന്ന് ജനാധിപത്യത്തിലേക്കും, നാടുവാഴിത്തത്തിൽനിന്ന് ദേശീയ ഐക്യബോധത്തിലേക്കും പ്രാക്തന വിശ്വാസങ്ങളിൽ നിന്ന് യുക്തിചിന്തയിലേക്കുമുള്ള നവോത്ഥാനത്തിന്റെ പ്രയാണം പാതിവഴിക്കു നിലച്ചുപോയി എന്നർത്ഥം. സ്വാർത്ഥതയിലും മത്സരത്തിലും അടിയുറച്ച നവലിബറൽ അധാർമ്മികതയും മധ്യവർഗ്ഗത്തിന്റെ നെടുനായകത്വവും വളരാൻ ഈ പ്രതിസന്ധി സഹായിച്ചു.

ഇന്ന് കേരളം നേരിടുന്ന പ്രതിസന്ധിയുടെ പ്രധാന ഘടകങ്ങളെ ഇങ്ങനെ സംഗ്രഹിക്കാം.

ഒന്നാമത്തേത് വർഗീയതയുടെ വളർച്ചയാണ്. വർഗീയതയെന്നാൽ ആത്മീയത നഷ്ടപ്പെട്ട മതബോധം ആണ്. ജാതികൾ വിലപേശൽശക്തികൾ ആയതോടെ അവയ്ക്ക് സമുദായപരിഷ്കരണബോധം നഷ്ടമായി, ഊന്നൽ സാമ്പത്തികനേട്ടത്തിൽ മാത്രമായി. ഈ അവസ്ഥയിൽ, ആത്മാവ് കൈമോശം വന്ന ജാതിസംഘടനകളെ ഹിന്ദു വർഗീയതയിലേക്ക് നയിക്കുക നേതാക്കൾക്ക് അനായാസമായി. കാരണം, ഹിന്ദു എന്ന കൂടുതൽ വലിയ സ്വത്വത്തിനു കൂടുതൽ രാഷ്ട്രീയശേഷി ഉണ്ടെന്നതുതന്നെ. ഹിന്ദുത്വ ശക്തികളാകട്ടെ, ദേശീയതലത്തിൽ കുതന്ത്രങ്ങൾ ഉപയോഗിച്ച് മതലഹളകൾ സൃഷ്ടിച്ചും ബാബ്റിമസ്ജിദും ഗുജറാത്തും പോലുള്ള 'സംഭവങ്ങൾ' വഴിയും ന്യൂനപക്ഷങ്ങളെ അപരവത്കരിച്ചു കൊണ്ട് അതിവേഗം വളരുകയും ചെയ്തു. ഒപ്പം കേരളമുൾപ്പെടെയുള്ള പ്രദേശങ്ങളിൽ ഒരിക്കലും 'ഹിന്ദുക്കൾ' എന്ന് വിളിക്കപ്പെടാതെ മാറ്റി നിർത്തപ്പെട്ടിരുന്ന ആദിവാസിജനവിഭാഗങ്ങളെ 'ഹിന്ദു'വത്കരിച്ചുകൊണ്ടും 'പിന്നോക്ക' വിഭാഗങ്ങൾക്ക് കൃഷ്ണാഷ്ടമിയും (ഇവിടെ ഒരു പാവം അഷ്ടമിരോഹിണിയേ ഉണ്ടായിരുന്നുള്ളൂ. അമ്പലങ്ങളിൽ മാത്രം അത് ഒതുങ്ങി നിന്നു) ഗണേശചതുർഥിയും പോലെ വടക്കേ ഇന്ത്യയിൽ നിന്ന് ഇറക്കുമതി ചെയ്ത നവാചാരങ്ങളിലൂടെ സാമൂഹ്യമാന്യത നൽകിക്കൊണ്ടും മഹാബലിയുടെ വരവ് ആഘോഷിക്കുന്ന ഓണത്തെ 'വാമനജയന്തി' ആക്കിക്കൊണ്ടും പ്രാദേശികവർഗീയലഹളകൾ സൃഷ്ടിച്ചുകൊണ്ടും പ്രസംഗങ്ങളിലും പ്രസ്താവനകളിലും കൂടി മതസൗഹാർദ്ദം അസാധ്യമാക്കിക്കൊണ്ടും ഹൈന്ദവരാഷ്ട്രീയം വളർന്നു. ഈ അസഹിഷ്ണുതയും അപരവത്കരണവും മുസ്ലീം രാഷ്ട്രീയത്തെയും തീവ്രമാക്കി. 'ന്യൂനപക്ഷവർഗീയത ഏറിയാൽ വിഭജനത്തിലേക്കേ നയിക്കൂ, ഭൂരിപക്ഷവർഗീയത ഫാസിസത്തിന്റെ ഉറച്ച അടിത്തറയാണ്' എന്ന നെഹ്രുവിന്റെ പ്രസ്താവം ഇവിടെ ഓർക്കാം.

ഇതോടൊപ്പം സമത്വപ്രസ്ഥാനം ദുർബലമായതോടെ മധ്യവർഗങ്ങൾ ശക്തരായി. തൊഴിലാളികളിൽ ഒരു വിഭാഗം പോലും മധ്യവർഗ്ഗരാഷ്ട്രീയത്തിനു അടിമകളായി. സമൂഹത്തിൽ സാമ്പത്തികശ്രേണീക്രമം കരുത്തു നേടി. താഴത്തെ പത്തു ശതമാനം ജനങ്ങൾക്ക് സ്വത്തിന്റെ 1 ദശാംശം 3 (1. 3) ശതമാനം മാത്രമുള്ളപ്പോൾ, മുകൾത്തട്ടിലെ പത്തു ശതമാനത്തിനു സ്വത്തിന്റെ 42 ശതമാനത്തിൽ നിയന്ത്രണം എന്നതാണ് ഇന്നത്തെ നില. മധ്യവർഗ്ഗം ഫാസിസത്തിന്റെ വളർച്ചയ്ക്ക് പറ്റിയ മണ്ണാണെന്നതു തെളിയിക്കപ്പെട്ട സത്യം. മധ്യവർഗമൂല്യങ്ങൾ, കപടസദാചാരമൂല്യങ്ങൾ, സങ്കുചിത ലോകവീക്ഷണം ഇവയെല്ലാം അങ്ങനെ ആധിപത്യം നേടി. ഒരു വശത്ത് സദാചാരപ്പൊലീസിൽ നിന്ന് ദമ്പതികൾക്കും സഹോദരീ

സഹോദരന്മാർക്കും പോലും രക്ഷയില്ലെന്ന നില, മറുവശത്ത് കുടുംബ ങ്ങൾക്കകത്തും പുറത്തും വർധിക്കുന്ന ലൈംഗികപീഡനം ഇതാണ് നില.

വികസനം കാര്യമായി നടക്കുന്നുമില്ല, പരിസ്ഥിതി നശിക്കുകയും ചെയ്യുന്നു എന്നതാണ് മറ്റൊരു വൈരുധ്യം. ഇതിൽ ഏറ്റവുമധികം കഷ്ടം സഹിക്കുന്നത് ദരിദ്രരായ സാധാരണക്കാരാണ്, വായുവിലെ വിഷവും കടലിലെ വിഷവും മണലൂറ്റ് മൂലമുണ്ടാകുന്ന വരൾച്ചയും വന നശീകരണം മൂലമുണ്ടാകുന്ന കാലാവസ്ഥാമാറ്റവുമെല്ലാം ഏറ്റവും ബാധിക്കുനത് താഴെത്തട്ടിലുള്ള ആദിവാസികളെയും, മീൻപിടുത്ത ക്കാരെയും കർഷകരെയും മറ്റുമാണ്. മണൽ മാഫിയ, വനംമാഫിയ, പാറ മാഫിയ - ഇവരെ എതിർത്താൽ ജീവൻ തന്നെ അപകടത്തി ലാകാം. അതിരപ്പിള്ളിയിൽ വെള്ളമില്ലാതായാലും ഭാരതപ്പുഴ വറ്റി യാലും സഹ്യപർവ്വതം മുഴുവൻ ഇടിച്ചു തകർത്താലും ഒരു പ്രദേ ശത്തെ കുഞ്ഞുങ്ങൾ മുഴുവൻ രോഗികളായി ജനിച്ചാലും തങ്ങൾക്കു ലാഭം മതി എന്നതാണ് പുതിയ മധ്യവർഗസദാചാരം. ഇതാണ് നവ ലിബറലിസത്തിന്റെയും കാതൽ. സൈലന്റ് വാലി സമരത്തിനും ഗാഡ്ഗിൽ റിപ്പോർട്ടിനും എതിർനിന്ന പലരും തങ്ങൾ വലതുപക്ഷ ത്തെയാണ് തുണയ്ക്കുന്നത് എന്ന് ഓർത്തു കാണില്ല.

ആഗോളീകരണം നമ്മുടെ കാലത്തെ ഏറ്റവും വലിയ ഹിംസ യാണെന്നു ബോദ്രിയാദ് പറഞ്ഞത് അത് സാംസ്കാരികത്തനിമയെയും ഭാഷകളെയും നശിപ്പിക്കുന്നത് കൊണ്ടു കൂടിയാണ്. മലയാള ഭാഷ യ്ക്ക് സർക്കാരിന്റെ പിന്തുണയും വിദ്യാഭ്യാസത്തിൽ സ്ഥാനവും ലഭിച്ചിട്ടും ഇന്നും മാന്യത കുറവാണ്.

'ജനിക്കും നിമിഷം തൊട്ടെൻ
മകൻ ഇംഗ്ലീഷ് പഠിക്കണം
അതിനാൽ എൻ ഭാര്യതൻ പേറ-
ങ്ങിംഗ്ലണ്ടിൽ തന്നെയാക്കി ഞാൻ'

എന്ന് കവി കുഞ്ഞുണ്ണി പറഞ്ഞ പോലെയാണ് കാര്യങ്ങൾ. ഭാഷ കൾ മരിക്കുന്നത് ഇങ്ങിനെയാണ്: ഓരോ തലമുറയായി അതിനെ പതുക്കെ പതുക്കെ ഉപേക്ഷിക്കുമ്പോൾ, മറ്റു ഭാഷകൾ സ്വന്തം ഭാഷ യെക്കാൾ മാന്യമാണ് എന്ന് കരുതപ്പെടുമ്പോൾ, വിദ്യാഭ്യാസം മുതൽ നിയമവ്യവഹാരം വരെ എല്ലാം അന്യഭാഷയിൽ നടത്തപ്പെടുമ്പോൾ, ഭാഷയിൽ ഉള്ള വാക്കുകൾ നഷ്ടപ്പെടുകയും പുതിയ വാക്കുകൾ സൃഷ്ടിക്കപ്പെടാതിരിക്കയും ചെയ്യുമ്പോൾ, സംസ്കാരനാശത്തിന്റെ ഫലമായി പദനാശം സംഭവിക്കുമ്പോൾ, ഭാഷ വികസിച്ച സാഹചര്യ ങ്ങൾ (എഴുത്ത്, വായന, പ്രവർത്തനം, ഭാഷാസ്നേഹം) ഇല്ലാതാവു മ്പോൾ, വർത്തമാനവിജ്ഞാനത്തിനൊപ്പം ഭാഷ വളരാതാകുമ്പോൾ,

ജനത പറിച്ചു നടപ്പെടുമ്പോൾ: ഇവയെല്ലാം ഇന്ന് കേരളത്തിൽ സംഭവിക്കുന്നു. ഒരു ഭാഷ ഇല്ലതാകുമ്പോൾ ഒരു സംസ്കാരവും ലോകവീക്ഷണവും തന്നെയാണ് അസ്തമിക്കുന്നത്.

ആൺമേധാവിത്തം ഇന്നും കേരളത്തിൽ ശക്തമാണ്. വീട്ടിലും പുറത്തുമുള്ള ശക്തിപ്രകടനങ്ങളായി അത് പ്രത്യക്ഷമാകുന്നു. ബലാത്സംഗം മുതൽ ദുർബലരോടുള്ള പുച്ഛവും ഇതരലൈംഗികതയോടുള്ള എതിർപ്പും മൂന്നാം ലിംഗത്തോടുള്ള അവഹേളനയും ശരിയായ കാരണങ്ങൾ ഇല്ലാത്ത വിവാഹമോചനവും എല്ലാമായി അത് പ്രത്യക്ഷപ്പെടുന്നു. നമ്മുടെ സാഹിത്യത്തിൽ സ്ത്രീസാന്നിധ്യം ശക്തമാണ്. ശക്തരായ നായികമാരും നമുക്കുണ്ട്. എന്നാൽ യഥാർത്ഥ സമൂഹം ഏറെ പിന്നിലാണ്. മാനഭംഗങ്ങളും കൊലപാതകങ്ങളും ആത്മഹത്യകളും കുറഞ്ഞതായി സൂചനകളില്ല, കൂടുന്നു എന്ന് വാർത്തകൾ പറയുന്നു. സ്വതന്ത്രമായി, സുഹൃത്തുക്കൾ എന്ന നിലയ്ക്ക്, സ്ത്രീപുരുഷന്മാർക്ക് ഇടപെടാൻ കഴിയാത്ത ഒരു സമൂഹം പൊട്ടിത്തെറിയുടെ വക്കിലായിരിക്കും. അല്പം മുൻപുള്ള സർവേ പ്രകാരം സാക്ഷരകേരളത്തിൽ 13.2 ശതമാനം സ്ത്രീകൾ മാത്രമാണ് പ്രതിഫലം പറ്റുന്ന ജോലികൾ ചെയ്യുന്നത്. ദേശീയ ശരാശരിയായ 26 ശതമാനത്തിന്റെ പകുതി മാത്രം. മിസോറാമിൽ പോലും 46 ശതമാനം സ്ത്രീകൾ പ്രതിഫലമുള്ള ജോലികൾ ചെയ്യുന്നുണ്ടെന്നോർക്കുക.

കുടുംബശ്രീയും മറ്റു വന്നതിനു ശേഷം സ്ഥിതി അല്പം മെച്ചപ്പെട്ടിട്ടുണ്ടെന്ന് കരുതാം. പക്ഷേ സ്വാതന്ത്ര്യത്തിലേക്ക് സഞ്ചരിക്കാനുള്ള ദൂരം ഏറെയാണ്, സ്ത്രീ വരുമാനം നേടുന്നിടത്തും പലപ്പോളും പഴ്സിന്റെ ചരട് പുരുഷന്റെ അച്ഛന്റെയോ ഭർത്താവിന്റെയോ കയ്യിലാണ്. പൊതുഇടങ്ങളിലും തെരുവുകൾ മുതൽ ബസ്സുകളും തീവണ്ടികളും വരെ എല്ലാ വർഗങ്ങളിലും പെട്ട, പ്രശസ്തരും അപ്രശസ്തരുമായ, സ്ത്രീകൾ അവമാനിതരാകുന്നത് പതിവായിട്ടുണ്ട്.

ദളിതരുടെയും ആദിവാസികളുടെയും സ്ഥിതിയിൽ ഉണ്ടാകേണ്ട മാറ്റങ്ങൾ കഴിഞ്ഞ അറുപതു വർഷത്തിൽ ഉണ്ടായിട്ടുണ്ടെന്നു പറഞ്ഞുകൂടാ. ഇപ്പോളും ചിലപ്പോളെങ്കിലും ആദിവാസിക്കുട്ടികളുടെ പട്ടിണിമരണത്തിന്റെ വാർത്തകൾ വരുന്നു, ദളിതരുടെ ആത്മവീര്യം വർധിച്ചിട്ടുണ്ടെങ്കിലും - സാഹിത്യവും അത് അടയാളപ്പെടുത്തിയിട്ടുണ്ട് - ജീവിതാവസ്ഥ ഏറെയൊന്നും മെച്ചപ്പെട്ടിട്ടില്ല. മുസ്ലീം ന്യൂനപക്ഷത്തിന്റെ നിലയും വ്യത്യസ്തമല്ല. ദാരിദ്ര്യത്തിന്റെ കടലിൽ സമ്പന്നതയുടെ ചില തുരുത്തുകൾ ഉണ്ടായിട്ടുണ്ടെന്നേയുള്ളൂ.

നമ്മുടെ ഉന്നത വിദ്യാഭ്യാസം അടിയന്തിരമായും അഴിച്ചു പണിയണം. ഇത് ഇടതുപക്ഷത്തിനു മാത്രമേ ചെയ്യാൻ കഴിയൂ. മുതലാളിത്തത്തിന്റെ കൂലിക്കാരെയും ആഗോളസാമ്രാജ്യത്തിന്റെ അടിമ

പ്പണിക്കാരെയും മാത്രം സൃഷ്ടിക്കാൻ പാകപ്പെടുത്തിയതാണ് അത്. സമഗ്ര വ്യക്തിത്വവികസനം അതിനുഒരു ലക്ഷ്യം പോലുമല്ല. അനിയന്ത്രിതമായ സ്വകാര്യവത്കരണം വിദ്യാഭ്യാസത്തെ ഒരു കൂറ്റൻ വ്യവസായമാക്കിയിരിക്കുന്നു. പൊതുവിദ്യാഭ്യാസം മെച്ചപ്പെടുത്താതെ അങ്ങോട്ടുള്ള വിദ്യാർഥികളുടെ ഒഴുക്ക് തടയാൻ ആവില്ല. വർഗ, വർണ്ണ ബന്ധങ്ങളെ അദൃശ്യവത്കരിക്കുന്ന സിലബസ്, പങ്കാളിത്തമില്ലാത്ത അധ്യാപനം, ഓർമ്മ മാത്രം പരീക്ഷിക്കുന്ന പരീക്ഷകൾ, പ്രാദേശികഭാഷകൾക്ക് കല്പിക്കുന്ന അയിത്തം, ക്രിയാത്മക നൈതികത സൃഷ്ടിക്കുന്നതിലെ പരാജയം, അളക്കാനും എണ്ണാനും തൂക്കാനും പറ്റാത്ത ഒന്നിനും സ്ഥാനമില്ലാത്ത ജീവിത സമീപനം, സമൂഹത്തിൽ നിന്ന് തീർത്തും വേറിട്ട് നിൽക്കുന്ന ക്ലാസ്സ് മുറി, നാമമാത്രമായ ഗവേഷണം, നിലവാരമുള്ള ജേർണലുകളുടെയും ലൈബ്രറികളുടെയും അഭാവം - ഇവയൊക്കെ ഉന്നത വിദ്യാഭ്യാസത്തെ പ്രഹസനമാക്കിയിരിക്കുന്നു. അധ്യാപകരുടെ ശമ്പളക്കൂടുതൽ വിദ്യാഭ്യാസത്തിനു ഒരു ഗുണവും ചെയ്തതായി കാണുന്നില്ല.

മാധ്യമങ്ങളുടെ അപചയം - അവയുടെ വാർത്താനിർമ്മിതിയിലെ മുൻവിധികൾ, ജനപ്രിയ പരമ്പരകൾ സൃഷ്ടിക്കുന്ന വിദ്വേഷം, സ്ത്രീകളുടെയും ന്യൂനപക്ഷങ്ങളുടെയും ദളിതരുടെയും ആദിവാസികളുടെയും സ്റ്റീരിയോടൈപ്പിംഗ്, ഒന്നും ഉത്പാദിപ്പിക്കാതെ ഉപഭോഗത്തിൽ മുഴുകുന്ന കൺസ്യൂമർ സംസ്കാരം വളർത്തുകയും വിജയത്തെ സമ്പത്തു മാത്രമായി ചുരുക്കുകയും ചെയ്യുന്ന അവയുടെ സമീപനം - നമ്മുടെ സംസ്കാരത്തെ ദുഷിപ്പിക്കുന്നതിൽ വലിയ പങ്ക് വഹിക്കുന്നുണ്ടെന്ന് പറയാതെ വയ്യ.

ചുരുക്കത്തിൽ നമുക്ക് ഇന്ന് കൂടുതൽ മുന്നോട്ടു പോകുന്ന ഒരു നവോത്ഥാനപ്രസ്ഥാനതരംഗം ആവശ്യമുണ്ട്. പഴയ നവോത്ഥാനത്തിന്റെ ഗുണാത്മക മൂല്യങ്ങളെല്ലാം ഉൾക്കൊള്ളുന്ന, പ്രതിരോധാത്മകമായ, ഹിന്ദുത്വ ശക്തികളെയും അത് പിന്തുണയ്ക്കുന്ന നവലിബറൽ സാമ്പത്തികനയങ്ങളെയും സ്ഥാപനങ്ങളുടെയും സംസ്കാരത്തിന്റെ തന്നെയും വർഗ്ഗീയവത്കരണത്തെയും ചെറുക്കുന്ന, ശരിയായ സോഷ്യലിസ്റ്റ് മൂല്യങ്ങൾ ഉയർത്തിപ്പിടിക്കുന്ന, ഒന്ന്. പല തരത്തിൽ ജീവിതം ഒരു സഹനമായി മാറിയ ജനവിഭാഗങ്ങളുടെ സാഹോദര്യത്തിലൂടെ ഉയർന്നു വരുന്ന, കേരളത്തെ സമൂലമായി മാറ്റുകയും കൊളോണിയൽ ആധുനികതയിൽ നിന്ന് വ്യത്യസ്തമായ നമ്മുടേതായ ഒരു ആധുനികതയിലേക്ക് നയിക്കുകയും ചെയ്യുന്ന ഒരു ജനമുന്നേറ്റം.

മനുഷ്യവംശം ഇന്നോളം നടത്തിയ സമരങ്ങളും നേടിയ പുരോഗതിയും ചരിത്രപരമായി പരിശോധിക്കുന്ന സ്റ്റീവൻ പിങ്കറുടെ

'എൻലൈറ്റൻമെന്റ്, നൗ' (2018) എന്ന പ്രൗഢഗ്രന്ഥത്തിന്റെ ഉപസംഹാരം ഉദ്ധരിച്ചുകൊണ്ട് ഞാൻ അവസാനിപ്പിക്കട്ടെ: 'ധാരാളം ദുരിതം ഇനിയും ബാക്കിയാണ്, ഭീകരമായ വിപത്തുകളും. എങ്കിലും അവ എങ്ങിനെ കുറയ്ക്കാം എന്നതിനെക്കുറിച്ചുള്ള ആശയങ്ങൾ ആവിഷ്കരിക്കപ്പെട്ടിട്ടുണ്ട്, ഇനിയും അസംഖ്യം ആശയങ്ങൾ രൂപം കൊള്ളാനുണ്ട്. നമുക്ക് ഒരിക്കലും കുറവുകളില്ലാത്ത ഒരു സമ്പൂർണ്ണ ലോകം ഉണ്ടാവുകയില്ല, അങ്ങനെയൊന്നു അന്വേഷിക്കുന്നത് അപകടകരമാവുകയും ചെയ്യും. പക്ഷേ മനുഷ്യവളർച്ചയ്ക്കായി ജ്ഞാനം പ്രയോഗിക്കാൻ നാം തയ്യാറാകുമെങ്കിൽ നമുക്ക് നേടാവുന്ന മെച്ചങ്ങൾക്ക് അവസാനമില്ല. ഈ വീരേതിഹാസം ഒരു മിത്തല്ല. മിത്തുകൾ കെട്ടുകഥകളാണ്, പക്ഷെ ഇത് സത്യമാണ്, നമുക്കുള്ള അറിവു വെച്ച് സത്യമാണ്, അത് മാത്രമാണല്ലോനമുക്ക് എത്താവുന്ന സത്യം. നമുക്ക് അത് വിശ്വസിക്കാൻ കാരണമുള്ളത് കൊണ്ടാണ് നാം അത് വിശ്വസിക്കുന്നത്. കൂടുതൽ പഠിക്കുമ്പോൾ കഥയുടെ ഏതെല്ലാം ഭാഗങ്ങൾ അപ്പോഴും സത്യമായി നിലനിൽക്കുന്നു എന്നും ഏതെല്ലാം അസത്യമാണെന്നും അവയിൽ ഏതു എന്നു അസത്യമായിരിക്കാം, അഥവാ അസത്യമായി മാറാം കാണിക്കാൻ നമുക്ക് കഴിയും. ഈ കഥ ഏതെങ്കിലും വംശത്തിന്റേതു മാത്രമല്ല, മനുഷ്യരാശിയുടേത് മുഴുവനുമാണ് വിവേചനശേഷിയും ജീവിതാസക്തിയുമുള്ള, പ്രബുദ്ധമായ എല്ലാ സൃഷ്ടികളുടെയും. അതിനു ഈ ബോധ്യങ്ങൾ മാത്രമേ വേണ്ടൂ: ജീവിതം മരണത്തേക്കാൾ നല്ലതാണെന്ന, ആരോഗ്യം രോഗത്തേക്കാൾ നല്ലതാണെന്ന, സമൃദ്ധി ഇല്ലായ്മയെക്കാൾ നല്ലതാണെന്ന, സ്വാതന്ത്ര്യം നിർബന്ധത്തേക്കാൾ നല്ലതാണെന്ന, സന്തുഷ്ടി ദുരിതത്തെക്കാൾ നല്ലതാണെന്ന, ജ്ഞാനം അജ്ഞാനത്തെയും അന്ധവിശ്വാസത്തെയുംകാൾ നല്ലതാണെന്ന ബോധ്യങ്ങൾ.' (Humanism', Enlightenment Now, Steven Pinker, Penguin, p. 453)

മറ്റൊരു സൗന്ദര്യം തേടി
ആറ്റൂരിന്റെ കവിതാലോകം

മലയാളത്തിൽ 'ആധുനികകവിത' എന്ന പൊതുവായ ശീർഷകത്തിൽ അറിയപ്പെട്ടിരുന്ന പ്രവണതയുടെ പ്രയോക്താക്കളിൽ ഒരാളായാണ് ആറ്റൂർരവിവർമ്മ ആദ്യം അറിയപ്പെട്ടത്. ആധുനികരെല്ലാം പടിഞ്ഞാറേക്ക് നോക്കുന്നവരാണെന്ന ആക്ഷേപം ചില നിരൂപകരും പല വായനക്കാരും ഉയർത്തിയിരുന്ന കാലം. എന്നാൽ ആറ്റൂരിന്റെയും കടമ്മനിട്ടയുടെയും മാധവൻ അയ്യപ്പത്തിന്റെയും കവിതകൾ, ഒപ്പം അയ്യപ്പപ്പണിക്കരുടെ ഒട്ടേറെ കവിതകളും, ആ ആക്ഷേപത്തിന്നു പ്രയോഗത്തിലൂടെയുള്ള മറുപടി ആയിരുന്നു. അവ പുതിയ കവിതകൾ തന്നെയായിരുന്നു, എന്നാൽ പാരമ്പര്യത്തെ നിഷേധിക്കുമ്പോൾ പോലും പാരമ്പര്യത്തിൽ നിന്നും ഊർജ്ജം സ്വീകരിച്ച രചനകളായിരുന്നു.

എ. കെ. രാമാനുജൻ പറയാറുള്ള കന്നഡ നാടോടിക്കഥയാണ് ഓർമ്മ വരുന്നത്. തന്റെ കോടാലി തന്റെ കാരണവന്മാർ നൂറ്റാണ്ടുകൾ മുൻപ് ഉപയോഗിച്ചിരുന്ന അതേ കോടാലിയാണ് എന്നവകാശപ്പെട്ടിരുന്ന ഒരു വിറകുവെട്ടുകാരനോട് വീട്ടുകാരൻ അതിന്റെ പിടിയേയും അലകിനെയും പറ്റി എടുത്തു ചോദിക്കുമ്പോൾ, അയാൾ അവ രണ്ടും പല കുറി മാറിയിട്ടുണ്ടെന്നും എന്നാൽ കോടാലി അത് തന്നെയാണെന്നും മറുപടി പറയുന്നതാണ് ആ കഥ. പ്രമുഖരായ ആധുനികകവികൾ എല്ലാ ഇന്ത്യൻ ഭാഷകളിലും, ആസാമിലെ നീൽമണി ഫൂക്കൻ മുതൽ കന്നടയിലെ ഗോപാലകൃഷ്ണ അഡിഗ വരെ, ഈ തത്ത്വം അറിയുന്നവരായിരുന്നു. ഘടനയും രൂപവും മാറുമ്പോഴും കവിതയിൽ അനിർവ്വചനീയമായ എന്തോ ഒന്ന് അദൃശ്യമായി തുടരുകയും ചെയ്യുന്നു എന്ന തത്ത്വം, അഥവാ, പാരമ്പര്യം എന്നത് ഒരു ജഡസത്തയല്ലെന്നും ആവർത്തനതിലൂടെയല്ല അതു നില നിൽക്കുന്നതെന്നും മറിച്ചു പാരമ്പര്യം തന്നെ നവീകരണങ്ങളുടെ ഒരു അനുസ്യൂതിയാണെന്നും തിരിച്ചറിയുന്നവർ. അവർ

അവരുടെ രീതികളിൽ വ്യത്യാസം വരുത്തിയിട്ടുണ്ട്; ചിലപ്പോൾ ജീവിതകാലത്ത് സ്വന്തം കവിതയിൽ തന്നെ വ്യത്യാസങ്ങൾ വരുത്തിയിട്ടുണ്ട് കുമാരനാശാൻ 'വീണ പൂവി'ൽ നിന്ന് 'കരുണ'യിലെത്തുമ്പോൾ ശൈലിയിൽ മാറ്റം വരുത്തുന്ന പോലെ.

ചങ്ങമ്പുഴ, ഇടശ്ശേരി, വൈലോപ്പിള്ളി, ജി ശങ്കരക്കുറുപ്പ്: ഏതു വലിയ കവിയെക്കുറിച്ചും ഇത് പറയാൻ കഴിയും. എഴുത്തച്ഛനിലേക്കും ചെറുശ്ശേരിയിലേക്കും വരെ ഇങ്ങനെ നമുക്ക് പിറകോട്ടു പോകാം. അങ്ങനെ നോക്കുമ്പോൾ നിരന്തരപരിണാമിയാണ് കവിത എന്നും അതിൽ തുടരുന്നത് അതിനെ 'കവിത'യായി തിരിച്ചറിയാൻ അനുവാചകനെ സഹായിക്കുന്ന കഥ, നോവൽ, നാടകം, ലേഖനം തുടങ്ങിയ ഇതര സാഹിത്യഗണങ്ങളിൽ നിന്ന് അതിനെ വേർതിരിച്ചറിയാൻ സഹായിക്കുന്ന ആ സാന്ദ്രസൗന്ദര്യത്തിന്റെ ഘടകം മാത്രമാണെന്നും മനസ്സിലാക്കാൻ കഴിയും. രവിവർമ്മ ആദ്യം മുതലേ ഈ അടിസ്ഥാന സത്യം മനസ്സിലാക്കിയിരുന്നു.

'മേഘരൂപൻ' എന്ന, പി കുഞ്ഞിരാമൻ നായർക്ക് തിലോദകം അർപ്പിക്കുന്ന, കവിത കഴിഞ്ഞാൽ ആറ്റൂരിന്റെ ശബ്ദം അധികം ശ്രദ്ധിക്കപ്പെടുന്നത് സ്വകാര്യം, പിതൃഗമനം, അർക്കം, പിറവി, ഉദാത്തം, സംക്രമണം, ഓട്ടോവിൻ പാട്ട്, ക്യാൻസർ, പാണ്ടി തുടങ്ങിയ ഒരു പിടി കവിതകളിലൂടെയാണ്. 'എഴുപതുകളുടെ' കവിതയുടെ ഭാഗമായിരിക്കുമ്പോഴും അവ വേറിട്ട വ്യക്തിത്വം പുലർത്തി. എന്റെയോ ശങ്കരപ്പിള്ളയുടെയോ കടമ്മനിട്ടയുടെയോ കവിതകളുടെ മട്ടും മാതിരിയും ആയിരുന്നില്ല അവയുടേത്. കെ ജി എസ്സിന്റെ 'ബംഗാളി'ന്റെ എലിയറ്റിന്റെ 'തരിശുഭൂമി'യെ ഓർമ്മിപ്പിക്കുന്ന (കവിതയുടെ സ്പിരിറ്റ് അതിനെ നിഷേധിക്കുമ്പോഴും) ശിഥിലബിംബങ്ങളും സൂചനകളും നിറഞ്ഞ ആഖ്യാനരീതിയോ, കടമ്മനിട്ടയുടെ 'കിരാതവൃത്ത'ത്തിന്റെ ഇരുണ്ട നാടോടിമട്ടോ അല്ല അവയൊന്നും പിൻചെന്നത്. അവ ഒരേ സമയം നവീനവും കേരളീയവും ആയിരുന്നു, മിത്തും ആഭിചാരവും വിദൂരതയുടെ മുഴക്കങ്ങളും അവ്യക്തമായ ദുരന്തത്തിന്റെ പ്രവചനവും അവയിൽ ഉണ്ടായിരുന്നു. അവ തന്നെയും ഒന്നിനൊന്നു വ്യത്യസ്തമായിരുന്നപ്പോഴും. 'എല്ലാ വീടും പടിഞ്ഞാട്ടു നോക്കുമ്പോൾ' തന്റെ വീട് കിഴക്കോട്ടാണ് എന്നും തിരക്കിട്ടു നടക്കുന്ന ആൾക്കൂട്ടത്തിൽ താൻ ഒരു 'അമാന്തക്കൊടിമര'മാണെന്നും അദ്ദേഹം പണ്ടേ പറഞ്ഞു വെച്ചിട്ടുണ്ട്. തമിഴ് സംഘം കവിത മുതൽ പുതുക്കവിത വരെയുള്ളവയിൽ നിന്ന് – ഒപ്പം എം ഗോവിന്ദനും പി കുഞ്ഞിരാമൻ നായരും പോലുള്ള മലയാളകവികളിൽ നിന്നും – സ്വീകരിച്ച ഒരു ദ്രാവിഡോർജ്ജം രവിവർമ്മക്കവിതയിൽ എന്നും തുളുമ്പി നിന്നു, കടമ്മനിട്ടയിൽ നാടോടിക്കവിതയുടെ ഊർജ്ജം പോലെ.

'തന്റേട'മുള്ള കവിയായ ആറ്റൂർ സ്വഭാവദൃഢത കൊണ്ടും അനന്യനായിരുന്നു. ഒരിടത്തും നിസ്സാരതകളെ പൊറുപ്പിക്കാത്ത, സംസ്കാരത്തെക്കുറിച്ച് തെളിഞ്ഞ കാഴ്ചപ്പാടുകളുള്ള, ആർത്തികൾ ഇല്ലാതെ തന്നെ ജീവിതോത്സാഹം നിറഞ്ഞു നിന്ന, ഒരാൾ. മദിരാശിയിലെ അദ്ധ്യാപനജീവിതവും എം ഗോവിന്ദനുമായുള്ള ആത്മബന്ധവും എം ഗംഗാധരനോടൊപ്പം ആദ്യകാലത്തു തന്നെ ലഭിച്ച വിശാലമായ മാർക്സിസ്റ്റ് സമത്വദർശനപരിചയവും കമ്മ്യൂണിസ്റ്റ് പാർട്ടിയിലെ പ്രവർത്തനപരിചയവും ദക്ഷിണേന്ത്യയുടെ സംസ്കാരത്തോടും ശിൽപ്പ-വാസ്തുവിദ്യാ സംഗീതകലകളോടും ഉത്സവത്തിമിർപ്പാർന്ന ജീവിതശൈലിയോടും ദ്രാവിഡഭാഷാസാഹിത്യ സാകല്യത്തോടും അവസാനം വരെ ഉണ്ടായിരുന്ന അഗാധമായ ആഭിമുഖ്യവുമാണ് അദ്ദേഹത്തിന്റെ രൂപീകരണത്തിൽ പങ്കു വഹിച്ച പ്രധാനഘടകങ്ങൾ എന്ന് പറയാം.

ഒപ്പം തന്നെ

'തുഞ്ചത്തെഴുത്തച്ഛനും ഞാനുമായ്
മൂന്നാലു നൂറ്റാണ്ടു ദൂരം
ഇന്നലത്തേതും പരിചിതമല്ലാത്ത
തായി മാറുമ്പോളെനിക്കിതു-
ചെല്ലുവാൻ വയ്യാത്ത ഭൂതം
വിദൂര, മന്യമാകാശം'

എന്ന് സ്വന്തം കാലഘട്ടത്തെ അദ്ദേഹം സ്വയം കൃത്യമായി സ്ഥാനപ്പെടുത്തിയിട്ടുമുണ്ട്. (അകലം) ഇവിടെ ഭാവനയുടെ ഒരു ഇരട്ടച്ചലനത്തിലൂടെ കവി ഭൂതവർത്തമാനങ്ങളെ ഒന്നിച്ചു തിരിച്ചറിയുന്നു. പൂന്താനവും മേൽപ്പുത്തൂരും മുതൽ ഓട്ടൂർ ഉണ്ണി നമ്പൂതിരിപ്പാടും വി കെ ഗോവിന്ദൻ നായരും വരെയുള്ളവരെ 'തുള്ളിച്ച' ഭക്തിയുടെയും 'ഉദാത്ത' കവിതയുടെയും പാൽപ്പായസം തീർന്നു പോയതു കൊണ്ട് ഒഴിഞ്ഞ ഉച്ചക്കഞ്ഞിപ്പാത്രവുമായി നിൽക്കുന്ന ദളിത കിശോരനോട്

'ഇളയ നിൻ കൈകളാൽ
പൊക്കിയെറിഞ്ഞീടുകിപ്പെരുംവാർപ്പ്
നൂറായി നുറുങ്ങട്ടെ ക്ഷീരപഥത്തിൻ തിളപ്പുകൾ'

എന്ന് ആഹ്വാനം ചെയ്യുന്ന കവി സമൂഹത്തിലും സൗന്ദര്യബോധത്തിലും ഒരേ സമയം സംഭവിക്കേണ്ട സംക്രമണങ്ങളുടെ ജൈവൈക്യം ബോദ്ധ്യപ്പെടുത്തുകയാണ്.

'പിതൃഗമന'ത്തിൽ മുത്തച്ഛന്റെ അന്ത്യാഭിലാഷം സഫലീകരിക്കുന്നതിന്നായി കവി 'പിറന്ന ഊരിലേക്ക്' യാത്ര പോകുന്നു. 'പകൽ വെട്ടിയ നീളം മുഴുവൻ ഒരു വലിയാൽ പിറകോട്ടാക്കാൻ' വന്നെത്തുന്ന

പഴമയുടെ പ്രേതത്തെ നാരായമുന കൊണ്ടു കൊന്ന് ഊഴിയെമ്പാടും വിമോചിതനാകുന്ന പുത്രൻ മോചനം ദർശിക്കുന്നത് ലോകത്തിന്റെ മുഴുവൻ മുക്തിയിലാണ്. ഈ തേടലിന്റെ മറ്റൊരു വശമാണ് 'അർക്കം' കാട്ടിത്തരുന്നത്.

കണ്ണാടിയിലും ഛായാചിത്രത്തിലും ഇരയിമ്മൻ താരാട്ടിലും ചാർച്ചക്കാരുടെ വിവാദങ്ങളിലും നിന്ന് സ്വയം മുഖച്ഛായ ഓർത്തെടുക്കാനാകാതെ, അന്യരുമായുള്ള താരതമ്യത്തിലും സ്വയം തിരിച്ചറിയാനാകാതെ, വീട്ടിലും വഴിയിലും നാട്ടിലും മറുനാട്ടിലും സ്വന്തം മുഖവും നടയും ശബ്ദവും തേടുന്ന കവി ഒടുവിൽ വെളിപാടിന്നു തുല്യമായ ഒരു ബോധോദയത്തിലൂടെ തന്നെത്തന്നെ കാണുന്നു. ഒരേ ജലം ഒഴുകുന്നതായി വിശ്വസിക്കപ്പെടുന്ന ഗംഗയുടെയും സരസ്വതിയുടെയും പേരാറിന്റെയും തീരത്ത് സ്വയം ഒരു അർക്കമായി – എരിക്കായി – കവി നിൽക്കുന്നു:

'എൻ നിറമല്ലയോ കാണുന്നൂ
മേലെയാ നീലയൊഴുക്കോളം
എൻ മുഖമല്ലയോ കാണുന്നൂ
താഴേയുള്ളോളപ്പരപ്പോളം.'

'എഴുപതുകളുടെ കവിത'യെ സൗന്ദര്യപരമായി പ്രതിനിധാനം ചെയ്യുന്ന ഒരു കവിത മാത്രം തിരഞ്ഞെടുക്കാൻ ആരെങ്കിലും ആവശ്യപ്പെട്ടാൽ ഞാൻ നിസ്സംശയമായും തിരഞ്ഞെടുക്കുക ആറ്റൂരിന്റെ 'സംക്രമണം' എന്ന കവിതയായിരിക്കും.'സംക്രമണം' വിപ്ലവാത്മകമായ ഒരു വെളുത്ത മന്ത്രവാദമാണ്. മനുഷ്യാസ്തിത്വത്തിന്റെ മഹാനുഭവങ്ങളാൽ ഉലയ്ക്കപ്പെടാൻ ഭാഗ്യമുണ്ടായിട്ടില്ലാത്ത ഒരു വ്യർഥാജന്മമാണ് കവിതയിലെ സ്ത്രീയുടേത്. അവളുടെ കണ്ണിനും കാതിനും ചുണ്ടിനും ദിനരാത്രങ്ങൾക്കും മാനുഷികജീവിതവും മസൃണവും തീവ്രവുമായ അനുഭവവിസ്തൃതിയും നിഷേധിക്കപ്പെട്ടിരിക്കുന്നു. താൻ അടിമയാണെന്ന ആത്മബോധമുദിക്കാത്ത അവസ്ഥയിൽ അടിമ ജഡതുല്യയാണ്. ദേഹം അവൾക്കു അദ്ധ്വാനോപകരണം മാത്രം. കവിമനസ്സിലെ അവളുടെ അനാഥജഡം സമൂഹത്തിലാകെ ദുരന്ത ദുർഗന്ധം പരത്തുന്നു. ജഡത്തിന്റെ അംഗങ്ങൾ അടർത്തിയെടുത്തു പ്രകൃതിയുടെ നിർദ്ദയമൂലകങ്ങളിലേക്കു വിക്ഷേപിച്ച് കവി അടിമയെ പ്രതിക്രിയാസന്നദ്ധയാക്കുന്നു അവളുടെ ആത്മാവിനെ കടുവയിലും ചെന്നായിലും അഴിച്ചു ചേർക്കുന്നു; വിശപ്പിനെ സർവ്വദാഹകമായ കാട്ടുതീയ്യിലും വേദനയെ വ്രണിത സന്ധ്യയിലും ശാപത്തെ സൂര്യനിലും ചേർക്കുന്നു. അവളുടെ ബലിയിലൂടെ ലോകത്തിന്റെ പാപം ഏറ്റെടുക്കപ്പെടുകയും സമൂഹം വിമലീകരിക്കപ്പെടുകയും ചെയ്യുന്നു:

'അവളുടെ ശാപമണയ്ക്കാവൂ
വിളനിലങ്ങളെയുണ-
ക്കിടുന്ന സൂര്യനിൽ,
വസൂരിമാലകൾ കൊരുത്ത
വ്യോമത്തിൽ, ബലിമൃഗമായി
ട്ടെടുത്തിടാവു ഞാനവളുടെ മൃതി.'

നാടൻ മട്ടിൽ, എന്നാൽ ഒതുക്കത്തോടെ, ആഖ്യാനം ചെയ്യപ്പെടുന്ന 'ഓട്ടോവിൻ പാട്ടി'ൽ 'പഴയ ഇല്ലം' പൊളിച്ചു വിറ്റു 'പുതിയ ഓട്ടോറിക്ഷ വാങ്ങുന്ന' കുഞ്ഞിക്കുട്ടൻ 'പഴയ'തിന്റെ ഓർമ്മ നിലനിർത്താൻ വണ്ടിക്കു ഗണപതി എന്ന് വിളിപ്പേരിടുന്നു, പുതിയ പേര് 'കെ എൽ ഡി 10' എന്നും. രാവിലത്തെ തീവണ്ടിയാത്രക്കാരാണ് 'ഗണപതി'യുടെ പ്രാതൽ. ഗണപതി തീറ്റയുടെ ദൈവം കൂടി ആണല്ലോ. കേരളീയ ഭാവനയിൽ. പൊങ്ങുന്ന വിലകളുടെയും കടത്തിന്റെ പ്രളയത്തിന്റെയും നടുവിൽ ആലിലക്കൃഷ്ണൻ അയാളെ തുണയ്ക്കുന്നില്ല. ഗണപതി ഇതോടെ ഭദ്രകാളിയാവുന്നു, അത്താഴം ശവങ്ങളും. നാട്ടിൽ ക്ഷാമമില്ലാത്തത് ജഡങ്ങൾക്ക് മാത്രമാണല്ലോ. 'വിഷം തിന്നു മരിച്ചവന്റെ ശവം' നമ്മുടെ കാലത്തിന്റെ നടുമുറ്റത്ത് തന്നെയാണ്. കുഞ്ഞിക്കുട്ടന്റെ സാമ്പത്തികമായ ഉയർച്ചയിലെ കൊടും വൈരുദ്ധ്യത്തിലേക്കാണ് കവി വിരൽ ചൂണ്ടുന്നത്. അനുവാചകഹൃദയത്തിൽ ആ ശവമാണ് ബാക്കിയാകുന്നത്. കർമ്മങ്ങളെല്ലാം വിഫലമാകുന്ന ഒരു സമൂഹത്തിൽ ഇല്ലാത്തവനു ലഭ്യമായ ഒരേയൊരു മൂലധനം മൂല്യശോഷണം വന്ന ജീവിതങ്ങൾ മാത്രം; സാദ്ധ്യമായ ഒരേയൊരു വ്യാപാരം ശവവ്യാപാരവും. എല്ലാം തകർന്നവന്റെ ഉപജീവനാന്വേഷണം വിഷം തിന്നവന്റെ ജഡത്തിൽ എത്തിച്ചേരുന്ന ഈ ഹതാശവൈപരീത്യത്തിൽ, ഒരു സമൂഹത്തിന്റെ മുഴുവൻ പാപത്തിന്റെ മുറുക്കിക്കെട്ടി വെച്ച കഥയുണ്ട്. ആഖ്യാനത്തിൽ ഉപയോഗിക്കുന്ന ബിംബങ്ങളും പേരുകളുമെല്ലാം കുഞ്ഞിക്കുട്ടന്റെ തന്നെ സംസ്കാരത്തിന്റെ അഗാധ മുദ്രകൾ വഹിക്കുന്നു: ഭദ്രകാളി യാകുന്ന ഗണപതി, നെഞ്ചിൽ ചൊല്ലിയാടുന്ന കുഞ്ചുവിന്റെ പൂതന, ഗുരുവായൂരപ്പന്റെ തേര്, പൂന്താനവും പട്ടേരിയും, ഇങ്ങനെ. 'വണ്ടി കൂക്കുക', 'നാല് കൂട്ടം കണക്ക്', 'ചേല്', 'കുടുക്കിട്ട കുപ്പായം', 'കിടധീം' തുടങ്ങിയ നാടൻ പ്രയോഗങ്ങളും 'കുന്നോളം കൊടുത്താലും', 'മുട്ടോളം, മൂക്കോളം, മുലയോളം കടം' തുടങ്ങിയ ചൊല്ലുകളും നാടോടിപ്പാട്ടുകളിലെ 'എണ്ണങ്ങളെ'യും ഓട്ടോറിക്ഷയുടെ അങ്ങോട്ടും ഇങ്ങോട്ടുമുള്ള ഓട്ടങ്ങളെയും അനുസ്മരിപ്പിക്കുന്ന ആവർത്തനങ്ങളും കാവ്യഭാവത്തിന്നനുയോജ്യമായ ഒരു തനിമലയാളശയ്യ സൃഷ്ടിക്കുന്നു. 'പിറവി'യിൽ വന്യവും അമൂർത്തവുമായ ബിംബങ്ങൾ കൊണ്ട് യേറ്റ്സിന്റെ 'സെക്കന്റ് കമിംഗ്' എന്ന കവിതയിലെന്ന പോലെ വരാനിരിക്കുന്ന

'എന്തോ' കവി സൂചിപ്പിക്കുന്നു. അത് വിപ്ലവമാകാം, ലോകനാശവുമാകാം.

'മറുവിളി' എനിക്ക് പ്രിയപ്പെട്ട മറ്റൊരു രവിവർമ്മക്കവിതയാണ്. ശ്രീലങ്കൻ തമിഴരോട് താദാത്മ്യപ്പെടുന്ന ഒരു സാംസ്കാരികരാഷ്ട്രീയ രചനയാണ് അത്. 'ഒരേ കടലിന്റെ ഇരുവക്കിലും' ബലിയിട്ട് മുണ്ഡനം ചെയ്യുന്ന, ഒരേ ആഴം കാണുന്ന, പരസ്പരം പരിചിതമായ പേരുകളുള്ള രണ്ടു ജനതകളാണല്ലോ മലയാളികളും ലങ്കൻതമിഴരും. തമിഴർ എമ്പാടും വേട്ടയാടിയ ആ കാലത്തെ ഇതിലും ശക്തമായി ആവിഷ്കരിക്കുക വയ്യ:

'പോസ്റ്റാപ്പീസ് റോഡിലൂടെ
നീ നടന്നു പോകുമ്പോൾ
പാതയിൽ ഒരു കുടന്ന
ചോരയായി മാറുന്നു
ഒരു കുടന്ന ചോര
കൈപ്പടം പോലെ പരന്നു
എന്നോടാവലാതിപ്പെടുന്നു
എന്നോടട്ടഹസിക്കുന്നു
എന്നെ പിടിക്കാൻ വരുന്നു.
അതിനോട് ഞാൻ പറയുന്നു:
ഇരക്കുന്നു, കെഞ്ചുന്നു,
ഞാൻ കാഞ്ചിയോ ഉണ്ടയോ അല്ല
വാനരനോ വാത്മീകിയോ അല്ല.

മുഴുക്കഷണ്ടിയായ
മുൻപല്ലുകൾ പോയ
അരമുണ്ട് മാത്രമുടുത്ത
വെടിത്തുള പെട്ട
ഒരു ചോദ്യചിഹ്നം മാത്രം.'

പട്ടണത്തിലെ ഹോട്ടലിൽ പല രുചികൾ വിളമ്പി നാട്ടിലെത്തുമ്പോൾ, ആരും തന്നെ തിരിച്ചറിയാതാകുമ്പോൾ, കോവിലിൽ നിന്ന് തേമ്പുന്ന പുതിയ കൊട്ടുകാരും കേൾവിക്കാരുമുള്ളതെങ്കിലും തനിക്കോർമ്മയുള്ള പഴയ പാണ്ടിമേളം തനിക്കു തന്നെത്തന്നെ തിരിച്ചുതരുന്ന, അന്യവത്കരണത്തെയും സ്വത്വത്തിന്റെ വീണ്ടെടുപ്പിനെയും കുറിച്ചുള്ള ശക്തമനോഹരമായ കവിതയാണ് 'പാണ്ടി.'

'ഇരിപ്പ്' എന്ന ആത്മപരിഹാസം കലർന്ന കവിതയിൽ പല പണികൾ ചെയ്യുന്ന ഒരു വിവിധോദ്ദേശ്യയന്ത്രം പോലെ, പല രുചികൾ വിളമ്പുന്ന ഹോട്ടൽ പ്ലേറ്റുപോലെ, വന്നും പോയുമിരിക്കുന്നവരുടെ മീതെയുള്ള പങ്കക്കറക്കം പോലെ, ഒരേ മാത്രയിൽ കത്തുന്ന

പ്രകാശം പോലെ, കഥകളിവേഷത്തിന്റെ കണിശമായ ഇരിപ്പും നോട്ടവും മുദ്രയുമായി ഇരിക്കുന്ന തന്നെത്തന്നെ കവി കണ്ടെത്തുന്നു.

'പാത്രത്തിന്നൊപ്പം ആകൃതി മാറുന്നതും
നിറമോ ഗന്ധമോ സ്വാദോ ഇല്ലാത്തതുമായ
വിശുദ്ധിയാകുന്നു ഞാൻ'

എന്ന് അവസാനം. സൗഹൃദവും ശത്രുതയും പലപ്പോഴും വിപരീത സംജ്ഞകളല്ലെന്നു 'കൂട്ട്' സൂചിപ്പിക്കുന്നു. ഒരേ വർഗം, ഒരേ ജോലി, ഒരേ ക്ഷേമസങ്കൽപ്പം, വാച്ചിൽ ഒരേ കാലം. എന്നാൽ ആ 'മിത്ര' ത്തിന്റെ നോട്ടവും പൊന്നിൻപല്ലും അയാളെ ചൂഴുന്ന ശൂന്യതയും തന്നെ വീർപ്പു മുട്ടിക്കുന്നു.

'എന്റെ പൂവിനു മുള്ളായിരിക്കുവാൻ
എന്റെ തൂശിക്കു തുളപ്പായിരിക്കുവാൻ
എന്റെ രോഷത്തി,ന്നുദാരതയ്ക്കു-
മഹന്തയ്ക്കും കൊടി തൂക്കുവാൻ
താങ്കളുണ്ടെപ്പോഴും.
താങ്കൾ പുകയെന്റെ തീയ്യിന്;

കയ്പ്പുകറിയെൻ വിരുന്നി-
ലെതിരാളി കളിക്കു, റക്കത്തിൽ
കരിംകിനാവെന്നല്ല
താങ്കളില്ലാത്ത യാതൊന്നുമില്ലെന്നു
മറിയുന്നു ഞാൻ.'

പി കുഞ്ഞിരാമൻ നായരോട് വലിയ ആഭിമുഖ്യം പുലർത്തിയപ്പോഴും താൻ വേറൊരു കാലത്തെ കവിയാണെന്ന് രവിവർമ്മയ്ക്ക് നന്നായറിയാമായിരുന്നു.

'പോയവയെപ്പറ്റി പരാതിപ്പെടുവാൻ
ഞാൻ 'പി'യല്ല
ഇന്നത്തെ പത്രം വായിക്ക തന്നെ.
വാർത്ത. കാണുക
ഇന്നത്തെ സൂര്യോദയം അസ്തമയം
കാലാവസ്ഥ, ചൂട് അറിയുക.' (നാൾക്കുറിപ്പുകൾ).

തന്റെ പക്ഷി കുയിലല്ല, മൂങ്ങയാണെന്നു പറയുന്ന ആറ്റൂർ, മൂക്കിന്റെ പൊത്തുകളിൽ നിന്ന് നല്ല മണങ്ങളെല്ലാം പറന്നുപോയിട്ടും ബാക്കിയാകുന്നത് അളിഞ്ഞതിന്റെയും കരിഞ്ഞതിന്റെയും മലത്തിന്റെയും കാനയുടെയും തെരുവുചവറിന്റെയും ഓർമ്മയുടെയും ശവദാഹത്തിന്റെയും ചൂരുകളാണെന്നും പറയുന്നുണ്ട് (മണങ്ങൾ)

വീടുകളിൽ നൂണ്ടു കടക്കുന്ന വെള്ളത്തെ 'കരച്ചിൽ പോലെ, നാട് വിറ്റ പ്രവാസി പോലെ' എന്നദ്ദേഹം വിശേഷിപ്പിക്കുന്നു. 'നാട്ടിൽ പാർക്കാത്ത ഇന്ത്യക്കാർ' അദ്ദേഹത്തിന്റെ ഒരു കവിതയുടെ ശീർഷകം മാത്രമല്ല, സ്വസംസ്കാരത്തിന്റെ വീട്ടിൽ നിന്നുള്ള അന്യവത്കരണം ആ കവിതയുടെ ഒരു പ്രമുഖ പ്രമേയമാണ്.

ഇറപ്പിലും പിരപ്പിലും മനുഷ്യൻ സുന്ദരനാണെന്ന് കേമനായ, സംഘടനാപ്രവർത്തകനായ ഗോപു ശാന്തനായി, തൃപ്തനായി, മരിച്ചു കിടക്കുമ്പോൾ കവിക്ക് തോന്നുന്നുണ്ട് (ഗോപു) അമേരിക്കയിൽ ആയിരിക്കുമ്പോഴും

'പാതിരയ്ക്ക്/
ഉറക്കത്തിൽ നടക്കുമ്പോൾ
എപ്പോഴുമെത്തുന്നത്
ഒറ്റപ്പാലം താലൂക്കിൽ ചെറുകാട്ടുപുലം
അംശം ത്രാങ്ങാലി ദേശം വെട്ടത്തു വീട്ടിൽ'

ആണെന്ന് അദ്ദേഹം അടയാളപ്പെടുത്തുന്നുണ്ട്. ദേശത്തിലും കാലത്തിലും നിന്ന് തനിക്കു രക്ഷയില്ലല്ലോ എന്ന് ചിലപ്പോൾ ആലോചിക്കുന്നുമുണ്ട്: 'ഈ ലോകത്തെ ഒഴിച്ച് നടക്കാൻ ഒരു വഴിയുമില്ലേ.' (ലൗകികൻ) ലോഹ്യയുടെ സൗന്ദര്യശാസ്ത്രഗണങ്ങൾ പിന്തുടർന്നാൽ രവിവർമ്മ ഒരു 'ശൈവ' ഗോത്രക്കാരൻ ആയിരുന്നു എന്ന് പറയേണ്ടി വരും, മുരളിയെക്കാൾ കടുംതുടിയും പീതാംബരത്തെക്കാൾ പുലിത്തോലും വെണ്ണയെക്കാൾ വിഷവും ഇഷ്ടപ്പെട്ടയാൾ.

'തെണ്ടി' എന്ന കവിതയിൽ ഒരു പരോക്ഷശിവനുണ്ട്. ആഗോളീകരണത്തെയും വാണിഭസംസ്കാരത്തെയും ആറ്റൂർ തുടർച്ചയായി കളിയാക്കി, 'പരസ്യം' എന്ന കവിതയിൽ പെർഫ്യൂം ഉണ്ടാക്കുന്നവൻ പൂവിനെ പരിഹസിക്കുന്നത് ഓർക്കുക. ചാറ്റലും മഞ്ഞും മനുഷ്യഭാവങ്ങളും നനച്ചിരുന്ന തന്റെ ഊരിനെ പണ്ടില്ലാത്ത വിധം ഇപ്പോൾ ചോര നനയ്ക്കുന്നു എന്ന് നമ്മുടെ ക്രൂരകാലത്തെ രവിവർമ്മ ആവിഷ്കരിക്കുന്നുണ്ട് (അകാലാവസ്ഥ) അവശിഷ്ടങ്ങൾക്കിടയിൽ ഒരു തിരസ്കൃതബിംബം പോലെ തന്നെത്തന്നെ കണ്ടെത്തുന്നുണ്ട് മറ്റൊരിടത്ത്. (ഒരു പകലറുതിയിൽ) നേരിന്റെയും നുണയുടെയും കൊമ്പുകൾ ഒട്ടിച്ചാണ് താൻ കവിതയുണ്ടാക്കിയതെന്നും അത് നാട്ടുകാർക്കു കൊടുത്തപ്പോൾ മധുരമല്ല, കയ്പ്പല്ല, ചവർപ്പാണ് അവർക്ക് അനുഭവപ്പെട്ടതെന്നും വേറൊരിടത്ത് (ഉള്ളുര).

ആധാരമെഴുത്തിന്റെയും (കച്ചവടം) ആഭിചാരത്തിന്റെയും (സംക്രമണം) രോഗനിർണ്ണയത്തിന്റെയും (കാൻസർ) വാദ്യസംഗീതങ്ങളുടെയും (മോക്ഷമു, പാണ്ടി, നാട്ടുമഴ, അലത്താളം) യാത്രാവൃത്താന്തത്തിന്റെയും (പിതൃഗമനം, പോംവഴികൾ, യാത്ര, കയറ്റം, അശാന്ത

സമുദ്രക്കരയിൽ) സ്വകാര്യം പറച്ചിലിന്റെയും (സ്വകാര്യം, കരതിര) പ്രവചനത്തിന്റെയും (പിറവി) മറ്റുമായ അനേകം രീതികളും ഭാഷ കളും ആറ്റൂർ തന്റെ എണ്ണം കൊണ്ട് അധികമില്ലാത്ത കവിതകളിൽ ഉപയോഗപ്പെടുത്തിയിട്ടുണ്ട്.

മറവി, മടി, ഉറക്കം, മരണം, പ്രവാസം തുടങ്ങിയ അവസ്ഥകളും നാട്ടിലെ അനേകം കഥാപാത്രങ്ങളും അദ്ദേഹത്തിന്റെ കവിതകളിൽ, വിശേഷിച്ചും അവസാനകാലത്ത്, ആവർത്തിച്ചു കടന്നു വരുന്നുണ്ട്. 'ദേശത്തെപ്പറ്റി ഒരുപന്യാസം' എന്ന ഗദ്യത്തിലുള്ള ഒരു രചനതന്നെ യുണ്ട്. അതേ സമയം പലതിന്റെയും കലർപ്പായ തനിക്കു ഒരു മുഴു മലയാളി എന്ന് അവകാശപ്പെടാൻ ആവില്ലെന്നും ക്രമേണ കവി തിരിച്ചറിയുന്നുണ്ട് (നാടൻ) മൃത്യുഞ്ജയൻ ആകയാൽ തനിക്കു എത്ര വിഷം കഴിച്ചാലും ഇനിയൊരു മടക്കമില്ലെന്ന് ശിവൻ പോലും അറിയുന്നു (നാട്ടിൽ പാർക്കാത്ത ഇന്ത്യക്കാരൻ) എന്നിട്ടും 'അലയും മലയും കടന്നോരെ, നിങ്ങൾ മടങ്ങി വരുന്നില്ലേ?' എന്ന് പ്രവാസി കളോട് ചോദിക്കുന്നുമുണ്ട് (മടക്കം) അമേരിക്കൻ തൂവെള്ളയിലെ കറുപ്പും കറുത്ത ഇന്ത്യക്കാരന്റെ അകത്തെ വെളുപ്പും രണ്ടു ജനത കളെയും വേട്ടയാടി തിന്നു തീർക്കുന്നതിനെപ്പറ്റിയും ആലോചിക്കു ന്നുണ്ട്. (കറ) ഈ ഐറണി ആറ്റൂരിൽ ധാരാളമായുണ്ട്. 'പാരമ്പര്യം' എന്ന പ്രത്യക്ഷമായിത്തന്നെ രാഷ്ട്രീയമായ കവിത കാണുക:

'മുത്തച്ഛനു പഥ്യം
വരകളും കുറികളും ഉള്ള
ബ്രിട്ടീഷുകൊടി.
അദ്ദേഹം അംശം അധികാരിയായിരുന്നു
അച്ഛന്റെ കയ്യിൽ
മൂന്നു നിറക്കൊടി
സ്വാതന്ത്ര്യസമരഭടനായിരുന്നു
ഞാൻ പിടിച്ചത് ചെങ്കൊടി.
എന്റെ പേരന്റെ കയ്യിൽ
അമ്പതു നക്ഷത്രങ്ങലുള്ള
അമേരിക്കൻ ഐക്യനാടുകൊടി.'

കാലത്തിന്റെ ഈ മാറ്റം ആറ്റൂർ പല വിധത്തിൽ അടയാളപ്പെടു ത്തുന്നുണ്ട്:

'അവൻ ആരുടേയും
സ്നേഹത്തെപ്പറ്റി പറഞ്ഞില്ല.
ക്രൂരതയെപ്പറ്റി,
സ്വാർത്ഥതയെപ്പറ്റി പറഞ്ഞു
പ്രണയത്തെപ്പറ്റി പറഞ്ഞില്ല
മരണത്തെപ്പറ്റി പറഞ്ഞു കൊണ്ടിരുന്നു.' (തെണ്ടി)

ആൾക്കഴുത്തിലും കാളപ്പുറത്തും ആനപ്പുറത്തും പല്ലക്കിലും തേരിലും കാൽനടക്കാരായ ഭക്തജനങ്ങളെ കാണാൻ വരാറുള്ള ദേവതയെ ഇന്ന് ജനങ്ങൾ ജെറ്റ് വിമാനത്തിൽ വന്നു കണ്ടു വേഗം തിരിച്ചു പോകുന്നതിനെപ്പറ്റി എഴുതുമ്പോൾ (എഴുന്നള്ളത്ത്) ഭക്തി ഉൾപ്പെടെ എല്ലാം പ്രകടനമായി മാറുന്ന ഒരു കാലത്തെത്തന്നെ എഴുതുകയാണ് ആറ്റൂർ.

മലയാളത്തിന്റെ 'ദ്രാവിഡം' എന്ന് വിശാലാർത്ഥത്തിൽ വിളിക്കാവുന്ന ക്ലാസ്സിക്കൽ പാരമ്പര്യത്തിൽ - അതിൽ കമ്പരും സംഘകവിതയുമെല്ലാം ഉൾപ്പെടും - ആഴത്തിൽ വേരുകളുള്ള, മാനുഷികവും ഒപ്പം സമകാലീനവുമായ, ഒരു ആധുനികത രൂപപ്പെടുത്താനാണ് അദ്ദേഹം സഫലമായി പ്രയത്നിച്ചത്. അത് 'പടിഞ്ഞാട്ടു' മാത്രം കണ്ണു നട്ടിരിക്കുന്ന തരം ആധുനികതയോടും തന്റെ സമകാലീനരായിരുന്ന മുതിർന്ന കവികളുടെ രീതികളോടും ഒരേ സമയം കലഹിച്ചു.

കക്കാടിന്റെ അന്ത്യകാലകവിതകളിലും കടമ്മനിട്ടയിലും പ്രവർത്തിച്ച 'ദ്രാവിഡത്വ'ത്തിന്റെ സ്വഭാവം നാടോടി ആയിരുന്നുവെങ്കിൽ രവിവർമ്മയുടേത് കൂടുതലും ചേർന്നു നിന്നത് ക്ലാസ്സിക്കൽ ദാക്ഷിണാത്യപാരമ്പര്യത്തോടാണ്. മധുരമീനാക്ഷിക്ഷേത്രത്തിലെ കരിങ്കൽശിൽപ്പങ്ങൾ പോലെ കൊത്തിയെടുക്കപ്പെട്ടതായിരുന്നു അദ്ദേഹത്തിന്റെ നല്ല കവിതകൾ. അയ്യപ്പപ്പണിക്കരുടെ കവിതയുടെ കേന്ദ്രത്തിൽ പ്രവർത്തിച്ച വൈരുദ്ധ്യബോധവും ഗോവിന്ദന്റെ കവിതകളിലെ ആഖ്യാനശീലവും കക്കാടിന്റെ ആദ്യകവിതകളിലെ സംസ്കൃതപദബഹുലതയുമായിരുന്നില്ല ആറ്റൂരിന്റെ ശക്തി. അവയെല്ലാം ഉള്ളപ്പോഴും മൂർത്തമായ ബിംബങ്ങളും ദേശസംസ്കൃതിയുടെ വേരുകളിലേക്കുള്ള അവിരാമസഞ്ചാരവും ആഗോളീകരണം നടപ്പാക്കാൻ ശ്രമിക്കുന്ന സംസ്കാരവിസ്മൃതിക്കെതിരായ നിരന്തര കലഹവും സംസ്കൃതപദങ്ങൾ അനിവാര്യമായ ഇടങ്ങളിൽ മാത്രം ഉപയോഗിക്കുന്ന, സംക്രമകാലമലയാളത്തോടുള്ള ശൈലീപരമായ ആഭിമുഖ്യവും മുഖരമല്ലാത്ത സാമൂഹ്യപ്രതിബദ്ധതയുമായിരുന്നു അദ്ദേഹത്തെ വ്യത്യസ്തനാക്കിയത്.

എഴുപതുകൾക്കും എൺപതുകൾക്കും ശേഷവും താൻ എഴുതിയ കവിതകളിൽ തന്റെ സാംസ്കാരികസമരം രവിവർമ തുടർന്നു. ഇന്ത്യക്കാർ 'വിദേശി'കളാകുന്നതിൽ, സ്വന്തം സംസ്കാരബാഹുല്യത്തിനു അന്യരാകുന്നതിൽ, ഒട്ടും 'പുനരുത്ഥാനവാദി' ആകാതെ തന്നെ, അദ്ദേഹം കുണ്ഠിതപ്പെട്ടു. അവസാനകാലം വരെ തന്റെ തെളിമ നിലനിർത്തുകയും ചെയ്തു. നല്ല നേതാക്കൾ ഇല്ലാതാകുമ്പോൾ സംഘടനകൾക്ക് പറ്റുന്ന അപചയം അദ്ദേഹം കണ്ടിരുന്നു:

'അയാൾക്ക് പ്രായമായി
ഓർമ്മ തെറ്റി.
തലയോ കാലോ ആണോ പെണ്ണോ
അയാൾ മരിച്ചപ്പോൾ പിന്നെ
അത് പോലെ ചെയ്യാൻ
ആളില്ലായിരുന്നു
ചെറുപ്പക്കാർ കൂലിക്ക് ചെയ്തു
ഒരു വിധം.
ചോര തുടിക്കും ചെറുകയ്യുകളേ,
പേറുക വന്നീ പന്തങ്ങൾ!'

തമിഴ് സാഹിത്യത്തോടുള്ള ആറ്റൂരിന്റെ ആഭിമുഖ്യം ഉപരിപ്ല വമായിരുന്നില്ല. സുന്ദരരാമസ്വാമിയുടെ 'പുളിമരത്തിന്റെ കഥ ' ഉൾപ്പെടെ മൂന്നു നോവലുകൾ, 'പുതുനാനൂറ്' എന്ന പേരിൽ സമാഹരിച്ച സമകാലീന തമിഴ്കവിതയുടെ പരിഭാഷകൾ ഇവ തന്നെ അതിനു തെളിവാണ്. അന്ത്യവർഷങ്ങളിൽ ആറ്റൂർ തമിഴിലെ കമ്പ രാമായണം പൂർണ്ണമായി മലയാളത്തിലേക്ക് മൊഴി മാറ്റിക്കൊണ്ടിരിക്കയായിരുന്നു. അത് പൂർത്തിയാക്കുക അദ്ദേഹത്തിന്റെ ജീവിതാഭിലാഷമായിരുന്നു. ഒപ്പം തന്നെ മലയാളത്തിൽ ഉയർന്നു വരുന്ന പുതുകവിതയെ ശ്രദ്ധിക്കാനും അദ്ദേഹം മറന്നില്ല. അതിന്റെ പ്രത്യക്ഷമായ ആവിഷ്കാരമാണ് 'പുതുമൊഴിവഴികൾ' എന്ന അദ്ദേഹം സമ്പാദനം ചെയ്ത കാവ്യസമാഹാരം.

രാഷ്ട്രീയകവിതയെന്നാൽ ഒരു കക്ഷിയോടു ചേർന്നുനിന്ന് രചിക്കപ്പെടുന്ന പ്രചാരണകവിതയാണെന്ന യാഥാസ്ഥിതികധാരണയെ ചോദ്യം ചെയ്യുന്ന ഒരു പുതിയ തരം രാഷ്ട്രീയകവിത ആറ്റൂർ സൃഷ്ടിച്ചു. അതുകൊണ്ട് അരാഷ്ട്രീയ വാദികൾക്കും കക്ഷിരാഷ്ട്രീയക്കാർക്കും അദ്ദേഹത്തെ മനസ്സിലാക്കുക വിഷമമായിരിക്കും. ഏതു കവിയേയും പോലെ ആറ്റൂരിന്റെ കവിതയേയും രണ്ടു രീതിയിലും സമീപിക്കാം. അദ്ദേഹം എഴുതിയ ഏറ്റവും മികച്ചതെന്നു അംഗീകരിക്കപ്പെട്ട ഏതാനും ചില കവിതകളുടെ ആസ്വാദനത്തിലൂടെ, അഥവാ ആ കവിതകളുടെ സാകല്യത്തിലൂടെ അദ്ദേഹം സൃഷ്ടിച്ച ലോകത്തിന്റെ തനിമയെ, ഭാവുകത്വത്തിന്റെ തനിമയെ, ഭാഷയുടെ മൗലികതയെ, മുഴുവൻ അറിഞ്ഞു കൊണ്ട്. രണ്ടു രീതികളിൽ സമീപിച്ചാലും ഒരു സഹൃദയനും ആ ലോകത്തുനിന്ന് വെറുംകയ്യോടെ മടങ്ങിപ്പോരേണ്ടി വരില്ല.

വർത്തമാനകാലത്തെക്കുറിച്ചുള്ള ആറ്റൂരിന്റെ ഒരു കവിതയിൽ നിന്നുള്ള വരികളോടെ അവസാനിപ്പിക്കട്ടെ.

‘എന്റെ ഊരിനെ വേനൽക്കാലങ്ങളിൽ
വെയിൽ നനയ്ക്കുന്നു
മഴക്കാലത്ത്
ചാറ്റൽ നനയ്ക്കുന്നു
തണുപ്പുകാലത്ത്
മഞ്ഞുതുള്ളികൾ നനയ്ക്കുന്നു
ചിലപ്പോൾ സന്തോഷവും
മറ്റു ചിലപ്പോൾ ശോകവും
വേറെ ചിലപ്പോൾ വീരവും
ഭയവും നനയ്ക്കുന്നു.
എന്നാൽ പണ്ടില്ലാത്ത വിധം
ഊരിനെ ചോര നനയ്ക്കുന്നു, ഇപ്പോൾ,
അകാലങ്ങളിൽ അസമയങ്ങളിൽ.’

കവിതയും ഇതരകലകളും: ഒരാത്മഗതം

കവിതയിൽ മറ്റു കലകളുമായുള്ള ഒരു സംഭാഷണമുണ്ട്. സംഗീതത്തെയും ചിത്രങ്ങളെയും ശില്പങ്ങളെയും കുറിച്ചുള്ള കവിതകൾ ലോക സാഹിത്യത്തിൽ എമ്പാടുമുണ്ട്. ഈ കലകൾ, ചലച്ചിത്രവും, കവിതയുടെ രൂപഭാവങ്ങളെ പല രീതികളിൽ സ്വാധീനിച്ചിട്ടുമുണ്ട്. ദൃശ്യാത്മകതയും സംഗീതാത്മകതയും കവിതയുടെ കൂടി ഗുണങ്ങളാണല്ലോ. ഒപ്പം അതിൽ ആഖ്യാനത്തിന്റെയും നാടകത്തിന്റെയും ആത്മകഥയുടെയും ജീവചരിത്രതിന്റെയും അംശങ്ങളുണ്ട്.

സിനിമയുടെ ചലന(മൊണ്ടാഷ്)വുമുണ്ട്. 'ഗാന്ധിയും കവിതയും', 'ഗാന്ധിയും വൃക്ഷവും', 'സാബർമതിയിലെ ചെരിപ്പുകുത്തി', 'അഹിംസയെക്കുറിച്ചു ഒരു സംവാദം' എന്നീ ഗാന്ധിക്കവിതകളിൽ എന്ന പോലെ 'പ്രവാചകനും ഉറുമ്പും', 'യേശുവും കഴുതയും', 'സിദ്ധാർഥനും അണ്ണാർകണ്ണനും' തുടങ്ങിയ കവിതകളിലും സംഭാഷണപ്രധാനമായ ഒരു നാടകീയസ്വഭാവമുണ്ട്. 'യന്ത്രം', 'പശുവും പുലിയും' തുടങ്ങിയവ കവിതയിൽ പറയുന്ന കഥകളാണ്. 'സുലേഖ', 'മറവി മൂടും മുന്നേ', 'സിംഫണി', 'അച്ഛൻ', 'അമ്മ' 'വീട്ടിലേക്ക്', 'ആത്മഗീത', 'മുപ്പത്', 'നാൽപ്പത്', 'അൻപത്', 'അറുപത്', 'എഴുപത്', 'എഴുപത്തഞ്ച്' തുടങ്ങി ഒട്ടേറെ കവിതകൾ ആത്മകഥാപരങ്ങളാണ്, അഥവാ ആത്മനിരീക്ഷണങ്ങളാണ്, ടി കെ രാമചന്ദ്രൻ, ടി എൻ ജോയ്, ഏ സോമൻ, സുബ്രഹ്മണ്യദാസ് തുടങ്ങി മരിച്ചു പോയവരോ ആത്മഹത്യ ചെയ്തവരോ ആയ സ്നേഹിതർക്കു വേണ്ടി എഴുതിയ കവിതകൾ ജീവചരിത്രപരമാണ് എന്നും പറയാം.

ഞാൻ വായിച്ച കവികളെയും എഴുത്തുകാരെയും കുറിച്ചുള്ള ഒരു പാട് കവിതകൾ ഞാൻ എഴുതാൻ ഇട വന്നിട്ടുണ്ട്. എഴുത്തച്ഛൻ, ആശാൻ, ഇടശ്ശേരി, പി, വൈലോപ്പിള്ളി, കടമ്മനിട്ട, അയ്യപ്പപ്പണിക്കർ, എ അയ്യപ്പൻ, കേദാർ നാഥ് സിംഗ്, ധൂമിൽ, കബീറും മീരയും ബസവയും അക്കമഹാദേവിയും ആണ്ടാളും മുതൽ തുക്കാറാമും

നാമദേവനും ത്യാഗരാജനും ലല്ലാ ആരിഫയും ബുല്ലേ ഷായും വരെ പതിനഞ്ചു ഭക്തിസൂഫി കവികൾ – ഇവരെക്കുറിച്ചെല്ലാമുള്ള കവിതകൾ തന്നെ ഉദാഹരണം. അഥവാ ഇയ്യിടെ എഴുതിയ മിലാൻ കുന്ദേരയെക്കുറിച്ചുള്ള 'വെർട്ടിഗോ' എന്ന കവിത.

കുട്ടിക്കാലത്ത് എനിക്കുണ്ടായിരുന്ന പല ആഗ്രഹങ്ങളിൽ ഒന്ന് ഒരു കർണാട്ടിക് പാട്ടുകാരൻ ആവുക എന്നതായിരുന്നു. ഞാൻ കൊടുങ്ങല്ലൂർ ബോയ്സ് ഹൈസ്കൂളിലേക്ക് പോകും വഴി ഒരു മഠത്തിൽ കുട്ടികളെ പാട്ട് പഠിപ്പിക്കുന്നത് എന്നും കേൾക്കുമായിരുന്നു. എന്നാൽ രാവിലെ പുറപ്പെട്ടു അഞ്ചു കിലോമീറ്റർ നടന്നും വഴിയിൽ ഒരു പുഴ തോണിയിൽ കടന്നും സ്കൂളിൽ എത്തുകയും വൈകീട്ട് അതേപോലെ തിരിച്ചു വീട്ടിൽ വരികയും ചെയ്തിരുന്ന എനിക്ക് സ്കൂളിലെ കളികളിൽ പങ്കെടുക്കാൻ പോലും സമയമുണ്ടായിരുന്നില്ല. ഫീസ് നൽകി പാട്ട് പഠിക്കുന്ന കാര്യം വീട്ടിൽ ഉന്നയിക്കാനും കഴിയുമായിരുന്നതായിരുന്നില്ല സാഹചര്യം. അന്ന് വീട്ടിൽ ഗ്രാമഫോൺ ഇല്ലായിരുന്നു. അതുകൊണ്ട് മുടങ്ങാതെ കൊടുങ്ങല്ലൂർ ഭഗവതീക്ഷേത്രത്തിലെ താലപ്പൊലിയുത്സവത്തിനു പാട്ടുകച്ചേരികൾ കേൾക്കാൻ പോകുമായിരുന്നു. നെയ്യാറ്റിൻകര വാസുദേവൻ, എം.എൽ വസന്തകുമാരി, ചെമ്പൈ വൈദ്യനാഥഭാഗവതർ, ശെമ്മാങ്കുടി ശ്രീനിവാസഅയ്യർ, എസ്. രാമനാഥൻ തുടങ്ങിയവർ അവിടെ കച്ചേരികൾ നടത്തുമായിരുന്നു.

വീട്ടിൽ റേഡിയോ വന്നതോടെ കാര്യങ്ങൾ ഭേദപ്പെട്ടു. അന്നത്തെ മലയാളം, ഹിന്ദി, തെലുങ്ക് (എസ് ജാനകി, പി ബി ശ്രീനിവാസ്, ബാബുരാജ്, മുഹമ്മദ് റാഫി, ലതാ മങ്കേഷ്കർ, ആശാ ഭോൺസ്ലെ, പി. ഭാനുമതി തുടങ്ങിയവരുടെ കാലം, പിന്നെ റേഡിയോ സിലോണിൽ രാവിലെ പങ്കജ് മല്ലിക്കും കെ എൽ സൈഗാളും സുരയ്യയും മറ്റും) സിനിമാപ്പാട്ടുകളും വലിയ പാട്ടുകാരുടെ കച്ചേരികളും കേൾക്കാം എന്നായി. പിന്നീട് ആ താത്പര്യം വലുതായി. എറണാകുളത്തു വെച്ച് രവിശങ്കർ ഉൾപ്പെടെ വലിയ ഉപകരണസംഗീത വിദഗ്ദ്ധരെ കേട്ടു. ടേപ്പ് റെക്കോഡർ വന്നതോടെ ഇഷ്ടമുള്ള പാട്ടുകൾ തെരഞ്ഞെടുക്കാം എന്നായി. പിറകേ യു ട്യൂബ് ഉൾപ്പെടെയുള്ള പുതിയ മാധ്യമങ്ങൾ വന്നു. ഇംഗ്ലീഷിൽ പറയും പോലെ 'പിന്നെ ഞാൻ തിരിഞ്ഞു നോക്കിയിട്ടില്ല.'

കേരളത്തിൽവെച്ചു തന്നെ ഹിന്ദുസ്ഥാനി സംഗീതത്തിൽ താത്പര്യമെടുക്കാൻ തുടങ്ങി. പതിവായി ഭോപ്പാലിലേയ്ക്കുള്ള യാത്രകളിൽ ഭാരത്ഭവനിൽ നടക്കാറുള്ള സംഗീതപരിപാടികൾ കേൾക്കാൻ തുടങ്ങി. അവരുടെ വലിയ സംഗീതശേഖരവും പ്രയോജനപ്പെട്ടു. അവിടെ വെച്ചാണ് പലകുറി കുമാർ ഗന്ധർവ്വ്, ഭീംസെൻ

ജോഷി, മല്ലികാർജുൻ മൻസൂർ, ഗിരിജാദേവി, ഗംഗൂഭായ് ഹംഗൽ തുടങ്ങിയവരെ കേൾക്കുന്നത്' ഡൽഹിയിൽ വന്നതോടെ പണ്ഡിറ്റ് ജസ്‌രാജ്, കിഷോരി അമോൻകർ, ഗുണ്ടേച്ചാ സഹോദരന്മാർ, സാജൻ മിശ്ര, രാജൻ മിശ്ര, ഉല്ലാസ് കശാൽകർ തുടങ്ങിയ ക്ലാസിക്കൽ സംഗീതകാരന്മാരെയും മിക്കവാറും എല്ലാ പ്രധാനഹിന്ദുസ്ഥാനി ഉപകരണവിദ്വാന്മാരെയും - അംജദ് ആലിഖാൻ, ശിവകുമാർ ശർമ, ഹരിപ്രസാദ് ചൗരസ്യ, സാക്കീർ ഹുസൈൻ, ബിസ്മില്ലാ ഖാൻ - ഇന്ത്യയിലെയും പാക്കിസ്ഥാനിലെയും മുഖ്യഗസൽഗായകരെയും ദർഗ്ഗകളിലെ ഖവ്വാലിഗായകരെയും ഇടയ്ക്കു മാത്രം കർണ്ണാട്ടിക് വായ്പ്പാട്ടുകാരെയും ഉപകരണസംഗീതജ്ഞരെയും - ബോംബെ ജയശ്രീ, ടി എം കൃഷ്ണ, വിദ്യാ റാവു, എൻ രാജം - നേരിട്ട് കേൾക്കാൻ അവസരം ലഭിച്ചു, കാസറ്റുകളുടെയും പിന്നെ സി ഡി, ഡി വി ഡി കളുടെയും ഒരു നല്ല ശേഖരം ഉണ്ടായി.

യു ട്യൂബിന്റെ വരവോടെ തെരഞ്ഞെടുപ്പ് അനായാസമായി. സംഗീതോത്സവങ്ങളിൽ നേരിട്ടും വെർചൽ ആയും പങ്കുകൊള്ളാൻ ആരംഭിച്ചു, ബഹാവുദീൻ ദാഗർ തുടങ്ങിയവർ സുഹൃത്തുക്കൾ തന്നെയായി, ഞങ്ങൾ ഒന്നിച്ച് ചൈനയിൽ കവിതയും സംഗീതവും നിറഞ്ഞ പത്ത് ദിവസം കഴിഞ്ഞപ്പോൾ കൂടുതൽ അടുത്തു. പല ഘരാനകളിലെയും പാട്ടുകാരെ കേട്ടു, പഴയ കാലം മുതലുള്ളവർ. പാശ്ചാത്യസംഗീതത്തിലുള്ള ക്ലാസ്സിക്കൽ, പോപ്, ഉപകരണ സംഗീതം, നാടോടി സംഗീതം, ജാസ്, ബ്ലൂസ് താത്പര്യവും വർദ്ധിച്ചു. വാസ്തവത്തിൽ ഇത് എന്റെ ചിത്രകലാപ്രണയം പോലെ ഒരു രഹസ്യപ്രേമമാണ്. അപൂർവ്വമായി മാത്രമേ ഈ അനുഭവങ്ങൾ എന്റെ കവിതയിൽ കടന്നു വന്നിട്ടുള്ളൂ. അപ്രതിരോധ്യമായ ചില സന്ദർഭങ്ങളിൽ മാത്രം. നൃത്തവും അങ്ങനെ തന്നെ ഭരതനാട്യവും കഥയ്ക്കും ഒഡിസ്സിയും കുച്ചിപ്പുടിയും മുതൽ റഷ്യൻ ബാലെയും സ്പാനിഷ് ഫ്ളാമെങ്കോയും കണ്ടംപററി ഡാൻസും വരെ ആസ്വദിക്കുന്ന ഒരാളാണ് ഞാൻ. ഈ കലകളുമായുള്ള പരിചയം - ഞാൻ ഇവയിൽ ഒന്നിലും ഒരു 'പണ്ഡിതൻ' അല്ലാ, ഏറിയാൽ ഒരു 'രസികൻ' മാത്രമാണ് - പ്രമേയങ്ങൾ എന്ന നിലയിൽ എന്നതിനേക്കാൾ എന്റെ കവിതയുടെ രൂപങ്ങളെയും ഘടനകളെയും സ്വരങ്ങളേയും സ്വാധീനിക്കുന്ന പ്രചോദനപ്രഭവങ്ങൾ എന്ന നിലയിലാണ് എന്നിൽ പ്രവർത്തിച്ചിട്ടുള്ളത്.

ഇന്ത്യൻ സംഗീതത്തിൽ എന്നെ പ്രത്യേകം ആകർഷിച്ചിട്ടുള്ളവരുടെ പട്ടികയൊന്നും ഇവിടെ നിരത്തുന്നില്ല. പല കവിതകളിലും അവരുടെ പേരുകൾ, രാഗനാമങ്ങൾ ഇവയൊക്കെ പ്രത്യക്ഷപ്പെട്ടിട്ടുണ്ട്. എങ്കിലും പൊതുവേ 'സംഗീതാത്മകം' എന്ന് പറയപ്പെടുന്ന

ശബ്ദമാധുരി ഇല്ലാതെ സംഗീതം സൃഷ്ടിച്ച ചിലരോട് - എം ഡി രാമനാഥൻ, ഗംഗൂഭായ് ഹംഗൽ തുടങ്ങിയവർ - പ്രത്യേകമായ ഒരടുപ്പമുള്ളത് മറച്ചുവെയ്ക്കുന്നുമില്ല. എം ഡി രാമനാഥനെക്കുറിച്ചു ഒരിക്കൽ പറഞ്ഞപ്പോൾ, 'ഓ, ആ കാളയുടെ സ്വരമുള്ളയാളോ? അതിൽ എന്ത് സംഗീതം?' എന്ന് ബാലമുരളീകൃഷ്ണയുടെ ആരാധകനായ പ്രിയമിത്രം വിഷ്ണുനാരായണൻ നമ്പൂതിരി പറഞ്ഞത് ഞാൻ ഇന്നും ഓർക്കുന്നു. ഇത് അദ്ദേഹത്തിന്റെ മാത്രം അഭിപ്രായമല്ലെന്നും അറിയാം. കർണ്ണാട്ടിക് സംഗീതത്തിൽ ഹിന്ദുസ്ഥാനിയുടെ ചില കലർപ്പുകൾ നടത്തുന്നതു കൊണ്ടുകൂടിയാകാം - കുമാർ ഗന്ധർവ് ഹിന്ദുസ്ഥാനിയിൽ ഫോക് അംശങ്ങൾ കലർത്തുന്നു എന്ന് 'ആരോപിക്കുന്ന'വരും ഉണ്ടല്ലോ - എം ഡി രാമനാഥന്റെ ആധുനികത യാഥാസ്ഥിതികർക്കു രസിക്കാത്തത്. സംഗീതത്തെ ജനപ്രിയമാക്കുന്നതിന്റെ പേരിൽ ടി എം കൃഷ്ണയ്ക്ക് ധാരാളം വിമർശനം കേൾക്കേണ്ടി വരുന്ന സമയവുമാണല്ലോ ഇത്.

പാട്ടിന്റെ സൂചനകൾ എന്റെ 'മൂന്നു പേർ പാടുന്നു' മുതൽ 'സിംഫണി' വരെ ഒരുപാട് കവിതകളിൽ വരുന്നുണ്ട്. 'വീടുമാറ്റം' എന്ന കവിതയ്ക്ക് പ്രചോദനമായത് തന്നെ മല്ലികാർജുൻ മൻസൂറിന്റെ 'പിയാ നീന്ത് ന ആയ്' ആലാപനം കേട്ടതാണ്, അത് തുടങ്ങുന്നതും ആ വരി കൊണ്ടാണല്ലോ ('ഇല്ല വരുന്നില്ലുറക്കം പ്രിയേ, പ്രിയേ...') കഥകളിസംഗീതത്തിലെ ദണ്ഡകരൂപം ഉപയോഗിക്കാൻ എന്നെ പ്രേരിപ്പിച്ചത് കുട്ടിക്കാലം മുതൽ ആട്ടക്കഥയോടുള്ള പ്രിയം മാത്രമല്ല, അയ്യപ്പപ്പണിക്കർ 'മൃത്യുപൂജ', 'കുടുംബപുരാണം' തുടങ്ങിയവയിൽ അത് പ്രയോഗിച്ചു കാണിച്ചതും ചില മൂഡുകൾക്കു അത് പറ്റും എന്നതും കൂടിയാണ്. (ശ്യാമഗീതം, ഒടുവിൽ ഞാനൊറ്റയാകുന്നു ഈ രണ്ടാമത്തെ കവിത പിന്നീട് ഹിന്ദുസ്ഥാനിരീതിയിൽ മഴ മുഹമ്മദ് മനോഹരമായി പാടുന്നത് ഇഷ്ടമാവുകയും ചെയ്തു.) 'അഷ്ടപദി', 'മദ്ധ്യമാവതി' 'ലാൽഗുഡി വയലിൻ വായിക്കുമ്പോൾ', 'മാൽകൗൻസ്' തുടങ്ങിയ ശീർഷകങ്ങൾ കവിതകൾക്ക് നൽകാനും ഈ സംഗീതപ്രേമം കാരണമായിട്ടുണ്ട്, ഇവയിൽ 'മാൽകൗൻസ്' മാത്രമാണ് നേരിട്ട് സംഗീതം പ്രതിപാദിക്കുന്നതെങ്കിലും. കേരളത്തിലെ ചെണ്ടവിദഗ്ദ്ധർക്ക് സമർപ്പിച്ച 'ഒരു വേനൽക്കിനാവ്' (1992) ആകാം ഞാൻ നേരിട്ട് ഒരു വാദ്യം വിഷയമാക്കുന്ന ആദ്യകവിത. ('താളം' എന്ന വാചാലമായ ഒരു കൗമാരകവിതയെ മറക്കുന്നില്ല.) പെരുവനം കുട്ടൻമാരാർ ആണ് അതെഴുതിച്ചത്. സംഘകാലസ്മൃതികളും വർത്തമാനകാല ബിംബങ്ങളും ചേർന്നുള്ള ആ കവിത അവസാനിക്കുന്നത് ഇങ്ങിനെയാണ്:

'മഴ നിലയ്ക്കുന്നൂ
നിറയുന്നൂ പച്ച
ത്തളിരാൽ, പൂക്കളാൽ
കിളികളാൽ ഭൂമി
അസുരവാദ്യത്താൽ
സുരലോകം തീർക്കും
മഹാനുഭാവനെൻ
നമസ്കാരം! വീര-
ച്ചുമലിൽ നാദത്തിൻ
കടൽ ചുമന്നൊരാ-
ത്തയമ്പിനു ദണ്ഡ-
നമസ്കാരം! താള-
ത്തിരകളിൽ തേഞ്ഞു
വിളഞ്ഞുരുണ്ടൊരാ-
വിരലിന്നഷ്ടാംഗ-
മഹാനമസ്കാരം.'

'ലാൽഗുഡി വയലിൻ വായിക്കുന്നു' (1992) സംഗീതത്തോട് പ്രതികരിക്കുന്നത് ലെനിൻ പ്രതികരിച്ച രീതിയിലാണ്. സംഗീതത്തിന്റെ ഉന്മാദം നമ്മെ ക്രൂരമായ യാഥാർത്ഥ്യങ്ങളിൽ നിന്ന് അകറ്റുമെന്ന ഭയം. അതു കൊണ്ടാണ് അതിൽ ഘടം ചോരകൊണ്ട് നിറയുന്നതും മൃദംഗത്തിൽ ചെന്തീയാളുന്നതും. എങ്കിലും അവസാനം പ്രത്യാശ തിരിച്ചു വരുന്നുണ്ട്:

'വയലിൻ വായിക്കുന്നൂ ലാൽഗുഡി:
കിനാവുകൾ കാണ്മു ഞാൻ കാംബോജിയിൽ
നിവർന്നു നടക്കുന്നൂ കൂനി
ആടുന്നൂ നൃത്തം പദമറ്റവൾ
ഊമ പാടുന്നു
പുഷ്പിക്കുന്നൂ കറുത്ത പെരുവിരൽ.'

ഇരുണ്ട കാലത്ത് ഇത്തരം സ്വപ്നങ്ങൾ കാണിക്കുന്നത് ഒരു ക്രൂരതയാണ് എന്ന സൂചനയാണ് അവസാന വരികൾ.

'ഒരു വേനലും ക്രൂരനല്ല
ലാൽഗുഡിയെക്കാൾ.'

'രാമനാഥൻ പാടുമ്പോൾ' (1985) ആണ് നേരിട്ട് സംഗീതം പ്രമേയമാക്കുന്ന എന്റെ ആദ്യത്തെ കവിത. എം ഡി രാമനാഥന്റെ സംഗീതത്തിൽ ലഹരി പിടിച്ചിരുന്ന ഒരു കാലത്താണ് അതെഴുതുന്നത്. രാമനാഥന്റെ ആലാപനത്തിന്റെ പ്രത്യേകതകൾ അതിൽ ഞാൻ അന്വേഷിക്കുന്നുണ്ട്, ഒപ്പം അദ്ദേഹത്തിന് പ്രിയപ്പെട്ട കൃതികളുടെ

സൂചനകളുമുണ്ട്. വിളംബിതമായ ആലാപനം, (വനഹൃദയത്തിലെ മഹാവൃക്ഷത്തിന്നകത്തെ ഹരിതരസത്തിന്റെ വിളംബിതസഞ്ചാരം, ഗുഹാന്തരത്തിലെ കുളിർ നീരുറവയുടെ മന്ത്രസ്ഥായിയിലുള്ള വിശുദ്ധവിസ്താരം.) സ്വരങ്ങൾ തെരഞ്ഞെടുക്കുന്നതിലെ മിതത്വം (ലുബ്ധൻ സ്വർണ്ണനാണയങ്ങളെന്നപോലെ ഗായകൻ സ്വരങ്ങൾ തുടച്ചു തിരഞ്ഞെടുക്കുന്നു), അനുസ്മരിപ്പിക്കുന്ന ശബ്ദ വൈചിത്ര്യങ്ങൾ (കാളയുടെ കുരലിൽ അവൻ ഒരു തുടി, കുയിലിന്റെ തൊണ്ടയിൽ പുള്ളുവന്റെ കുടം, ആനയുടെ കുരലിൽ അമറുന്ന തംബുരു, ഇപ്പോൾ അവൻ ഒരു മുരളി, അവന്റെ തുളകളിലൂടെ വേനലിൽ മെലിഞ്ഞ പുഴകൾ...) അദ്ദേഹത്തിന്റെ പ്രിയ രാഗങ്ങൾ (ഗതകാല പുഷ്കരത്തിൽ വിടരുന്ന താമരകൾക്കിടയിൽ സാമജവരൻ ഇളകിയാടുന്ന ഹിന്ദോളം, വിജനമായ രജതഗിരിയുടെ സ്ഫടിക തുഷാരം സുന്ദരേശ്വരനായി നടനമാടുന്ന ശങ്കരാഭരണം.) അവസാന വരികൾ ആ ആലാപനത്തിന്റെ സമഗ്രാനുഭവം സംഗ്രഹിക്കുന്നു.

'രാമനാഥൻ പാടുമ്പോൾ
ഏതോ ഹിമാവൃതഭൂഖണ്ഡത്തിൽ ആണ്ടുപോയ
പ്രാക്തനനഗരത്തിന്റെ തെരുവുകളിൽ അലയുന്ന പഥികൻ
ഇപ്പോഴും വറ്റാതൊഴുകുന്ന മനുഷ്യ ശബ്ദത്തിന്റെ
തെളിനീരുറവ കണ്ടെത്തുന്നു
രാമനാഥൻ പാടുമ്പോൾ
മരിക്കുന്ന ഭൂമിയിൽ നിന്ന് പറന്നുയരുന്ന
അവസാനത്തെ ശൂന്യാകാശനാവികൻ
മറ്റൊരു നക്ഷത്രത്തിൽ ഇല വിരിഞ്ഞുയരുന്ന
ജീവന്റെ നാമ്പ് കണ്ടെത്തുന്നു'

'തോടി' (1991) കുമാർ ഗന്ധർവ്വിന്റെ ആലാപനത്തിന്റെ അനുഭവമാണ്. അതിൽ ഗായകനോ ഗാനമോ നേരിട്ട് വരുന്നതേയില്ല. കേൾവിയുടെ അനുഭവത്തെ ബിംബങ്ങളിൽ പിടിച്ചെടുക്കാനാണ് ശ്രമം. തുടങ്ങുന്നത് തന്നെ 'കണ്ണടയ്ക്കുക' എന്നാ നിർദ്ദേശവുമായാണ് പിന്നെ ഉത്തരേന്ത്യൻ ജീവിത രംഗങ്ങളുടെ ഒരു ഘോഷയാത്രയാണ്. വിശേഷിച്ചും ഗ്രാമദൃശ്യങ്ങൾ. ഗോത്രസ്വപ്നം ഉരുട്ടിയെടുത്ത മൺകുതിരകൾ. ചുവടു വെച്ച് കളിക്കുന്ന ഭീൽ പെൺകുട്ടികളുടെ വളകളിൽ മഴയ്ക്ക് മുപ്പത്തേഴു നിറങ്ങൾ. കാൽച്ചിലമ്പുകൾ കിലുക്കി തൂമഞ്ഞിന്നൊഴുക്ക് പോലുള്ള ആട്ടിൻ പറ്റത്തെ തളിക്കുന്ന മഴവില്ലാടയുടുത്ത ഗുജ്ജാർ പെൺകൊടി. മേഘങ്ങളിൽ കാളിദാസനെപ്പോലെ തിളങ്ങും കൊടുമുടി. താഴെ ദേവതാരുവിന്റെ തിരയ്ക്കപ്പുറത്തു ഓറഞ്ചിന്റെ ദേവതമാർ. പിന്നെങ്ങും ചോളത്തിൻ ലാസ്യം. കോശമോരോന്നും തരാനയിൽ ചെറുതാരക പോലെ

വിറയ്ക്കും മൂർച്ഛാസ്ഫോടം. 'മാഘസായാഹ്നം. ഭോപ്പാൽ. വാക്ക് പൂക്കുന്ന സരോവരം. നരകമേഴിൽ നിന്നും പൊങ്ങിടും നിലവിളി മുഴങ്ങിപ്പൊള്ളും കവികുലത്തിൻ ചെവികളിലമൃതം' (കവികളുടെ ഒരു സദസ്സിൽ നടത്തിയ കച്ചേരിയാണ് ഓർമ്മിക്കുന്നത്) ഇങ്ങിനെ സമാപനം:

'കുമാർ ഗന്ധർവ്വറിവീലൊന്നും
തോടി സ്വയമേ പാടും നേരം
വെറുതേ താളം പിടി
ച്ചമരും നാടോടി പോലവനും
ശ്രുതി മീട്ടി പ്രിയയും.
മൗനം.
നീലനീലയാമാഴങ്ങളിൽ
വിടരുന്നു ഞാൻ.
നാദശരീരൻ.
സ്വച്ഛൻ.
ശിവൻ.'

സംഗീതം ഇപ്പോഴും എന്റെ മനസ്സിൽ കൊണ്ട് വരിക ഒരു പാട് കാഴ്ചകളാണ്. ഈ കവിത നിറയെ അവയാണ്. വേറൊരു തരത്തിൽ പറഞ്ഞാൽ ശബ്ദത്തെ കാഴ്ചയായി പുനർനിർമ്മിക്കാൻ ഒരു ശ്രമം.

'ബ്രോവ ഭാരമാ' ത്യാഗരാജനുള്ള എന്റെ പ്രണാമമാണ്.

'ബ്രോവ ഭാരമാ...?
ത്യാഗരാജന്റെ നിലവിളിയിൽ
സ്വർഗ്ഗവും പാതാളവും ഒന്നിച്ച് കിടുകിടുക്കുന്നു
ഭൂമിയിലെ ചരാചരങ്ങൾ മുഴുവൻ
നിലവിളി ആവർത്തിക്കുന്നു
മാനുകൾ ദേവഗാന്ധാരിയിൽ
കാറ്റാടിമരങ്ങൾ ശ്രീരഞ്ജിനിയിൽ
പുഴകൾ ജഗന്മോഹിനിയിൽ
കല്ലുകൾ അസാവേരിയിൽ'

എന്നാരംഭിക്കുന്ന ഈ കവിതയിൽ ത്യാഗരാജന്റെ ഒരുപാട് കീർത്തനങ്ങളുടെ സൂചനകളുണ്ട്. ഒപ്പം ഇത് ത്യാഗരാജന്റെ സീതയെക്കുറിച്ചുള്ള ഒരു കവിത കൂടിയാണ്.

'സിംഫണി' എന്ന കവിത എന്റെ അനേകം കുടുംബകവിതകളിൽ ഒന്നാണ്.

'ഓർത്തു പോയി
അഞ്ചു ഹൃദയങ്ങളും
ചരാചരങ്ങളും ചേർന്നുള്ള
ആ കുടുംബ സിംഫണി
ഇന്നലെ സുബിൻ മേത്തയുടെ വാദ്യവൃന്ദം
വെർദിയുടെ 'ദി ഫോഴ്സ് ഓഫ് ഡെസ്റ്റിനി'
അവതരിപ്പിച്ചു കേട്ടപ്പോൾ.
അച്ഛൻ തൊടിയിലെ സ്ട്രാവിൻസ്കി ആയിരുന്നു
ചേട്ടൻ വീട്ടുമുറ്റത്തെ ബെയ്ഥോഫൻ
ഞാൻ കുളക്കടവിലെ ഷൂബർട്ട്
ആ വാദ്യവൃന്ദം പിരിഞ്ഞു പോയി
മുളംകൂട്ടങ്ങൾ മാത്രം ചിലപ്പോൾ
അതോർക്കുന്നു.
ഇപ്പോഴെനിക്ക് കേൾക്കണം
ബാഹിന്റെ 'സ്ലീപ്പേഴ്സ് വെയ്ക്ക്'

എന്നവസാനിക്കുന്ന ഈ കവിത ഡൽഹിയിൽ സുബിൻ മേത്തയുടെ ഒരു കച്ചേരി കേട്ടതിന്റെ പിറ്റേന്ന് ഉണ്ടായതാണ്.

'മാൽകൌൻസ്' ഭീംസെൻ ജോഷി ഭോപ്പാൽ തടാകതീരത്ത് ആ രാഗം പാടുന്നത് കേട്ട അനുഭവം ഓർത്തെടുക്കുകയാണ്. കിഷോരി അമോൻകർ, റഷീദ് ഖാൻ തുടങ്ങിയവർ നേരിട്ടും മറ്റു പലരും റെക്കൊാഡിലും ആ രാഗം പാടുന്നത് കേട്ടിട്ടുണ്ട്. പശ്ചാത്തലത്തിൽ ഉസ്താദ് റഷീദ്ഖാനെ യൂ ട്യൂബിൽ കേട്ടുകൊണ്ടാണ് ഈ കവിത എഴുതിയത്. പാതിരാരാഗമായാണ് മാൽകൗൻസ് പാരമ്പര്യത്തിൽ വിവരിക്കപ്പെടുന്നത്. ഇത് മറ്റു രണ്ടു കവിതകളിൽ നിന്നും വ്യത്യസ്തമായി ഒരു സ്വപ്നകവിതയാണ്.

'പാതിരാ
പ്രദോഷത്തിൽ നിന്നുഷസ്സിലേയ്ക്കുർവ്വി
പാതി പിന്നിടും രുദ്രമുഹൂർത്തം
നൃത്തം ചെയ്വൂ ഭൂതങ്ങൾ
നിലാവിന്റെ ശകലങ്ങളായ്
നടുക്കാടുന്നു ശിവൻ
നെറ്റിത്തടത്തിൽ നിന്നും താഴെ
വീണൊഴുകുന്നൂ ശരച്ചന്ദ്രിക ഗംഗാതുല്യം'

എന്നിങ്ങനെ തുടങ്ങി ഭീംസെൻ വിളംബിതത്തിൽ നിന്ന് ദ്രുതത്തിലേക്ക് സഞ്ചരിക്കുന്നത് അനേകം ബിംബങ്ങളിലൂടെ വരച്ചിട്ട് (സഞ്ചരിക്കുന്നൂ രാഗം

തേജസ്സായ്, നീരായ്, കാറ്റായ്
ചെല്ലുന്നൂ, തലോടുന്നൂ
മല, താഴ്വര, വാനം
നദി, സാഗരം, സമതലവും
വിലോലമായ്. ഒരിളം കാറ്റത്തേറി
എന്നാത്മാവലയുന്നൂ
അറിയാത്തേതോ താരമണ്ഡലമൊന്നിൽ
കാണുന്നവിടെൻ മൃതതോഴർ
മൃതമാം കിനാവുകൾ
തിരുതാളി തൻ മണം
പരത്തി നടക്കുന്നു.'
പിന്നീടു ആലാപനം ദ്രുതമാകുന്നു.
'കടലിന്നടിയിലെ
പവിഴപ്പുറ്റിൽ തട്ടി
ബഡവാഗ്നിയിൽ തട്ടി
ഗിരിശൃംഗത്തിൽ മിന്നി
വനരാശിയിൽ ചിന്നി
മരുഭൂക്കളിൽ
കൃഷ്ണ ക്രാന്തികൾ കൊടിയാക്കി
അത് ചെല്ലുന്നൂ സുരാതലത്തിൽ'

പിന്നെ ഗന്ധർവന്മാരും അപ്സരകളും മലക്കുകളും ജിന്നുകളും ബഹുരൂപിയായ ദൈവവും വരവായി. കേൾവിക്കാർ വസ്തുലോകം കടന്നു അങ്ങേപ്പുറത്തെ ചൈതന്യത്തിലെത്തുന്നു. രാഗവിസ്താരം കഴിഞ്ഞു മടിച്ചു മടിച്ചു വരുന്ന വാക്കുകൾ നാദത്തിന്റെ പെരുത്ത കടലിലെ പവിഴത്തുരുത്തുകൾ പോലെ തോന്നുന്നു. ചെവിയിൽ തുളുമ്പുന്നത് നാദമാകാം, പ്രകാശവുമാകാം.

ഒടുവിൽ കണ്ണു തുറക്കുമ്പോൾ ആരും അരികിലില്ല. വേദി ശൂന്യമാണ്. സ്വർഗ്ഗത്തിന്റെ ഇല്ലാത്ത മുറി തേടി നടക്കുമ്പോൾ വസന്ത രാഗമായ ഹിന്ദോളി താൻ തട്ടിയെടുത്ത താക്കോൽ ശ്രോതാവിനെ തിരിച്ചേൽപ്പിക്കുന്നു.

'ആ പാല പൂക്കും രാത്രി
ആ വാകത്തണൽ വേദി
ആ മയിൽത്തടാകം
'ആലാപി'ന്റെ ഇളംകാറ്റ്
ആ പൂവാംകുറുന്നില
മണക്കും നിലാപ്പാടം

ആ മധുരോന്മാദത്തിൻ
ആരോഹം, അവരോഹം
ആ പക്കവാദ്യത്തിന്റെ
മഴപോൽ പെയ്യും താളം
കാതിലുണ്ടിന്നും:
ജ്വാലയാമതെൻ ചിതയ്ക്കൊപ്പം.'

ഞാൻ പറഞ്ഞത് സംഗീതം ഒരു പ്രമേയമോ പശ്ചാത്തലമോ എന്ന നിലയിൽ എന്റെ കവിതയിൽ കടന്നു വരുന്നതിനെക്കുറിച്ചാണ്, കവിതയിലെ സംഗീതത്തെക്കുറിച്ചല്ല. അത് മറ്റൊരു വിഷയമാണല്ലോ.

2

ചിത്രകലയും എന്റെ കവിതയെ അഗാധമായി സ്വാധീനിച്ചിട്ടുണ്ട്. ഒന്ന് പൊതുസ്വാധീനമാണ്. അത് പ്രധാനമായും എന്റെ മൂർത്തവും അമൂർത്തവുമായ ഇമേജുകളിൽ ആണ് കാണുക. അത് ഏതു കവിത എടുത്താലും കാണാം എന്നത് കൊണ്ട് പ്രത്യേകം പരാമർശിക്കുന്നില്ല. ആദ്യകാലത്തെ 'ചിത്രകാരന്മാരുടെ താഴ്വര' തുടങ്ങിയ കവിതകൾ മുതൽ ചിത്രകലയുടെ സ്വാധീനം കാണാം. അന്നൊക്കെ ലോകകലയെക്കുറിച്ചുള്ള പുസ്തകങ്ങളിലെ ചിത്രങ്ങളുടെ അച്ചടിപ്പതിപ്പുകൾ മാത്രമേ ഞാൻ കണ്ടിരുന്നുള്ളൂ.

ആധുനിക കലയെക്കുറിച്ചു പത്ത് ലേഖനങ്ങളുടെ ഒരു പരമ്പരയും ആ കാലത്ത് എഴുതി. ലോകപര്യടനം തുടങ്ങിയ ശേഷമാണ് പല പ്രസിദ്ധ ചിത്രങ്ങളുടെയും മൂലസൃഷ്ടികൾ കാണുന്നത്. എവിടെ പോയാലും ആദ്യം അവിടത്തെ പ്രസിദ്ധവും അപ്രസിദ്ധവുമായ ഗാലറികളിൽ ആണ് ഞാൻ ആദ്യം പോവുക. ന്യൂ യോർക്കിലെ 'മോമ', വാഷിങ്ങ്ടൺ ഡി സി യിലെ മെട്രോപ്പോളിറ്റൻ മ്യൂസിയ'വും അടുത്തുള്ള ശില്പോദ്യാനവും, പാരീസിലെ 'ലൂവ്ര്', 'സാങ്ങ്ത്ര് പോംപിദൂ', ലണ്ടനിലെ ബ്രിട്ടീഷ് മ്യൂസിയം, 'ടെയ്റ്റ് മോഡേൺ', സെന്റ് പീറ്റേഴ്സ് ബർഗ്ഗിലെ 'ഹെർമിറ്റാജ്', മോസ്കോവിലെ മ്യൂസിയം ഓഫ് ആർട്ട്, ബെർലിൻ, ഫ്രാങ്ക്ഫർട്ട്, ബോൺ, കൊളോൺ, റോം, ബെയ്ജിംഗ്, ജോഹന്നാസ് ബർഗ്, പെറു, ചിലി, ക്യൂബ, വെനെസ്യൂലാ, ഡൽഹി, ബോംബെ, മദ്രാസ്, ഭോപാൽ എന്നിവിടങ്ങളിലെ പ്രമുഖ മ്യൂസിയങ്ങളും ഗാലറികളും, ഇവയെല്ലാം അതിൽ പെടുന്നു.

പാരീസിലെ ആദ്യസന്ദർശനത്തിൽ മോങ് മാർത്രിൽ ഒരു സാൽവദോർ ദാലി പ്രദർശനം കണ്ട ശേഷം എഴുതിയതാണ് 'സാൽവദോർ ദാലി ദൈവത്തെ കണ്ടുമുട്ടുന്നു' എന്ന രചന. ഫിലാഡൽഫിയാ

കലാമ്യൂസിയത്തിൽ ആണ് മാർസെൽ ദുഷാമ്പിന്റെ 'കോവണി ഇറങ്ങുന്ന നഗ്ന' എന്ന ചിത്രത്തിന്റെ ഒറിജിനൽ ഞാൻ കാണുന്നത്. അതും അതേ പേരിൽ ഒരു കവിത തന്നു.

ആംസ്റ്റർഡാമിൽ വാൻ ഗോഗ് മ്യൂസിയത്തിൽ വിൻസന്റ് വാൻ ഗോഗ് തന്റെ പ്രശസ്തമായ കർഷകന്റെ ഷൂസിന്റെ ചിത്രത്തിന് വേണ്ടി വരച്ച സ്കെച്ചുകളും ആ ചിത്രവും കണ്ടപ്പോൾ ഉണ്ടായ താണ് 'വാൻഗോഗിന്റെ ഷൂസ്' എന്ന കവിത.

'ഈ ഷൂസിന്റെ ഉടമ മരിച്ചു പോയി
ഷൂസുകൾ മാത്രം ബാക്കിയായി
സൂക്ഷിച്ചു നോക്കൂ: ഇവയിലുണ്ട്
അയാളുടെ അഴുക്കും വിയർപ്പും
അയാൾ നടന്നു പോയ പശമണ്ണ്
അയാൾ കിടന്നിടത്തെ പുല്ല്
അയാൾ കഴിച്ച കരിഞ്ഞ റൊട്ടിയുടെയും
പാതി ചീഞ്ഞ ഉരുളക്കിഴങ്ങിന്റെയും
അയാൾ സഹിച്ച അപമാനത്തിന്റെയും
തവിട്ടുനിറമുള്ള കറ' എന്ന് തുടങ്ങി
ആ ഷൂസുകൾ കരഞ്ഞുകൊണ്ടേയിരുന്നു
അവ റെനെ മാഗ്രിറ്റിന്റെ ക്യാൻവാസ്സിൽ
കാലുകളായി പുനർജനിക്കും വരെ'

എന്നവസാനിക്കുന്ന ഈ കവിത ആ ഷൂസിനു പിറകിൽ ഒരു സാധു കർഷകന്റെ കഥ തേടുകയാണ്.

ബെൽജിയത്തിൽ ഒരു സാഹിത്യസമ്മേളനത്തിനു പോയപ്പോൾ റെനെ മാഗ്രിറ്റ് മ്യൂസിയത്തിൽ കണ്ട സർ റിയലിസ്റ്റ് ചിത്രങ്ങൾ ഒരു പുതിയ ഭാഷ നിർമ്മിക്കയാണല്ലോ എന്ന തോന്നൽ ഉണ്ടായപ്പോ ഴാണ് 'ഞാൻ ഒരു ഭാഷയാണ്' എന്ന കവിത ഉണ്ടായത്.

'ഞാൻ ഒരു ഭാഷയാണ്,
യഥാർത്ഥത്തിനും അയഥാർത്ഥത്തിനും ഇടയിൽ
വരകളുടെയും നിറങ്ങളുടെയും ഭാഷ.
ഈ ഭാഷയിൽ ആകാശം
പക്ഷിയുടെ ഉള്ളിലാണ്
ചെടിത്തുമ്പും മലമുടിയും സ്വയം പക്ഷികളും.
മേശപ്പുറത്തെ കൊപ്പകൾക്കിടയിൽ
അക്കാണുന്ന മനുഷ്യ ശിരസ്സ്
ഒരു നാമം, ജനൽ കർട്ടനിൽ
തൂങ്ങിക്കിടക്കുന്ന മേഘം മറ്റൊന്ന്

കൈപ്പത്തിയിൽ പതിഞ്ഞ മുഖം ഒരു സർവ്വനാമം
മുലകളെ വരയൻപുലികളാക്കുന്നത്
ഒരു സകർമ്മകക്രിയ
കുപ്പികൾക്ക് ഉടലുകൾ വളരുന്നതും
തൂണുകൾക്ക് ചില്ലകൾ മുളയ്ക്കുന്നതും
അകർമ്മകക്രിയകൾ
പന്നിത്തലയുള്ള പുരുഷന്റെ വിപരീതം
ആകാശമായി രൂപം മാറുന്ന സ്ത്രീ
കണ്ണ് ആപ്പിളിന്റെ പര്യായം
ചെടിയും പൂവും കിളിയുടെ നാനാർത്ഥങ്ങൾ.'

ഇങ്ങനെ ഇമേജുകളെയും ഭാഷയെയും ബന്ധിപ്പിച്ച് മുന്നോട്ടു പോകുന്ന കവിത അവസാനിക്കുന്നത് ഇങ്ങിനെയാണ്.

'അറിഞ്ഞതല്ല കലയുടെ വിഷയം
ലോകം വെറുതെ
പകർത്തി വെയ്ക്കാനുള്ളതല്ല
ഭാവന കൊണ്ട് മാറ്റിപ്പണിയാനുള്ളതാണ്.'

റോമിൽ 'പിയത്ത' എന്ന ശിൽപ്പം കണ്ടപ്പോൾ എഴുതിയ കവിതയാണ് 'പിയത്ത.' മാഡ്രിഡ് നഗരത്തിലെ 'റയ്നാ സോഫിയാ'യിൽ കണ്ട പിക്കാസ്സോയുടെ ഗ്വർണ്ണികയും അതിന്നായി അദ്ദേഹം വരച്ച സ്കെച്ചുകളും ആണ് 'ആക്രോശം' എന്ന കവിതയുടെ പ്രചോദനം.

'തകർക്കപ്പെട്ട വിശുദ്ധനഗരത്തിന്റെ ഓർമ്മയിൽ
ചിത്രകാരന്റെ വിരലുകൾക്കെല്ലാം ഭ്രാന്ത് പിടിച്ചിരുന്നു.
ചായത്തട്ടിലെ എല്ലാ നിറങ്ങളെയും ആ നഗരത്തിൽ
ഇപ്പോൾ അവശേഷിച്ച ചാരവും കറുപ്പുമായി
മാറ്റിക്കൊണ്ട് അവന്റെ അശാന്തഭാവന
അലറുന്ന ഒരു മൃഗം കാടുകളിൽ എന്ന പോലെ
തന്റെ സ്കെച്ചുപുസ്തകത്തിൽ സഞ്ചരിച്ചു'

എന്നാരംഭിക്കുന്ന ഈ കവിതയിൽ പിന്നെ ഗുയർണ്ണിക്കയിലെ പ്രസിദ്ധങ്ങളായ ബിംബങ്ങൾ അമറുന്ന കുതിരത്തല, കണ്ണിലേക്കു നീട്ടിയ വിളക്ക്, അലമുറയിടുന്ന അമ്മ മുതലായവയെക്കുറിച്ചുള്ള ധ്യാനങ്ങളാണ്.

'പൂവുണ്ടായിരുന്നു, പക്ഷേ സുഗന്ധം ഇല്ലായിരുന്നു
കണ്ണു പൊട്ടിക്കുന്ന വെളിച്ചം ഉണ്ടായിരുന്നു
പക്ഷെ കണ്ണില്ലായിരുന്നു
ഹൃദയം ഉണ്ടായിരുന്നു
പക്ഷേ പ്രതീക്ഷ ഇല്ലായിരുന്നു

മുറുക്കിപ്പിടിച്ച വിളക്കിനെ
ആകാരശൂന്യയായ രാത്രി വിഴുങ്ങിക്കൊണ്ടിരുന്നു
സ്ഥലവും കാലവും
പേക്കിനാവിൽ എന്ന പോലെ തകിടം മറിഞ്ഞു.
സ്ഫോടനത്തിൽ ചിതറിയ അവയവങ്ങൾ പോലെ
ചിഹ്നങ്ങൾ ചോരയിൽ കിടന്നു പിടച്ചു
എന്റെ നഗരമേ, എന്റെ ഹൃദയമേ
എന്ന് ആക്രോശിച്ചു കൊണ്ട്'

എന്ന് തുടരുന്ന ആ കവിത അവസാനിക്കുന്നത് ശിവന്റെയും യേശുവിന്റെയും സൂചനകളിൽ എന്റെ പ്രതികരണം ഒതുക്കിക്കൊണ്ടാണ്:

'ഇറക്കി കിടത്തിയ ശവം ചുമന്നു എന്റെ ഹൃദയം
മേഘങ്ങൾക്കിടയിലൂടെ പറന്നു
അപമാനിതനായ ശിവൻ
സതിയുടെ ജഡവും കൊണ്ടെന്ന പോലെ
അതിന്റെ ഓരോ ഭാഗം ഓരോ സ്ഥലത്ത് വീണു
ആലെപ്പോവിൽ, ബാഗ്ദാദിൽ,
ക്രൊയെഷ്യയിൽ, കാശ്മീരിൽ.
അവിടെയൊക്കെ ഉയർന്നു വന്നു
മരണത്തിന്റെ ക്ഷേത്രങ്ങൾ
യേശുവിന്റെ രക്തത്തിലുയർന്ന
അവമതിയുടെ പള്ളികൾ പോലെ.'

വെയിൽസിലെ ഒരു പരിഭാഷാശിൽപ്പശാലയിൽ വെച്ചാണ് 'നിറങ്ങൾ' എഴുതുന്നത്. ഒരേ വെൽഷ് കവിത പരിഭാഷ ചെയ്യുന്നതിനു പകരം, അതുപോലെ ഞാൻ ഒന്നെഴുതിയാൽ എങ്ങനെയിരിക്കും എന്ന് പരീക്ഷിക്കയായിരുന്നു ഞാൻ. എന്റെ കൂടെയുള്ള കവികളും അവരുടെ വേർഷനുകൾ രചിച്ചു. ചിത്രസൂചനകളും ശിൽപ്പ സൂചനകളും എന്റെ കവിതയിൽ ധാരാളമായി ഉണ്ട്. വരകളെ നടത്താൻ കൊണ്ട് പോകുന്ന പോൾ ക്ലേയെ ഓർത്തുകൊണ്ട് എഴുതിയ ഒരു കവിതയുണ്ട്, പന്നാലാൽ ഘോഷിന്റെ ബാൻസുരി പശ്ചാത്തല സംഗീതമാക്കിക്കൊണ്ടുള്ള സുഹൃത്ത് മധുസൂദനന്റെ 'മൈനാകം' എന്ന രേഖാചിത്ര പരമ്പരയുടെ വീഡിയോ കണ്ടപ്പോൾ ഉണ്ടായതാണ് അത്. അത് ആരംഭിക്കുന്നത് ഇങ്ങിനെയാണ്: 'വര ആദിയിലുണ്ടായ്, / വചനം വന്നൂ പിന്നെ,/ വരകൾ വെളിച്ചമായ് / വളർന്നു സൂര്യൻ, ചന്ദ്രൻ/ വരകൾ പൊട്ടിപ്പൊട്ടി /ത്താരകൾ, ഗ്രഹങ്ങളും,/ വരകൾ പരന്നിട്ടേ/ ആകാശമുണ്ടായ് വന്നൂ./ വരകൾ നടക്കുമ്പോൾ/ വഴികളുണ്ടാകുന്നൂ/ വരകൾ ഒഴുകുമ്പോൾ/ പുഴകൾഉണ്ടാകുന്നൂ/ വരകൾ നിവരുമ്പോൾ/ മരങ്ങളുയരുന്നൂ/ വരകൾ വിടരുമ്പോൾ/

ഇലയും പൂവും കായും / വരകൾ പറക്കുമ്പോൾ/ പക്ഷികൾ പിറക്കുന്നൂ 'ഇങ്ങിനെ നീളുന്ന കവിത അവസാനിക്കുന്നത് പന്നാലാലിന്റെ ബാൻസുരി ഓർത്തുകൊണ്ടാണ്: 'ഗായകാ, നിൻ ബാൻസുരി/ യായതുമൊരു വര/ ആയതിൻ തുളകളിൽ/ നീറിയുമുരുകിയും / വീഴ്വത് പൊയ്പ്പോയൊരു /ലോകത്തിൻ വിലാപമോ? / പന്നാലാൽ, പറകതു/ കിന്നരനവലോക / സുന്ദര പരാഗത്താൽ/ മിന്നിടും താരാട്ടാമോ? / തൻ വരകൾ തൻ കരിം/ തവിട്ടിൽ മധു അൽപ്പം / പൊൻ നിറം,/ പുലരി തൻ / മന്ദശോണവും കടൽ/ നീലയും കൂടിച്ചേർത്താൽ?' മധുസൂദനന്റെ തന്നെ 'ഗാന്ധിയും വസ്തുക്കളും' എന്ന സ്കെച്ചാണ് എന്റെ 'ഗാന്ധിയുടെ വസ്തുക്കൾ' എന്ന കവിതയെ പ്രചോദിപ്പിച്ചത്.

3

'താളം' എന്ന ആദ്യകാലകവിതയിലെ 'മണിപുരിയാടിയ മഴമണികൾ' മുതൽ തന്നെ നൃത്ത സൂചനകൾ ധാരാളമായി എന്റെ കവിതകളിൽ ഉണ്ടെങ്കിലും നൃത്തം വിഷയമാക്കുന്ന ഒരു മുഴുക്കവിത ഞാൻ എഴുതുന്നത് നർത്തകി പീനാ ബോഷ് മരിച്ചപ്പോഴാണ്. 'ജീവിത നടനം' എന്ന ആ കവിത ഇങ്ങിനെ ആരംഭിക്കുന്നു:

'കാണികളില്ലാതെ നീ
ചെയ്യുന്നു നൃത്തം, പാടും
പോലെ ഗായകൻ രംഗ
ശാലതൻ വിജനത്തിൽ.
നീ കാടിന്നരുവി, നീ
പാറുന്ന ശലഭം, നീ
പൂക്കാലം, പരാഗം, തേൻ.
നീ ചലിക്കുന്നൂ
ചലിക്കാതെ, കേവലം നിന്ന്
നീയൊഴുകുന്നൂ, നീയാ-
ണാശയും വിഷാദവും
മരമായ് നടക്കുന്നു
കടലായ് പതയുന്നു
മുയലായ് നുരയുന്നു
പാമ്പായിട്ടിഴയുന്നു

പീനയുടെ അനേകം അവതരണങ്ങളിൽ കൂടി ഈ കവിത കടന്നു പോകുന്നുണ്ട്. ഒടുവിൽ അവൾ പറയുന്നു:

'ഇത് ജീവിതം, ഞാനും
നിങ്ങളും ജീവിക്കുന്ന
ചരനിശ്ചരലോകം
വ്യഥ, ആഹ്ലാദം, സ്നേഹം,
ചലനഭരമാക്കും
ലാസ്യതാണ്ഡവയോഗം
ചിരവിസ്മയമാകും
പ്രപഞ്ചം, സർഗ്ഗോന്മത്തം'

ഭരതനാട്യം, കുച്ചിപ്പുടി, കഥക് എന്നിവ പോലെ കഥകളിയുടെ ഭാഷയും എന്നെ ആഴത്തിൽ സ്വാധീനിച്ചിട്ടുണ്ട്. ആ ഭാഷയിൽ എഴുതപ്പെട്ട 'അരങ്ങിൽ' എന്ന സമീപകാലകവിത ഈ ആത്മഭാഷണം അവസാനിപ്പിക്കാൻ പറ്റിയ ഒന്നാണെന്ന് കരുതുന്നു:

'ഏറെ ഞാൻ കെട്ടീ പച്ച,
കത്തിയായ്, കരിയായീ,
വേഷങ്ങൾ തീർന്നില്ലെന്നു
ചേങ്കില മുട്ടീ കാലം.

നാൽക്കവലയിൽ ചുട്ടി
കുത്തി ഞാൻ നിൽപ്പൂ, നാളെ
ആർക്കു വേണമെൻ കലി
കറുപ്പിച്ചൊരിക്കായം?
ഓർമ്മ തൻ ഭാരം പേറി
സ്വപ്നങ്ങളിഴയുന്നൂ,
സൂര്യനോ മുനിയുന്നൂ,
ദുർഗ്രഹമതിൻ പാഠം.

ആടണമിനിയും ഞാൻ
ചമയമഴിക്കുവാൻ
ആരുടെ മോക്ഷം,വധം,
ചരിതം, സ്വയംവരം?
നാന്ദിയും കലാശവും
തമ്മിലുണ്ടൽപ്പം മാത്രം

കണ്ണുകളുടെ ദൂരം
കേവലം, അറിവീല
പാടുവോനാരോ, എപ്പോൾ
മൂകമായിടും ചെണ്ട
കേട്ടുപോം വിളക്കെന്നും.

മാപ്പു നൽകുക ഗുരോ,
ചോടു തെറ്റിയോ, മുദ്ര-
ക്കൈ വിറച്ചുവോ, നളൻ
ബകനായ് മാറിപ്പോയോ?
എങ്കിലും അമരൻ ഞാ-
നെന്നപോൽ വിയർത്താടും
എൻ മാറിവരും ചമ
യങ്ങളിൽ, വാക്കുള്ളോളം.
അറിയാമപ്പോൾ കാള
രാത്രിയോ കളിയിതോ
അതിജീവിക്കുന്നതെ,
ന്നാടിടാമതു വരെ.'

സുകുമാരന്റെ പ്രസക്തി

രണ്ടു പതിറ്റാണ്ടിൽ കുറവു കാലം മാത്രം എഴുതുകയും എഴുതിയതിനെയെല്ലാം സ്മരണീയമാക്കുകയും അങ്ങനെ മലയാള കഥാചരിത്രത്തിൽ തന്റേതു മാത്രമായ ഇടം നേടുകയും ചെയ്ത കഥാകൃത്തുക്കൾ നമുക്ക് ഏറെയില്ല. സുകുമാരനെക്കുറിച്ചുള്ള ഏതു ചർച്ചയും നമ്മെ കേരളീയസമൂഹത്തിന്റെയും മലയാള കഥാചരിത്രത്തിന്റെയും ഒരു കാലഘട്ടത്തിലേക്ക് തിരിച്ചു കൊണ്ട് പോകും. പൊതുവേ അതിനെ 'എഴുപതുകൾ' എന്ന് പറയാറുണ്ടെങ്കിലും എൺപതുകളിലും തൊണ്ണൂറുകളിലും ഉണ്ടായ പരിണാമങ്ങൾ ആ കഥകളെ ഉദ്ദീപിപ്പിച്ച പ്രസ്ഥാനത്തിനും അക്കാലത്ത് ഉയർന്നു വന്ന സാഹിത്യകാരന്മാർക്കും – ഈ പുല്ലിംഗബഹുവചനം അക്കാലത്തെ കലാപസാഹിത്യത്തിൽ സ്ത്രീകളുടെ അസാന്നിധ്യത്തിന്റെ സൂചന കൂടിയാണ് – കൂടി കണക്കിലെടുക്കാതെ ഇന്ന് എഴുപതുകളെക്കുറിച്ചു സംസാരിക്കുന്നത് ഒരു 'തറവാടിത്തഘോഷണം' മാത്രമാകും. സുകുമാരൻ സ്വയം തന്റെ വ്യാമോഹങ്ങൾ കൈവെടിഞ്ഞതും കെ ജി ശങ്കരപ്പിള്ള ചൈനയുടെ വിപ്ലവോത്തരപരിണതികളുടെയും സാംസ്കാരികവിപ്ലവത്തിന്റെയും കടുത്ത വിമർശകനായി മാറിയതും ബി രാജീവൻ മുതൽ സിവിക് ചന്ദ്രൻ വരെയുള്ളവർ മാർക്സിനെ കൈ വിടാതെ തന്നെ ഇന്ത്യയെ സംബന്ധിച്ച് കീഴാള ജനാധിപത്യത്തിന്റെയും ഗാന്ധിസത്തിന്റെയും അംബേദ്കറിസത്തിന്റെയും വഴികളുടെ പ്രാധാന്യം മനസ്സിലാക്കിയതും അജിത സ്ത്രീവിമോചനത്തിലേക്ക് കൂടുതലായി തിരിഞ്ഞതും എം എം സോമശേഖരനെപ്പോലുള്ളവർ മാർക്സിസത്തിന്റെ പ്രസക്തി പുതുരീതികളിൽ തേടാൻ തുടങ്ങിയതും കാണുക. ഇന്നും ചിലർ പഴയ തീവ്രവാദ മുദ്രാവാക്യങ്ങൾ അന്ധമായി ഉയർത്തുന്നുണ്ടെന്നു മറക്കുന്നില്ല.

നക്സലൈറ്റ് പ്രസ്ഥാനം ദളിത്, സ്ത്രീ, പരിസ്ഥിതി, യുദ്ധവിരുദ്ധ, ഉപഭോക്തൃപ്രസ്ഥാനങ്ങൾ പോലുള്ള നവസാമൂഹ്യപ്രസ്ഥാനങ്ങളിലേക്ക്, അഥവാ അവയുടെ കൂട്ടായ്മകളിലേക്ക്, വഴി പിരിഞ്ഞതും

ഞാനുൾപ്പെടെ പലരും അനേകം പുതുദിശകളിലേക്ക് അന്വേഷണം തിരിച്ചു വിട്ടതും 'ജയകേരളം', 'വൈദ്യശസ്ത്രം', 'ഉത്തരം', 'വാക്ക്', 'പാഠഭേദം', സംഘടിത' തുടങ്ങിയ പ്രസിദ്ധീകരണങ്ങൾ അവയെ പ്രതിഫലിപ്പിക്കുന്നു - കെ വേണു പുതിയ പാർട്ടിയിലേക്കും പിന്നെ സ്വതന്ത്ര ലിബറൽ നിലപാടുകളിലേക്കും കൂട് മാറിയതും പാർട്ടി ഇല്ലാതെ ജീവിക്കാൻ കഴിയാത്ത ചിലർ നിലനിൽക്കുന്ന ഇടതുപക്ഷ പാർട്ടികളിലേക്ക് ചേക്കേറിയതും മറ്റു ചിലർ ആത്മീയമാർഗ്ഗങ്ങളി ലേക്ക് തിരിഞ്ഞു നടന്നതും എല്ലാം കണക്കിലെടുക്കുമ്പോഴേ 'എഴു പതുകളെ'ക്കുറിച്ചുള്ള നടപ്പുസങ്കൽപ്പം പൊളിച്ചെഴുതപ്പെടുകയുള്ളൂ. അനുക്രമമായ പരിവർത്തനങ്ങളുടെയും നിഷ്ഠുരമായ സ്വയം വിമർ ശനങ്ങളുടെയും മോഹനഷ്ടത്തിന്റെയും നവപ്രത്യാശകളുടെയും ഈ പൊതു സന്ദർഭത്തിൽ വെച്ചുമാത്രമേ ഇന്ന് എം സുകുമാരനെ പ്പോലെ ഒരു കഥാകൃത്തിനെ വിലയിരുത്താനാകൂ.

പട്ടത്തുവിള കരുണാകരൻ, യൂ പി ജയരാജ്, പി കെ നാണു തുടങ്ങിയ പേരുകൾ സുകുമാരനോട് ചേർത്ത് നാം ഓർക്കാറുണ്ട്, അതിൽ ഒരു ശരിയുമുണ്ട്, 'ആധുനികത'യെ രാഷ്ട്രീയവത്കരിച്ചവർ ആയിരുന്നു അവരെല്ലാം. എന്നാൽ ഇവരുടെ ഓരോരുത്തരുടെയും രീതികൾ എത്ര വ്യത്യസ്തമായിരുന്നു എന്നും ഇന്ന് നാം തിരിച്ച റിയുന്നുണ്ട്. ഈ ബഹുസ്വരതയിൽ സുകുമാരൻ തന്റെ സ്വരം രണ്ടു രീതിയിൽ വേറിട്ട് കേൾപ്പിച്ചു: ഒന്ന്, രാഷ്ട്രീയ അന്യാപദേശം (പൊളിറ്റിക്കൽ അലിഗറി) എന്ന രൂപത്തിന്റെ വിജയകരമായ പ്രയോ ഗത്തിലൂടെ. രണ്ട്, തന്റെ പ്രത്യാശയുടെ പ്രഭവം ദുഷിക്കുകയോ അപചയിക്കുകയോ ചെയ്യുന്നു എന്ന, കഥകളിലൂടെ തന്നെ ആവി ഷ്കരിക്കപ്പെട്ട, തിരിച്ചറിവിലൂടെ. അതേസമയം അവസാനത്തെ അഭിമുഖസംഭാഷണം സൂചിപ്പിക്കും പോലെ തന്റെ സങ്കൽപ്പത്തി ലുള്ള ഒരു ഇടതുപക്ഷത്തിൽ സുകുമാരൻ അവസാനം വരെ വിശ്വ സിക്കുകയും ചെയ്തു: ആ ഇടതുപക്ഷം ഇന്ത്യയിൽ നിലനിൽക്കുന്ന കക്ഷികളിൽ അഥവാ ലോകം ഭരിക്കുന്ന കക്ഷികളിൽ ഒന്നുമല്ലാ എന്ന തിരിച്ചറിവോടെ തന്നെ.

'അയൽക്കാർ', 'കണ്ണട', 'ശേഷക്രിയ', 'പിതൃതർപ്പണം' എന്നീ രചനകളിലൂടെ അദ്ദേഹം നിർവഹിച്ചത് ആ 'നിലനിൽക്കുന്ന' ഇടതു പക്ഷത്തിന്റെ നിർദയമായ നൈതികവിമർശനം ആണല്ലോ. സുകു മാരനെ സംബന്ധിച്ചിടത്തോളം ഇടതുപക്ഷം എന്നാൽ നിസ്വനു വേണ്ടി നിലകൊള്ളുന്ന, കീഴാളരുടെ, ദരിദ്രരുടെ, നിരധാരരാക്ക പ്പെടുന്നവരുടെ, ജനാധിപത്യത്തിനുവേണ്ടി വിട്ടുവീഴ്ചയില്ലാതെ പ്രതിലോമാധികാരത്തോട് - ഭരണകൂടം, നാടുവാഴിത്തം, മുതലാ ളിത്തം - സമരം ചെയ്യുന്ന, ഒരു ജൈവശക്തി ആയിരുന്നു. നക്സൽ ബാരിയുടെ രാഷ്ട്രീയത്തിൽ അങ്ങനെയൊന്നിന്റെ ഉദയം അദ്ദേഹം

കണ്ടിരുന്നിരിക്കണം, എന്നാൽ അതിന്റെ അപചയവും ആത്മഹത്യയും കൂടി അദ്ദേഹത്തിന് കാണേണ്ടി വന്നു. ചില വ്യക്തിത്വങ്ങളിൽ - കക്ഷികളിലല്ലാ - അദ്ദേഹം ആ ഇടതുപക്ഷത്തിന്റെ നൈതികതയുടെ ക്ഷണികപ്രകാശങ്ങൾ കണ്ടിരുന്നിരിക്കാം, കക്ഷികളിൽ നിൽക്കുമ്പോഴും കീഴാളസമരത്തിന്റെ രാഷ്ട്രീയത്തെ കക്ഷിരാഷ്ട്രീയത്തിനു മുകളിൽ വെച്ചിരുന്ന, തന്ത്രങ്ങളെക്കാൾ മൂല്യങ്ങളിലും തിരഞ്ഞെടുപ്പുവിജയങ്ങളെക്കാൾ ജനകീയ പ്രക്ഷോഭങ്ങളുടെ അനുസ്യൂതിയിലും വിശ്വസിച്ചിരുന്ന പി കൃഷ്ണപിള്ളയിൽ, ഏ കെ ജിയിൽ, വർഗ്ഗീസിൽ.

എം സുകുമാരൻ തന്റെ കഥകൾ സമാഹരിച്ചപ്പോൾ അതിനു അവതാരിക എഴുതാൻ ക്ഷണിച്ചത് അദ്ദേഹത്തെക്കാൾ നാല് വയസ്സിനു ചെറുപ്പമായിരുന്ന എന്നെയായിരുന്നു. അത് ഞാൻ ഒരു ബഹുമതിയായിത്തന്നെ കാണുന്നു. കമലാ ദാസ്, പട്ടത്തുവിള, സാറാ ജോസഫ്, ബാലചന്ദ്രൻ ചുള്ളിക്കാട് എന്നിവരുടെ അവതാരികകൾക്കുള്ള ക്ഷണങ്ങൾക്കൊപ്പം. ഇവ ഓരോന്നും ഓരോ വേനലൊഴിവിന്റെ ഉത്പന്നങ്ങളായിരുന്നു, കഥകൾക്ക് ഞാൻ അധികം അവതാരികകൾ എഴുതിയിട്ടില്ല, നിർമ്മൽ കുമാറിന്റെ കഥകൾക്ക് മാത്രമാണ്, ആ പഴയ സൗഹൃദത്തിന്റെ കാലത്ത്, അതിനു മുൻപ് അവതാരിക എഴുതിയിരുന്നത്. പിന്നീട് പലപ്പോഴായി ബഷീർ, ലളിതാംബിക അന്തർജ്ജനം, പട്ടത്തുവിള കരുണാകരൻ, എം ടി വാസുദേവൻ നായർ, ഒ. വി വിജയൻ തുടങ്ങിയവരെക്കുറിച്ചു ലേഖനങ്ങൾ എഴുതിയെങ്കിലും.

സുകുമാരന്റെ ക്ഷണമായിരുന്നു ഇവയിലേറ്റവും അപ്രതീക്ഷിതം. അന്ന് ഞാൻ അദ്ദേഹത്തെ കണ്ടിട്ടില്ല, ട്രേഡ് യൂണിയൻ പ്രവർത്തനത്തെയും ജോലി നഷ്ടമായതിനെയും കുറിച്ചെല്ലാം കേട്ടറിവേ ഉണ്ടായിരുന്നുള്ളൂ. പിന്നീടും ഒരിക്കൽ അദ്ദേഹത്തിനു സുഖമില്ലാതിരുന്നപ്പോൾ വീട്ടിൽ പോയി കണ്ടതൊഴിച്ചാൽ, ഞങ്ങൾ കണ്ടുമുട്ടിയ സന്ദർഭങ്ങൾ ഓർക്കുന്നില്ല. പരസ്പരം വായിച്ചിരുന്നു എന്ന്, അവസാന അഭിമുഖത്തിൽ പോലും എന്നെക്കുറിച്ചുള്ള പരാമർശത്തിൽ നിന്ന് വ്യക്തമാണെങ്കിലും. കേന്ദ്ര സാഹിത്യ അക്കാദമി പുരസ്കാരം വാങ്ങാൻ അദ്ദേഹം വന്നിരുന്നില്ല. എല്ലാ പുരസ്കാരങ്ങളോടും അദ്ദേഹം പുലർത്തിയ സമീപനം നിസ്സംഗതയുടെതായിരുന്നു. അവ അദ്ദേഹം നിഷേധിച്ചില്ല, അത് തിരഞ്ഞെടുത്തവരെയും വായനക്കാരെയും അപമാനിക്കുന്നതിനു തുല്യം ആവും എന്നതുകൊണ്ട്. എന്നാൽ പുരസ്കാരങ്ങളുടെ പേരിൽ ഒരൊറ്റ സ്വീകരണത്തിലും പങ്കെടുത്തുമില്ല.

സാഹിത്യ അക്കാദമി അവാർഡ് നേടിയ സുകുമാരനെ ആദരിക്കാൻ അദ്ദേഹം ജോലി ചെയ്തിരുന്ന ഏജീസ് ഓഫീസ് ജീവനക്കാർ

മുതിർന്നപ്പോൾ, അതിൽ പങ്കെടുക്കാതെ അദ്ദേഹം അയച്ച കത്തിൽ (ഇതിനു ഞാൻ ഈ കത്ത് ഞാൻ കൂടിയുള്ള ഒരു വാട്സാപ്പ് ഗ്രൂപ്പിൽ പോസ്റ്റ് ചെയ്ത ശശികുമാറിനോട് കടപ്പെട്ടിരിക്കുന്നു) ഈ നിലപാട് വ്യക്തമാണ്. അവരെക്കാൾ ഉയരമുള്ള ഒരു കസേരയിൽ അവർക്കിടയിൽ ഇരിക്കാനും അവരുടെ പ്രശംസകൾ കേൾക്കാനും താൻ അശക്തനാണെന്നു അദ്ദേഹം അതിൽ പറയുന്നു. 'ആൾക്കൂട്ടത്തിൽ ആരോരും അറിയാതെയുള്ള ഒരു ഇരിപ്പിടമാണ് എനിക്കിഷ്ടം. ഒരു അവാർഡ്ജേതാവിന്റെ മേലങ്കിയണിഞ്ഞ് അനുമോദനങ്ങൾ ഏറ്റു വാങ്ങി വിയർത്തൊലിച്ചും വീർപ്പുമുട്ടിയും നിങ്ങൾക്കൊപ്പം നിക്കാൻ ഞാൻ അശക്തനാണ്.'

ഇതിനു ഉത്തരവാദി തന്റെ ലജ്ജാലുത്വവും അന്തർമുഖത്വവും ആണെന്നും അദ്ദേഹം തുടർന്ന് പറയുന്നു. 'മൂലധന തത്ത്വങ്ങളോ മാനിഫെസ്റ്റോ വചനങ്ങളോ മനപ്പാഠമാക്കിയല്ല 1963ൽ ഞാൻ ഈ നഗരത്തിൽ എത്തിച്ചേരുന്നത്. ഏജീസ് ഓഫീസിലെ അന്നത്തെ പ്രക്ഷുബ്ധ സാഹചര്യങ്ങൾ ഉയർത്തി വിട്ട ചിന്താഗതികൾ, ബാല്യ, കൗമാരങ്ങളിൽ ചാരം മൂടിക്കിടന്ന അസമത്വങ്ങളുടെ കനൽപൊട്ടുകളെ ആളിക്കത്തിച്ചു. വിശന്നു പൊരിയുന്നവരും വിയർപ്പൊഴുക്കുന്നവരും അടിച്ചമർത്തപ്പെട്ടവരും പാർശ്വവത്കൃതരും എന്റെ രചനാഭൂമികയിൽ ഇടം നേടിത്തുടങ്ങിയത് ആ കലുഷിത കാലഘട്ടത്തിലാണ്.'

പിന്നീട് അദ്ദേഹം ആ ഓഫീസിലെ തന്റെ കാലവും ഇന്നും നിലനിൽക്കുന്ന സൗഹൃദങ്ങളും സഖാക്കൾ തന്റെ കുടുംബത്തിനു നൽകിയ സുരക്ഷിതത്വവും ഓർത്തെടുത്തു കൊണ്ട്, കൂട്ടായ്മയുടെ ആ കരുത്തു നഷ്ടപ്പെട്ട തനിക്ക് ഇനി എഴുതാൻ വയ്യെന്നും ഞൊടിയിടയിൽ അപ്രത്യക്ഷമാകുന്ന മൂല്യങ്ങളും മാനം മുട്ടെ വളർന്ന 'രാഷ്ട്രീയ മായോപജീവികളും' 'ധനാധിപത്യത്തിന്റെ വർണ്ണപ്പൊലിമയിൽ ആടി നിൽക്കുന്നസൈദ്ധാന്തിക തെയ്യങ്ങളും' തന്നെ വിഷാദിയാക്കുന്നു എന്നും വീരമൃത്യുവും കീഴടങ്ങലും തനിക്കു ചേരാത്തതാണെന്നും തനിക്കു ഒന്നിനോടും ഒപ്പം ഓടി എത്താൻ ആവുന്നില്ലെന്നും എഴുതാനുള്ളത് താൻ എഴുതിത്തീർന്നു എന്നും ചെയ്തത് ആവർത്തിക്കുന്ന ചക്കുകാളയുടെ വിധി താൻ ഇഷ്ടപ്പെടുന്നില്ലെന്നും 'ഏകാന്തതയുടെ സാന്ത്വനമാണ് തനിക്കിപ്പോൾ ആത്മസുഖം നൽകുന്നതെന്നും' അദ്ദേഹം പറയുന്നു.

'ഈ അവസ്ഥയിലും പൊരുതുന്ന ജനതയുടെ പോർവിളികളും ചിതറിത്തെറിക്കുന്ന മൃതശരീരങ്ങളും പട്ടിണിക്കൊലങ്ങളുടെ പലായനക്കാഴ്ച്ചകളും എന്നെ അസ്വസ്ഥനാക്കുന്നു. സ്ഥിതിസമത്വചിന്തകൾ കാലഹരണപ്പെട്ടു എന്നുച്ചരിക്കാൻ എനിക്കാവില്ല. സിദ്ധാന്തങ്ങൾ

എപ്പോഴും വിജയിക്കുന്നു, പ്രയോഗം എപ്പോഴും പരാജയപ്പെടുന്നു. എന്നിട്ടും സമത്വസുന്ദരമായ ഒരു നവലോക സങ്കല്പം എന്റെ മനസ്സിൽ രക്തനക്ഷത്രമായി ഇന്നും നിലകൊള്ളുന്നു.' ഇങ്ങനെയാണ് ആ കത്ത് സുകുമാരൻ അവസാനിപ്പിക്കുന്നത്.

ഇത് എന്റെ തലമുറയ്ക്ക് മുഴുവൻ വേണ്ടി എഴുതപ്പെട്ട ഒരു കത്താണെന്നു എനിക്ക് തോന്നുന്നു. ഞങ്ങളിൽ ചിലർ ഇപ്പോഴും എഴുത്ത് തുടരുന്നുവെങ്കിൽ അതിനു കാരണം രാഷ്ട്രീയം മാത്രമല്ലാത്ത ചില അസ്തിത്വപരവും പ്രകൃത്യോന്മുഖവും ഒരുപക്ഷേ കാൽപ്പനികം പോലുമായ മാനങ്ങൾ, മറ്റു ചില സിരകൾ, ഞരമ്പുകൾ - രാഷ്ട്രീയം കൈ വിടാത്തപ്പോൾ തന്നെ - ഞങ്ങളുടെ അന്വേഷണത്തിന് ഉണ്ടായിരുന്നത് കൊണ്ടായിരിക്കണം. എന്റെ 'ഒടുവിൽ ഞാൻ ഒറ്റയാകുന്നു', കെ ജി ശങ്കരപ്പിള്ളയുടെ 'ഇനി ആരെങ്കിലും വരാനുണ്ടോ', യൂ പി ജയരാജിന്റെ 'നിരാശാഭരിതനായ ഒരു സുഹൃത്തിനു ഒരു കത്ത്' തുടങ്ങിയ രചനകളിൽ 'ഒരു ശേഷക്രിയ'യും 'പിതൃതർപ്പണവും' ഒപ്പം തന്നെ മറ്റു ചില എഴുത്തുകാരെപ്പോലെ ഇരുണ്ട സിനിസിസത്തിലേക്കും അസംതൃപ്തന്റെ മൂകനൈരാശ്യത്തിലേക്കും എഴുത്തു തുടരുന്നവരുടെ അസൂയാകലുഷിതമായ അവഹേളനങ്ങളിലേക്കും വീഴാതെ പ്രത്യാശ നിലനിർത്താനുള്ള ഹതാശമായ ശ്രമവും ഉണ്ടെന്നു ഞാൻ കരുതുന്നു. ഈ പ്രത്യാശയാകട്ടെ കേവലം ആത്മനിഷ്ഠമല്ല, നവറാഡിക്കൽ പ്രസ്ഥാനങ്ങളുടെ ആഗമനവുമായി ബന്ധപ്പെട്ടതാണ്.

സുകുമാരന്റെ കഥാലോകത്തെ ഒരു വിധം സമഗ്രമായിത്തന്നെ അദ്ദേഹത്തിന്റെ സമ്പൂർണ്ണ സമാഹാരത്തിന്റെ സുദീർഘമായ അവതാരികയിൽ ഞാൻ നോക്കിക്കാണാൻ ശ്രമിച്ചിട്ടുണ്ട്. മലയാള ചെറുകഥയുടെ ചരിത്രത്തിന്റെ സന്ദർഭത്തിൽ വെച്ച് സുകുമാരന്റെ കഥാലോകത്തെ അവലോകനം ചെയ്യുകയാണ് ഞാൻ അവിടെ ചെയ്തത്. 'മലയാള കവിതയിൽ എഴുപതുകളുടെ ആദ്യം ഒരു രാഷ്ട്രീയവത്കരണം നടക്കുകയുണ്ടായല്ലോ. അതിന്നു സമാന്തരമായ ഒരു രാഷ്ട്രീയവത്കരണത്തിലൂടെ കഥയിൽ രാഷ്ട്രീയമായ ആധുനികതയ്ക്ക് (പൊളിറ്റിക്കൽ മോഡേണിസം) ജന്മം നൽകിയെന്നതാണ് സുകുമാരന്റെ സാഹിത്യചരിത്രപരമായ പ്രാധാന്യം. നമ്മുടെ സാമൂഹ്യരാഷ്ട്രീയാവസ്ഥകൾ കഥയിൽ എക്കാലവും പ്രതിഫലിച്ചിട്ടുണ്ട്. പുരോഗമാന സാഹിത്യകാരന്മാർ ബോധപൂർവ്വം തന്നെ ഇത് നിർവഹിച്ചിട്ടില്ലെന്നും പറഞ്ഞു കൂടാ. എന്നാൽ പുരോഗമനസാഹിത്യകാരന്മാരിൽ നിന്നും വ്യത്യസ്തനായി, സാഹിത്യത്തിലെ ആധുനികതയുടെ സൗന്ദര്യാത്മകസംസ്കാരം ഉൾക്കൊണ്ട് തന്റെ കഥകളെ ലാവണ്യശിൽപ്പങ്ങളായി നിലനിർത്തിക്കൊണ്ടുതന്നെ ചരിത്രബോധത്തിന്റേതായ ഒരു മൂന്നാം കണ്ണ് തുറക്കുകയും സാമൂഹ്യ

വിപ്ലവത്തിന്റെ ഭാഗത്ത് നിലയുറപ്പിക്കുകയും ചെയ്തയാളാണ് സുകുമാരൻ.'

ആനന്ദ്, ടീ. ആർ, സക്കറിയ എന്നിവരെപ്പോലെ കഥയ്ക്ക് സുകുമാരൻ ധൈഷണികമാനം നൽകി എന്നും എന്നാൽ ആനന്ദിന്റെ കഥകളുടെ അകഥാസ്വഭാവമോ ടി.ആറിന്റെ അധിഭൗതികതയോ സക്കറിയയുടെ നൈരാശ്യബോധമോ സുകുമാരനിൽ ഇല്ലെന്നും അതിൽ ഞാൻ വ്യക്തമാക്കുന്നുണ്ട്. സുകുമാരൻ 65–66 കാലത്തെഴുതിയ 'വേപ്പിൻ പഴങ്ങൾ', 'അമ്പല വാതിലുകൾ' ഇവ തൊട്ടു 77–78 കാലത്തെഴുതിയ 'ജലജീവികളുടെ രോദന'വും 'അന്നന്നത്തെ അത്താഴ'വും വരെയുള്ള മുപ്പതു കഥകളെ ഞാൻ ആ അവതാരികയിൽ അപഗ്രഥിക്കുന്നുണ്ട്. ഈ കഥകൾ പ്രമേയം, രൂപം ഇവയുടെ പരിണാമത്തിന്റെ ദിശകളെ അടിസ്ഥാനമാക്കി നാല് ഘട്ടങ്ങളിൽ അഥവാ ഗണങ്ങളിൽ പെടുത്താം. ഏതെങ്കിലും വിധം ആത്മീയപീഡനം അനുഭവിക്കുന്ന ഏകാകികളും പരിത്യക്തരുമായ വ്യക്തികളെ അവതരിപ്പിക്കുന്ന ഭാവഗീതാത്മകയഥാതഥ (ലിറിക്കൽ റിയലിസ്റ്റ്) കഥകൾ (ഉദാ: വേപ്പിൻപഴങ്ങൾ, അമ്പലവാതിലുകൾ, പൊട്ടക്കിണർ, നക്ഷത്രരശ്മി, വഴിപാട്, രഥോത്സവം, തിത്തുണ്ണി, ലെവൽ ക്രോസ്, ആവരണം...), മാർക്സിയൻ ദർശനത്തിന്റെ അടിത്തറയിൽ ഐതിഹാസികമായ അന്തരീക്ഷം സൃഷ്ടിച്ച് ദൃഷ്ടാന്തകഥകളുടെയോ (പാരബ്ൾ) അന്യാപദേശത്തിന്റെയോ (അലിഗറി) രൂപം സ്വീകരിച്ച് കുറെയൊക്കെ അധ്യാപനസ്വഭാവത്തോടെ (ഡൈഡാക്റ്റിക്ക്) രചിക്കപ്പെട്ടവ (ചരിത്രഗാഥ, സംഘഗാനം, വിചാരണയ്ക്ക് മുൻപ്, ഭരണകൂടം, സിംഹാസനങ്ങളിൽ തുരുമ്പ്, അയൽരാജാവ്...), സമകാലിക രാഷ്ട്രീയ പ്രമേയങ്ങളെ മാന്ത്രികതയുടെ അംശം കലർത്തി ആവിഷ്കരിക്കുന്നവ (നാലാം യാമം, സംരക്ഷകരുടെ ത്രാസ്, തൂക്കുമരങ്ങൾ ഞങ്ങൾക്ക്, മരിച്ചിട്ടില്ലാത്തവരുടെ സ്മാരകങ്ങൾ, പർവ്വതങ്ങളെ നീക്കം ചെയ്ത വിഡ്ഢിയായ വൃദ്ധൻ, വെള്ളെഴുത്ത്...), നാടകീയ സ്വഗതാഖ്യാനത്തിന്റെയും ബോധധാരയുടെയും സമ്പ്രദായങ്ങൾ ഉപയോഗിച്ച് അധീശവർഗങ്ങളുടെയോ അതുമായി സന്ധി ചെയ്തവരുടെയോ മനോഘടന അപഗ്രഥിക്കുന്നവ (കുറ്റപത്രത്തിന് മറുപടി, കല്പവൃക്ഷത്തിന്റെ ഇല, അന്നന്നത്തെ അത്താഴം, സിംഹം, ജലജീവികളുടെ രോദനം).

ആദ്യകഥകളിൽ തന്നെ സുകുമാരന്റെ പിത്കാല പരിണാമത്തിന്റെ സൂചനകളുണ്ട്. അവയിൽ മിക്ക കഥാപാത്രങ്ങളും കീഴാളവർഗത്തിൽ നിന്ന് വരുന്നവരോ താണ മധ്യവർഗക്കാരോ ആണ്, ശരീരം വിൽക്കേണ്ടി വരുന്നവർ മുതൽ ഭക്തിയിൽ വ്യഥാശ്വാസം തേടുന്നവർ വരെ അവയിലുണ്ട്. രതി മുതൽ ആധ്യാത്മികത വരെയുള്ള ഭിന്നഭാവങ്ങൾ അവയിൽ കാണാം. രൂപകങ്ങളും പ്രതീകങ്ങളും

പ്രകൃതിവർണ്ണനകളും കൊണ്ട് കാവ്യസമ്പന്നമാണ് അവ. കുട്ടികൾ അവയിൽ ധാരാളമായി പ്രത്യക്ഷപ്പെടുന്നു. 'തിത്തുണ്ണി' ഒരു നല്ല ഉദാഹരണം. അല്ലെങ്കിൽ 'ആവരണ'ത്തിലെ വേലക്കാരി പെൺകുട്ടി. ഊമകൾ, വന്ധ്യകൾ, ലൈംഗിക തൊഴിലാളികൾ, മുടന്തർ, രോഗികൾ, വൃദ്ധകൾ, തിരസ്കൃതർ, ആഗ്രഹം നിറവേറാത്തവർ, വഞ്ചിക്കപ്പെട്ടവർ. അവരാണ് ഈ കഥകളിൽ കാണുക. അവർ അറുപതുകളിലെ ആധുനിക കവിതകളിൽ നാം കണ്ട സ്വത്വാന്വേഷികളോ അസ്തിത്വദുഃഖം അനുഭവിക്കുന്നവരോ അല്ല. യഥാർത്ഥവ്യഥകൾ കൊണ്ട് പീഡിപ്പിക്കപ്പെടുന്നവരാണ്.

വിമോചിപ്പിക്കപ്പെടേണ്ട മനുഷ്യരുടെ ഈ കഥകളിൽ നിന്ന് പീഡനത്തിന്റെ ഹേതുക്കൾ അന്വേഷിച്ചുള്ള നീക്കത്തിലാണ് സുകുമാരന്റെ കഥകൾ രാഷ്ട്രീയവത്കരിക്കപ്പെടുന്നത്. അതോടെ ചൂഷണത്തിന്റെ വ്യവസ്ഥാരഹസ്യങ്ങൾ മറ നീക്കപ്പെടുന്നു. ധനവും അധികാരവും തമ്മിലുള്ള ബന്ധങ്ങൾ, ഭരണകൂടത്തിന്റെ തനിനിറം, അവകാശങ്ങളെ അമർച്ച ചെയ്യുന്നതിൽ ഉദ്യോഗസ്ഥമേധാവികളുടെയും പൊലീസിന്റെയും പങ്ക്, വിപ്ലവകാരികൾക്ക് നേരിടേണ്ടി വരുന്ന പീഡനങ്ങൾ, പ്രക്ഷോഭത്തിന്റെ നൈതികത, മറ്റൊരു സമൂഹം സാധ്യമാണെന്ന വിശ്വാസത്തിന്റെ കരുത്ത്, ഇടതുപക്ഷത്തിന്റെ അപചയവും ജനങ്ങളിൽ നിന്നുള്ള അകൽച്ചയും ആദർശ ഭ്രംശവും - ഇവയൊക്കെ ദൃഷ്ടാന്തകഥകളും രൂപകങ്ങളും അന്യാപദേശങ്ങളും സ്വഗതാഖ്യാനങ്ങളുമായി പ്രത്യക്ഷമാകാൻ തുടങ്ങുന്നു. അതിലൂടെ ഒരു 'പ്രതിസൗന്ദര്യതത്ത്വം' രൂപം കൊള്ളുന്നു.

കല അതിന്നു തന്നെ പ്രശ്നമാകുമ്പോഴാണ് അന്യാപദേശവത്കരണം സംഭവിക്കുന്നതെന്ന് വാൾടർ ബെന്യാമിൻ പറയുന്നത് ഓർമ്മ വരുത്തുന്ന കഥകളാണ് ഇക്കാലത്ത് സുകുമാരൻ എഴുതിയത്. പരിവർത്തനത്തിന്റെ വഴി അന്വേഷിക്കുമ്പോൾ കഥാകാരൻ വഴിയിലെ തടസ്സങ്ങളിൽ എത്തിപ്പെടുന്നു. 'അയൽരാജാവ്', 'വെള്ളെഴുത്ത്' മുതലായ കഥകൾ അങ്ങനെ ലോകത്തിന്റെ ഭീകരതയുടെ പ്രത്യക്ഷീകരണത്തിൽ നിന്ന് പ്രതിപക്ഷത്തിന്റെ ദൗർബല്യങ്ങളുടെ സാക്ഷ്യം എന്ന നിലയിലേക്ക് പരിണമിക്കുന്നു. ഒപ്പം വരാൻ പോകുന്ന ഫാസിസത്തിന്റെ പ്രവചനങ്ങളായും കഥകൾ മാറുന്നു. അടിയന്തിരാവസ്ഥ അത്തരം ഒരു അപഗ്രഥനത്തിന്റെ കാലമായിരുന്നു. 'ജലജീവികളുടെ രോദന'ത്തിലെ ജയകൃഷ്ണൻ (ജയറാം പടിക്കൽ) റീഹ് പറയുന്ന സാഡിസ്റ്റായ 'അഥോറിറ്റേറിയൻ പേഴ്സനാലിറ്റി'യുടെ തനിരൂപമാണ്.

സ്റ്റാലിന്റെ റഷ്യയിൽ ജനാധിപത്യ കേന്ദ്രീകരണം ഉദ്യോഗസ്ഥമേധാവിത്ത കേന്ദ്രീകരണമായത് നമുക്കറിയാം. ആ മാറ്റം ഇന്ത്യൻ

കമ്മ്യൂണിസ്റ്റ് പാർട്ടികളിലുംസംഭവിക്കുന്നത് സുകുമാരൻ കാണുന്നു. സ്വാനുഭവവും അതിന്നു പിറകിൽ ഉണ്ടാകാം. മധ്യവർഗത്തിന്റെ വിപ്ലവനാട്യവും ഇക്കാലത്തെ കഥകളിൽപരിഹാസ വിധേയമാകുന്നുണ്ട്. അധികാരത്തിന്റെ പ്രശ്നത്തെ സംഘടനയുടെ അപചയവുമായി ബന്ധപെടുത്തുന്നു 'അന്നന്നത്തെ അത്താഴം' പോലുള്ള കഥകളിൽ. പാർട്ടി ഇടത്തരക്കാരുടെ കയ്യിൽ അമരുമ്പോൾ നിസ്വവർഗം അന്യരാകുന്നത് 'കുറ്റപത്രത്തിന് മറുപടി'യിൽ കാണാം. സുകുമാരന്റെ പിൽക്കാല കഥകളിൽ ക്രൂരമായ ഒരു നർമ്മബോധവും ശൈലീപരമായ ഒരു പുതിയ ഖരതയും ശില്പാത്മകതയും പ്രകടമാവുന്നുണ്ട്.

'ശേഷക്രിയ', 'പിതൃതർപ്പണം' എന്നീ ദീർഘാഖ്യാനങ്ങൾ സുകുമാരന്റെ കഥകളുടെ സ്വാഭാവിക പരിണാമം ആണ്. 'ശേഷക്രിയ' ഔദ്യോഗിക ഇടതുപക്ഷം എങ്ങിനെ സാമാന്യജനതയിൽ നിന്ന് അകന്നു പോയിരിക്കുന്നു എന്ന് പരിശോധിക്കുന്നു. അതിന്റെ ലക്ഷ്യങ്ങളും ഗതികളും ആദർശങ്ങളും അപചയത്തിന് വിധേയമാകുന്നത് കഥാകൃത്ത് കാണുന്നു. 'പിതൃതർപ്പണ'ത്തിൽ ആദർശ വാദിയായ വിപ്ലവകാരി ആത്മഹത്യ ചെയ്യുന്നതു അവതരിപ്പിക്കുന്നതിലൂടെ സർഗാത്മകത നഷ്ടപ്പെട്ട രാഷ്ട്രീയത്തോടും, അതു കൊണ്ടു തന്നെ തന്റെ എഴുത്തിനോടും സുകുമാരൻ വിട പറയുന്നു. പ്രസ്ഥാനത്തിൽ നിന്ന് അന്യവത്കരിക്കപ്പെടുന്ന കുഞ്ഞയ്യപ്പനും താൻ തീർത്തും നോർമ്മൽ ആണെന്ന് പിറുപിറുത്തു കൊളുത്തിൽ ജീവനൊടുക്കുന്ന ശ്രീകുമാരമേനോനും ഒരു വലിയ പ്രത്യാശയുടെ അന്ത്യത്തിന്റെ സൂചനകളാണ്. കാഫ്കയുടെ കഥകളെ ബ്ലോഹ്, ഫിഷർ, ബെന്യാമിൻ തുടങ്ങിയവർ വായിച്ചതു പോലെ വരാനിരിക്കുന്ന ഇരുണ്ട ദിനങ്ങളുടെ പ്രവചനമായും ഇന്ന് അവയെ നമുക്ക് വായിക്കാൻ കഴിയും.

എം സുകുമാരൻ രചനയിൽ ഏർപ്പെട്ട രണ്ടു പതിറ്റാണ്ടിന്റെ സമൂഹപരിണാമം അദ്ദേഹത്തിന്റെ കഥകളിൽ ഇനിയും തലമുറകൾ വായിച്ചെടുക്കും; നീതിക്ക് വേണ്ടി മനുഷ്യർ പോരാടുന്നിടത്തോളം കാലം അവ പ്രസക്തമായി തുടരുകയും ചെയ്യും.

സമൂഹത്തിന്റെയും ഭാഷയുടെയും വീണ്ടെടുപ്പുകൾ: ഇന്ത്യൻ ചെറുകഥയുടെ ഭൂതവും വർത്തമാനവും

2002ൽ പാരീസിലെ 'സോംത്യ നാസ്സിയോനാൽ' (ദേശീയ പുസ്തക കേന്ദ്രം) ഓഫീസിൽ വെച്ച് മാർക്ക് ബോദോ എന്ന യുവസാഹിത്യ പ്രേമിയുമായി നടന്ന ഒരു സംഭാഷണം ഞാൻ ഓർക്കുന്നു. സാഹിത്യ അക്കാദമിക്കു ഒരു ഫ്രഞ്ച് ചെറുകഥാസമാഹാരം ഇംഗ്ലീഷിലോ ഹിന്ദിയിലോ പ്രസിദ്ധീകരിക്കാൻ ആഗ്രഹമുണ്ടെന്നും പകരം ഒരു ഇന്ത്യൻ കഥാസമാഹാരം അവർ പ്രസിദ്ധീകരിക്കാമോ എന്നും ഞാൻ അയാളോട് അന്വേഷിച്ചു. അയാൾ പൊട്ടിച്ചിരിച്ച് പറഞ്ഞു. 'ചെറുകഥയോ? ഇപ്പോൾ ഫ്രാൻസിൽ ആരും ചെറുകഥ എഴുതുന്നില്ല.' ഞാൻ അത്ഭുതം കൂറി. സോളയും ബാൽസക്കും ഗോഷിയെയും സാർത്രും കമ്യുവും ജീവിച്ചിരുന്ന ഫ്രാൻസിൽ ചെറുകഥ മരിച്ചെന്നോ? നോവലുകൾ മാത്രമേ എഴുതപ്പെടുന്നുള്ളൂ എന്നോ? അയാൾ അല്പം അതിശയോക്തി പ്രയോഗിച്ചതാണെന്ന് എനിക്ക് മനസ്സിലായി. എങ്കിലും അത് ഒരു സൂചനയായിരുന്നു.

ഭാഗ്യവശാൽ ഇന്ത്യൻ ഭാഷകളിൽ, ഇംഗ്ലീഷ് ഉൾപ്പെടെ - ഞാൻ ഇതാ സൈറസ് മിസ്ത്രിയുടെ 'പാഷൻ ഫ്ളവർ' എന്ന ഏഴു ഒന്നാന്തരം കഥകളുടെ സമാഹാരം വായിച്ചു തീർത്തതേയുള്ളൂ - ഇന്നും ചെറുകഥ ഏറ്റവും സജീവമായ, വളരുന്ന, ഒരു സാഹിത്യരൂപമാണ്. മലയാളം തന്നെ അതിന്റെ ഏറ്റവും നല്ല ഉദാഹരണം. കേരളീയ സമൂഹത്തിന്റെ വൈകാരികചരിത്രവും ആഖ്യാനമാതൃകകളും നോവലിനേക്കാൾ നന്നായി പ്രതിഫലിപ്പിക്കുന്നത് ചെറുകഥകൾ ആണ്, നമ്മുടെ പല നോവലിസ്റ്റുകളുടെയും പ്രതിഭ, നോവലുകളെക്കാൾ നന്നായി ആവിഷ്കരിക്കുന്നതും അവരുടെ ചെറുകഥകൾ തന്നെ.

ഇന്ത്യയ്ക്ക് സുദീർഘമായ ഒരു ആഖ്യാനപാരമ്പര്യമുണ്ട്, യഥാർത്ഥവും അയഥാർത്ഥവും പിണഞ്ഞു ചേരുന്ന ഒന്നാണ് അത്.

സംസാരിക്കുന്ന വസ്തുക്കളും വൃക്ഷങ്ങളും മൃഗങ്ങളുമുള്ള പ്രാചീന കഥകളിൽ വിക്രമാദിത്യൻ കഥകൾ, ബൃഹത്കഥ, ബൃഹത്കഥാ മഞ്ജരി, കഥാസരിത്സാഗരം, ജാതകകഥകൾ, വസുദേവഹിന്ദി തുടങ്ങിയവയിൽ സമാഹരിക്കപ്പെട്ട കഥകൾ ഈ മിശ്രണം കാണാം. ഒപ്പം അവയെല്ലാം പലതരം ആഖ്യാന മാതൃകകളും സൃഷ്ടിച്ചു.

തുടർക്കഥകൾ, തരംഗരൂപമായി ഉയർന്നുയർന്നു വരുന്ന കഥകൾ, കടംകഥകൾ പോലെ വിഷമിപ്പിക്കുന്ന ചോദ്യം ചോദിക്കുന്ന കഥകൾ, ഒരു നായകൻ തന്നെ പല ജന്മങ്ങൾ എടുത്തു പല തരം ജീവിതം അനുഭവിക്കുന്ന കഥകൾ, നീതിസാരം നൽകുന്ന നാടോടിക്കഥകൾ: മഹാഭാരതം പോലും ചില പൊതു കഥാപാത്രങ്ങളെ ഒഴിച്ചു നിർത്തിയാൽ നൂറ്റാണ്ടുകളിലൂടെ വളർന്നു പന്തലിച്ച പല കഥകളുടെ - കുരു, പുരു, നാഗവംശകഥകളുടെ - ഒരു കൂട്ടമാണെന്ന് കാണാം.

ഗദ്യം അധികം വികസിക്കാത്ത ഭാഷകളിൽ പദ്യരൂപത്തിലാണ് കഥകൾ ആദ്യം ഉണ്ടായതെന്നും നമുക്കറിയാം, അപഭ്രംശത്തിലെ ജൈന തീർഥങ്കരന്മാരെക്കുറിച്ചുള്ള 'ചരിതകാവ്യങ്ങൾ', നാടോടിക്കഥകൾ പോലുള്ള'കഥാകാവ്യങ്ങൾ', സാരാംശ പ്രധാനമായ 'വ്രതകാവ്യങ്ങൾ', പ്രണയകഥകൾ പറയുന്ന കാൽപ്പനിക കാവ്യങ്ങൾ തുടങ്ങിയവ ഉദാഹരണം. പാലിയിൽ ഗദ്യകഥകളും, 'ഗാഥകൾ' എന്നറിയപ്പെട്ട പദ്യകഥകളും ഉണ്ടായിരുന്നു. ഓരോ ഭാഷയ്ക്കും ഇത്തരം കഥനപാരമ്പര്യം ഉണ്ടായിരുന്നു, ഉദാഹരണത്തിന്, ആസ്സമിയയിൽ 'ബുരുഞ്ജി'കൾ എന്നറിയപ്പെടുന്ന പഴയ സാഹിത്യരൂപത്തിലാണ് ചെറുകഥയുടെ വേരുകൾ. ബാംഗ്ലയിൽ 'ചര്യാഗീതി'കളിൽ. മറാത്തിയിൽ വീരഗാഥകളും ആഖ്യാനങ്ങളും മഹാനുഭാവ സന്ന്യാസികളുടെ ഗദ്യവുംവരെ പോകുന്നു ഈ പാരമ്പര്യം.

അകന്നു നിന്ന് ജീവിതം നിരീക്ഷിക്കാനുള്ള മാർഗങ്ങൾ എന്ന നിലയിലാണ് നമ്മുടെ ആഖ്യാനപാരമ്പര്യം പലതരം രചനാസങ്കേതങ്ങൾ വികസിപ്പിച്ചത്. അറബിക്കഥകൾ പോലെ അയഞ്ഞ ഘടനയുള്ള - ഷെഹരസാദേ ആണല്ലോ ആ കഥകൾക്ക് തുടർച്ച നൽകുന്നത് - തുടർസമ്പ്രദായം ആണ് അവയിൽ പലപ്പോഴും കാണുക. ബാണഭട്ടന്റെ 'കാദംബരി' ആകുമ്പോഴേക്കും നമുക്ക് സ്വന്തമായ ഒരു നോവൽ സങ്കൽപ്പവും വികസിക്കുന്നുണ്ട്. താൻ 'കയർ' എഴുതാൻ മാതൃകയായി കണ്ടത് മഹാഭാരതമാണ് എന്ന് തകഴി പറഞ്ഞിട്ടുണ്ടല്ലോ. പത്തൊമ്പതാം നൂറ്റാണ്ടിൽ ഇംഗ്ലീഷിന്റെ വരവോടെ നാം പാശ്ചാത്യകഥാകഥന സമ്പ്രദായങ്ങളുമായി പരിചയം നേടി. അപ്പോളും നമ്മുടെ ആദ്യകാല ചെറുകഥകൾ പിന്തുടർന്നത് പഴയ ഇന്ത്യൻ രീതികൾ ആയിരുന്നു എന്ന് കാണാം.

ഓരോ ഇന്ത്യൻ ഭാഷയിലും ഓരോ രീതിയിലാണ് ചെറുകഥകൾ ആരംഭിച്ചത്, മിക്ക ഭാഷകളിലും ചെറുകഥയ്ക്ക് നൂറിൽ ഏറെ വർഷം പഴക്കമുണ്ട്. ഓരോ ഭാഷയിലും വ്യത്യസ്തരീതികളിൽ ആണ് കഥ വളർന്നു പരിണമിച്ചതെങ്കിലും, മുഖ്യഭാരതീയ ഭാഷകൾ പരിശോധിച്ചാൽ ചില പൊതുമാതൃകകളും കണ്ടെത്താൻ കഴിയും. എല്ലായിടത്തും ഇംഗ്ലീഷിന്റെ വ്യാപനത്തോടെ തന്നെയാണ് ആധുനികചെറുകഥ എഴുതപ്പെടാൻ തുടങ്ങുന്നത്. ആസ്സാമിൽ ലക്ഷ്മീനാഥ് ബെസ്ബറുവാ, നഗേന്ദ്ര നാരായൺ ചൗധുരി, ശരത് ചന്ദ്രഗോസ്വാമി തുടങ്ങിയവരാണ്, ഇരുപതാം നൂറ്റാണ്ടിന്റെ ആരംഭത്തിൽ, ഗ്രാമീണ സാമൂഹ്യജീവിതം പ്രതിഫലിപ്പിക്കുന്ന ലളിതമായ കഥകളുമായി ആദ്യം രംഗത്തെത്തിയത്.

ലക്ഷ്മീകാന്ത് ഫൂക്കന്റെ 'മഹിമാമയി' പോലുള്ള കഥകൾ മധ്യവർഗത്തിന്റെ ആശങ്കകളും ദൈന്യങ്ങളും നർമബോധവും അനുതാപവും കലർത്തി അവതരിപ്പിച്ചു. ലക്ഷ്മീധർ ശർമയാണ് 1930–34 കാലത്ത് ആദ്യമായി സ്ത്രീവിമോചനത്തിൽ ഊന്നുന്ന കഥകൾ രചിച്ചത്. ഈ പൈതൃകം പിന്നീട് ബീണാ ബറുവാ, രാമാദാസ്, ഇന്ദിരാ ഗോസ്വാമി തുടങ്ങിയവർ വികസിപ്പിച്ചു. ത്രൈലോക്യനാഥ് ഗോസ്വാമി സമൂഹനീതിയെ ചോദ്യം ചെയ്യുന്ന ശക്തമായ കഥകൾ എഴുതി. പിതാവ് ആരെന്നറിയാത്ത രത്തന്റെ സങ്കടവും, (ജയരാജ് എന്ന കഥ) വിധവകളായ ഒരു അമ്മയുടെയും മകളുടെയും അനുഭവങ്ങളും (വിധവ), രണ്ടാം ലോക മഹായുദ്ധത്തിനു ശേഷമുള്ള ജനതയുടെ കഷ്ടപ്പാടുകളും (മരീചിക) അദ്ദേഹം വിഷയമാക്കി. സയദ് അബ്ദുൾ മാലിക് കഥയിലേക്ക് മനോവിജ്ഞാനീയത്തിന്റെ ഉൾക്കാഴ്ചകൾ കൊണ്ട് വന്നു. ദീനാനാഥ് ശർമ വിവാഹബാഹ്യ പ്രണയം പ്രമേയമാക്കി, ഹേമെൻ ബോർഗോഹൈൻ ലൈംഗികത മനോഹരമായി കൈകാര്യം ചെയ്തു. സാരനാഥ് സൈകിയ, ജീർണ്ണ സമൂഹത്തെ പരിഹസിക്കുന്നു. മഹിം ബോറ, ഭബെൻ സൈകിയ, ലക്ഷ്മീനാഥ് ബോറ, അതുലാനന്ദ് ഗോസ്വാമി, മനോജ് കുമാർ ഗോസ്വാമി തുടങ്ങിയവർ കഥയെ ആധുനികീകരിച്ചു സമൃദ്ധമാക്കിക്കൊണ്ടിരിക്കുന്നു. ഇവിടെ പരിഭാഷ ചെയ്യപ്പെട്ട മനോജ്കുമാർ ഗോസ്വാമിയുടെ കഥ ആസ്സാമിന്റെ തിളച്ചു മറിയുന്ന ചരിത്രത്തിന്റെ ഒരു ഖണ്ഡം വികാരവത്തായി ആവിഷ്കരിക്കുന്നു.

ബംഗാളിക്കുമുണ്ട് ചെറുകഥയുടെ ഒരു ദീർഘചരിത്രം. ബങ്കിം ചന്ദ്രയും സഹോദരൻ പൂർണ്ണചന്ദ്രയും സ്വർണ്ണകുമാരീദേവിയും നാഗേന്ദ്ര നാഥ് ഗുപ്തയും എല്ലാം കഥയ്ക്ക് തുടക്കമിട്ടുവെങ്കിലും രബിന്ദ്ര നാഥ് ടാഗൂറിന്റെ കയ്യിലാണ് അത് ഒരു കലാരൂപമായി മാറിയത്. അനുവാചകനെ ഒരുക്കാതെ പെട്ടെന്നുള്ള തുടക്കം,

നിസ്സാരമെന്നു തോന്നുന്ന സംഭവം, മുഴുക്കഥയ്ക്ക് പകരം ജീവിതത്തിന്റെ മിന്നലാട്ടങ്ങൾ.

'പോസ്റ്റ് മാസ്റ്ററിൽ' തന്നെ ടാഗൂർ കഥയുടെ സങ്കേതം നന്നായി ആവാഹിച്ചെടുത്തു. പിന്നെ അമ്പതു വർഷത്തിനിടെ നൂറു കഥകൾ, ലളിതവും സങ്കീർണ്ണവും, ആഖ്യാനപ്രധാനവും ഭാവപ്രധാനവും, പ്രകൃതിയും മനുഷ്യനും, പ്രഭുക്കളും കർഷകരും: വൈവിധ്യം നിറഞ്ഞതായിരുന്നു ആ കഥാപ്രപഞ്ചം. പ്രേമേന്ദ്രമിത്രയും ജഗദീഷ് ഗുപ്തയും മറ്റും ഉൾപ്പെട്ട 'കല്ലോൽ' ഗ്രൂപ്പ്, ഒപ്പം, മാണിക് ബന്ദോപാധ്യായ്, താരാ ശങ്കർ ബാനർജീ, ബിഭൂതിഭൂഷൻ എന്നീ നോവലിസ്റ്റുകൾ, പരശുരാം, ബനഫൂൽ തുടങ്ങിയവർ കഥയെ ഏറെ മുന്നോട്ടുകൊണ്ടുപോയി ബംഗാളിമനസ്സിന്റെ എല്ലാ ഭാവങ്ങളും ആവിഷ്കരിക്കാൻ കഥയെ പ്രാപ്തമാക്കി. നരേന്ദ്രനാഥ് മിത്രയും മഹാശ്വേതാ ദേവിയും സമരേഷ് ബസുവും ബിമൽകറും തുടർന്ന് വന്ന ആധുനികരും കഥയുടെ രൂപശൈലികൾ മാറ്റിയെടുത്തു. ചിലപ്പോൾ സംഭവങ്ങൾ തന്നെ വെണ്ടെന്നു വെച്ച് മാനസികാവസ്ഥകളിൽ കേന്ദ്രീകരിച്ചു. ഇപ്പോൾ രാംകുമാർ മുതൽ സോഹ്രാബ് ഹുസൈൻ വരെയുള്ള എഴുത്തുകാരിലൂടെ കഥ സൈബർ കാലത്തേക്ക് കടന്നിരിക്കുന്നു.

ഗുജറാത്തിയിൽ ഝാവേർ ചന്ദ് മേഘാനിയിലും പന്നാലാൽ പട്ടേലിലും ചുനിലാൽ മോഡിയിലും ജയന്ത് ഖത്രിയിലും കൂടി പക്വമായ റിയലിസം, സുരേഷ് ജോഷിയുടെ വരവോടെ ആധുനികമായ പരീക്ഷണാത്മകതയ്ക്കു വഴി മാറി. ഇന്നു വർഷ അദാല്ജ, ഹിമാൻഷി ഷേലാത്, ധിരുബെൻ പട്ടേൽ തുടങ്ങിയ എഴുത്തുകാരികളിലും, ജയന്ത് പാർമർ, ജോസഫ് മക്വാൻ, ഹരീഷ് മംഗലം തുടങ്ങിയ ദളിത് കഥാകാരന്മാരിലും കൂടി കഥ കീഴാളജീവിതത്തിലേക്ക് തിരിച്ചു വന്നിരിക്കുന്നു. ഹിന്ദിയിൽ പ്രേമ്ചന്ദ് വികസിപ്പിച്ച വിമർശനാത്മക റിയലിസം മോഹൻ രാകേഷ്, രാജേന്ദ്ര യാദവ്, കമലേശ്വർ തുടങ്ങിയവരുടെ 'നയീ കഹാനി'യിലേക്കും ഉദയ് പ്രകാശിനെപ്പോലുള്ളവരുടെ രൂക്ഷമായ ആക്ഷേപഹാസ്യത്തിലേക്കും വളർന്നു. ഒപ്പം മൃണാൾ പാണ്ഡേ, മൃദുലാ ഗർഗ്, ഗീതാഞ്ജലിശ്രീ തുടങ്ങിയവർ സ്ത്രീകഥകൾ എഴുതുന്നു, അജയ് നവാരിയയെപ്പോലുള്ള ദളിത് കഥാകാരന്മാർ പുതിയ ആത്മവിശ്വാസത്തോടെ നർമം കലർത്തി സവർണമേധാവികളെയും ഉദ്യോഗസ്ഥപ്രമാണികളേയും വിമർശിക്കുന്നു. അബ്ദുൽ ബിസ്മില്ലായുടെ കഥകൾ വർഗീയതയെ രൂക്ഷമായി പരിഹസിക്കുകയും അതിന്റെ വേരുകളിലേക്ക് സഞ്ചരിക്കുകയും ചെയ്യുന്നവയാണ്.

മറാത്തിയിൽ എച്ച്.എൻ. ആപ്തെ, വീ.എസ്. ഗുർജാർ, എൻ.എസ്. ഫാട്കെ, വി.എസ്. ഖാണ്ഡേക്കർ, പീ. കെ. ആത്രേ തുടങ്ങിയവർ

ആരംഭിച്ച കഥാകഥനരീതികളെ 1945ൽ രംഗപ്രവേശം ചെയ്ത ഡീ. ബി. മൊകാഷി, ഗംഗാധർ ഗാഡ്ഗിൽ, അരവിന്ദ് ഗോഖലെ, വ്യങ്കടെഷ് മാട്ഗൂൽകർ തുടങ്ങിയവർ ചോദ്യം ചെയ്തു, ബാഹ്യസംഭവങ്ങളിൽ നിന്ന് ആന്തരികചലനങ്ങളിലേക്ക് കഥ ശ്രദ്ധ തിരിച്ചു. ജി. എ. കുൽക്കർണിയുടെ വരവോടെ മറാഠിചെറുകഥ ഉയരങ്ങളിൽ എത്തി.

അറുപതുകളിൽ ജയന്ത് ദാൽവി, ദിലീപ് ചിത്രേ തുടങ്ങിയവർ ആധുനിക പരീക്ഷണങ്ങളിൽ ഏർപ്പെട്ടു. ബാബുറാവു ബാഗുൽ, ദയാ പവാർ, അർജുൻ ഡാംഗ്ലെ, അന്നഭാവ് സാത്തെ, കേശവ് മേഷ്രാം തുടങ്ങിയവർ അംബേദ്കർ ചിന്തയുടെയും ദളിത് പാന്തർ പ്രസ്ഥാനത്തിന്റെയും സ്വാധീനത്തിൽ ശക്തമായ ദളിത് ആഖ്യാനങ്ങൾ നടത്തിയപ്പോൾ ഗൗരി ദേശ്പാണ്ടേ, ആഷാ ബാഗെ, വസുധാ പാട്ടീൽ, വിജയാ രാജാധ്യക്ഷാ, കമൽ ദേശായി, ആശാ കർദലേ തുടങ്ങിയവർ സ്ത്രീയുടെ ശരീരവും മനസ്സും സാമൂഹ്യവിവേചനവും പ്രമേയമാക്കി.

ഒറിയയിൽ ഫകീർ മോഹൻ സേനാപതിയാണ് ആദ്യത്തെ ആധുനിക കഥാകൃത്ത് എന്ന് പറയാം. 1898ൽ അദ്ദേഹം രചിച്ച 'രേബതി' ആണ് ഒരു നാടൻ പെൺകുട്ടിയും സ്കൂൾ ടീച്ചറുമായുള്ള ദുരന്ത പ്രണയകഥ ആദ്യത്തെ ലക്ഷണമൊത്ത ചെറുകഥയായി കരുതപ്പെടുന്നത്. കാളിന്ദീചരൺ പാണിഗ്രാഹി, ഗോപിനാഥ് മോഹന്തി, ശന്തനു ആചാര്യ, നീലമണി സാഹൂ, മനോജ്ദാസ് തുടങ്ങിയവരിലൂടെ കഥയുടെ അലകും പിടിയും മാറി. പാശ്ചാത്യ സാഹിത്യകാരന്മാരുടെ - അല്ലൻ പോ, ഓ. ഹെൻറി, വർജീനിയാ വൂൾഫ് - സ്വാധീനം ഇവരുടെയും തുടർന്ന് വന്ന ഹരപ്രസാദ് ദാസ്, രബി പടനായിക്, ചന്ദ്രശേഖർ രഥ് തുടങ്ങിയവരുടെയും കഥകളിൽ കാണാം. പ്രതിഭാ റായ്, യശോധരാ മിശ്ര, പരമിതാ സത്പതി തുടങ്ങിയവർ സ്ത്രീകഥകളുടെ ആഖ്യാതാക്കളാണ്.

ഡോഗ്രിയിലും കാശ്മീരിയിലും ചെറുകഥ ആരംഭിക്കുന്നത് ഇന്ത്യ സ്വതന്ത്രമാവുന്നതോടോപ്പമാണ്. ദീനാനാഥ് നദീം, മൊഹമ്മദ് റോഷൻ അഖ്തർ മോഹിയുദ്ദീൻ, അമീൻ കാമിൽ , ജീ. ആർ. സന്തോഷ്, ഗുൽഷൻ മജീദ്, ഇക്ബാൽ ഫഹീം തുടങ്ങിയവർ കാശ്മീരി കഥയെ മറ്റു ഭാഷകൾക്കൊപ്പം നവീകരിക്കയും ജനകീയമാക്കുകയും ചെയ്തിരിക്കുന്നു. മാടൻ മോഹൻ ശർമ, വേദ് രാഹി, ഓം ഗോസ്വാമി, മനോജ്, ബന്ധു ശർമ തുടങ്ങിയവർ ഡോഗ്രി കഥയ്ക്ക് ഭിന്നഭാവങ്ങളും ഭാഷകളും നൽകി.

പഞ്ചാബി ചെറുകഥ, നാനാക്ക് സിങ്ങിലും മറ്റും തുടങ്ങുന്നുണ്ടെങ്കിലും അതിന്റെ സ്വന്തം ശൈലിയുംരീതിയും കണ്ടെത്തുന്നത് കെ.എസ്. ദുഗ്ഗൽ, സന്ത് സിംഗ് ശേഖോൻ, മൊഹീന്ദർ സിംഗ്

സർണ, ദേവീന്ദർ സത്യാർഥി, കുൽവന്ത്സിംഗ് വിർക്ക്, ഗുർ ചരൻ സിംഗ് തുടങ്ങിയവരിലാണ്. ഇവരിൽ ഏറെ പേരും പുരോഗമന സാഹിത്യത്തിന്റെ വക്താക്കൾ ആയിരുന്നു.

അമൃതാ പ്രീതം, ദലീപ് കോർ തീവാണ എന്നിവരുടെ വരവോടെ ശക്തരായ നായികമാർ രംഗത്ത് വന്നു. ഈ പാരമ്പര്യം ഏറ്റെടുത്തു അതിനു ഒരു രാഷ്ട്രീയമാനം നൽകുകയാണ് അജീത് കൗർ ചെയ്യുന്നത്. പ്രേമ്ചന്ദിലും സോഷ്യലിസ്റ്റുകളായ സമകാലീനരിലും ആരംഭിച്ച ഉർദു ചെറുകഥയിൽ 'അംഗാരെ' എന്ന സമാഹാരമാണ് ഒരു പുതിയ വഴിത്തിരിവുണ്ടാക്കിയത്. അഹ്മദ് ആലി, സജ്ജദ് സഹീർ തുടങ്ങിയവരുടെ ഈ കഥകൾ യൂറോപ്പിലെ പല പ്രസ്ഥാനങ്ങളും വായനക്കാർക്ക് പരിചയപ്പെടുത്തി. ഉപേന്ദ്രനാഥ്അഷ്ക്ക്, ഇസ്മത് ചുഗ്തായ്, കൃഷൻ ചന്ദർ, രജീന്ദർ സിംഗ് ബേദി തുടങ്ങിയവർ തിളച്ചു മറിയുന്ന ഒരു വിപ്ലവകാലം കഥയിൽ അടയാളപ്പെടുത്തി. അൻവർ സജ്ജദ്,സുരേന്ദ്ര പ്രകാശ്, ബൽരാജ് മന്റ,റഷീദ് അംജദ് തുടങ്ങിയവർ ആധുനികതയുടെ വക്താക്കൾ ആയിരുന്നു. ജിലാനി ബാനോ, അൻവർ ഖാൻ, ദേവീന്ദർ ഇസ്സർ, അബ്ദുസ്സമദ്, സയെദ് മുഹമ്മദ് അശ്രഫ് തുടങ്ങിയവർ സുഘടിതമായ മനുഷ്യാഖ്യാനങ്ങളെ ചെറുകഥയിലേക്ക് തിരിച്ചു കൊണ്ട് വന്നു.

ദക്ഷിണഭാരതത്തിൽ ചെറുകഥയ്ക്ക് ഒരു നൂറ്റാണ്ടിലേറെ പഴക്കമുണ്ട്. കന്നടത്തിൽ ചെറുകഥ - സന്ന കതെ - മാസ്തി വെങ്കടേഷ അയ്യങ്കാരിൽ ആണ് ആദ്യം പൂവിടുന്നതു എന്ന് പറയാം. മാസ്തിക്കു ഒട്ടേറെ പിന്തുടർച്ചക്കാർ ഉണ്ടായി. കുവേമ്പു ഉൾപ്പെടെ ചിലരാണ് വഴി മാറി നടന്നത്. മനോവിശകലനം, ഭാവഗീതാത്മകത, വാമൊഴിയുടെ ഉപയോഗം മുതലായവയായിരുന്നു 'നവോദയ' (കാൽപ്പനിക) പ്രസ്ഥാനത്തിലെ കഥകളുടെ സവിശേഷതകൾ. പുരോഗമന വാദികളായിരുന്നു നിരഞ്ജന, ഏ.എൻ. കൃഷ്ണറാവു തുടങ്ങിയ 'പ്രഗതിശീല' പ്രസ്ഥാനക്കാർ. തുടർന്ന് വന്ന 'നവ്യ' (ആധുനിക) പ്രസ്ഥാനമാണ് അനന്തമൂർത്തി, യശ്വന്ത് ചിത്താൾ, പി. ലങ്കേഷ് തുടങ്ങിയ കഥാകൃത്തുക്കൾക്ക് ജന്മം നൽകിയത്. അവർ കഥയെക്കുറിച്ചുള്ള സങ്കൽപം തന്നെ മാറ്റിക്കുറിച്ചു. പൂർണ്ണചന്ദ്ര തേജസ്വിയെപ്പോലെ ചിലർ 'നവ്യ'യുടെ സങ്കീർണതയോടു പിന്നീട് കലഹിച്ച് ലളിതമായ മനുഷ്യകഥകളിലേക്ക് തിരിച്ചു പോയി. ദേവനൂർ മഹാദേവയും സിദ്ദലിംഗയ്യയും മറ്റും ദളിതകഥകൾക്ക് തുടക്കം കുറിച്ചു. നടരാജഹൂലിയാർ ഈ പ്രസ്ഥാനങ്ങളുടെയൊക്കെ ചൂടേറ്റു വാങ്ങിയ ഒരു കഥാകൃത്താണ്.

തമിഴിൽ വി വി ആർ അയ്യരുടെ 'മംഗയാർ കരശ്ശിയിൻ കടൽ' (1917) എന്ന കഥയിൽ നിന്ന് ആരംഭിക്കുന്നു ചെറുകഥാപ്രസ്ഥാനം,

കഴിഞ്ഞ നൂറ്റാണ്ടിന്റെ മുപ്പതുനാൽപ്പതുകളിൽ മണിക്കൊടി, ദേവി, ശംഖ് തുടങ്ങിയ മാസികകളിലൂടെ ദേശീയ പ്രസ്ഥാനത്തിന്റെ ഊഷ്മാവേറ്റു വാങ്ങി കഥ തഴച്ചു. പുതുമൈപ്പിത്തന്റെ നൂറിലേറെ കഥകൾ രൂപം, സങ്കേതം, ശൈലി, ഭാവം ഇവ കൊണ്ടെല്ലാം ശ്രദ്ധയാർജ്ജിച്ചു. മൗനി കഥയിൽ ഭാവങ്ങളുടെ മിന്നലാട്ടങ്ങൾ കൊണ്ടും കാഫ്കയുടെതുപോലുള്ള വികാരവിചാരലോകം കൊണ്ടും വീണ്ടും ഒരു നവീകരണം സാധിച്ചു. രാമാമൃതം കഥയെ മന്ത്രതുല്യമാക്കി. ചെല്ലപ്പ, അളഗിരിസ്വാമി, ടീ.സി. രഘുനാഥൻ, തുടങ്ങിയവരുടെ പിന്നാലെ വന്ന, ധാരാളം എഴുതുകയും ഉറക്കെ സംസാരിക്കുകയും ചെയ്ത ജയകാന്തനും, ശ്രദ്ധയോടെ തന്റെ കഥകളെ കലാശിൽപ്പങ്ങളാക്കിയ സുന്ദരരാമസ്വാമിയും രണ്ടു രീതികളിൽ തമിഴ് കഥയുടെ രണ്ടു ഉന്നതശിഖരങ്ങളായി. അശോകമിത്രൻ, പൂമണി, നഞ്ചിൽ നാടൻ, പ്രപഞ്ചൻ, നാ. മുത്തുസ്വാമി, ദിലീപ് കുമാർ, സാ. കന്തസാമി, ഇന്ദിര പാർത്ഥസാരഥി, വണ്ണദാസൻ, സുജാത, ഗോപീകൃഷ്ണൻ ഇങ്ങിനെ വീണ്ടും ഒരു പൂക്കാലം. കി രാജനാരായണൻ 'കരിശലി'ലെ പ്രാദേശികജീവിതവും കവിത നിറഞ്ഞ വാമൊഴിയുടെ ഭംഗിയും കൊണ്ട് കഥയെ ആകെ പുതുക്കി. അദ്ദേഹത്തിന്റെ പ്രചോദനമാണ് ചോ. ധർമ്മനെപ്പോലെ കരുത്തരായ ദളിത് (ധർമ്മൻ അങ്ങനെ വിളിക്കപ്പെടാൻ ഇഷ്ടപ്പെടുന്നില്ലെങ്കിലും) എഴുത്തുകാർക്ക് പിറവി നൽകിയത്.

തെലുങ്കിൽ ഗുർജാഡാ അപ്പാറാവുവിൽ നിന്ന് തുടങ്ങിയ ചെറുകഥാ പ്രസ്ഥാനം വിശ്വനാഥ സത്യനാരായണയിലൂടെ ദേശീയ സ്വഭാവം കൈ വരിച്ചു. എസ്. പ്രതാപറെഡ്ഡി തെലങ്കാനയിലെ ഗ്രാമീണരുടെ കഥകൾ പറഞ്ഞു, കുടുംബറാവു, ഗോപീചന്ദ്, ബുച്ചി ബാബു, സോമയാജുലു, ബലിവാഡ കാന്തറാവു തുടങ്ങിയവരുടെ പ്രധാനവിഷയം വർഗസമരം ആയിരുന്നു. മുനിപ്പള്ള രാജു, പീ. പത്മരാജു, രചകൊണ്ട വിശ്വനാഥ ശാസ്ത്രി, ആർ.എസ്. സുദർശനം, മധുരാന്തകം രാജാറാവു തുടങ്ങിയവർ എല്ലാവരും തന്നെ പൊതുവേ പുരോഗമനപരമായ കാഴ്ചപ്പാട് സ്വീകരിച്ചവരാണ്.

വാസിറെഡ്ഡി സീതാദേവി, വോൾഗ, പീ. ഭാനുമതി, രാജ്യലക്ഷ്മി, മാലതി ചെണ്ടൂർ തുടങ്ങി സ്ത്രീകളുടെ ഒരു വലിയ നിരയും തെലുങ്ക് ചെറുകഥയെ പെൺപക്ഷത്തു നിന്ന് സമ്പന്നമാക്കുന്നു. മൊഹമ്മദ് ഖാദർ ബാബു തെലുങ്ക് കഥയുടെ വർത്തമാനത്തിന്റെ നല്ല പ്രതിനിധിയാണ്. മുൽക്ക് രാജ് ആനന്ദും ആർ.കെ. നാരായണനും മുതലുള്ള ഇംഗ്ലീഷ് ചെറുകഥാ പാരമ്പര്യം ഇന്നു ഗീത ഹരിഹരൻ, ഝുംപാ ലാഹിരി, അരവിന്ദ് അഡിഗാ, സൈറസ് മിസ്ത്രി, സിദ്ധാർഥ് ചൗധുരി, രോഹിന്റൻ മിസ്ത്രി തുടങ്ങിയവരിൽ എത്തി നിൽക്കുന്നു.

ഗീതാ ഹരിഹരൻ ഇക്കൂട്ടത്തിൽ ശക്തമായ രാഷ്ട്രീയബോധം കൊണ്ട് വേറിട്ട് നിൽക്കുന്നു.

ചുരുക്കിപ്പറഞ്ഞാൽ കാൽപ്പനികം, പുരോഗമനപരം, ആധുനികം എന്നീ ഘട്ടങ്ങളിൽ നിന്നെല്ലാം പലതും സ്വീകരിച്ചു സ്വന്തം മാർഗം കണ്ടെത്തുന്ന ഒരു തലമുറയാണ് ഇന്നു ഇന്ത്യൻ കഥാരംഗത്തെ സജീവമാക്കുന്നത്. അവർ പുരോഗമനകാലത്തെ അന്ധമായ ശുഭാപ്തി വിശ്വാസം നഷ്ടപ്പെട്ടവർ ആണ്. അതേ സമയം ആധുനികതയുടെ അന്യതാബോധത്തിലും ആത്മപ്രണയത്തിലും വിശ്വസിക്കുന്നുമില്ല. ഭാഷകൊണ്ട് പരീക്ഷണങ്ങൾ നടത്തുമ്പോൾ തന്നെ പരിസരയാഥാർത്ഥ്യത്തിൽ നിന്ന് അവർ ഒളിച്ചോടുന്നില്ല. പല തരം ലോകങ്ങളുടെ അതിർത്തികളിലാണ് അവർക്ക് താത്പര്യം, ആ ലോകങ്ങൾ പരസ്പരം ഇടയുകയും ഇണങ്ങുകയും ചെയ്യുമ്പോൾ എന്ത് സംഭവിക്കുന്നു എന്ന് അവർ അന്വേഷിക്കുന്നു. പരിസരവിനാശകമായ വികസനത്തെ അവർ ചോദ്യം ചെയ്യുന്നു, അനീതിയെ എല്ലാ രൂപങ്ങളിലും വെല്ലു വിളിക്കുന്നു. അധികാരത്തെ അപനിർമ്മിക്കുന്നു. ആഖ്യാനത്തെ അവർ സമൂഹത്തിലേക്കും സൗന്ദര്യത്തിലേക്കും ഒന്നിച്ചു വീണ്ടെടുക്കുന്നു. അതിന്റെ ഏറ്റവും മികച്ച ഉദാഹരണങ്ങൾ മലയാള കഥയിൽ തന്നെയാണ് ഇന്നുള്ളതെന്നു ഞാൻ വിശ്വസിക്കുന്നു.

സാമൂഹ്യനീതിയും ആധുനികലോകകവിതയും

> 'ആളുകൾ ഏകകണ്ഠമായി മൌനത്തിന്റെ ഗൂഢാലോചനയിൽ ഏർപ്പെടുന്ന മുറിയിൽ നേരുള്ള ഒരു വാക്ക് വെടിയൊച്ച പോലെ മുഴങ്ങും. നിഷ്കളങ്കനായ ഒരു മനുഷ്യനെ ചതിച്ചിട്ടു പൊട്ടിച്ചിരിക്കുന്നവനേ, നീ സുരക്ഷിതനെന്നു കരുതരുത്. കവി ഓർമ്മിക്കുന്നു. അയാളെ നിനക്ക് കൊല്ലാം, പുതിയൊരാൾ അപ്പോൾ പിറവിയെടുക്കും, വാക്കുകളും പ്രവൃത്തികളും രേഖപ്പെടുത്തും.' (ചെസ്വാ മീവാഷ്, പോളിഷ് കവി)

കവിതയിൽ നീതിബോധവും സൗന്ദര്യബോധവും എക്കാലവും പരസ്പരം പൂരിപ്പിച്ചുകൊണ്ടാണ് നില നിന്നിട്ടുള്ളത്. നീതിബോധത്തെ സംബോധന ചെയ്യാത്ത കവിതയെ എന്നും സഹൃദയർ നിരാകരിച്ചിട്ടുണ്ട്, സൗന്ദര്യബോധത്തെ പുതുക്കാത്ത കവിതയും നിലനിന്നിട്ടില്ല. മലയാളകവിതയുടെയും ആസ്വാദനത്തിന്റെയും ചരിത്രംതന്നെ അതിന്നു തെളിവാണ്.

വേറൊരു തരത്തിൽ പറഞ്ഞാൽ സാമൂഹ്യനീതിയെ മുൻ നിർത്തിയുള്ള പ്രതിരോധം എന്നും കവിതയുടെ ഒരു സ്വാഭാവികധർമമായിരുന്നിട്ടുണ്ട്. പ്രതിരോധം എന്നത് കൊണ്ട് ഞാൻ ഉദ്ദേശിക്കുന്നത് പഴയ അർത്ഥത്തിലുള്ള വിപ്ലവം അല്ല, അഥവാ അത് മാത്രമല്ല. തീർച്ചയായും വിപ്ലവങ്ങൾ അവയുടെ രക്തസാക്ഷികളെ എന്ന പോലെ അവയുടെ കവികളെയും സൃഷ്ടിച്ചിട്ടുണ്ട്. അമേരിക്കൻ വിപ്ലവം ഇല്ലാതെ ഒരു വാൾട്ട് വിറ്റ്മാൻ ഉണ്ടാവുകയില്ലായിരുന്നു. റഷ്യൻ വിപ്ലവം ഇല്ലെങ്കിൽ മയക്കോവ്സ്കി എന്ന കവി ഇല്ല. ചൈനീസ് വിപ്ലവം ഇല്ലെങ്കിൽ അയ് ചിംഗ് ഇല്ല. ഈ കവികൾ തങ്ങളുടെ കവിതയിലെ സ്വപ്നത്തിന്റെയും ഭാഷയുടെയും ശക്തിയും നൂതനത്വവുംകൊണ്ട് വിപ്ലവങ്ങളുടെ അപചയത്തെ അതിജീവിക്കുകയും

ചെയ്തേക്കാം എങ്കിലും വിപ്ലവം, ദീർഘകാലത്തെ മുന്നൊരുക്കം അതിനു പിറകിൽ ഉണ്ടാകാമെങ്കിൽ പോലും ഒരു പ്രത്യേക സ്ഥലത്തും കാലത്തും നടക്കുന്ന സംഭവമാണ്. പ്രതിരോധം സാർവകാലികവും സാർവലൗകികവുമായ ഒരു അവസ്ഥയാണ്. സമൂഹങ്ങളുടെ അസ്തിത്വത്തിന്റെ തന്നെ ഒരു വ്യവസ്ഥയാണ് അത് എന്നു പറയാം. വിപ്ലവം ക്രമേണ ജനവിരുദ്ധമായി മാറുകയും സമഗ്രാധിപത്യമായി അപചയിക്കുകയും ചെയ്തേക്കാം. വാസ്തവത്തിൽ ഇന്നോളം നടന്ന വിപ്ലവങ്ങളുടെ എല്ലാം ഗതി അങ്ങിനെ ആയിരുന്നിട്ടുണ്ട്.

ഫ്രഞ്ച്, അമേരിക്കൻ, റഷ്യൻ, ചൈനീസ്, കിഴക്കൻ യൂറോപ്യൻ, അൽബേനിയൻ, ഇറാനിയൻ വിപ്ലവങ്ങൾ ഉദാഹരണം. അവയെല്ലാം തന്നെ അവ എന്തിന്നെതിരെ പോരാടിയോ അതിൽ തന്നെ ചെന്നവസാനിച്ചു. മൂലധനാധിപത്യം, മതാധിപത്യം, ഏകാധിപത്യം എന്നിവയിൽ. ജനവിരുദ്ധവും മർദ്ദകങ്ങളുമായ ഭരണകൂടങ്ങളിലാണ് അവയെല്ലാം ചെന്നൊടുങ്ങിയത്. നെപ്പോളിയൻ, സ്റ്റാലിൻ, പോൾ പോട്ട്, ചൗഷെസ്ക്യൂ, എൻവർ ഓജാ, ഖൊമീനി തുടങ്ങിയവരുടെ രീതികൾ എങ്ങനെ മനുഷ്യാവകാശവിരുദ്ധമായിരുന്നു എന്ന് നമുക്കറിയാം.

മവോയെക്കുറിച്ചു പുറത്തു വന്നു കൊണ്ടിരിക്കുന്നകാര്യങ്ങൾ ഒരു കാലത്ത് എന്നെപ്പോലെ പലർക്കും പ്രിയങ്കരമായിരുന്ന ആ ബിംബവും തകർത്തിരിക്കുന്നു. ഗുലാഗുകളും സൈബീരിയകളും ലേബർ ക്യാമ്പുകളും ഭ്രാന്താശുപത്രികളും സെൻസർഷിപ്പും ഉയർന്നു വന്നത്, അഥവാ കവി ഓസ്സിപ് മൻഡൽസ്താമിന് വധവും അയ്ചിങ്ങിനു ലേബർ ക്യാമ്പും വിധിച്ചത്, വലിയ കവി കൂടിയായിരുന്ന പസ്തെർനാക്കിനെ നോബൽ സമ്മാനം വാങ്ങാൻ അനുവദിക്കാതിരുന്നത്. വിപ്ലവത്തെ സംരക്ഷിക്കാനായിരുന്നില്ല, അന്നന്നത്തെ ഭരണാധികാരികളുടെ താത്പര്യത്തെയും സമഗ്രാധികാരത്തെയും സംരക്ഷിക്കാൻ ആയിരുന്നു. അമേരിക്കൻ വിപ്ലവം ലോകത്തിലെ ഏറ്റവും വലിയ സാമ്രാജ്യത്തിനു ജന്മം നൽകി, ചൈനീസ് വിപ്ലവം ലോകത്തെ ഏറ്റവും സമർത്ഥമായ മുതലാളിത്തവ്യവസ്ഥയ്ക്കും. ഇതോടൊപ്പം പറയേണ്ട ഒന്നുണ്ട്. വിപ്ലവങ്ങൾ ദുഷിക്കുന്നു എന്നതുകൊണ്ട് പല പ്രതിവിപ്ലവകാരികളും കരുതുംപോലെ വിപ്ലവം എന്ന ആശയം അപ്രസക്തമാകുന്നില്ല. ഓരോ വിപ്ലവത്തിനും പിറകിൽ ജനങ്ങളുടെ ഇച്ഛയും അവരെ ഒന്നിപ്പിച്ച സ്നേഹവും പ്രവർത്തിച്ചിരുന്നു, വലിയ സ്വപ്നങ്ങളാണ് അവരെ ഉണർത്തി ഒന്നിപ്പിച്ചിരുന്നത്. അവ തുടർന്ന് പ്രവർത്തിക്കും എന്ന് തെളിയിച്ച സംഭവങ്ങളാണ് റഷ്യയിൽ വിപ്ലവശേഷം ഉക്രൈനിൽ നടന്ന കർഷക കലാപവും ചൈനയിൽ നടന്ന തിയനന്മെൻചത്വരത്തിലെ പ്രകടനവും കിഴക്കൻ യൂറോപ്യൻ നാടുകളിൽ നടന്ന പുഷ്പവിപ്ലവങ്ങളും

മറ്റും. ഇവയ്ക്കൊപ്പം, സിയാറ്റിൽ ലോകവാണിജ്യഉച്ചകോടിക്കെതിരെ നടന്ന പ്രകടനവും വാൾ സ്ട്രീറ്റ് ഉപരോധവും വിസ്ഥാപനത്തിന്നെതിരെ ഒറീസ്സയിലും ഗുജറാത്തിലും സിംഗൂരിലും നന്ദിഗ്രാമിലും നടന്ന കീഴാളപ്രതിരോധങ്ങളും പ്ലാച്ചിമടയിലെ കൊക്കക്കോള വിരുദ്ധസമരവും കേരളം ഉൾപ്പെടെ പലയിടത്തും നടന്നതും നടക്കുന്നതുമായ ആദിവാസിഭൂസമരങ്ങളും മൂന്നാറിലെ സ്ത്രീ തൊഴിലാളികളുടെ സമരവും ലാൽഗഡ്, ജോപ്പൂർ, കൂടംകുളം എന്നിവിടങ്ങളിലെ ആണവവിരുദ്ധസമരങ്ങളും നിർഭയയുടെ ബലാത്സംഗത്തിനു ശേഷം ഡൽഹിയിൽ നടന്ന ഉപരോധവും ഈജിപ്തും ടുണീഷ്യയും മുതൽ ലിബിയയും യെമെനും ബഹറൈനും വരെയുള്ള നാടുകളിലെ ജനാധിപത്യകലാപങ്ങളുമെല്ലാം പ്രതിരോധത്തിന്റെ ചില സമീപകാല ഉദാഹരണങ്ങളാണ്. ഇവയിൽ മിക്കവെയും അവയുടെതായ കവിതയ്ക്കും ജന്മം നൽകിയിട്ടുണ്ട്.

ബെയ് ദാവോവിനെപ്പോലെ ഒരു മഹാകവിയെ സാധ്യമാക്കിയത് - ഐ വെയ് വൈയെപ്പോലെ ഒരു വലിയ കലാകാരനെയും - തിയനന്മെൻ ചത്വരത്തിലെ യുവകലാപമായിരുന്നു. സ്പർട്ടാക്കസ്സിന്റെ കാലം മുതലേ ഇത്തരം പ്രതിരോധങ്ങളിൽ മനുഷ്യർ ഏർപ്പെട്ടു പോന്നിട്ടുണ്ട്. അവയെല്ലാം അവയുടെ കവികളെയും സൃഷ്ടിച്ചിട്ടുണ്ട്. മനുഷ്യചരിത്രം, അതുകൊണ്ടുതന്നെ കവിതയുടെ ചരിത്രവും, അനീതിക്കും അസ്വാതന്ത്ര്യങ്ങൾക്കും അസമത്വത്തിന്റെ ഭിന്ന രൂപങ്ങൾക്കും എതിരായ ചെറുത്തുനിൽപ്പുകൾ കൊണ്ട്, പ്രതിരോധിക്കുന്ന 'ജനതതിയുടെ മുഹൂർത്തങ്ങൾ' കൊണ്ട് സമ്പന്നമാണ്.

വിശാലമായ ഒരർത്ഥത്തിൽ എല്ലാ കലയും പ്രതിരോധാത്മകമാണ്. കലയ്ക്കു വേണ്ടിയുള്ള കല എന്ന മുദ്രാവാക്യം പോലും ഉയർത്തപ്പെട്ടത് കലയെ മൂലധനത്തിന്റെ സേവനത്തിന്നായി ഉപയോഗിക്കുന്ന സമീപനത്തിന് എതിരായിട്ടാണ്. കല കച്ചവടമല്ലെന്നും അത് മുതലാളിത്തത്തെയോ സാമ്രാജ്യത്വത്തെയോ ഫാസിസത്തെയോ സേവിക്കാനുള്ളതല്ലെന്നും അതിനു അതിന്റേതായ സ്വച്ഛന്ദ മണ്ഡലം ഉണ്ടെന്നുമുള്ള പ്രഖ്യാപനമായിരുന്നു അത്. കവികളെ 'സൗവർണ്ണ പ്രതിപക്ഷം' എന്ന് വിശേഷിപ്പിച്ച വൈലോപ്പിള്ളി ശ്രീധരമേനോൻ കവിതയുടെ ഈ പ്രതിപക്ഷ സ്വഭാവത്തെയാണ് ഉദ്ദേശിച്ചത്. 'വിപ്ലവകാലത്ത് കവിത വിജയത്തെക്കുറിച്ച് പാടുന്നു. വിജയത്തിന്റെ കാലത്ത് സൈബീരിയയിലേക്ക് നാടുകടത്തപ്പെടുന്നു' എന്ന് ഒരു കവിതയിൽ ഞാനും എഴുതിയിട്ടുണ്ട്. പികാസ്സോവും ഫെർനാണ്ട് ലെഷെറും നീസ്വെസ്റ്റനിയും സെക്വീരോവും മുതൽ രാംകിങ്കറും ഗുലാം ഷേഖും കെ.ജി സുബ്രഹ്മണ്യനും നളിനി മലാനിയും പുഷ്പമാലയും വരെയുള്ള ചിത്രശിൽപ്പകാരന്മാരും ബെർതോൾട് ബ്രെഹ്റ്റും ആർനോൾഡ് വെസ്കെറും ദാരിയോ ഫോയും മുതൽ ബാദൽ സർക്കാരും

ഹബീബ് തൻവീറും വരെയുള്ള നാടകകാരന്മാരും ഐസൻസ്റ്റീനും പുഡോവ്കിനും ഗോദാർദും യാങ്ചോയും മുതൽ ഋത്വിക് ഘട്ടക്കും ഗൗതം ഘോഷും മൃണാൾ സെന്നും ജോണബ്രഹാമും വരെയുള്ള ചലച്ചിത്രകാരന്മാരും ബോബ് ഡിലൻ, ബോബ് മാർലി, ജോവാൻ ബോസ്സ് തുടങ്ങിയ ഗായകരും മറ്റും പ്രത്യക്ഷത്തിൽ തന്നെ കലയിൽ പ്രതിരോധതത്ത്വം സാക്ഷാൽക്കരിച്ചവരാണ്. ഒരുപക്ഷെ അത്തരം കലയുടെ ലളിതമായ അടിസ്ഥാനതത്ത്വം ബോബ് മാർലിയുടെ 'Get up, stand up, stand up for our rights/ Get up, stand up, don't give up the fight' എന്ന പാട്ടിന്റെ വരികളിലോ എഴുപതുകളിൽ കേരളത്തിന്റെ മതിലുകളിൽ നിറഞ്ഞു നിന്നിരുന്ന 'അനീതിക്കെതിരെ കലാപം ചെയ്യുക' എന്ന മുദ്രാവാക്യത്തിലോ കണ്ടെത്താം.

ഫ്രഞ്ച്കവി ബോദലേർ 'പരിവേഷത്തിന്റെ നഷ്ടം' (Loss of a Halo) എന്ന ഒരു അവസാനകാലകവിതയിൽ കവിതയ്ക്ക് ഉദാത്തതയുടെ പരിവേഷം നഷ്ടപ്പെടുന്നതിനെക്കുറിച്ച് പറയുന്നുണ്ട്. താൻ ആരാധിക്കുന്ന കവിയെ നഗരത്തിന്റെ ഇരുണ്ട പ്രാന്തപ്രദേശത്ത് കണ്ടുമുട്ടിയ ഒരു സഹൃദയൻ മഴവില്ലുകളിൽ പാറി നടക്കേണ്ട അയാൾ എങ്ങിനെ ആ വൃത്തികെട്ട സ്ഥലത്ത് എത്തിപ്പെട്ടു എന്ന് അത്ഭുതം കൂറുന്നു. അപ്പോൾ കവി പറയുന്നു തന്റെ പരിവേഷം തെരുവിലെ ചേറിൽ വീണു പോയി എന്ന്. അത് വീണ്ടെടുക്കാമായിരുന്നില്ലേ എന്ന അയാളുടെ ചോദ്യത്തിന് കവി മറുപടി പറയുന്നത് ആ പരിവേഷം പോയത് നന്നായി എന്നും അതുകൊണ്ട് തനിക്കു യഥാർത്ഥജീവിതം കാണാനും പാവപ്പെട്ട സാധാരണക്കാർ പാർക്കുന്ന ഈ പിന്നാമ്പുറങ്ങളിൽ വരാനും ആയി എന്നും ആണ്.

ചിലിയൻകവി പാബ്ലോ നെരൂദാ 'അവിശുദ്ധകവിത'യെക്കുറിച്ച് പറയുമ്പോഴും കവിതയുടെ ഈ ലളിതമായ മാനുഷികതയെക്കുറിച്ചു തന്നെയാണ് പറയുന്നത്. 'ഉപയോഗിച്ചതും ഉപേക്ഷിച്ചതുമായ വസ്തുക്കൾ, കാലുകളുടെയും വിരലുകളുടെയും പാടുകൾ, എല്ലാ വസ്തുക്കളുടെയും അകത്തും പുറത്തും പതിഞ്ഞിട്ടുള്ള മാനുഷികതയുടെ ശാശ്വതമുദ്രകൾ. അത്തരം കവിതയാണ് നാം ലക്ഷ്യമാക്കേണ്ടത്: അമ്ലം കൊണ്ടെന്ന പോലെ കൈപ്പെരുമാറ്റം കൊണ്ട് തേയ്മാനം വന്ന, വിയർപ്പും പുകയും നിറഞ്ഞ, ലില്ലിപ്പൂവും മൂത്രവും മണക്കുന്ന, നിയമത്തിന്നനുകൂലമായും പ്രതികൂലമായും നാം ചെയ്യുന്ന കാര്യങ്ങളുടെ വൈവിധ്യം ചാർത്തുന്ന, കവിത. ഭക്ഷണക്കറയും അവമാനവും പറ്റിപ്പിടിച്ച, ചുളിവുകളും നിരീക്ഷണങ്ങളും സ്വപ്നങ്ങളും ഉറക്കമിളപ്പും പ്രവചനങ്ങളും സ്നേഹ, വൈരാഗ്യപ്രഖ്യാപനങ്ങളും

വിഡ്ഢിത്തങ്ങളും ഞെട്ടലുകളും നാടോടിക്കവിതകളും രാഷ്ട്രീയ വിശ്വാസങ്ങളും നിഷേധങ്ങളും സംശയങ്ങളും സ്ഥിരീകരണങ്ങളും പ്രകീർത്തനങ്ങളും ചേർന്ന, ശരീരം പോലെ, പഴന്തുണി പോലെ, അവിശുദ്ധമായ കവിത.'

കവിതയെക്കുറിച്ചുള്ള യാഥാസ്ഥിതികസങ്കൽപ്പത്തിന്നായി ജീവിതത്തെ നിരാകരിക്കുന്നതിനുപകരം, ജീവിതത്തിന്നായി കവിതയെക്കുറിച്ചുള്ള യാഥാസ്ഥിതികസങ്കൽപം ഉപേക്ഷിക്കുന്നവരാണ് പരിവർത്തനത്തിന്റെ കവികൾ. കാവ്യബാഹ്യമോ കാവ്യേതരമോ ആയി എന്തെങ്കിലുമുണ്ടെന്നു അവർ കരുതുന്നില്ല. പഴയ നിയമങ്ങൾ അവർ ലംഘിക്കുന്നു. പുതിയ നിയമങ്ങൾ ഉണ്ടാക്കാതിരിക്കാൻ ശ്രദ്ധിക്കയും ചെയ്യുന്നു. 'വരൂ, ഈ തെരുവുകളിലെ രക്തം കാണൂ' എന്ന് കവിത വിളിച്ചു പറയുന്നു. അതുകൊണ്ടാണ് കവിത സാക്ഷ്യമാണ് എന്ന് പറയുന്നത്. പേരില്ലാത്തതിനു പേരിടുക, വാക്കില്ലാത്തതിനു വാക്ക് കണ്ടെത്തുക, ശബ്ദമില്ലാത്തവരുടെ ശബ്ദമാകുക, അദൃശ്യമായതിനെ ദൃശ്യമാകുകയും അശ്രാവ്യമായതിനെ ശ്രാവ്യമാക്കുകയും ചെയ്യുക, ദൈനംദിനരാഷ്ട്രീയത്തിന്റെ വർണ്ണരാജിക്കപ്പുറമുള്ള നിറങ്ങൾ പിടിച്ചെടുക്കുക കവി ചെയ്യുന്നത് അതാണ്.

കവിത എത്ര മാത്രം ചരിത്രസാഹചര്യങ്ങളുമായി ബന്ധപ്പെട്ടിരിക്കുന്നു എന്ന് കാണിക്കാനാണ് തിയൊഡോർ അഡോണോ 'ഓഷ്വിറ്റ്സിനു ശേഷം കവിത അസാധ്യമാണ്' എന്ന് പ്രസ്താവിച്ചത്. അത് അക്ഷരാർത്ഥത്തിൽ എടുക്കേണ്ടതില്ല, പഴയ തരം കവിത അസാധ്യമായിരിക്കുന്നു എന്നാണ് അഡോണോ ഉദ്ദേശിച്ചത്, എങ്കിൽ ഏതു തരം കവിതയാണ് ഉണ്ടാവുക? ബ്രെഹ്റ്റിന്റെ വരികൾ ഓർക്കുക. 'ചീത്ത കാലങ്ങളിൽ കവിത ഉണ്ടാകുമോ? ഉവ്വുവ്വ്, ചീത്ത കാലങ്ങളെക്കുറിച്ചുള്ള കവിത.'

കുറേക്കൂടി ഭംഗിയായി പറയുന്നുണ്ട് പോളിഷ് കവി തദേവൂസ് റോസേവിച്ച്: 'സംഭീതരായ മനുഷ്യർക്കുവേണ്ടി, കശാപ്പു ശാലയിൽ തള്ളപ്പെട്ടവർക്ക്, അതിജീവിച്ചവർക്ക് വേണ്ടിയുള്ള കവിത. വാക്കുകളുടെ അവശിഷ്ടങ്ങളിൽ നിന്ന്, കപ്പൽച്ചേതങ്ങളിൽ നിന്ന്, വീണ്ടെടുത്ത വാക്കുകളിൽ നിന്ന്, ചവറ്റുകൂനയിൽ നിന്ന് പെറുക്കിയെടുത്ത വിരസമായ വാക്കുകളിൽ നിന്ന് സൃഷ്ടിക്കപ്പെടുന്ന കവിത. 'ഈ കവിതയ്ക്ക് ദന്തഗോപുരങ്ങളിൽ പാർക്കാനോ മുൻപിൽ നടക്കുന്നത് കണ്ടില്ലെന്നു നടിക്കാനോ കഴിയില്ല. അതുകൊണ്ടാണ് 'രാഷ്ട്രങ്ങളുടെ ഭാഗധേയത്തെ സംബോധന ചെയ്യാത്ത കവിത നിരുപയോഗമാണ്' എന്ന് ചെസ്വാ മീവാഷ് പറഞ്ഞത്. 'ചിരിക്കുന്നവർ ഭയങ്കരമായ വാർത്തകൾ കേൾക്കാനിരിക്കുന്നതെയുള്ളൂ' എന്ന് ബ്രെഹ്റ്റ്.

2

ലോകകവിതയെക്കുറിച്ചു ചർച്ച ചെയ്യുമ്പോൾ അതിലെ മൂന്നു ധാരകളെക്കുറിച്ചു പറയാറുണ്ട്. 'കവിത ഒന്നും സംഭവിപ്പിക്കുന്നില്ല' എന്ന് ഡബ്ലിയു. എച്ച്. ഓഡൻ. അതുകൊണ്ട് കവിതയെ കേവലം ഭാഷാലീലയായി, ഉപരിതലം മാത്രമായി, വെറും രൂപനിർമ്മിതിയായി കാണുക എന്നതാണ് ഒരു സമീപനം. തീർച്ചയായും കവിത ഇതെല്ലാമാണ്, പക്ഷേ ഇവ മാത്രമല്ല. ഇവിടെ കവിത തന്നിൽ നിന്നും കാലത്തിൽ നിന്നുമുള്ള ഒരു പലായനമാണ്. മറ്റൊരു സമീപനം കവിതയെ ആത്മാവിഷ്കാരമായി കാണുക എന്നതാണ്. ഓർമയും ആത്മകഥയും കുറ്റസമ്മതവും ഒക്കെ ആകാം അത്. മൂന്നാമത്തേത് കവിതയെ സ്വന്തം കാലത്തിന്റെയും ജനതയുടെയും സാക്ഷിയാക്കുക എന്നതാണ്. ഈ മൂന്നു സമീപനവും പ്രത്യക്ഷത്തിൽ വ്യത്യസ്തം തന്നെ, എന്നാൽ ഭാഷയിൽ സമൂഹവും സംഘസ്മൃതിയും ഉള്ളതുകൊണ്ട് ഒന്നാമത്തേതിനും 'ഞാൻ' സമൂഹത്തെയും കാലത്തെയും ഉൾക്കൊള്ളുന്നതുകാണ്ട് രണ്ടാമത്തേതിനും, മുഴുവനായും നിർസാമൂഹികമാവുക സാധ്യമല്ല. മൂന്നാമത്തേതിൽ കവി തന്റെ നിയോഗത്തെക്കുറിച്ച് ബോധവാനാണ് എന്ന് മാത്രം. ഉദാഹരണത്തിന് ആദ്യകാല ആധുനികർ തങ്ങൾ സമൂഹത്തെ ഒഴിവാക്കുകയാണ് എന്നാണ് കരുതിയത്, എന്നാൽ ബോദലേർ മുതൽ എലിയറ്റ് വരെയുള്ളവരിൽ സമൂഹത്തിന്റെ സ്പന്ദനങ്ങൾ എമ്പാടും കാണാം. ബോദ്‌ലേറിന്റെ 'തിന്മയുടെ പൂക്കൾ' അഥവാ എലിയട്ടിന്റെ 'തരിശുഭൂമി' ലോകത്തിന്റെ അവസ്ഥയെക്കുറിച്ചു തന്നെയാണ് സംസാരിക്കുന്നത്. ഭീകരമായ ഹിംസയോടുള്ള കാവ്യാത്മകപ്രതികരണങ്ങൾ ആണ് അവ. അല്ലെങ്കിൽ സിൽവിയ പ്ലാത്തിന്റെയോ മറ്റനേകം സ്ത്രീ കവികളുടെയോ 'കൺഫെഷനൽ' എന്ന് വിളിക്കപ്പെടുന്ന കവിതകൾ, പുരുഷമേധാവിത്തത്തിന്റെ ലോകത്തിലെ സ്ത്രീയുടെ അവസ്ഥയോടുള്ള തീവ്ര പ്രതികരണങ്ങൾ ആണ്. ഇനി മറ്റൊരു രീതിയിലും ലോകകവിതയെക്കുറിച്ചു പറയാറുണ്ട്:

ഐന്ദ്രജാലികം എന്നും വിപ്ലവകരം എന്നും അതിനെ വിഭജിച്ചു കണ്ടിട്ടുണ്ട്. ആദ്യത്തെ കൂട്ടത്തിൽ റിൽകെ, എലിയറ്റ്, യേററ്സ്, വാലസ് സ്റ്റീവൻസ് തുടങ്ങിയവരെ ഉൾക്കൊള്ളിക്കുന്നു. രണ്ടാമത്തേതിൽ മയകൊവ്സ്കി, ബ്രെഹ്റ്റ്, ലൂയി അരഗങ്, എൻസെൻസ്ബെർഗെർ, ലീറോയ് ജോൺസ്, പോൾ എലാദ് തുടങ്ങിയവരെയും. എന്നാൽ ഈ രണ്ടംശങ്ങളും പരസ്പരവിരുദ്ധമല്ല. ഇന്ദ്രജാലത്തിന്റെ ഒരു ഘടകം എല്ലാ നല്ല കവിതയിലുമുണ്ട്. നെരൂദാ, ലോർക്കാ, ഒക്ടാവിയോ പാസ്, സെസാർ വയെഹോ, ലിയോപോൾഡ് സെദോർ

സെന്‍കോർ, മഹ്മൂദ് ദാർവീഷ് തുടങ്ങിയവരുടെ കവിതയിൽ ഈ രണ്ടു അംശങ്ങളും ഒരേ ശക്തിയോടെ പ്രവർത്തിക്കുന്നു.

സോഷ്യലിസ്റ്റ് കവിത, കറുത്ത വർഗക്കാരുടെ കവിത, യുദ്ധ വിരുദ്ധകവിത, ബീറ്റിലുകളുടെ കവിത, പ്രകൃതി സംരക്ഷണത്തിന് വേണ്ടിയുള്ള കവിത, സ്ത്രീകളുടെ കവിത, ഭിന്ന ലൈംഗികതയു ള്ളവരുടെ കവിത, പ്രതിരോധപ്രസ്ഥാനങ്ങളുടെ കവിത ഇങ്ങനെ ഇന്നത്തെ ലോകകവിതയിൽ സാമൂഹ്യനീതിക്കു വേണ്ടി ശബ്ദിക്കു കയും ഇരകളുടെ പക്ഷം പിടിക്കുകയും ചെയ്യുന്ന കാവ്യധാരകൾ വളരെ ശക്തമാണ്. സ്പാനിഷ്, പോർത്തുഗീസ്, അറബിക്, ആഫ്രി ക്കൻഭാഷകൾ, ഹീബ്രൂ, ചൈനീസ്, വിയറ്റ്നമീസ്, ഇന്ത്യൻ ഭാഷ കളിൽ ഇന്നു ഇതുതന്നെയാണ് മുഖ്യധാര. പാലസ്തീൻ, ടുണീഷ്യ, ഈജിപ്ത്, യെമെൻ, ലിബിയ തുടങ്ങിയ ഇടങ്ങളിൽ ജനാധിപത്യത്തിനു വേണ്ടിയുള്ള കവിത തീവ്രമായി നിലനിൽക്കുന്നു.

പുരുഷമേൽക്കോയ്മയ്ക്കും സവർണമേധാവിത്തത്തിനും വെള്ള ക്കാരുടെ ആധിപത്യത്തിനും ലൈംഗിക വിവേചനത്തിനും വികസ നത്തിന്റെ പേരിൽ നടക്കുന്ന പരിസ്ഥിതിനശീകരണത്തിനും ഭൂമി യുടെയും ജലത്തിന്റെയും മറ്റു പ്രകൃതിവിഭവങ്ങളുടെയും അറി വിന്റെയും സംസ്കാരത്തിന്റെയും തുല്യാവകാശത്തിനും ആഗോ ളീകരണം എന്ന പേരിൽ സാമ്രാജ്യത്വം നടത്തുന്ന ചൂഷണത്തിനും സാംസ്കാരിക ആക്രമണത്തിനും ഫാസിസത്തിന്റെ ഭിന്ന രൂപ ങ്ങൾക്കും എതിരായി എഴുതപ്പെടുന്ന കവിതയും മൂലധനത്തിനും വിപണിക്കും കീഴ്പ്പെടാതെ സ്വതന്ത്രമായി നിൽക്കുന്ന കവിതയും സാമൂഹ്യനീതിക്കും മനുഷ്യാവകാശത്തിനും വേണ്ടിയുള്ള ഉണർച്ച യിൽ പങ്കാളികളാണ്.

ഇന്നു കവിക്ക് പക്ഷംപിടിക്കാതിരിക്കുക പ്രയാസമാണ്. തിര ഞ്ഞെടുപ്പുകൾ നടത്താനും നിലപാടുകൾ എടുക്കാനും അയാൾ / അവൾ നിരന്തരം നിർബന്ധിക്കപ്പെടുന്നു. വ്യവസ്ഥയ്ക്ക് എതിരല്ലാ ത്തവർ വ്യവസ്ഥയുടെ വക്താക്കളായി കരുതപ്പെടുന്നു. ലോകം വിഭക്തമാണ്: വെളുത്തവരും കറുത്തവരും സവർണ്ണരും അവർണരും, സമഗ്രാധിപത്യസമർഥകരും ജനാധിപത്യവാദികളും, മുതലാളിമാരും തൊഴിലാളികളും ഭൂപ്രഭുക്കളും ഭൂരഹിതകർഷരും, ഉദ്യോഗസ്ഥ മേധാവികളും ഇരകളായ പൗരരും ലൈംഗികയാഥാസ്ഥിതികരും ലൈംഗിക പുരോഗമനവാദികളും ഏകസംസ്കാരവാദികളും ബഹു സംസ്കാരവാദികളും പുനരുത്ഥാനവാദികളും ഉത്പതിഷ്ണുക്കളും വ്യവസ്ഥാസംരക്ഷകരും വിപ്ലവകാരികളും: അത്തരമൊരു ലോക ത്തിൽ നിഷ്പക്ഷരാവുക വിഷമമാണ്.

അതേസമയം പഴയകാലത്ത് സാധ്യമായിരുന്ന, ഹെയ്നെയ്ക്കോ ബ്രെഹ്ടിനോ നെരൂദായ്ക്കോ ഫൈസിനോ അലി സർദാർ

ജാഫ്രിക്കോ അനായാസമായിരുന്ന, നിഷ്കളങ്കവും ലളിതവുമായ പ്രത്യയശാസ്ത്രപ്രതിജ്ഞാബദ്ധത ഇന്നു ദുസ്സാധ്യവുമാണ്. ഏതു പ്രത്യയശാസ്ത്രവും ബുഹെൻവാൾഡിലേക്കോ സൈബീരിയയിലേക്കോ നയിക്കാം എന്നു ഇന്നു നമുക്കറിയാം. ജനാധിപത്യവും സോഷ്യലിസവും വികസനവും പറഞ്ഞു തന്നെയാണ് ഹിറ്റ്ലറും മുസ്സോലീനിയും പോൾപോട്ടും ഗദ്ദാഫിയും ഈദി അമീനും ബുഷും മാർഗരറ്റ് താച്ചറും ടോണി ബ്ലയറും നരേന്ദ്ര മോഡിയും അധികാരത്തിൽ എത്തിയത്. സമഗ്രാധിപത്യം ജനാധിപത്യത്തിന്റെ ഭാഷ സംസാരിക്കുമ്പോൾ ജനങ്ങൾ അനാഥരാകുന്നു. അത് സോഷ്യലിസത്തിന്റെ ഭാഷ സംസാരിക്കുമ്പോൾ വിപ്ലവം അനാഥമാകുന്നു.

മാർക്സിൽ നിന്ന് തന്നെ ആരംഭിക്കുന്ന ആധുനിക സാഹിത്യസിദ്ധാന്തവും 'പ്രതിജ്ഞാബദ്ധത' എന്ന സങ്കൽപ്പത്തെ പ്രശ്നവൽക്കരിച്ചിട്ടുണ്ട്. ഒന്നാമതായി, എഴുത്തുകാരന്റെ പ്രത്യക്ഷലക്ഷ്യവും വിശ്വാസവും പ്രഖ്യാപനവും കൃതി വെളിപ്പെടുത്തുന്ന പ്രത്യയശാസ്ത്രത്തെ പ്രതിഫലിപ്പിക്കണം എന്നില്ല. ഏഷൻ സൂവിന്റെ 'പാരീസിലെ രഹസ്യങ്ങൾ' എന്ന കൃതിയെക്കുറിച്ചുള്ള ചർച്ചയിൽ മാർക്സ് തന്നെ ഇത് ഉദാഹരിക്കുന്നുണ്ട്. വിപ്ലവകരമാണെന്ന് ഗ്രന്ഥകാരൻ കരുതിയ ആ കൃതി എത്ര മാത്രം പ്രതിലോമകരമാണെന്നു ഉദാഹരണങ്ങളോടെ മാർക്സ് സ്ഥാപിക്കുന്നു. ലെനിനും പ്ലീഹാനോഫുമായുണ്ടായ ഒരു തർക്കം മറ്റൊരുദാഹരണം. കത്തോലിക്കനും ഭൂപ്രഭുവുമായ ലിയോ ടോൾസ്റ്റോയ്ക്കു പിന്തിരിപ്പനാകാനേ കഴിയൂ എന്ന് പ്ലീഹാനോഫ് പറഞ്ഞപ്പോൾ'യുദ്ധവും സമാധാനവും' എന്ന നോവലിനെ 'റഷ്യൻ വിപ്ലവത്തിന്റെ കണ്ണാടി' എന്നാണ് ലെനിൻ വിശേഷിപ്പിച്ചത്. രണ്ടാമതായി, ഓരോ കൃതിയും ബഹുസ്വരമാണ്. ഓരോന്നിലും പല ശബ്ദങ്ങൾ ഉള്ളതുകൊണ്ട് അവയിൽ ഏതു ശബ്ദം നിങ്ങൾ കേൾക്കുന്നു എന്നതിനെ ആശ്രയിച്ചിരിക്കും അതിന്റെ സ്വഭാവം. എഴുത്തുകാരൻ മുൻകൂട്ടി അതിൽ അർഥം നിറയ്ക്കുകയല്ല, വായനയിലൂടെ അർഥം ഉത്പാദിപ്പിക്കപ്പെടുകയാണ്. സൂചകവും സൂചിതവും തമ്മിൽ സ്ഥിരമായ ബന്ധമില്ല. അതു കൊണ്ടാണ് ഒരേ വാക്കിനു പല സന്ദർഭത്തിൽ പല അർഥങ്ങൾ ദ്യോതിപ്പിക്കാൻ കഴിയുന്നതും സാഹിത്യം സാധ്യമാവുന്നതും. ഗോൾവാൾക്കറും ഗാന്ധിയും വായിച്ചത് ഒരേ ഗീതയാണെന്നു പറയാനാവില്ല. ഇന്നത്തെ ഫെമിനിസ്റ്റ് വായിക്കുന്ന രാമായണം പഴയ രാമായണമല്ല, ഇന്നത്തെ ദളിത് വായിക്കുന്ന മഹാഭാരതം പഴയ മഹാഭാരതവുമല്ല. അവർ യഥാക്രമം സീതയുടെയോ ഏകലവ്യന്റെയോ കാഴ്ചപ്പാടിൽ നിന്ന് ആ കൃതി വായിക്കുന്നു. മൂന്നാമതായി, നിർദേശകവും (prescriptive) നിയന്ത്രണോന്മുഖവുമായ (normative) സമീപനങ്ങൾ സാഹിത്യത്തെ സംബന്ധിച്ച് തികച്ചും അപകടകരമാണെന്നും അവ മൗലികവാദങ്ങളിലേക്കും സെൻസർഷിപ്പിലേക്കും കൊലപാതകത്തിലേക്കും

നയിക്കുമെന്നും എല്ലാതരം സമഗ്രാധിപത്യങ്ങളും തെളിയിച്ചു കഴിഞ്ഞു. അതേസമയം സാഹിത്യത്തിനു സാമൂഹ്യം അല്ലാതിരിക്കാനും കഴിയില്ല. കാരണം ഓരോ വാക്കും സാമൂഹ്യസ്മൃതിയുടെയും ചിത്തസംബന്ധങ്ങളുടെയും ഓരോ ലോകമാണ്. മിത്തുകളുടെ ഫോസ്സിലുകളും ആദിരൂപങ്ങളുടെ പൊറ്റകളുമുള്ള സൂക്ഷ്മലോകങ്ങൾ. സാഹിത്യത്തിലെ കേവലവ്യക്തിവാദത്തെ ഇത് അസംബന്ധമാക്കുന്നു. ഈ സന്ദർഭത്തിൽ പ്രത്യയശാസ്ത്രപരമായ പ്രതിജ്ഞാബദ്ധത എന്നത് ഏറിയാൽ ഒരു സ്വയംബോധ്യം മാത്രമാണ്, വെല്ലുവിളിക്കപ്പെടാവുന്ന ഒന്ന്. അപ്പോൾ സാഹിത്യത്തിനു പ്രത്യയശാസ്ത്രബദ്ധമാകാതെതന്നെ സാമൂഹ്യമായ ഉദ്വേഗങ്ങൾ ആവിഷ്കരിക്കാൻ കഴിയും. ഇതിനെ നമുക്ക് പ്രതിപക്ഷസാഹിത്യം എന്നോ പ്രതിബോധത്തിന്റെ സാഹിത്യം എന്നോ വിളിക്കാം. ഭരണകൂടത്തിന്റെ സമ്മത സമവായങ്ങളെ ചെറുക്കുന്ന സ്ത്രീകളുടെയും ദളിതരുടെയും ആദിവാസികളുടെയും സ്നേഹത്തെ പുനർനിർവചിക്കാൻ ശ്രമിക്കുന്നവരുടെയും അസമമായ ജീവിതവ്യവസ്ഥയെയും മൂല്യവ്യവസ്ഥയെയും വെല്ലുവിളിക്കുന്നവരുടെയും ലോകത്തെ പുതുരീതികളിൽ നോക്കിക്കാണുന്നവരുടെയും എല്ലാം കവിതയാണ് അത്. അപ്പോൾ കവിതയുടെ ഭാഷയും ഘടനയും മാറുന്നു, ഓരോ കാലവും അതിന്റെ പ്രതിരോധത്തിന്റെ ഭാഷ കണ്ടെത്തണം, പഴയത് ആവർത്തിച്ചാൽ പോരാ. ബ്രെഹ്റ്റും പോൾസെലാനും സെസാർ വയെഹോയും അതാണ് നമ്മോടു പറയുന്നത്. അതുകൊണ്ടാണ് പോസ്റ്റർ കവിതകളും പെർഫോമൻസ് കവിതകളും മൾട്ടിമീഡിയാ കവിതകളും ഉണ്ടാകുന്നത്.

എല്ലാ അനീതികളും ഹിംസയുടെ രൂപങ്ങളാണ്. ഇന്നത്തെ ലോകകവിത ഹിംസയ്ക്കെതിരെ നിൽക്കുന്നു. ഹിംസ ഓരോ കാലത്തും പുതിയ പുതിയ രൂപങ്ങൾ ധരിക്കുന്നു. നമ്മുടെ കാലത്തെ ഹിംസയുടെ പ്രധാനപ്രഭവങ്ങൾ എന്തായിരിക്കാം? ഒന്നാമത്തേതു ചെറുതും വലുതുമായ യുദ്ധങ്ങൾ തന്നെ. രബീന്ദ്രനാഥ് ടാഗോർ രൂക്ഷമായി വിമർശിച്ച സങ്കുചിത ദേശീയവാദവും സാമ്രാജ്യത്തിന്റെ സാമ്പത്തിക മോഹങ്ങളുമാണ് യുദ്ധാവസ്ഥയെ നിലനിർത്തുന്നത്. അമേരിക്കൻ സമ്പദ്വ്യവസ്ഥയെ താങ്ങി നിർത്തുന്നത് യുദ്ധവ്യവസായങ്ങൾ ആണെന്നത്കൊണ്ട് അവർക്ക് ലോകമെമ്പാടും യുദ്ധാന്തരീക്ഷവും പരസ്പരസംശയവും നില നിർത്തേണ്ടതുണ്ട്. ഇന്നത്തെ യുദ്ധാവസ്ഥയുടെ മുഖ്യകാരണം ആ രാഷ്ട്രം തന്നെ. കൂടാതെ അതിർത്തിത്തർക്കങ്ങളും വിപണിമത്സരങ്ങളും ദേശീയാഹന്തയുമെല്ലാം യുദ്ധം പ്രോത്സാഹിപ്പിക്കുന്നു. ആഗോളമുതലാളിത്തം അസമവികസനത്തിലൂടെ ദാരിദ്ര്യം സൃഷ്ടിക്കുന്നു.

ആഗോളീകരണം സാംസ്കാരിക വൈവിധ്യത്തെ ഇല്ലാതാക്കുന്നു. മാധ്യമങ്ങളുടെ കുത്തകവത്കരണവും വാർത്തകളുടെ നിർമ്മിതിയും

ഭാഷയുടെ ജഡവത്കരണവും ഭാഷാകൊലപാതകവും, നമ്മുടെ ഇന്നു പാശ്ചാത്യരുടെ ഇന്നലെയും നമ്മുടെ നാളെ അവരുടെ ഇന്നും ആണെന്ന രീതിയിലുള്ള ശ്രേണീക്രമത്തിന്റെ സൃഷ്ടിയും, 'മൂന്നാംലോക'ത്തിന്റെ സാംസ്കാരികസ്മൃതികളുടെ നശീകരണവും യുക്തിയുടെ ആക്രമണോത്സുകതയിലൂടെ പാരമ്പര്യലോകവീക്ഷണങ്ങളെ തകർക്കുന്ന ജ്ഞാനഹിംസയും എണ്ണാനും അളക്കാനും തൂക്കാനുമാകാത്ത എല്ലാ മനുഷ്യാനുഭവത്തെയും ബഹിഷ്കരിക്കുന്ന സ്ഥിതിവിവരക്കണക്കുകളുടെ ആധിപത്യവും ആഗോളീകരണത്തിന്റെ ചില പ്രത്യാഘാതങ്ങൾമാത്രമാണ്. 'നമ്മുടെ കാലത്തെ ഏറ്റവും വലിയ ഹിംസ' എന്ന് ബോദ്രിയാദ് ആഗോളീകരണത്തെ വിശേഷിപ്പിച്ചത് തെറ്റല്ല.

വീട്ടിലും തെരുവിലും ഓഫീസിലും ചരിത്രത്തിലും സംസ്കാരത്തിലും സാമൂഹ്യമാധ്യമങ്ങളിലുംസ്ത്രീയെ പ്രത്യക്ഷവും പരോക്ഷവുമായി ധ്വംസിക്കുന്ന പുരുഷമേധാവിത്തം ഹിംസയുടെ മറ്റൊരു പ്രമുഖ പ്രഭവമാണ്. ഇതിന്റെ തന്നെ ഒരു ഭാഗമാണ് ഇതരലൈംഗികതകളെ അസ്വാഭാവികമായി കാണുന്നത്. ബലാത്കാരവും ദുരഭിമാനക്കൊലയും മുതൽ അടുക്കളത്തടവും വാക്കാൽ ഹിംസയും വരെ ഇത് പല രൂപങ്ങൾ സ്വീകരിക്കുന്നു.

വംശവാദം സമൂഹത്തെ വെള്ളക്കാർക്കു അനുകൂലമാക്കുന്നു, ജാതിവാദം സമൂഹത്തെ സവർണർക്ക് അനുകൂലമാക്കുന്നതുപോലെ തന്നെ. കറുത്തവരെയും അവർണരെയും ആദിവാസികളെയും ഇവ നിരന്തരം ദ്രോഹിക്കുകയും പ്രാഥമികാവകാശങ്ങൾ നിഷേധിക്കുകയും സംസ്കാരത്തിലും അറിവിലും നിന്ന് അകറ്റി നിർത്തുകയും ചെയ്യുന്നു. ഇന്ത്യയിൽ ദളിത് വിദ്യാർഥികൾക്കെതിരെ സമീപകാലത്ത് നടന്ന അക്രമങ്ങൾ, ആസ്ട്രേലിയയിൽ ഇന്ത്യൻ വിദ്യാർഥികൾക്കെതിരെ നടന്ന അക്രമങ്ങൾ, കറുത്തവർക്കെതിരെ വെളുത്തവർ നിരന്തരം നടത്തുന്ന ആക്രമങ്ങൾ, ഹിന്ദു-ഇസ്ലാമിക തീവ്രവാദികൾ സ്ത്രീകൾക്കെതിരെയും സ്വതന്ത്ര ചിന്തകർക്കെതിരെയും നടത്തുന്ന അക്രമങ്ങൾ: ഇവയെല്ലാം ഹീനമായ വംശവാദത്തിന്റെയും മതമൗലികവാദത്തിന്റെയും ഇരുണ്ട പ്രകാശനങ്ങൾ തന്നെ.

വികസനത്തിന്റെ പേരിൽ പരിസ്ഥിതി നശിപ്പിക്കുകയും ലക്ഷക്കണക്കിനാളുകളുടെ ആവാസഭൂമി നഷ്ടമാക്കുകയും മലകളും കാടുകളും അപൂർവ ഭൂപ്രദേശങ്ങളും ജന്തുസസ്യജാലവും ഇല്ലാതാക്കുന്ന ലാഭക്കൊതി മനുഷ്യഭാവിയെതന്നെ അസാധ്യമാക്കുന്നു. ഈ ഇക്കോഫാസിസവും ഇതിനെ പിന്തുണയ്ക്കുന്ന ടെക്നോ ഫാസിസവും മുതലാളിത്തരീതിയിലുള്ള വികസനത്തിന്റെ (അതിനു സോഷ്യലിസം എന്ന് പേരിട്ടാലും) ദുരന്തോല്പന്നങ്ങളാണ്.

മതഫാസിസമാണ് ഏറ്റവും ശക്തമായി ലോകജീവിതത്തെ ഇന്നു സംഘർഷ പൂർണമാക്കുന്നത്. ഉംബെർട്ടോ ഇക്കോ 'ഫൈവ് മോറൽ പീസസ്' എന്ന പുസ്തകത്തിൽ സാർവജനീന ഫാസിസത്തിന്റെ ചില ലക്ഷണങ്ങൾ എണ്ണിപ്പറയുന്നുണ്ട്. ആധുനികചിന്തയുടെ തിരസ്കാരം, അന്ധമായ പാരമ്പര്യാരാധന, പ്രവർത്തനത്തിന്നായുള്ള പ്രവർത്തനം, കപടപ്രചാരണം, ബുദ്ധിജീവി വിരോധം, അഭിപ്രായ വ്യത്യാസങ്ങളോടുള്ള അസഹിഷ്ണുത, മേൽക്കോയ്മ നഷ്ടപ്പെട്ട സാമൂഹ്യവിഭാഗങ്ങളെ, വിശേഷിച്ചും മധ്യവർഗങ്ങളെ, പ്രീണിപ്പിക്കുന്ന നയസമീപനം, 'അപരരെ' സൃഷ്ടിച്ചു അവരെ എല്ലാ പ്രശ്നങ്ങൾക്കും ഉത്തരവാദികൾ ആയി കാണൽ, വംശവിദ്വേഷം, ദുർബലരോടുള്ള പുച്ഛഭാവം, ഒപ്പം 'ആണത്ത'ത്തെക്കുറിച്ചുള്ള വീമ്പു പറച്ചിൽ, ജനത'ശക്തന്നു മുന്നിൽ കീഴടങ്ങുന്ന സ്ത്രീയെപ്പോലെ'യാണെന്ന വിശ്വാസം, വിമത ലൈംഗികതയോടുള്ള വിരോധം പൊതുവായ സദാചാരനാട്യം, വീരസ്വർഗത്തിലുള്ള വിശ്വാസം, ജനങ്ങൾ തങ്ങളാണെന്ന മട്ടിലുള്ള സംസാരം, വാഗാഡോപം, ചിന്തയുടെ സങ്കീർണതയോടുള്ള ഭയം, എല്ലാറ്റിനെയും കറുപ്പും വെളുപ്പും മാത്രമായി കാണുന്ന പ്രവണത, വിമർശകരെ നിശ്ശബ്ദരാക്കാനുള്ള ശ്രമം, അതിന്റെ ഫലമായ മാധ്യമനിയന്ത്രണം, 'ശത്രു'വിന്റെ കരുത്തു അധികരിച്ചു കാണൽ ഇവയാണ് അതിൽ പ്രധാനം. ഈ ലക്ഷണങ്ങൾ എല്ലാം ഒരിടത്ത് കാണണമെങ്കിൽ നാസി ജർമനിയിലേക്ക് നോക്കണമെന്നില്ല. ഇന്ത്യയിലെ ഹിന്ദുത്വവാദപ്രസ്ഥാനത്തെയും അതിന്റെ ഭരണകൂടത്തെയും നോക്കിയാൽ മതി; അല്ലെങ്കിൽ ഇസ്ലാമിക് സ്റ്റേറ്റ് പോലുള്ള മുസ്ലീം തീവ്രവാദി പ്രസ്ഥാനങ്ങളെ.

ഇന്ത്യയെ ഹിന്ദുവും ആര്യനുമായി നിർവചിച്ചു മറ്റെല്ലാ വിഭാഗങ്ങളെയും അന്യരാക്കുക, സാംസ്കാരിക സ്ഥാപനങ്ങളെ മുഴുവൻ സ്വന്തം പ്രചാരണ യന്ത്രങ്ങളാക്കുക, സെൻസർഷിപ്പും തടവും കൊലപാതകവും ബ്ലാക്ക്മെയിലിംഗും വഴി വിമർശകരെയും എതിർ പ്രസ്ഥാനങ്ങളെയും നിർവീര്യരാക്കാൻ ശ്രമിക്കുക, വിമർശകമായ കലാസൃഷ്ടികളെ - സാഹിത്യം മുതൽ നാടകവും സിനിമയും വരെ - ആക്രമിക്കുക, കലാകാരന്മാരെ വേണ്ടി വന്നാൽ നാട് കടത്തുക, നീതിന്യായ വ്യവസ്ഥയെപ്പോലും തങ്ങൾക്കനുകൂലമായി ഉപയോഗിക്കുക, മതസംഘർഷങ്ങൾ ബോധപൂർവം ആസൂത്രണം ചെയ്യുക, ചരിത്രത്തെ തങ്ങൾക്കനുകൂലമായി വ്യാഖ്യാനിക്കുക, അതിന്നായി തങ്ങൾക്കെതിരായ രേഖകൾ പോലും അപ്രത്യക്ഷമാക്കുക, തങ്ങൾക്കെതിരായ പ്രവർത്തനത്തെ മുഴുവൻ രാജ്യദ്രോഹമായി വ്യാഖ്യാനിക്കുക. ഇങ്ങനെ ഒരു രാഷ്ട്രീയസാംസ്കാരിക യുദ്ധം തന്നെയാണ് ഇന്ത്യയിൽ ഇപ്പോൾ അരങ്ങേറുന്നത്. അതിന്റെ ഉദാഹരണങ്ങളിലേക്ക് കടക്കുന്നില്ല. നൂറുകണക്കിന് ഉണ്ട് അവ.

ഈ ഹിന്ദുവാദത്തിന്റെ പ്രധാന ഇരകൾ ദളിതർ, ആദിവാസികൾ, മുസ്ലീം, ക്രിസ്ത്യൻ ന്യൂനപക്ഷങ്ങൾ, തൊഴിലാളികൾ, ഭൂരഹിത-ചെറുകിട കർഷകർ, പരിസ്ഥിതിപ്രവർത്തകർ, സർക്കാരേതരസംഘങ്ങൾ, മതേതരവാദികൾ, രാഷ്ട്രീയ ഇടതുപക്ഷം, സ്വതന്ത്ര കലാസാഹിത്യകാരന്മാർ എന്നിവരാണ്. ഈ ഹൈന്ദവവാദം മറ്റു മതതീവ്രവാദങ്ങൾക്കും ഇന്ധനമായി മാറുന്നു. അങ്ങനെ നമ്മുടെ സാമൂഹ്യാന്തരീക്ഷം ആകെ കലുഷിതമാകുന്നു. ഇസ്ലാമിക്സ്റ്റേറ്റ് ലോകമെമ്പാടും നടത്തുന്ന യുദ്ധവും അതും നമ്മുടെ പടിവാതിലിൽ എത്തിക്കഴിഞ്ഞു എല്ലാ അടിസ്ഥാന സ്വാതന്ത്ര്യങ്ങൾക്കും ജനാധിപത്യത്തിനും മാനുഷികമൂല്യങ്ങൾക്കും എതിരായ യുദ്ധം തന്നെ.

കവി എന്തിനു ഈ വിഷയങ്ങളെക്കുറിച്ച് വേവലാതിപ്പെടണം എന്ന് ചോദിക്കുന്നവർക്കുള്ള മറുപടി ഞാൻ നേരത്തെ സൂചിപ്പിച്ച ബോദ്‌ലേരുടെ കവിത തന്നെയാണ്. കവി മനുഷ്യർക്കിടയിൽ ജീവിക്കുന്നതുകൊണ്ട് ഓരോ ദളിതനും ഏൽക്കുന്ന പ്രഹരം, ഓരോ ആദിവാസിയേയും കൊല്ലുന്ന വെടിയുണ്ട, ഓരോ വൃക്ഷത്തിലും പതിക്കുന്ന കോടാലി, ഓരോ കറുത്ത വർഗക്കാരനും ഏറ്റുവാങ്ങുന്ന പ്രഹരം, കവിതയ്ക്ക് നേരെയുള്ള ആക്രമണമാണ്.

നമ്മുടെ കാലത്തെ വലിയ കവികൾ ഇത് തിരിച്ചറിഞ്ഞവരാണ്. കവിതയുടെ ഇന്ദ്രജാലത്തെ, അതിലെ ലീലാംശത്തെ, നിരാകരിക്കാതെ തന്നെ സമൂഹത്തെ സൂക്ഷ്മമായ ബോധപരിണാമത്തിനു പ്രേരിപ്പിക്കുന്നവരാണ് എല്വാദ്, അരഗങ്, ലോർക്കാ, നെരൂദ, വയെഹോ, മീവാഷ്, ഷിമ്പോർസ്ക,റോസേവിച്, സെലാൻ,ദാർവീഷ്, അഡോണിസ്, മോന്താലെ, പെസ്സോവാ, റിറ്സോസ്, അമിക്കായ്, ഹെർബെർട്ട്, കവാഫി, ഹിക്മെത്, സോയിൻകാ, സെൻഗോർ, ലാങ്സ്ടൻ ഹ്യൂസ്, ദേരെക് വാൽകോട്ട്, ഏണെസ്റ്റോ കർദേനാൽ, രാവുൽ സൂരിതാ ഇങ്ങനെയുള്ള വലിയ കവികൾ.

ഇന്നു നമുക്ക് സൗന്ദര്യത്തെ വ്യാപാരികളിൽ നിന്നും കൊലപാതകികളിൽ നിന്നും സംരക്ഷിക്കേണ്ടതുണ്ട്. നാസി വിഷവാതകപ്പുരകളിൽ ദാന്തേയുടെ നാരകാഗ്നി പുനർജനിക്കുന്നത് കണ്ട് ആ അഗ്നിയിൽ നിന്നാണ് ഇന്നത്തെ പ്രതിരോധത്തിന്റെ സൗന്ദര്യശാസ്ത്രം ഉരുത്തിരിയേണ്ടത് എന്ന് പ്രസ്താവിച്ച പീറ്റർ വീസ്സിനെപ്പോലെ നാമും ഇന്നത്തെ ഹിംസയുടെ ഭിന്നരൂപങ്ങളിൽ നിന്ന് സാമൂഹ്യനീതിക്കായുള്ള സമരത്തിന് ആയുധങ്ങൾ രൂപപ്പെടുത്തി എടുക്കണം. സാമ്രാജ്യത്തിനെതിരെ ഒരിക്കൽ ഉയർത്തപ്പെട്ട ഒരു പിടി ഉപ്പുപോലെ ലളിതസുതാര്യമായ കല നാം നിർമ്മിക്കണം.

വാൾട്ടർ ബെന്യാമിന്റെ ഒരു താക്കീതിൽ ഞാൻ അവസാനിപ്പിക്കട്ടെ. 'ശത്രു വിജയിച്ചാൽ മരിച്ചവർ പോലും അവരിൽ നിന്ന് സുരക്ഷിതരായിരിക്കില്ല, ഈ ശത്രു വിജയിക്കുന്നത് നിർത്തിയിട്ടുമില്ല.'

സീതാദുരന്തവും കുമാരനാശാനും

ഈ ഹ്രസ്വലേഖനത്തിൽ ഞാൻ ചെയ്യാനുദ്ദേശിക്കുന്നത് രണ്ടു ചെറിയ കാര്യങ്ങളാണ്: ഒന്ന്, കുമാരനാശാന്റെ 'ചിന്താവിഷ്ടയായ സീത'യുടെ പൂർവ്വകഥ അൽപ്പമൊന്നന്വേഷിക്കുക. രണ്ട്, ആ കൃതിയുടെ രാമപക്ഷത്തും പ്രതിപക്ഷത്തു നിന്നുമുള്ള സമകാലീന വായനകളുടെ സാദ്ധ്യതകൾ നിഷേധിക്കാതെ, ആശാന്റെ സമീപനത്തിന്റെ സാധുത അംഗീകരിച്ചു കൊണ്ടുതന്നെ വ്യവസ്ഥിതിയുടെയും മൂല്യങ്ങളുടെയും ഇരകൾ എന്ന നിലയിൽ കൂടി സീതയുടേയും രാമന്റെയും ദുരന്തത്തെ, അഥവാ രാമായണം എന്ന ദുരന്തകാവ്യത്തെ, സമീപിച്ച്, നൂറു വർഷത്തിനു ശേഷവും ആശാന്റെ സീതാകാവ്യം എന്തു കൊണ്ട് പ്രസക്തമാകുന്നു എന്നാരായുക.

ഒന്ന്

'ചിന്താവിഷ്ടയായ സീത'യുടെ വേരുകൾ തേടേണ്ടത്, പ്രാഥമികമായും, ആശാന് പരിചിതമായിരുന്ന വാല്മീകിരാമായണത്തിൽ തന്നെയാണ്. സീതയുടെ സ്വതന്ത്രബുദ്ധി വാല്മീകി എടുത്തു കാട്ടുന്ന പല സന്ദർഭങ്ങളും രാമായണത്തിലുണ്ട്. രാമനു സിംഹാസനം സ്വന്തമാകുംവരെ സന്തതികൾ വേണ്ടെന്നു വെയ്ക്കുവോളം സീതയ്ക്ക് നിശ്ചയദൃഢത ഉണ്ടായിരുന്നെന്നു വർഷങ്ങൾ കണക്കു കൂട്ടി മേഘനാദ് ദേശായ് പറയുന്നുണ്ട്. ഒറ്റയ്ക്ക് പുത്രന്മാരെ വളർത്തി വലുതാക്കുന്നിടത്തും അൻപതാം വയസ്സിൽ കുടുംബം ഉപേക്ഷിക്കുന്നിടത്തും വൈദേഹി ഈ കരുത്തു കാണിക്കുന്നുണ്ട്. ദശരഥന്റെ സാരഥിയും പ്രാണരക്ഷകയും വശീകരണദക്ഷയുമായ കൈകേയി, ധ്വനികൾ പരിശോധിച്ചാൽ പ്രതികാരദാഹിയായ ദസ്യുഗോത്രത്തിൽ പെട്ടവളായിരിക്കാവുന്ന മന്ഥര, ബാലിയുടെ മൃത്യുവിൽ ദുഃഖിതയെങ്കിലും പുത്രനായ അംഗദന്നു വേണ്ടി സുഗ്രീവന്റെ മുഖ്യരാജ്ഞി ആയിരിക്കാൻ സമ്മതിക്കുകയും ബാലിവധത്തിന്നു ശേഷം സീതാന്വേഷണം മറന്നു ലീലാലോലുപനാകുന്ന സുഗ്രീവനോടു രോഷാകുലനാകുന്ന ലക്ഷ്മണനെ അനുനയിക്കുകയും ചെയ്യുന്ന താര,

ഒരിക്കലും കുലം, രൂപം, ദാക്ഷിണ്യം ഇവയിൽ തന്നേക്കാൾ മേലെ അല്ലാത്ത, ഏറി വന്നാൽ തനിക്കു തുല്യ മാത്രമായ, സീതയിൽ അനുരക്തനായതിനു രാവണനെ ശകാരിക്കുകയും അതിശക്തിമാനും ബുദ്ധിമാനുമായിരുന്നിട്ടും തന്റെ കാന്തൻ ഒരു വനചരനാൽ വധിക്കപ്പെട്ടല്ലോ എന്ന് പരിതപിക്കുകയും ചെയ്യുന്ന മണ്ഡോദരി - ഈ സ്ത്രീകഥാപാത്രങ്ങളുമായി താരതമ്യം ചെയ്യുമ്പോൾ സീതയുടെ ചിത്രം ഏറെ വർണ്ണശബളമല്ലെന്നു പറയാമെങ്കിലും രാമന്റെ അഭീഷ്ടത്തിന്നെതിരായി വനത്തിലേക്ക് രാമനെ പിന്തുടരാൻ തീരുമാനിക്കുന്നിടത്തും, യുദ്ധശേഷം പുനസ്സമാഗമം സ്വപ്നം കാണുന്ന സീതയോട് രാവണനോടോത്ത് ലങ്കയിൽ കഴിഞ്ഞ അവൾക്കു ലക്ഷ്മണനെയോ സുഗ്രീവനെയോ വിഭീഷണനെയോ തിരഞ്ഞെടുക്കാം എന്ന് പറയുന്ന രാമന്നു മുൻപിൽ പൊട്ടിക്കരയുന്നതിന്നു പകരം, രാമൻ സംസാരിക്കുന്നത് നിരക്ഷരനും പ്രാകൃതനുമായ ഒരാൾ സംസാരിക്കുന്ന പോലെയാണ് എന്ന് ശകാരിക്കുന്നിടത്തും, അഗ്നിപരീക്ഷയ്ക്ക് ഉടൻ തന്നെ ചിത കൂട്ടാൻ ലക്ഷ്മണനോട് കൽപ്പിക്കുന്നിടത്തും സീത പുരുഷാധിപത്യത്തിന്നു മുകളിൽ തന്റെ ക്ഷാത്രവീര്യത്തിലും സ്ത്രീശക്തിയിലും ഊന്നുന്നുണ്ട്.

അതേ സമയം വാല്മീകിയുടെ ആശ്രമത്തിൽ താമസിച്ചവളും തിരസ്കാരത്തിന്റെയും പ്രസവത്തിന്റെയും വലിയ നോവുകളും മാതൃത്വത്തിന്റെ ചെറിയ ആഹ്ലാദങ്ങളും അവിടെ വെച്ച് അനുഭവിച്ചവളുമായിരുന്നിട്ടും വാല്മീകിരാമായണത്തിൽ സീതയുടെ സാന്നിദ്ധ്യം അർഹിക്കുന്നത്ര വലുതല്ലെന്നും ലങ്കയെ കീഴ്പ്പെടുത്താനും രാവണനെ വധിക്കാനുമുള്ള ഹേതുവായി ചിത്രീകരിക്കപ്പെടുന്നതു സീത തന്നെയാണെങ്കിലും ഒരു വ്യക്തി എന്ന നിലയിൽ 'സിയാറാം' അഥവാ സീതാരാമൻ എന്ന് അറിയപ്പെടുന്ന രാമൻ, സീതയിൽ അർഹമായ താത്പര്യമൊന്നും കാണിക്കുന്നില്ലെന്നും അദ്ദേഹത്തിന് ശരിയായിത്തന്നെ തോന്നിയിരിക്കാം. അസ്ത്രപരീക്ഷ മുതൽ മഹായുദ്ധം വരെ രാമന്റെ ബലപരീക്ഷണത്തിനുള്ള ക്ഷമാപണം മാത്രമാണോ സീത എന്ന രാമവിമർശകരുടെ സന്ദേഹം ബുദ്ധഭക്തനായിരുന്ന അദ്ദേഹത്തിനും ഉണ്ടായിപ്പോയെങ്കിൽ അത്ഭുതമില്ല.

പ്രണയപ്രാർഥിയായ ശൂർപ്പണഖയുടെ അവയവവിച്ഛേദം കയ്യും കെട്ടി കണ്ടു നിൽക്കുന്ന മര്യാദാപുരുഷോത്തമൻ സ്വപത്നിയുടെ ചാരിത്ര്യത്തെ വീണ്ടും വീണ്ടും സംശയിക്കുന്നതിലെ വൈരുദ്ധ്യവും, ഗർഭവതിയായ ഭഗിനിയെ വനത്തിലേക്കയയ്ക്കുമ്പോൾ അത് നേരിട്ടൊന്നു പറയാനുള്ള സത്യസന്ധതയോ ധീരതയോ ആ മഹാൻ പ്രകടിപ്പിക്കുന്നില്ലെന്നതിലെ, സങ്കടമോ വഞ്ചനയോ എന്ന് പറയാനാകാത്ത. മനോഭാവവും കവിയെ ചിന്താവിഷ്ടനാക്കിയിരിക്കാം. സീതയുടെ രണ്ടാംകാനനവാസത്തെക്കുറിച്ചും മാതൃത്വപ്രാപ്തിയെ

ക്കുറിച്ചും വാല്മീകി ഏറെയൊന്നും പറയുന്നില്ല. രാമന്റെ വൈദേഹീ നിരാസത്തിനു ശേഷം അമ്പതു സർഗ്ഗങ്ങൾ കഴിഞ്ഞാണ്് പന്ത്രണ്ടു വയസ്സായ ലവകുശന്മാരുടെ അമ്മയായി സീത പുനഃപ്രവേശം ചെയ്യുന്നത്, അതും അവരെ യാത്രയാക്കി ലോകം വെടിയുവാൻ. അയ്യായിരം വേലക്കാർ പൊക്കി രാമനു കുലയ്ക്കാൻ കൊണ്ടുകൊടുത്ത ശിവധനുസ്സ്, താരുണ്യത്തിൽ ഒറ്റയ്ക്കുയർത്തിയ ശക്തയായ ആ സീത വിവാഹശേഷം എങ്ങനെ കാളിദാസന്റെ - വ്യാസന്റെയല്ല- ശകുന്തളയെപ്പോലെ ദുർബ്ബലയായി, ഒന്നു പൊരുതാൻ പോലും മുതിരാതെ, തന്നെ അപഹരിക്കാൻ വന്ന രാവണന് വഴങ്ങിപ്പോയി എന്ന, വിവാഹമെന്ന സ്ഥാപനത്തിന്റെ പല നിലകളിലുള്ള രൂക്ഷ വിമർശത്തിലേക്ക് നയിക്കാവുന്ന, വിപത്കരമായ ചോദ്യം അദ്ദേഹത്തിനെ ഉള്ളിൽ മുഴങ്ങിയിരിക്കാം.

സീതാരാമന്മാരുടെ ഇരുപത്തിയഞ്ച് വർഷത്തെ (പന്ത്രണ്ടു വർഷം നാട്ടിൽ, പതിമൂന്നു വർഷം, അപഹരണത്തിനു മുൻപ്, കാട്ടിൽ) വിവാഹജീവിതത്തെക്കുറിച്ചും വാല്മീകി ഏറെക്കുറെ നിശ്ശബ്ദനാണെന്ന് അദ്ദേഹം ശ്രദ്ധിച്ചിരിക്കാം. സീതയുടെ ചില സ്മരണകളിലൂടെ മാത്രമാണ് അക്കാലം ആവിഷ്കാരം കണ്ടെത്തുന്നത്. ഗാർഹസ്ഥ്യം, സ്വസ്ഥമായാലും അസ്വസ്ഥമായാലും ഒരു ഋഷിവിഷയം അല്ലെന്നാകാം. സീതയുടെ ലാവണ്യവും മഹർഷി ആവിഷ്കരിക്കുന്നത് കമ്പനെപ്പോലെ നേരിട്ടല്ല, രാമവിലാപത്തിലൂടെയാണല്ലോ എന്ന് ഇവിടെ ഓർക്കാം.

ബംഗ്ലാരാമായണത്തിൽ പലയിടത്തും സീതാചിത്രണത്തിൽ കൃത്തിവാസ്സും വാല്മീകിയെ പിന്തുടരുന്നുണ്ട്. കൃത്തിവാസ് അൽപ്പം കൂടിമുന്നോട്ടു പോയി തന്നെ ഒരു 'വേശ്യ'യോ 'നടി'യോ ആയാണോ രാമൻ കരുതുന്നത് എന്നാണ് സീത രാമനോട് ചോദിക്കുന്നത്. (ആ ശകാരപദങ്ങളിലുള്ള ചാരിത്രാഭിമാനവും കലയോടുള്ള അവജ്ഞയും തത്കാലം മാറ്റി നിർത്താം) 'അദ്ധ്യാത്മരാമായണ'ത്തിൽ വനത്തിലേക്ക് രാമനെ പിന്തുടരാൻ കാരണമായി സീത പറയുന്നത്, എല്ലാ രാമായണങ്ങളിലും സീത രാമനെ കാട്ടിലേക്ക് പിൻചെല്ലുന്നുണ്ട് എന്നാണ് ആധുനിക നിരൂപകർക്ക് ഇതിനെ പാഠാന്തരീയതയുടെ ഉദാഹരണമായി എടുക്കാം. 'ആനന്ദരാമായണ'ത്തിലാകട്ടെ, 'സാരകാണ്ഡ'ത്തിൽ സ്വയംവരസമയത്തു തന്നെ തനിക്കു ഈ വനവാസത്തെക്കുറിച്ചറിയാമായിരുന്നു എന്നാണ് സീത പറയുന്നത്. നിർഭാഗ്യവശാൽ വാല്മീകിയുടെ കുറെയെങ്കിലും സ്വാഭിമാനിയായ, താരതമ്യേന സ്വതന്ത്രവ്യക്തിത്വമുള്ള, ഇടയ്ക്കെങ്കിലും കലഹിക്കുന്ന, സീതയല്ല, ഭക്തകവി തുളസീദാസന്റെ വിശ്വസ്തയും കുലീനയും ഭർത്താവിന്റെ ഇംഗിതത്തെ എതിർക്കാത്തവളുമായ പതിവ്രതയായ

സീതയാണ് സമൂഹത്തിൽ - ഉത്തരേന്ത്യൻ സമൂഹത്തിൽ വിശേഷിച്ചും - മാതൃകാസ്ത്രീയായി സ്ഥാനം പിടിച്ചത്.

നാടോടി പാരമ്പര്യവും ഐതിഹ്യങ്ങളുമനുസരിച്ച് സീതയും ശൂർപ്പണഖയും രണ്ടുതരം സ്ത്രീകളെയാണ് പ്രതിനിധാനം ചെയ്യുന്നത്. സീത ശുദ്ധി, നന്മ, സത്വഗുണം, അനുസരണം, ഐശ്വര്യം ഇവയുടെ മൂർത്തരൂപമാണെങ്കിൽ, ശൂർപ്പണഖ തിന്മ, അശുദ്ധി, തമോഗുണം, നിർഭാഗ്യം, അഹന്ത ഇവയുടെ ആവിഷ്കാരമാണ്. ഭൂമാതാവിന്റെ മകൾ എന്ന നിലയിൽ സീത പ്രകൃതിയും നിറങ്ങളും ഉർവ്വരതയും ചൈതന്യവുമായി ബന്ധപ്പെട്ടിരിക്കുന്നു; വിദേഹനായ, ലൗകികാസക്തികൾ തീണ്ടാത്ത, അവളുടെ പിതാവ് ജനകനും വിശുദ്ധിയുടെ പ്രതിരൂപം തന്നെ. പൂർവ്വജന്മത്തിൽ സീത കുശധ്വജ മഹർഷിയുടെ മകൾ വേദവതി ആയിരുന്നെന്നും അവളെ വിഷ്ണുവിന് വിവാഹം കഴിച്ചു കൊടുക്കാൻ ശ്രമിച്ചതിനു രാജാവിനെ ഒരസുരൻ വധിച്ചു എന്നും അപ്പോൾ വേദവതി കൊല്ലപ്പെട്ട അച്ഛന്റെ ആഗ്രഹം പൂർത്തിയാക്കാൻ തപസ്സാരംഭിച്ചെന്നും തപസ്വിനിയെ കണ്ടു മോഹിച്ച രാവണനു വഴങ്ങാൻ വിസമ്മതിച്ചു വേദവതി അഗ്നിപ്രവേശം നടത്തി പിന്നീട് സീതയായി പുനർജനിച്ചെന്നും ഒരു ഐതിഹ്യമുണ്ട്. അതിലും സീത പരമവിശുദ്ധിയുടെ പ്രതീകം തന്നെ.

പുരുഷകഥാപാത്രങ്ങളുടെ വിഭജനം ഇത്ര കർക്കശമല്ല. രാമന്നു ചില ദൗബല്യങ്ങളും ദുർഗ്ഗുണങ്ങളും എന്ന പോലെ രാവണന് ഭക്തി, ധൈര്യം, ശൗര്യം, സംഗീതപ്രാവീണ്യം തുടങ്ങിയ ഗുണങ്ങളും എല്ലാ വിവരണങ്ങളിലുമുണ്ട്. മധു കിഷ്വാർ നടത്തിയ ഒരു സർവ്വേയിൽ സാധാരണരായ ഇന്ത്യൻ സ്ത്രീകൾ ശ്രീരാമനെയല്ല, ദക്ഷയാഗം മുടക്കുന്ന സതീപതിയും പ്രണയവിദഗ്ദ്ധനായ പാർവതീകാമുകനുമായ ശിവനെയാണ് ആദർശഭർത്താവായി തെരഞ്ഞെടുത്തത് എന്നോർക്കുക. സീതയും ശൂർപണഖയും തമ്മിലുള്ള വൈരുദ്ധ്യം മൂല്യതലത്തിലെന്നതിനേക്കാൾ ലൈംഗികതയുടെ തലത്തിലാണെന്ന് കാതെറീൻ ഏൺഡൽ, സാലി സതർലൻഡ് എന്നീ രാമായണ പഠിതാക്കൾ വാദിക്കുന്നുണ്ട്. സീത, മെരുക്കപ്പെട്ട വിവാഹാനന്തര ലൈംഗികതയുടെ പ്രതിനിധിയാണെങ്കിൽ, ശൂർപ്പണഖ വന്യവും ആക്രമണോത്സുകവുമായ ആസക്തിയാണ്, അതുകൊണ്ടു തന്നെ പുരുഷനെ ഭയപ്പെടുത്തുന്ന കാമാഭിലാഷം (ഡിസയർ) ആണവൾ. അതാണ് രാമലക്ഷ്മണന്മാരെ അവളുടെ അഭ്യർത്ഥന, പ്രലോഭിപ്പിക്കുന്നതിന്നു പകരം പ്രകോപിപ്പിക്കുന്നത്. സ്നേഹകാമങ്ങളെ വ്യക്തമായി വിഭജിക്കുന്ന ഇന്ത്യൻ മനസ്സും അതിനു പിന്നിലുണ്ടാകാം. മാംസനിബദ്ധമല്ല രാഗം എന്നത് ശരി, പക്ഷേ മാംസവിമുക്തവുമല്ല അത് എന്ന് മറുവശവുമാകാം. എം. ലീലാവതി ആശാന്റെ നായികമാരെക്കുറിച്ചുള്ള തന്റെ പ്രതിപാദനങ്ങളിലെല്ലാം അവരിലുള്ള

രത്യംശം ഉദാഹരണങ്ങളോടെ എടുത്തു കാട്ടുന്നുണ്ട്. 'സ്വന്തമാം മധു കൊതിച്ച വണ്ടിന്' നൽകാനാകുന്ന നളിനത്തിന്റെ നിലനില്പ്പിൽ ധന്യത ദർശിക്കുന്ന, ദിവാകരദർശനത്തിൽ വികാര തരളിതയായി 'കരണ സത്വയുഗ്മമന്യോന്യലീനമറിവറ്റു നിൽക്കവേ' 'കേവല സുഖം' ആസ്വദിക്കുന്ന നളിനി, ശാരീരികതയെ മറികടക്കുന്നതിനു പകരം മനശ്ശരീരങ്ങൾ ഒന്നാകുന്ന പൂർണ്ണപ്രണയം ആഘോഷിക്കുന്ന, മദനന്റെ ദയനീയമായ, രതിസന്നദ്ധമല്ലാത്ത, ശാരീരികാവസ്ഥ കൊണ്ട് മാത്രം 'ധ്രുവമിഹ മാംസനിബദ്ധമല്ല രാഗം' എന്ന് ആശ്വസിക്കേണ്ടി വരുന്ന, ലീല, കർത്തവ്യത്തിന്റെ പേര് പറഞ്ഞു അധികാരരതിയെ ന്യായീകരിക്കുന്ന രാമനെ തന്റെ മമതാശക്തിയുടെ സരയുവിൽ മുക്കിക്കൊല്ലുന്ന സീത - ഇവരിലൂടെയെല്ലാം ആശാൻ തന്നിലെ സന്ന്യാസിയുടെ മാനുഷികമായ മറുവശം ആവിഷ്കരിക്കുന്നു.

ശൃംഗാരപദ്യങ്ങൾ എഴുതി കാവ്യജീവിതം ആരംഭിച്ച കുമാരനാശാനെ ശ്രീനാരായണ ഗുരുവാണ് അതിൽ നിന്ന് വിലക്കിയതെന്നു ആശാന്റെ പത്നി ഓർമ്മിക്കുന്നുണ്ട്. എന്നാൽ ആ ആദ്യരചനകളിലെ രതിഭാവം പിൽക്കാലകവിതകളിൽ ആശാൻ ഉള്ളിലേക്ക് തിരിച്ചു വിടുകയും അത് ആശാൻകവിതയുടെ അബോധമായി പ്രവർത്തിക്കുകയും പ്രത്യക്ഷമോ പ്രച്ഛന്നമോ ആയി പുറത്തു വരികയും ചെയ്യുന്നുവെന്നു എം ലീലാവതി ശരിയായി നിരീക്ഷിക്കുന്നുണ്ട്. (ശൂർപ്പണഖയും താടകയും പോലുള്ള 'അപരരെ', അവർ നമ്മുടെ നിയമങ്ങൾക്കപ്പുറമുള്ള വനവാസികളാകയാൽ തന്നെ, വധിക്കുന്നത് അഥവാ അംഗഭംഗപ്പെടുത്തുന്നത് തെറ്റല്ല എന്ന ഒരു വംശരാഷ്ട്രീയവും ഇവിടെ പ്രവർത്തിക്കുന്നു എന്നത് മറ്റൊരു കാര്യം.) എന്നാൽ ലങ്കയിൽ സീതയെ സഹായിക്കുന്ന സരമയും ത്രിജടയും ഋഷിപത്നികളായ അഹല്യയേയും അനസൂയയെയും പോലെ, സത്വഗുണങ്ങൾ ഏറിയവരാണ്. രാമൻ, ഭരതൻ, ലക്ഷ്മണൻ, സീത എന്നിവർക്ക് പാലിക്കേണ്ടി വരുന്ന കഠിനമായ ധർമ്മനിയമങ്ങളെ കൂടുതൽ തെളിച്ചു കാണിക്കാൻ കൂടിയാണ് പാർശ്വവർത്തികളായ കഥാപാത്രങ്ങൾ സ്വീകരിക്കുന്ന കൂടുതൽ യാഥാർത്ഥ്യ ബോധമുള്ള ജീവിതസമീപനങ്ങൾ അവതരിപ്പിക്കപ്പെടുന്നത് എന്ന് ആർഷിയാ സത്താർ തന്റെ രാമായണ പരിഭാഷയുടെ അവതാരികയിൽ ചൂണ്ടിക്കാട്ടുന്നുണ്ട്.

എന്നാൽ സീതയിൽ ഗൗരിയോടൊപ്പം ഒരു കാളിയുമുണ്ട്. 'അത്ഭുത രാമായണ'ത്തിൽ രാവണനേക്കാൾ പരാക്രമിയായ ഒരു രാക്ഷസൻ അയോദ്ധ്യയെ ആക്രമിക്കുന്ന രംഗമുണ്ട്. പതിവ്രതയായ ഒരു സ്ത്രീക്ക് മാത്രമേ അവനെ കീഴ്പ്പെടുത്താൻ കഴിയൂ. നഗരവധുക്കളെല്ലാം അവനോടു തോൽക്കുമ്പോൾ സീത കാളിയായി മാറി നിഷ്പ്രയാസം അവനെ വധിക്കുന്നു. സ്വപത്നിയുടെ ഭീകരരൂപം കണ്ടു ഭയന്ന്,

വേഗം മുടി കെട്ടി വെച്ച് നാഗരികവസ്ത്രങ്ങളണിഞ്ഞ് മെരുക്കപ്പെട്ട ഭൂമിയുടെയും സംസ്കാരത്തിന്റെയും മൃദുലതയുടെയും ലജ്ജയു ടെയും സൗന്ദര്യത്തിന്റെയും പ്രതിരൂപമായ ഗൗരിയായി മാറാൻ രാമൻ സീതയോട് യാചിക്കുന്നുണ്ടവിടെ. മറ്റൊരിടത്ത് സീത രാമ നെപ്പോലെ മരവുരിയുടുത്തു കാട്ടിലേക്ക് പുറപ്പെടുമ്പോൾ കൊട്ടാ രത്തിലെ സ്ത്രീകൾ അരുതേ എന്ന് അവളെ വിലക്കി, രാജ്ഞിയുടെ വസ്ത്രങ്ങളും ആഭരണങ്ങളും അണിയാൻ, അങ്ങനെ ഗൗരിയായി ത്തന്നെ വനപ്രവേശം ചെയ്യാൻ, അവളോട് ആവശ്യപ്പെടുന്നുണ്ട്.

രാജവധു കുരൂപയും ദുർവസനയുമായാൽ രാജകുലം അപ മാനിതമാകും എന്നതാണ് അവരുടെ ന്യായം. ഇതേ പ്രതീകപദ്ധതി മറ്റൊരിടത്തും പ്രാവർത്തികമാകുന്നുണ്ട്. രാവണൻ സീതയുമായി ഗഗനസഞ്ചാരം നടത്തുമ്പോൾ സീത കാട് മുഴുവൻ ആഭരണങ്ങൾ വലിച്ചെറിയുന്നത് രാമന് താൻ പോയ വഴി കാണിക്കാൻ മാത്രമല്ല, രാമധർമ്മം വെല്ലുവിളിക്കപ്പെട്ടിരിക്കുന്നു എന്നും ഗൗരിയായ തനിക്കു ഇപ്പോൾ സംസ്കൃതലോകം വിട്ട് കാളിയായി മാറേണ്ടി വന്നിരി ക്കുന്നു എന്നും സൂചിപ്പിക്കാൻ കൂടിയാണ്. രാമന്റെ വയലിനെ തന്റെ കാടാക്കാനാണ് രാവണൻ ശ്രമിക്കുന്നത്. അപഹൃതയായ സീത തി രിച്ചു വരുമ്പോൾ അവൾ ഒരു നിമിഷംപോലും കാടിന്റെ നിയമ ങ്ങൾക്കു കീഴ്പ്പെട്ടിട്ടില്ലല്ലോ എന്നാണു അഗ്നിപരീക്ഷയിലൂടെ രാമൻ അറിയാൻ ശ്രമിക്കുന്നത്. ആ പരീക്ഷയുടെ സമയത്ത് പ്രപഞ്ചം മുഴുവൻ അസ്വസ്ഥമാകുന്നതായി കമ്പരാമായണം – രാമാവതാരം – പറയുന്നു.

ശ്രീലങ്കയിലും സീത ആരാധനാപാത്രമാണ്. അശോകവാടിക എന്ന് വിശ്വസിക്കപ്പെടുന്ന സ്ഥലം അവർ പുണ്യസ്ഥലമായി സംര ക്ഷിക്കുന്നു. പക്ഷേ ഏകപത്നീവ്രതക്കാരനായ ഒരേയൊരു ഹിന്ദു ദൈവമായ രാമൻ തന്നെയാണ് ആ ഏകപത്നിയെ പരിത്യജിക്കു ന്നതും എന്നതിലെ വൈരുദ്ധ്യം സമകാലീനവായനക്കാരന്/വായന ക്കാരിക്ക് കാണാതിരിക്കാനാവില്ല. രണ്ടാം വനവാസത്തിലെ സീത, മക്കൾക്ക് ഗൗരിയാണ്; എന്നാൽ പരിഷ്കൃതരുടെ നിയമങ്ങൾ തിരസ്കരിച്ച് റാണിയോ ഭാര്യയോ ആയി കൊട്ടാരത്തിലേക്ക് മട ങ്ങാൻ തയ്യാറാകാതാകുമ്പോൾ അവൾ വനത്തിന്റെ നിയമം അംഗീ കരിച്ചു കാളിയാകുക കൂടിയാണ് എന്ന് ദേവദത്ത് പട്നായക് ചൂണ്ടി ക്കാട്ടുന്നു.

രണ്ട്

ഒരുപക്ഷേ ഇതാകാം ആശാന്റെ 'ചിന്താവിഷ്ടയായ സീത'യിലേക്ക് പ്രവേശിക്കാനുള്ള നമ്മുടെ സന്ദർഭം. കാരണം ആ കാവ്യത്തിൽ സീതയുടെ ഉള്ളിലെ രണ്ടു സീതമാരും തമ്മിലുള്ള അഥവാ ഗൗരിയും

കാളിയും തമ്മിലുള്ള ഒരു ആന്തരസംവാദമുണ്ട്. അതിന്റെ ശക്തിയും രണ്ടു തരത്തിലെങ്കിലുമുള്ള വ്യാഖ്യാനസാധ്യതയും അതിന്റെ അനന്യമായ കാവ്യാത്മകതയിൽ നിന്നെന്ന പോലെ ഈ ദ്വന്ദ്വാത്മ കതയിൽ നിന്നും വരുന്നതാണ്. കുട്ടിക്കൃഷ്ണമാരാരും മുണ്ടശ്ശേ രിയും എം ലീലാവതിയും ഒരു പോലെ പറയുന്ന ഒരു കാര്യം വാല് മീകിയുടെ സീതയിൽ നിന്നും വിപ്ലവകരമായ വ്യത്യാസമൊന്നും ആശാന്റെ സീതയ്ക്കില്ല എന്നതാണ്. ഉണ്ടെങ്കിൽ അത് വിചാര ധീരതയിൽ മാത്രമേ പ്രതിഫലിക്കുന്നുള്ളൂ, കർമ്മധീരതയിലല്ല എന്നാകാം അവർ ഉദ്ദേശിക്കുന്നത്.

ആ സ്വഗതത്തിന്റെ ആദ്യഭാഗം എടുത്തു രാമനെ വിമർശിക്കു ന്നവരും അന്ത്യഭാഗത്തെ ചില ശ്ലോകങ്ങളെടുത്ത് രാമനെ ന്യായീ കരിക്കുന്നവരും ആ കവിതയിൽ പ്രവർത്തിക്കുന്ന ചിന്തയുടെ ദ്വന്ദ്വ സ്വഭാവം കണ്ടവരാണെന്നു തോന്നുന്നില്ല. ആ ചിന്തകളുടെ സന്ദർഭം പ്രധാനമാണ്. തന്റെ ജീവിതത്തിനു അന്നോളം അർത്ഥം നൽകി യിരുന്ന ലവകുശന്മാരിൽ നിന്ന് വേർപിരിഞ്ഞു, പരിത്യക്തയെങ്കിലും സന്താനങ്ങളുടെ ശുശ്രൂഷയിൽ മുഴുകി അൽപ്പമെങ്കിലും ആശ്വാ സവും ആനന്ദവും കണ്ടെത്തിയിരുന്ന മാതാവിൽ നിന്ന്, കേവലം ഏകാന്തയായ സ്ത്രീ ആയി സീത മാറുന്ന വിഷണ്ണമുഹൂർത്തമാ ണത്. അന്നോളം പുത്രസാന്നിധ്യം കൊണ്ട് അടക്കി വെച്ചിരുന്ന രാമന്റെ ഭർതൃധർമ്മവിലോപത്തിലുള്ള അസംതൃപ്തിയും, അത് തന്നെക്കുറിച്ച് ഉത്തരവാദിത്തമില്ലാത്ത ചിലർ നടത്തിയ ദുരാരോപ ണങ്ങളെ ശരി വെയ്ക്കുന്ന നടപടി കൂടി ആണല്ലോ എന്ന സന്തപ്ത വിചാരവും തന്റെ രാജധർമ്മത്തെയും അധികാരകാംക്ഷയെയും രാമൻ സ്വന്തം ജീവിതപങ്കാളിയോടുള്ള സ്നേഹത്തെക്കാളും ഉത്തര വാദിത്തത്തെക്കാളും മീതെ വെച്ചുവല്ലോ എന്ന മഹാവേദനയും ഒരു ആന്തരവിസ്ഫോടമായി സീതയുടെ ഹൃദയം പൊട്ടിത്തെറി പ്പിക്കുന്ന സന്ദർഭം. ആ രുദ്രവിക്ഷോഭത്തിന്റെ ലാവാപ്രവാഹം ശമി ക്കുമ്പോൾ തന്നിലെ ഗൌരിയെ ഉണർത്തി, രാമൻ തന്നോട് കാണി ച്ചിരുന്ന പ്രണയത്തിന്റെ തീവ്രമുഹൂർത്തങ്ങൾ ഓർമ്മിച്ചെടുത്ത് രാമന്റെ പ്രവൃത്തിയുടെ ന്യായീകരണങ്ങൾ അവൾ തേടുന്നുണ്ടെങ്കിലും.

സീതയുടെ വിചാരങ്ങളുടെ രണ്ടു ദിശകളെക്കുറിച്ച് പറയുമ്പോൾ ഒരു കാര്യം പ്രസക്തമായേക്കാം: കാവ്യത്തിന്റെ ആദ്യഭാഗത്തെ എൺപതു ശ്ലോകങ്ങൾ അവിവാഹിതനായിരുന്ന കുമാരനാശാൻ 1914ൽ എഴുതിത്തീർത്തതാണെന്നും ബാക്കി നൂറിലേറെ ശ്ലോകങ്ങൾ അഞ്ചു വർഷം കഴിഞ്ഞ് , വിവാഹിതനായ ശേഷം ഭാനുമതിയമ്മയുടെ പ്രേരണയിൽ എഴുതിയതാണെന്നും നമുക്കറിയാം. ആശാൻ അത് പൂർത്തിയാക്കാതെ വെച്ചതിനെക്കുറിച്ചു ഊഹങ്ങൾ മാത്രമേ സാധ്യ മാകൂ. രാമഭക്തരുടെ വിമർശത്തെക്കുറിച്ചുള്ള ഭയമോ തന്റെ

സീതയുടെ വിചാരങ്ങൾ ഉൾക്കൊള്ളാൻ മാത്രം സമൂഹം പക്വമായോ എന്ന സംശയമോ, ഇനി ഏതു ദിശയിലേക്കാണ് സീതാചിന്തയെ നയിക്കേണ്ടത് എന്ന ദുവിധയോ, മറ്റൊരു കാവ്യത്തിന്റെ വിത്തുകൾ വന്നു വീണതിനാൽ തത്കാലം അതിന്റെ പൂർത്തീകരണം നീട്ടി വെച്ചതോ ഒക്കെ അതിന്നു കാരണമായിരിക്കാം. പക്ഷെ ഒരു കാര്യം രചനയിൽ നിന്നുതന്നെ വ്യക്തമാണ്. സ്ത്രീപക്ഷത്തു നിന്ന് മാത്രം ചിന്തിച്ചിരുന്ന കവി അവസാനഭാഗത്തെത്തുമ്പോൾ പുരുഷപക്ഷത്തു നിന്ന്കൂടി ആഖ്യാനപരിണാമങ്ങളെ വിലയിരുത്താൻ തുടങ്ങുന്നു. ഇതിനകം ഉത്തരവാദിത്തമുള്ള ഭർത്താവായിക്കഴിഞ്ഞിരുന്ന ആശാൻ, സ്ത്രീകൾ ഈ മട്ടിൽ ചിന്തിച്ചു തുടങ്ങിയാൽ പുരുഷന്മാരുടെ ഗതി എന്താകും എന്ന് ആലോചിച്ചിരിക്കാൻ ഇടയില്ലെന്നില്ല.

ദുരന്തനായികയായ സീതയ്ക്കൊപ്പം തന്നെ ദുരന്തനായകനായ രാമന്റെ പക്ഷത്തുനിന്നു കൂടി രാമായണം വായിച്ചാലേ കാവ്യത്തിനു തത്വചിന്താപരമായ സമതുലനം ലഭിക്കൂ എന്നും അദ്ദേഹം ചിന്തിച്ചിരിക്കാം. കമ്പന്റെയും എഴുത്തച്ഛന്റെയും വാല്മീകിയുടെയും തനിക്കു പരിചിതരായ ഇതരരാമായണ രചയിതാക്കളുടെയും നിഴലുകൾ അദ്ദേഹത്തെ പിന്തുടർന്നിരിക്കാം. മര്യാദാപുരുഷോത്തമനായി സമൂഹം ഗണിക്കുന്ന രാമന്റെ പ്രഭയ്ക്ക് അധികം മങ്ങലേൽപ്പിക്കല്ലേ എന്ന് അവ അദ്ദേഹത്തോട് അഭ്യർത്ഥിച്ചിരിക്കാം. സീതയെപ്പോലെ രാമനും ദുർജ്ഞേയമായവിധിയുടെ കളിപ്പാട്ടമായിരുന്നില്ലേ എന്നും ആ ഭാനുമതീകാന്തൻ ആലോചിച്ചു പോയിരിക്കാം. അങ്ങനെ കുറച്ചു നേരം 'നിയമം വിട്ടൊരു തെന്നൽ മാതിരി' 'അതിചിന്ത'യിലകപ്പെട്ട സീതയെ അൽപ്പനേരമെങ്കിലും 'നിയമ'ത്തിലേക്കു തിരിച്ചു കൊണ്ട് വരാൻ അദ്ദേഹം നിർബന്ധിതനായിരിക്കാം.

സ്വന്തം വീട്ടിലുണ്ടായിരുന്ന, മരച്ചുവട്ടിൽ ചിന്താമഗ്നയായിരിക്കുന്ന, സീതയുടെ ഒരു ചിത്രമാണ് കവിക്ക് ഈ ഈ കാവ്യത്തിന്റെ രചനയ്ക്ക് പ്രേരകമായതെന്ന് നമുക്കറിയാം. ആ ചിത്രം കവിയുടെ മനസ്സിൽ ഒരു രംഗം മുഴുവൻ ഉയർത്തിക്കൊണ്ടു വന്നു. കാവ്യാരംഭത്തിലെ സീതാവർണ്ണന മുഴുവൻ തന്നെ പ്രകൃതിയും ഭൂസുതയുമായുള്ള താദാത്മ്യത്തിൽ ഊന്നിയുള്ളതാണ്. വെണ്ണിലാവൊളി കൊണ്ട് രജതകാന്തി നേടിയ വനരാജിയുടെ പശ്ചാത്തലത്തിൽ, വനമുല്ലപ്പൂക്കൾ പോലുള്ള മിന്നാമിനുങ്ങുകളുടെ പ്രകാശം കൊണ്ട്, 'തരുവാടിയിലൂടെ കണ്ടിടുന്നൊരു താരാപഥഭാഗമെന്ന പോൽ' ശോഭിക്കുന്ന കേശഭാരവുമായി, 'വിടപങ്ങളൊടൊത്ത കൈകൾ തൻ തുടമേൽ വെച്ച്' ഇരിക്കുന്ന ആ 'സുന്ദരി'യുടെ വർണ്ണന, വള്ളത്തോളിന്റെ പശ്ചാത്താപഗ്രസ്തയായ മഗ്ദലനമറിയത്തിന്റെ വർണ്ണന പോലെ അനുചിതമാകാത്തത് ഈ ജൈവസാമ്യം മൂലമാണ് എന്ന് കൂടി നിരീക്ഷിക്കാൻ തോന്നുന്നു.

വാല്മീക്യാശ്രമത്തിലെ, ലവകുശന്മാരെക്കൊണ്ട് രാമായണം പാടിക്കേൾപ്പിക്കാൻ ഋഷി അയോദ്ധ്യയിലേക്ക് പോയ സമയത്ത് ഏകാകിനിയായ സീത, വാല്മീകി തിരിച്ചു വന്നു തന്നെയും കൂട്ടി കൊട്ടാരത്തിലേക്ക് കൊണ്ടുപോകുന്നത് സ്വപ്നം കണ്ടിരിക്കുന്ന ഒരു സന്ധ്യയാണ് ആത്മവിചാരണ കൂടിയായ ഈ ആത്മഗതത്തിനു പശ്ചാത്തലമൊരുക്കുന്നതെന്നത് ശ്രദ്ധിക്കണം.

രാപ്പകലുകളുടെ സന്ധിയാണ് സന്ധ്യ. വെളിച്ചത്തിനും ഇരുട്ടിനും നടുക്കുള്ള ഇടവേള. രണ്ടു വിരുദ്ധദിശകളിലേക്ക് ചിന്തയ്ക്കു സഞ്ചരിക്കാവുന്ന സമയം. വിക്ഷുബ്ധമായ ആ മനസ്സിൽ വികാരങ്ങളുടെ തിരയടി നിലയ്ക്കുന്നില്ലെങ്കിലും തന്റെ അവസ്ഥയുടെ ഹേതു തത്വവിചാരത്തിന്റെ പിൻബലത്തോടെ യുക്തിസഹമായിത്തന്നെ 'വിചാരഭാഷ'യിൽ അന്വേഷിക്കുവാൻ ആ നിർണ്ണായകമുഹൂർത്തം സീതയെ പ്രേരിപ്പിക്കുന്നു. ആദ്യമേ ലോകരഹസ്യത്തിന്റെ അജ്ഞേയതയും നിയതിയുടെ അനിശ്ചിതത്വവും അംഗീകരിച്ചു കൊണ്ട് വൈദേഹി തന്റെ ജീവിതസന്ധികളിലേക്ക് തിരിഞ്ഞു നോക്കുന്നു. എന്നാൽ 'പ്രണയം തല പൊക്കിടാത്ത അണലിപ്പാമ്പു കണക്കെ നിദ്രയായ' അവളുടെ മനസ്സ് ഇവിടെ മറ്റാരോടുമല്ല, തന്നോടുതന്നെയാണ് നിശ്ശബ്ദയായി സംസാരിക്കുന്നത്. ഏതു വേദനയിലും രാമനെ പരസ്യമായി കുറ്റപ്പെടുത്താൻ തയ്യാറാകാത്ത ഈ വിരഹിണിക്ക് ഇത്തരമൊരു മൂകവും അന്തർമുഖവുമായ സ്വഗതാഖ്യാനമേ സാദ്ധ്യമാകൂ എന്ന് വാല്മീകിയുടെ മനസ്സ് കണ്ട ആശാന് നന്നായറിയാം.

ആത്മവിദ്യ കൊണ്ട് അഴൽ പോയിട്ടും വിവേകശക്തി ബാക്കിയാവുന്നതിനാൽ അവമാനശല്യം മാത്രം അവളിൽ ഒഴിയാതെ നിൽക്കുന്നു. ലക്ഷ്മണൻ സഹോദരന്റെ ആജ്ഞ തന്നോട് വെളിവാക്കിയ ആ നിമിഷം തന്റെ ലോകം എങ്ങനെ ഇരുണ്ടു എന്നും ഇടിവാളേറ്റ പോലെ താൻ എങ്ങിനെ വീണു പോയെന്നും അവൾക്കു ഓർക്കാതെ വയ്യ. ഒപ്പം തമ്പിയെ ശകാരിച്ചതിൽ സീത പശ്ചാത്തപിക്കുന്നുമുണ്ട്. 'ദുർവിധി തന്റെ ധൂർത്തെഴും മുഖഹാസങ്ങൾ കണക്കെ മാഞ്ഞ' തന്റെ സുഹൃത്തുക്കളുടെ സ്മരണകൾ സീതയുടെ വർത്തമാനദൈന്യത്തെയും വാല്മീകി തിരിച്ചെത്തും വരെയുള്ള ഉദ്വിഗ്നമനസ്കതയെയും കൂടുതൽ രൂക്ഷമാക്കുന്നതേയുള്ളൂ. പരിശീലനം കൊണ്ട് കയ്പ്പിനെയും മധുരമാക്കാൻ, ഇരുളിനെയും വെളിച്ചമായി കാണാൻ, അവൾ ശീലിച്ചു; എങ്കിലും ഇനി ഭോഗം ഇരക്കുകയില്ലെന്നുറപ്പിച്ച് വാല്മീക്യാശ്രമത്തിന്റെ യമനിയമാദിവ്രതചര്യകളാൽ ശമീസമയായി മാറിയിട്ടും സീതയുടെ ഉള്ളിൽ നീറിക്കിടന്ന നിരാസത്തിന്റെയും അവമതിയുടെയും വ്യാകുലതയ്ക്ക് ഏതെങ്കിലും രീതിയിൽ, ഒരു ആന്തരിക സ്ഫോടനം എന്ന നിലയിലെങ്കിലും,

ആവിഷ്കാരം തേടാതിരിക്കാൻ കഴിയില്ലായിരുന്നു. ലവകുശന്മാരുടെ വേർപാട് അതിന്നൊരവസരമാകുന്നു എന്നേയുള്ളൂ.

തനിക്കു റാണിയുടെ സിംഹാസനം മടുത്തുവെങ്കിലും മക്കൾക്ക് സിംഹാസനാവകാശം നിഷേധിക്കാൻ സീതയ്ക്കാവില്ല. എന്നാൽ, തന്നെ പതിയിൽനിന്നു വേർപെടുത്തിയ അധികാരം ഇപ്പോൾ തന്നിൽ നിന്ന് കുട്ടികളെയും തട്ടിയെടുക്കുന്നു എന്ന് തിരിച്ചറിയാതെയും വയ്യ. സ്വന്തം 'അഹിതചിന്ത'കൾ സീതയെത്തന്നെ വിഹ്വലയാക്കുന്നുണ്ട്. അബോധത്തിന്റെ ആ പൊട്ടിയൊഴുക്ക് അവളുടെ ബോധത്തെ ചകിതമാക്കുന്നു; എങ്കിലും വാല്മീകിയുടെ സീത രാമനോട് നേരിട്ട്

'ഗാത്രസ്പർശം വശക്കേടാ-
ലല്ലോ പറ്റീ മമപ്രഭോ
അതെന്റെയിച്ഛയാലല്ലാ
കുറ്റം ദൈവത്തിനാണതിൽ'

എന്ന് പറയാൻ ധൈര്യപ്പെടുമ്പോൾ, കുമാരനാശാന്റെ സീത

'പടുരാക്ഷസ ചക്രവർത്തിയെ
ന്നുടൽ മോഹിച്ചതുമെന്റെ കുറ്റമോ?'

എന്ന് ആത്മഗതം ചെയ്യുന്നതേയുള്ളൂ. അഭിഷേകവിഘ്നകാലത്ത് ജനാഭിപ്രായം മാനിക്കാതിരുന്ന രാമൻ എന്തു കൊണ്ട് ഇപ്പോൾ ഏഷണികൾക്ക് ചെവി കൊടുക്കുന്നു എന്നും

'സുപരീക്ഷിതമായ രാഗവും
കൃപയും കൂടി മറന്നു കേവലം
കൃപണോക്തികൾ കേട്ട് ബുദ്ധി
കെട്ട പ്രകൃത്യത്തിന്'

നൃപർ എന്ത് കൊണ്ട് ചാടിപ്പുറപ്പെടുന്നു എന്നും താൻ വന്ധ്യയാണെന്നു കരുതിയിരുന്നവർ ഗർഭവതിയായപ്പോൾ തന്നെക്കുറിച്ച് അപവാദം പരത്തിയതായ്ക്കൂടേ എന്നും തന്നോട് നേരിട്ടറിയിച്ചിരുന്നെങ്കിൽ താൻ സ്വയം ഒഴിഞ്ഞു മാറി രാജാവിനെ അപവാദമുക്തനാക്കുമായിരുന്നില്ലേ എന്നും തന്നോടു കാണിച്ചിരുന്ന സ്നേഹം സത്യമായിരുന്നെങ്കിൽ തനിക്കു വേണ്ടി രാജ്യമുപേക്ഷിച്ച് തന്റെ കൂടെ വനവാസത്തിനു പോരാമായിരുന്നില്ലേ എന്നുമെല്ലാം സീത അപവാദങ്ങൾ കയറിച്ചെല്ലാത്ത ആശ്രമശാന്തിയിലിരുന്നു ചിന്തിക്കുന്നുണ്ട്. ലങ്കയിൽ വെച്ചു തന്നെ തന്നോടുള്ള വിരക്തി ഒളിവായ് തെളിയിച്ച രാമൻ എന്തിനാണ് ഇപ്പോൾ 'ചെളിയിലൂന്നിയ പദം വെളിവായിക്കഴുകുന്ന'തെന്നും അവൾ അത്ഭുതം കൂറുന്നു.

'കുരുതിയ്ക്കുഴിയുന്നു നാരിയെ-
പ്പുരുഷന്മാരുടെ ധീരമാനിത'

എന്ന് തന്റെ അവസ്ഥയെ അവൾ സാമാന്യവത്കരിക്കുന്നു. ഒപ്പം ചതുരന്മാരുടെ ചാപലങ്ങളും ജനം ഗുണമാക്കി വാഴ്ത്താം എന്നും അവൾ തിരിച്ചറിയുന്നു. മുൻപ് സാർവഭൗമിയായി തന്നെ വരിച്ച ജനം തന്നെ 'മനുവംശാങ്കുര ഗർഭമാർന്ന നാൾ' തന്നെ എന്തിനു നിന്ദ്യയാക്കി എന്ന് അവൾക്കു മനസ്സിലാകുന്നില്ല. തന്റെ സ്ഥാനത്ത് മറ്റൊരു സ്ത്രീ ആയിരുന്നെങ്കിൽ, മഹർഷിയുടെ പശുവിനെ രക്ഷിക്കാനായി ക്ഷാത്രധർമ്മം അനുഷ്ഠിച്ച പൂർവ്വികനായ ദിലീപനെപ്പോലെ രാമൻ രക്ഷകനായി എത്തുമായിരുന്നില്ലേ എന്നും എന്തുകൊണ്ട് തന്റെ രാജധർമ്മത്തെ രാമൻ വ്യക്തിധർമ്മത്തിന്നു മുന്നിൽ നിർത്തുന്നു എന്നും സ്വകളത്രത്തിന്റെ കാര്യമായതിനാൽ തന്റെ പ്രവൃത്തി സ്വാർത്ഥതയായി, ഐന്ദ്രിയകർമ്മമായി, കാണപ്പെടുമോ എന്ന് രാമൻ എന്തിനു ഭയന്നു എന്നും മൈഥിലി ചിന്താവിഷ്ടയാകുന്നുണ്ട്.

'പതിചിത്തവിരുദ്ധവൃത്തിയാം
മതിയുണ്ടോ കലരുന്നു ജാനകി?
കുതി കൊണ്ടിടുമോ മഹോദധി-
ക്കെതിരായ് ജാഹ്നവി തന്നൊഴുക്കുകൾ?'

എന്ന് തന്റെ ആത്മവിശ്വാസം സീത ഊന്നിപ്പറയുന്നു. സിംഹാസനത്തോടുള്ള രാമന്റെ അനുരാഗമല്ലേ തന്നോടുള്ള വൈരാഗ്യത്തിന്നു കാരണം എന്നും ആലോചിക്കുന്നുണ്ട്. വനഭൂവിലെ ഗർഭിണിയായ മൃഗാംഗന ഒറ്റയ്ക്ക് നിൽക്കുന്നതു കണ്ടാൽ മിഴി നനയുന്ന രാമൻ തന്നെയാണോ ശൂദ്രതപസ്വിയായ ശംബൂകനെ വധിച്ചു ശംബൂകപത്നിയെ വിധവയാക്കിയത് എന്ന് രാമന്റെ വിഭക്തമനസ്സിനെക്കുറിച്ച് അവൾ വിസ്മയിക്കുന്നുമുണ്ട്. ഇതെല്ലാം

'പുടവയ്ക്കു പിടിച്ച തീ ചുഴ-
ന്നുടൽ കത്തുന്നൊരു ബാല പോലെ'

അവളെ പൊള്ളിക്കുന്നുണ്ട് ആന്തരികമായ ഒരഗ്നിപരീക്ഷ എന്നു പറയാം. എന്നാൽ വിക്ഷോഭം അടങ്ങുമ്പോൾ സീത രാമന്റെ ധർമ്മസങ്കടം മനസ്സിലാക്കാൻ ശ്രമിക്കുന്നു, രാമൻ മുൻപ് തന്നോട് കാട്ടിയ പ്രേമവായ്പിന്റെ സന്ദർഭങ്ങൾ ഓർത്തോർത്തെടുക്കുന്നു.

'ഒരു ദമ്പതിമാരുമൂഴിയിൽ
കരുതാത്തൊരു വിവിക്ത ലീലയിൽ'

ഗതഗർവ്വരായി ഇരുമെയ്യാർന്ന ജീവി പോലെ മുഴുകിയ, കയത്തിൽ മുങ്ങിയും താമരയറുത്തും പുളിനങ്ങളിൽ ഒന്നിച്ചോടിയും കുട്ടികളെപ്പോലെ തങ്ങൾ കളിച്ച, 'ചിറകില്ലാത്ത ഖഗങ്ങൾ പോലെ, അഥവാ ബുദ്ധിയിൽ കുറവില്ലാത്ത മൃഗങ്ങൾ പോലെ തങ്ങൾ സുഖം നിറവേറ്റിയ, വനവാസകാലം അവൾ ഓർക്കുന്നു, ഈ ഗർവ്വം

എങ്ങിനെ രാമന് ഇപ്പോൾ വന്നു എന്നത്ഭുതപ്പെടുന്നു. ആ മൂഷിക നാണ് രാമന്റെ സമദൃഷ്ടി, സമാർത്ഥചിന്തനം, ക്ഷമ, അന്യോന്യ ഗുണാനുരാഗിത ഇവയെല്ലാം കാർന്നു തിന്നുന്നത്. തന്റെ വിഭാവോ ന്നതിയും കൃത്യവൈഭവവും ശുഭവിഖ്യാതിയും മേൽക്കുമേലു ണ്ടായ വിജയങ്ങളും രാജാവിന്റെ തലയ്ക്കു പിടിച്ചിരിക്കുന്നു. തന്റെ പ്രിയതമയെ ആരെങ്കിലും കുറ്റം പറഞ്ഞാൽ കയർക്കുന്ന, അവളെ കൊത്താൻ വന്ന കാക്കയോടുള്ള രോഷം തീർക്കാൻ കാടിനെ മരുഭൂമിയാക്കിയ രാമനെ, ഈ ക്രൂരതയ്ക്ക് പ്രേരിപ്പിച്ചത് ധർമ്മ ശൂരതയാണോ സ്വബലാഭിമാനമാണോ അതോ നൃപപത്നി സംശ യാതീതയായിരിക്കണം എന്ന പൊതുവിശ്വാസമാണോ? ആദ്യ വിയോഗം ഭ്രാന്തനാക്കിയ പ്രിയൻ ഇപ്പോൾ എത്ര മാത്രം വേദനി ക്കുന്നുണ്ടാവും? തന്റെ വർത്തമാനാവസ്ഥയറിഞ്ഞാൽ അവനു സഹിക്കാൻ കഴിയുമോ? അങ്ങനെയൊരാൾക്ക് യജ്ഞശാലയിൽ കാഞ്ചനസീതയെ സഹധർമ്മിണിയാക്കാൻ എങ്ങനെ കഴിഞ്ഞു? നീതിയുടെ തടവിൽ കിടന്നു തന്റെ രാമൻ കൈകാലിട്ടടിച്ചു പുല മ്പുന്നത് അവൾ വേദനയോടെ അറിയുന്നു. അവൻ യതിയെക്കാൾ യമശാലിയായ ധർമ്മമണിദീപമാണെന്ന് അവൾക്കു ഇപ്പോഴും സംശയമില്ല. 'ക്ഷുഭിതേന്ദ്രിയ' ആയതു കൊണ്ടാണ് താൻ രാമനിൽ കളങ്കരേഖകൾ കാണുന്നതെന്നും അഭിമാനിനിയായ തന്നോട് ക്ഷമി ക്കണം എന്നും മാപ്പപേക്ഷിക്കുന്നു. തന്റെ കാന്തന് ഒരുപാട് ദുഃഖം സമ്മാനിച്ച തന്റെ ചരിതം നിന്ദ്യമാണെന്നും താൻ മൂലം എത്ര പേർക്ക് വൈധവ്യം അനുഭവിക്കേണ്ടി വന്നു, എത്ര കിടാങ്ങൾക്കു അച്ഛനില്ലാതായി എന്നും അവളുടെ ആലോചന വഴി മാറുന്നു. തീക്ഷ്ണശരങ്ങൾ ഇനി വേണ്ടെന്ന്, ഹതയായ സീതയെ പിന്തള്ളി ലോകചക്രം ഉരുളട്ടെ എന്ന് പരിതപിക്കുന്നു.

ദിവസ്പതിയായ സൂര്യനെപ്പോലും അവൾ ഇപ്പോൾ കാണുന്നത് കതിരുകളുടെ കനകാസ്ത്രം കൊണ്ട് ആവൃതനായിട്ടാണ്. അതി മോഹനങ്ങളായ പ്രകൃതി പ്രതിഭാസങ്ങളോട് ഒന്നൊന്നായി അവൾ വിട പറയുന്നു. കാവ്യാരംഭത്തിലെ പ്രകൃതി കാവ്യാന്ത്യത്തിൽ അതേ സൗന്ദര്യത്തോടെ, അതേ വിഷാദഭാവവുമായി ബന്ധപ്പെട്ട്, തിരിച്ചു വരുന്നുണ്ട്. ചിന്താവിഷ്ടയായ സീതയിലെ അതിമനോഹരങ്ങളായ ഭാഗങ്ങളാണ് രണ്ടും. പ്രകൃതി നമ്മുടെ നമ്മുടെ ചെറിയ വ്യസന ങ്ങളെ തത്കാലം പ്രതിഫലിപ്പിക്കുന്നതായി തോന്നിച്ചാലും നമ്മെ അതിജീവിച്ചും അത്, അഥവാ അവൾ, നിലനിൽക്കുന്നു എന്ന ഒരു ഓർമ്മപ്പെടുത്തലും അതിലുണ്ടെന്നു വരാം. രാഘവനെ വന്ദിച്ചു കൊണ്ട് ആ അജപൗത്രനും ഒരു നാൾ തന്നോടൊപ്പമെത്തും എന്ന് പ്രത്യാശിച്ചുകൊണ്ട്, എന്നാൽ രാമനോട് മാപ്പിരക്കുമ്പോഴും അവൻ ഇനിയും ഒരു തെളിവെടുപ്പിന് മുതിരുന്നത് സങ്കൽപ്പിച്ച്

ഒരു പരീക്ഷയ്ക്കു കൂടി താനില്ലെന്ന്, താൻ വെറും പാവയല്ലെന്ന്, സംശയം വിനാ ഉദീരണം ചെയ്തുകൊണ്ട്, ചിന്താവിവശമായ ഒരു രാത്രി മുഴുവൻ അവൾ ചിലവിടുന്നു. ഒടുവിൽ കോസലത്തിൽ നിന്ന് തിരിച്ചെത്തിയ വാല്മീകിയുടെ വചനങ്ങൾ കേട്ട് മുഖം കുനിച്ചു മൗനിയായി രാജസഭയിൽ ചെന്ന് പൗരസഭയിൽ വെച്ച് 'അനുശയ ക്ലാന്താസ്യനാം കാന്തനെ' അവസാനമായി കണ്ടു ആ സതി ലോകം വെടിയുന്നു.

കാവ്യത്തിലുടനീളം മൂല്യവിചാരം കൊണ്ടോ പരോക്ഷപരിഭാഷ കൊണ്ടോ സൂചനകൾ കൊണ്ടോ ഒക്കെ ആശാൻ വാല്മീകിയെയും കാളിദാസനെയും ഇതര രാമായണങ്ങളെയുമെല്ലാം ഓർമ്മിപ്പിച്ചു പാഠാന്തരീയതയിലൂടെ തന്റെ കാവ്യത്തെ ധ്വനിസാന്ദ്രമാക്കുന്നുണ്ട്. അതേ സമയം, ആദ്യഭാഗത്തെ, കർക്കശവും ധ്യാനാത്മകവുമായ ഒരു ആത്മവിശകലനത്തിന്നു ചേരാത്ത രീതിയിലുള്ള വാചാലത യിൽ പരിഭ്രമിച്ചും താൻ രാമപക്ഷം വിസ്മരിച്ചുവോ എന്ന് ഭയന്നും എന്നോണം രാമന് അൽപ്പം ന്യായീകരണങ്ങൾ നൽകി തിരക്ക് പിടിച്ച് കവി ഈ കാവ്യം അവസാനിപ്പിച്ചതു പോലുള്ള ഒരു പ്രതീതി പല തവണ, പല പ്രായങ്ങളിൽ, 'ചിന്താവിഷ്ടയായ സീത' വായി ച്ചിട്ടും എന്നെ വിട്ടു പോകുന്നില്ലെന്നു കൂടി പറയാതിരിക്കാൻ വയ്യാ.

മൂന്ന്

സീതയുടെയോ രാമന്റെയോ പക്ഷത്തു നിന്നല്ലാതെ, ചില പാഠ ധ്വനികളിലൂടെ, ഈ കാവ്യം വായിക്കുമ്പോൾ മൂന്നാമതൊരു പക്ഷം തെളിഞ്ഞു വരുമെന്നാണ് എന്റെ അനുഭവം. മഹാഭാരതത്തെയും രാമായണത്തെയും പ്രമുഖവും ബഹുസ്വരവുമായ രണ്ടു ഇന്ത്യൻ ദുരന്തകാവ്യങ്ങൾ ആയാണ് ഞാൻ കാണുന്നത്. രണ്ടും യുദ്ധങ്ങളുടെ ആത്യന്തികവ്യർഥതയിലേക്ക് വിരൽ ചൂണ്ടുന്നു. ധർമ്മവ്യസനിയായ വ്യാസന്റെ നിലവിളിയിലാണ് മഹാഭാരതം അവസാനിക്കുന്നത്.

രാമനെപ്പോലെ തന്നെ കൃഷ്ണനും അതിൽ ധർമ്മത്തിന് നിര ക്കാത്ത തന്ത്രങ്ങൾ യുദ്ധത്തിൽ പ്രയോഗിക്കുന്നുണ്ട്. അതിന്റെ കൂടി പരിണാമം എന്നോണം കൃഷ്ണൻ അമ്പു കൊണ്ട് മരിക്കുന്നു, യദു കുലം തന്നെ അതോടെ അവസാനിക്കുന്നു. രക്തനദിയിൽ സ്വന്തം ബന്ധുക്കളുടെയും അനേകം നിരപരാധികളായ സൈനികരുടെയും അശ്വാദിമൃഗങ്ങളുടെയും ജഡങ്ങളും യുദ്ധത്തിന്റെ മൂകസാക്ഷികളാ യിരുന്ന വൃക്ഷങ്ങളും ഒഴുകി നടക്കുന്നതു കണ്ട്, ഈ ശ്മശാന ത്തിന്നു വേണ്ടിയായിരുന്നോ തങ്ങൾ ഒരു ഭീഷണയുദ്ധത്തിൽ ഏർ പ്പെട്ടതെന്ന് പ്രത്യക്ഷവിജയം നേടിയ പാണ്ഡവർ വിസ്മയക്ളിഷ്ട രാകുന്നു.

രാമായണത്തിലാകട്ടെ, നായികയും പിറകെ നായകനും പ്രകൃതിയിലേയ്ക്കു - ഒരാൾ മണ്ണിലേക്കും ഒരാൾ ജലത്തിലേക്കും - മടങ്ങി ജീവനൊടുക്കുന്നു. രണ്ടിടത്തും യുദ്ധങ്ങളിൽ അനേകം സ്ത്രീകൾ വിധവകളാക്കപ്പെടുന്നു, കുട്ടികൾ അനാഥരാകുന്നു. രാമായണത്തിൽ ലങ്കാദഹനം തന്നെ ഒരു യുദ്ധപ്രഖ്യാപനമാണ് പിന്നീട് സീത പരീക്ഷിക്കപ്പെടുന്നതും ലങ്കയുടെ സൗന്ദര്യവും ചൈതന്യവും തകർത്ത അതേ അഗ്നിപ്രക്ഷാളനം കൊണ്ടാണ്. ഒരർത്ഥത്തിൽ അതേ അഗ്നിയാണ് സീതയെ മാതാവിന്റെ ഗർഭപാത്രത്തിലേക്ക് തിരിച്ചോടിക്കുന്നത് എന്ന് പറയാം. ലങ്കാദഹനം നടത്തുന്നത് വായുപുത്രനായ ഹനുമാൻ ആണ്. രാമരാവണ യുദ്ധത്തിൽ ഉയർന്നു പൊങ്ങുന്ന പുകച്ചുരുളുകൾ 'അഹമഹമികയാ' ഉയർന്നു ചെല്ലുന്നത് ആകാശത്തേയ്ക്കാണ്. അങ്ങിനെ പഞ്ചഭൂതങ്ങളും ഏതോ രീതിയിൽ രാമായണത്തിൽ കഥാപാത്രങ്ങളാകുന്നുണ്ട്. അവ മനുഷ്യർ നടത്തുന്ന ഹിംസയിൽ പങ്കാളികളല്ല, അതിന്റെ ഇരകളും സാക്ഷികളുമാണ്, ചിലപ്പോൾ രാമായണാവസാനത്തിലെന്ന പോലെ, അന്തിമമായ അഭയസ്ഥാനവും.

രാമായണത്തിലെ സംഭവങ്ങൾ നടക്കുന്നത് ഒരു മൈത്തിക കാലത്തിലാണ്. അവയുടെ യഥാർത്ഥകാലം അന്വേഷിച്ചു പോകുന്നതിൽ ചരിത്രകാരന്മാർക്ക് താത്പര്യമുണ്ടാകാമെങ്കിലും സഹൃദയർക്കു ഉണ്ടാകേണ്ടതില്ല. എങ്കിലും ആ കാലത്തെ വ്യവസ്ഥയെപ്പറ്റിയുള്ള സൂചനകളിലൂടെ അതിനു ഒരു മൂർത്തത ലഭിക്കാതിരിക്കുന്നുമില്ല. ഒന്ന് വർണ്ണവ്യവസ്ഥയെക്കുറിച്ചുള്ള വ്യക്തമായ സൂചനകളാണ്. ബ്രാഹ്മണരായ, രാജാക്കന്മാരെ ഉപദേശിക്കുന്ന, മഹർഷിമാരും ക്ഷത്രിയരായ രാജകുടുംബാംഗങ്ങളും ശംബൂകനെപ്പോലെ തപസ്സിനു അധികാരമില്ലാത്ത ശൂദ്രരും, ദാസീദാസന്മാരും ഏതു രീതിയിൽ നോക്കിയാലും ഉപരിവർണ്ണങ്ങൾക്ക് 'അപരരായ' രാക്ഷസരും 'യജമാന'രെ സേവിക്കുന്ന, ഒരു പക്ഷേ വർണ്ണവ്യവസ്ഥയ്ക്കു പുറത്തു നിൽക്കുന്നവരെ സൂചിപ്പിക്കുന്ന, 'വാനര'രും നിലനിൽക്കുന്ന ഒരു വ്യവസ്ഥയാണത്. വാനരർ ഉൾപ്പെടെയുള്ളവർക്ക് തങ്ങളുടേതായ ധർമ്മങ്ങളും നിയമങ്ങളും അവിടെയുണ്ട്.

ആ വ്യവസ്ഥയുടെ നിഷ്ഠുരനിയമങ്ങളനുസരിച്ച് തപസ്സു ചെയ്യുന്ന ശൂദ്രനായ ശംബൂകനെ കൊല്ലുന്നത് ക്ഷത്രിയരുടെ അധികാരപരിധിയിൽ പെടും. രാക്ഷസർ 'അപരർ' ആയതു കൊണ്ടു തന്നെ വധ്യരാണ്. ഉപരിവർണ്ണങ്ങളിലെ സ്ത്രീകൾ, 'ഭർത്താവ്', 'ഭാര്യ' എന്നീ സംജ്ഞകൾ തന്നെ സൂചിപ്പിക്കും പോലെ, പതിവ്രതകളും വിശ്വസ്തകളുമായിരിക്കണം, ഭർത്താവിന്റെ എന്ന പോലെ ഭർതൃകുടുംബത്തിന്റെയും ചിട്ടവട്ടങ്ങൾക്കൊത്തു ജീവിക്കാൻ

വിധിക്കപ്പെട്ടവരുമാണവർ. രാജാവ് ഒരു വശത്ത് അധികാരിയായിരിക്കെത്തന്നെ, രാജധർമ്മം നിർവഹിക്കാൻ കടപ്പെട്ടവനുമാണ്. ബ്രാഹ്മണപൂജയും യജ്ഞനിർവഹണവും യുദ്ധനിർവ്വഹണവും അന്നത്തെ സങ്കല്പമനുസരിച്ചുള്ള, വർണ്ണവർഗ്ഗസമത്വത്തിനു സ്ഥാനമില്ലാത്ത, 'സദ്' ഭരണവും രാജാവിന്റെ കടമകളാണ്; അയാൾ ഏകപത്നീവ്രതനാകണമെന്നില്ല എന്നതിന് രാമതാതനായ ദശരഥൻ തന്നെ ഉദാഹരണം; രാമൻ ആ അർത്ഥത്തിൽ ഒരു വ്യവസ്ഥാമാറ്റത്തിന്റെയോ മൂല്യപരിണാമത്തിന്റെയോ പ്രതിനിധിയുമാകാം. 'സീസറുടെ പത്നി സംശയാതീതയാകണം' എന്ന് ഒരു റോമൻ പഴമൊഴിയുണ്ട്; അത് രാമായണത്തിൽ പ്രതിഫലിക്കുന്ന ഭാരതീയരാജ്യത്തിന്റെ ഭരണാധിപനും ബാധകമായിരുന്നിരിക്കണം. 'മര്യാദാപുരുഷോത്തമ'നും മാതൃകാരാജാവുമായിരിക്കാനായി രാമന് ചെയ്യേണ്ടി വരുന്ന കടുംകൈകളിൽ പ്രധാനമായ ഒന്ന്, തന്നെത്തന്നെ ഏകാന്തതയ്ക്കും ആത്മഹത്യക്കും വിധിക്കുമാറ്, തനിക്കു സംശയമില്ലെങ്കിലും ഏതോ പ്രജകൾക്കു സംശയമുള്ള, സീതയെ പാതിവ്രത്യ പരീക്ഷയ്ക്ക് വിധേയയാക്കേണ്ടി വരുന്നതാണ്.

ശംബൂകവധം പോലെ വർണ്ണനീതികൾ നിലനിർത്താനായി ചെയ്യുന്ന കൊടും ക്രൂരതകൾ വേറെയുമുണ്ട്. സോദരിയുടെ അവഹേളനത്തിനും അവയവവിച്ഛേദത്തിനും പകരം വീട്ടാനായി രാവണൻ ചെയ്യുന്നത് അധർമ്മവും താൻ ഉപേക്ഷിക്കാൻ പോകുന്ന പത്നിയെ വീണ്ടുകിട്ടാനായി രാമൻ ഒരു നാട് മുഴുവൻ നശിപ്പിക്കുന്നത് ധർമ്മവുമായി കരുതപ്പെട്ട ഒരു കാലത്തെ തല തിരിഞ്ഞ നീതിസങ്കല്പത്തിന്റെ ഇരകളായ ദുരന്തകഥാപാത്രങ്ങളായി സീതയെയും രാമനെയും കാണുന്നതും സാധുവായ ഒരു പരിപ്രേക്ഷ്യമാണെന്നു ഞാൻ കരുതുന്നു. 'ചിന്താവിഷ്ടയായ സീത'യുടെ ധർമ്മസങ്കടം ആ വഴിക്കു ചിന്തിക്കാനുള്ള ചില സൂചനകളെങ്കിലും നമുക്ക് നൽകുന്നുണ്ട്. വ്യവസ്ഥാവിമർശനത്തിൽ സീത രാമനേക്കാൾ ഒരു പടി മുന്നോട്ടു പോകുന്നുമുണ്ട്. രാമന്റെ ശംബൂകവധത്തെയും അപവാദഭയത്തെയും സിംഹാസനാസക്തിയെയും പുരുഷത്വഗർവ്വിനെയും കുറിച്ചുള്ള സീതയുടെ വിമർശനങ്ങളിൽ ആശാന്റെ തന്നെ മനോനിലയെ രൂപപ്പെടുത്തിയ ശ്രീനാരായണചിന്തയുടെയും നവോത്ഥാനമൂല്യങ്ങളുടെയും മിന്നലാട്ടങ്ങളുണ്ട്. അവയാകട്ടെ അധികാരപ്രമത്തതയെയും ആൺഹുങ്കിനെയും വാഴ്ത്തുന്ന, ജനതയിൽ ഒരു വിഭാഗം 'അപര'രാക്കപ്പെടുന്ന, ദുർബലർ വേട്ടയാടപ്പെടുന്ന, സത്യനിഷ്ഠയും സമദൃഷ്ടിയും മൂല്യങ്ങളേ അല്ലാതാകുന്ന, സവർണ്ണശക്തി ഹിംസാത്മകമായി തിരിച്ചു വരുന്ന, ഇന്നത്തെ ഇരുണ്ട കാലത്ത് കൂടുതൽ പ്രസക്തമാവുകയുമാണ്.

ചരിത്രാനന്തരലോകം: പുതിയ രാഷ്ട്രീയഭാഷകൾ

രാഷ്ട്രീയത്തിന്റെ മണ്ഡലത്തിലേക്കുള്ള ജീവിതത്തിന്റെ പ്രവേശം, നഗ്നമായ വെറും ജീവിതത്തിന്റെ രാഷ്ട്രീയവത്കരണം ആധുനികതയിലെ നിർണ്ണായകമായ സംഭവമാകുന്നു. ക്ലാസിക്കൽ ചിന്തയുടെ രാഷ്ട്രീയ, ദാർശനിക ഗണങ്ങളുടെ സമൂലപരിവർത്തനത്തിന്റെ സൂചനയാണ് അത്. ഇന്ന് രാഷ്ട്രീയം നീണ്ടുനിൽക്കുന്ന ഒരു വൃദ്ധിക്ഷയത്തിലൂടെ കടന്നുപോകുന്നതായി തോന്നിക്കുന്നുവെങ്കിൽ അതിന്നു കാരണം രാഷ്ട്രീയം ആധുനികതയുടെ ഈ സ്ഥാപനമുഹൂർത്തത്തെ തിരിച്ചറിയുന്നതിൽ പരാജയപ്പെട്ടു എന്നതു പോലുമാകാം.

(ജോർജിയോ അഗംബെൻ: 'ഹോമോ സേയ്സർ, സോവറിൻ പവർ ആൻഡ് ബെയർ ലൈഫ്', മുഖവുര, പേജ് 4)

കാലം ഇന്ന് മരിച്ചുകഴിഞ്ഞ ഒരു വർത്തമാനവും ജീവിക്കാൻ തുടങ്ങിക്കഴിഞ്ഞ ഒരു ഭാവിയുമായി പിളർന്നു പോയിരിക്കുന്നു അവയ്ക്കിടയിൽ വാ പൊളിച്ചു കിടക്കുന്ന അഗാധഗർത്തം നാൾതോറും വലുതാവുകയാണ്. കാലമാവുമ്പോൾ ഒരു സംഭവം നമ്മെ ഒരു അസ്ത്രം എന്നപോലെ ഭാവിയിലേക്ക് പ്രക്ഷേപിക്കും. ഇതായിരിക്കും സ്നേഹത്തിന്റെ ശരിയായ രാഷ്ട്രീയപ്രയോഗം.

(മൈക്കേൽ ഹാർട്ട്, അന്റോണിയോ നെഗ്രി: 'മൾട്ടിറ്റ്യൂഡ്, വാർ ആൻഡ് ഡെമോക്രസി ഇൻ ദി എയ്ജ് ഓഫ് എമ്പയർ', പേജ് 358)

സമത്വരഹിതമായ സമൂഹം അതിന്റെ ഗർഭപാത്രത്തിൽ സമത്വപൂർണ്ണമായ സമൂഹത്തെയൊന്നും വഹിക്കുന്നില്ല. മറിച്ച്, സമത്വാധിഷ്ഠിതസമൂഹം ഒറ്റപ്പെട്ട, വിപത്കരമായ, പ്രവൃത്തികളിലൂടെ, ഇവിടെ, ഇപ്പോൾ പിന്തുടരപ്പെടുന്ന സമത്വാധിഷ്ഠിത ബന്ധങ്ങളുടെ ആകത്തുകയല്ലാതെ മറ്റൊന്നുമല്ല. സവിശേഷമായ കർമ്മങ്ങളുടെ സ്ഥിരതയാണ് അതിന്റെ ഉറപ്പ്. ചിന്തയുടെ അധികാരപ്രയോഗം നടത്തുന്നവരിൽ ഇത് ഭയവും വിദ്വേഷവും ഉളവാക്കിയേക്കാം; നേരെ മറിച്ച് ആരുമായും എല്ലാവരുമായും

ധിഷണയുടെ തുല്യശക്തി പങ്കിടാൻ അറിയുന്നവർക്കിടയിൽ മറിച്ചുള്ള ധൈര്യവും, അതു നൽകുന്ന ആഹ്ലാദവുമാണ് അത് ഉണർത്തുക

(ഴാക് റാൻസിയെ: 'ഹേട്രെഡ് ഓഫ് ഡിമോക്രസി', പേജ് 96-97)

പ്രത്യക്ഷത്തിൽ ഇരുണ്ടു വരുന്ന ഒരു ലോകത്തിലാണ് നാം. ലോക സാമ്രാജ്യത്വം നീതിനടത്തിപ്പിന്റെയും ജനാധിപത്യ സ്ഥാപനത്തിന്റെയും മറവിൽ വിപണിക്കും എണ്ണയ്ക്കുമായി നിരന്തരം നടത്തുന്ന ചെറുതും വലുതുമായ യുദ്ധങ്ങൾ, ഒരു രാജ്യത്തുനിന്ന് മറ്റൊന്നിലേക്കു വെടിമരുന്നിന് തീപ്പിടിച്ച പോലെ പടരുന്ന ഭീകരവാദപ്രവർത്തനങ്ങൾ, പ്രത്യക്ഷവും പരോക്ഷവുമായ സമഗ്രാധിപത്യങ്ങളും ഏകാധിപത്യങ്ങളും ജനാധിപത്യത്തിന്റെ മറവിൽ ഇംഗ്ലണ്ടിലും അമേരിക്കയിലും ഹംഗറിയിലും തുർക്കിയിലും മറ്റും മാത്രമല്ലാ, ഇന്ത്യയിൽ പോലും വളരുന്ന ഫാസിസ്റ്റ് പ്രവണതകൾ, യൂറോപ്പ് മുഴുവൻ വളരുന്ന വലതുപക്ഷരാഷ്ട്രീയവും അതു വളർത്തുന്ന അസഹിഷ്ണുതയും ലോകജനതയുടെ ഭൂരിപക്ഷത്തെയും അടിമപ്പണികളിലേക്കും കൊടുംദാരിദ്ര്യത്തിലേക്കും തള്ളിയിട്ട് ക്ഷേമരാഷ്ട്ര സങ്കൽപ്പത്തിനു അന്ത്യം കുറിച്ച് കുറച്ചു പേരുടെ ലാഭത്തിന്നായി പ്രകൃതിയെ മുഴുവൻ നശിപ്പിക്കുന്ന നവോദാരസാമ്പത്തികനയം, മത, ജാതി, വംശ, ലൈംഗിക ന്യൂനപക്ഷങ്ങളുടെ മേൽ വർദ്ധിച്ചു വരുന്ന പീഡനം, ജലം, ആഹാരം, ഊർജ്ജം എന്നിവയ്ക്കായി നടക്കുന്ന കിടമത്സരങ്ങൾ, ദേശരാഷ്ട്രങ്ങളുടെ സ്വാധികാരം കവർന്നെടുത്തും, അധികാരത്തിന്റെ ഏകഭാഷണത്തിലേർപ്പെട്ടും തദ്ദേശീയ സംസ്കാരങ്ങളെയും ഭാഷകളെയും മറവിക്കും മരണത്തിനും വിധിച്ചും ലോകത്തെ വെറും വിപണിയാക്കി മാറ്റി സഹകരണത്തിനു പകരം മത്സരദുർനീതി പ്രചരിപ്പിച്ചും മാധ്യമശൃംഖലകളെ അസത്യോത്പാദനയന്ത്രങ്ങളാക്കിയും അന്ധയോദ്ധാവിനെപ്പോലെ രക്തം ചിന്തി മുന്നേറുന്ന ആഗോളീകരണം, ചിന്തയുടെ ശുഭവിശ്വാസം നിലനിർത്തുക പ്രയാസമായിത്തോന്നിക്കുന്ന യുഗമാണ് ഇരുപത്തൊന്നാം നൂറ്റാണ്ട്.

എന്നാൽ ഇനിയും ദോഷൈകദൃക്കുകളായി മാറാൻ തയ്യാറല്ലാത്ത മനുഷ്യർ ജനാധിപത്യത്തെക്കുറിച്ചുള്ള പ്രത്യാശ കൈവിട്ടിട്ടില്ല. അത് പെട്ടെന്നൊരു ദിവസം ഒരിടത്തു പൊട്ടിപ്പുറപ്പെടുന്ന വിപ്ലവത്തിലൂടെ ആവില്ല സംഭവിക്കുക. അങ്ങനെയുള്ള വിപ്ലവങ്ങളുടെ കഥകളെല്ലാം പരാജയത്തിന്റെ കഥകളാണ്. ചെറിയ ഹിംസയിലൂടെ നേടിയത് നില നിർത്താൻ വലിയ ഹിംസ വേണ്ടി വന്നതിന്റെ ദുരന്ത കഥകൾ. ഫ്രഞ്ച്, അമേരിക്കൻ, റഷ്യൻ, ചൈനീസ്, പൂർവ്വ യൂറോപ്യൻ, ഇറാനിയൻ. ഏതു വിപ്ലവവുമെടുത്തോളൂ, അവ എന്തിന്നെതിരെ

പോരാടിയോ അതെല്ലാം ആയിത്തീർന്നതിന്റെ കഥകളാണ് അവയ്ക്ക് പറയാനുണ്ടാവുക.

നെപ്പോളിയന്മാരും ബുഷ്മാരും സ്റ്റാലിന്മാരും ചൗഷെസ്ക്യൂമാരും എൻവർ ഓജമാരും ഖോമൈനിമാരുമായി, പട്ടിണിയും മരണവും വിതച്ച വൻകനാൽപദ്ധതികളും 'ഗ്രേറ്റ് ലീപ് ഫോർവേ'ഡ്കളും സാംസ്കാരികവിപ്ലവമെന്ന പേരിലുള്ള സാംസ്കാരികപീഡനങ്ങളും ക്രൂരമായ പുരോഹിതാധിപത്യവും ഉദ്യോഗസ്ഥമേധാവിത്തവും യുദ്ധക്കൊതികളും ലാഭാർത്തികളും സമഗ്രാധിപത്യങ്ങളും മനുഷ്യാവകാശനിഷേധങ്ങളുമായി, അവയ്ക്കു പിറകിലുണ്ടായിരുന്ന മനുഷ്യസ്നേഹികളുടെയും മഹാത്യാഗികളുടെയും സ്വപ്നങ്ങൾ പെയ്തുതീർന്നു.

അവസ്ഥകളുടെ അപഗ്രഥനത്തിൽ വന്ന തെറ്റുകളായിരുന്നില്ല ആ അപചയങ്ങൾക്കു കാരണം; തെറ്റു പറ്റിയതു റൂസ്സോയെയും മാർക്സിനെയും പോലുള്ള വ്യവസ്ഥാവിശകലനസൈദ്ധാന്തികർക്കല്ല: വിനിർമ്മിക്കാനുള്ള മാർഗ്ഗങ്ങളുടെ വിമാനുഷികതയും നിർമ്മിക്കേണ്ട ബദൽ സമൂഹത്തെക്കുറിച്ചുള്ള സങ്കൽപ്പങ്ങളുടെ അവ്യക്തതകളും ജനാധിപത്യത്തെക്കുറിച്ചുള്ള പരുക്കൻവിചാരങ്ങളും സ്രോതസ്സിലെ സ്നേഹത്തിനു മുകളിൽ അധികാരികളുടെ വിദ്വേഷം നേടിയ മേൽക്കയ്യും ആയിരുന്നു, പ്രദൂഷണം ദേശാടനപ്പക്ഷികളുടെ എന്ന പോലെ, വിപ്ലവങ്ങളുടെ വഴി തെറ്റിച്ചത്. ലളിതമായി പറഞ്ഞാൽ, പഴയ രീതിയിലുള്ള, കേന്ദ്രീകൃതമായ, ആസൂത്രിതമായ, ഒരിടത്തു ഒരു തിയ്യതിയിൽ സംഭവിക്കുന്ന, ഒരു ക്രെംലിൻ കയ്യേറ്റത്തിലൂടെയോ ലോങ്ങ് മാർച്ചിലൂടെയോ വിജയിക്കുന്ന, ഹിംസാത്മക വിപ്ലവങ്ങളെക്കുറിച്ചു സംസാരിക്കുകയും ആ സ്വപ്നങ്ങൾ സാക്ഷാത്കരിക്കാൻ പ്രവർത്തിക്കുകയും ചെയ്യുന്നവർ മടങ്ങിവരാത്ത ഭൂതകാലത്താണ് ജീവിക്കുന്നത്. അവർ അവരെത്തന്നെയും മറ്റുള്ളവരെയും അറിഞ്ഞോ അറിയാതെയോ വഞ്ചിക്കുകയാണ്.

ഇതിന്നർത്ഥം അധീശവിഭാഗങ്ങൾ പ്രതീക്ഷിക്കും പോലെ ജനങ്ങൾ അച്ചടക്കം പഠിച്ചുവെന്നോ ചെറുത്തുനിൽപ്പുകൾ അവസാനിച്ചുവെന്നോ അല്ല. റഷ്യൻ വിപ്ലവം കഴിഞ്ഞ് ഭരണകൂടം തങ്ങളെ അവഗണിക്കുന്നു എന്നു പറഞ്ഞു ഉക്രൈനിലെ കർഷകർ കലാപം നടത്തിയ കഥ നമ്മുടെ മുന്നിലുണ്ട്. 1968-ൽ തൊഴിലാളികളും വിദ്യാർത്ഥികളും യുവജനങ്ങളും മുൻകയ്യെടുത്തു നടത്തിയ ഫ്രെഞ്ചു കലാപം ഒരു പുതിയ പ്രതിരോധമാതൃക സൃഷ്ടിച്ചു. 1989-ൽ ഏപ്രിൽ 15 മുതൽ ജൂൺ 4 വരെ ബീജിങ്ങിലെ തിയാനന്മെൻ ചത്വരത്തിൽ സർവ്വകലാശാലാവിദ്യാർഥികളും ബുദ്ധിജീവികളും ഫാക്ടറി തൊഴിലാളികളും പരിഷ്കരണവാദികളും ജനാധിപത്യപ്രേമികളും ബീജിംഗ്

നിവാസികളും ചേർന്ന് അരങ്ങേറിയതും 241 എന്ന് സർക്കാർ കണക്കുകൾ പറയുന്നുവെങ്കിലും കൃത്യമായ കണക്കില്ലാത്തത്ര പേർ കൊല്ലപ്പെട്ടതുമായ ഉപരോധത്തിന്റെ പ്രധാന മുദ്രാവാക്യങ്ങൾ അഴിമതിയില്ലാത്ത കമ്മ്യൂണിസ്റ്റ് പാർടി, ജനാധിപത്യപരിഷ്കരണം, പത്രസ്വാതന്ത്ര്യം, സംസാരസ്വാതന്ത്ര്യം എന്നിവയായിരുന്നു. ഇതും അഹിംസാത്മകമായ പ്രതിഷേധമായി ആരംഭിച്ചതാണ്, വിദ്യാർഥികളും പൗരന്മാരും നിഷ്ഠുരമായി കൊല്ലപ്പെട്ടതോടെയാണ് അത് കുറച്ചൊക്കെ അക്രമാസക്തമായത്. അത് അടിച്ചമർത്തപ്പെട്ടു എന്നതു ശരി തന്നെ; എന്നാൽ അതിന്റെ വാർഷികങ്ങളിലൊന്നിൽ അവിടെ ഉണ്ടായിരുന്ന, അതിൽ പങ്കെടുത്ത ഒരു ചെറുപ്പക്കാരനോട് ആ സംഭവത്തെക്കുറിച്ച് വിശദമായി ചോദിച്ചറിഞ്ഞ ഞാൻ കണ്ടിട്ടുണ്ട്, ആ ദിവസങ്ങളിൽ ബീജിംഗ് ഒരു സൈനികത്താവളമായി മാറുന്നത്. അത്രകണ്ടു ഭയമാണ് ഇന്നത്തെ ചൈനീസ് ഭരണകൂടത്തിന് ആ സംഭവത്തിന്റെ ഓർമ്മയെയെപ്പോലും. അത് ജനാധിപത്യത്തോടുള്ള ഭയമല്ലാതെ മറ്റൊന്നുമല്ല.

1999 നവംബർ 30ന് വാഷിങ്ങ്ടണിലെ സിയാറ്റിലിൽ ലോക വാണിജ്യ ഉച്ചകോടിക്കെതിരെ ആഗോളീകരണ വിരുദ്ധ പ്രസ്ഥാനം, തൊഴിലാളി യൂണിയനുകൾ, സർക്കാരിതരസംഘങ്ങൾ, വിദ്യാർഥികൾ, പ്രത്യക്ഷപ്രതിരോധശൃംഖല ഇവ ചേർന്നു നയിച്ചതും നാൽപ്പതിനായിരത്തിലേറെ ആളുകൾ പങ്കെടുത്തതും സ്വതന്ത്ര മാധ്യമകേന്ദ്രത്തിന്റെ സൃഷ്ടിയിൽ കലാശിച്ചതുമായ 'സിയാറ്റിൽ യുദ്ധം' എന്നറിയപ്പെടുന്ന ഉയിർത്തെഴുന്നേല്പ്പും കിഴക്കൻ യൂറോപ്പിലെ മനുഷ്യാവകാശപ്രക്ഷോഭങ്ങളും അമേരിക്കയുടെ വിയത്നാംയുദ്ധത്തിനും ഇറാക്ക് യുദ്ധത്തിനുമെതിരെ ന്യൂയോർക്കിലും ലോക നഗരങ്ങളിലും നടന്ന കൂറ്റൻ പ്രതിഷേധപ്രകടനങ്ങളും ഒരു പുതിയ വിപ്ലവനായകത്വത്തെ (ഏജൻസി) കൂടുതൽ വ്യക്തമായി നിർവ്വചിച്ചു. സോവിയറ്റ് യൂണിയന്റെ തകർച്ചയ്ക്കു ശേഷം ഉക്രൈനിൽ തന്നെ വീണ്ടും ഓറഞ്ച് വിപ്ലവം നടന്നു (2004) അതിനു മുന്നത്തെ വർഷമാണ് ജോർജ്ജിയയിൽ പനിനീർവിപ്ലവം നടന്നത്, പിന്നത്തെ വർഷം ലെബനോണിൽ ദേവതാരുവിപ്ലവവും കിർഗിസ്ഥാനിൽ ടൂലിപ്പ് വിപ്ലവവും നടന്നു. ഇവയുടെ ഒരു ആദ്യാപഗ്രഥനം തുടക്കത്തിൽ ഉദ്ധരിച്ച ഹാർട്ട്, നെഗ്രി എന്നിവരുടെ പുസ്തകത്തിൽ കാണാം. എന്നാൽ അവർ പുതിയ ചരിത്രനായകത്വം ആരോപിച്ചത് ഫോർഡിന്നു ശേഷമുള്ള പാശ്ചാത്യവിവരസാമ്പത്തിക വ്യവസ്ഥയിലെ പുതിയ ഉത്പാദകവർഗ്ഗത്തിലാണ്. ഈ വർഗ്ഗം ഇപ്പോളും സാമ്പത്തികമത്സരത്തിൽ ഉൾപ്പെട്ടുകിടക്കുന്ന ഒന്നാണ്. എന്നാൽ അറബ് വിപ്ലവങ്ങളിൽ പങ്കെടുത്തവർ യാഥാസ്ഥിതികംമായ സ്വേച്ഛാധിപത്യവും ദാരിദ്ര്യവും കൊണ്ട് ദുരിതം അനുഭവിക്കുന്നവരായിരുന്നു.

വിദ്യാസമ്പന്നരായ മധ്യവർഗ്ഗങ്ങൾ സാമൂഹ്യവിനിമയ മാധ്യമങ്ങളിലൂടെ – മൊബൈൽ, ടിറ്റർ, ഫേസ്ബുക്ക് – അതിനെ പിന്തുണച്ചു എന്നതു ശരി തന്നെ. പക്ഷെ അവരെ ആശ്രയിച്ചല്ലാ അഹിംസാത്മകമായ അറബ് വിപ്ലവങ്ങൾ അരങ്ങേറിയത്. അൽ ജസീറ നിരോധിക്കപ്പെടുകയും സംവേദന ശ്രുംഖല മുഴുവൻ തകരുകയും ചെയ്തപ്പോളും ജനമുന്നേറ്റം തുടർന്നു എന്നതു തന്നെയാണ് അതിന്നു തെളിവ്.

പ്രധാനകാര്യം ഒരു നവയാഥാസ്ഥിതികസൈനികമുന്നേറ്റമല്ല, മറിച്ചു കലാപകാരികളായ ജനതതികളുടെ സർഗ്ഗാത്മകഭാവനയാണ് മധ്യപൂർവ്വദേശങ്ങളിൽ ജനാധിപത്യപ്രസ്ഥാനം നയിച്ചത് എന്നതാണ്. ഒരു പുതിയ ഏകാധിപത്യത്തിനു വേണ്ടിയല്ല, ജനാധിപത്യത്തിനു വേണ്ടിയാണ് ഈ മുന്നേറ്റങ്ങൾ ഉണ്ടായത്. തഹ്രീർ ചത്വരത്തിൽ ത്രിവർണപതാകകൾവീശി ഒത്തുകൂടിയ ജനക്കൂട്ടം ഒരു പുതിയ രാഷ്ട്രീയഭാവനയുടെ ശരീരമായിരുന്നു. ഏകാധിപത്യം, അഴിമതി, ആഗോളീകരണം കൊണ്ടുവരുന്ന പുതിയ അടിമത്തം ഇവയ്ക്കെതിരെയായിരുന്നു അവരുടെ മുദ്രാവാക്യങ്ങൾ. അവർ തിരക്കഥ എഴുതുകയായിരുന്നു. ഒറ്റ രചയിതാവില്ലാത്ത, ഓൺ ലൈൻ ആക്റ്റിവിസ്റ്റുകളുടെ പിന്തുണയോടെ തെരുവിലിറങ്ങിയ ജനങ്ങൾ രചിച്ച, തുറന്ന അന്ത്യമുള്ള ഒരു തിരക്കഥ. ടുണിഷ്യ, ഈജിപ്റ്റ്, യെമെൻ, ബഹറിൻ, ലിബിയ ഇവിടങ്ങളിലെല്ലാം ദേശീയ അതിർത്തികളെ വെല്ലുവിളിക്കുന്ന ഒരുതരം 'ഡോമിനോ ഇഫെക്റ്റ്' കൊണ്ടെന്നപോലെ ജനാധിപത്യപ്രസ്ഥാനങ്ങൾ പടർന്നു പിടിച്ചു. ഇവ എല്ലാം ലക്ഷ്യങ്ങൾ നേടിയില്ല. ചിലപ്പോൾ വിപ്ലവം പ്രതിവിപ്ലവകാരികളുടെ കയ്യിൽ അകപ്പെട്ടു. എന്നാൽ പ്രശസ്ത ടർക്കിഷ് ചിന്തകനും ശിൽപ്പിയുമായ ടോണി ചക്കർ പറഞ്ഞതു പോലെ, ആകാശത്തിലെ ഒരു വിള്ളലിലൂടെ ഒരിടിമിന്നലിലെന്ന പോലെ മനുഷ്യർക്കു സാധ്യമായ ഒരു ഭാവിയുടെ ദ്രുതദർശനം നൽകിയ മഹാസംഭവമായിരുന്നു അറബ് വിപ്ലവങ്ങൾ.

ആ മാതൃക അവിടെ അവസാനിച്ചില്ല. 2011 സെപ്റ്റംബർ 7നു ലോവർ മാൻഹട്ടനിലെ സുക്കോറ്റി പാർക്കിൽ ആരംഭിച്ചു അമേരിക്കയിലെ വൻനഗരങ്ങൾ മുതൽ ഗ്രാമങ്ങൾ വരെ വ്യാപിച്ച ഒരു ചുഴലിക്കാറ്റായിരുന്നു'ഓക്കുപ്പൈ വാൾ സ്ട്രീറ്റ്' എന്നറിയപ്പെട്ട ഉപരോധം. ചർച്ചകൾ, വിവാദങ്ങൾ, പ്രതിഷേധങ്ങൾ, പരിഹാര നിർദ്ദേശങ്ങൾ അങ്ങനെ താനേ ചുരുൾ നിവർന്ന ഒരു സ്ക്രിപ്റ്റ് ആയിരുന്നു ഈ പ്രക്ഷോഭത്തിന്റേതും. ഇത് ഒരു ശതമാനം ചൂഷകരായ മഹാധനികർക്കെതിരായി തൊണ്ണൂറ്റൊമ്പതു ശതമാനം വരുന്ന ചൂഷിതജനതയുടെ ഉയിർത്തെഴുന്നേൽപ്പായിരുന്നു. നവോദാരസമ്പദ്

വ്യവസ്ഥയും ആഗോളീകരണവും ചേർന്ന് വർദ്ധിപ്പിച്ച സാമൂഹ്യ അസമത്വമായിരുന്നു കലാപത്തിന്റെ കേന്ദ്രപ്രമേയം. വർഗ്ഗത്തെ സാമ്പത്തികമെന്ന പോലെ സാമൂഹ്യവുമായി പുനർനിർവ്വചിക്കുക വഴി ഒരു വിശാലനവഇടതുപക്ഷത്തിന്റെ പരിപാടി അമേരിക്കൻ പോതുബോധത്തിലേക്കു കൊണ്ടുവരാൻ ഇത് സഹായിച്ചു. ബദൽ ഇല്ല എന്ന് പറഞ്ഞു ശക്തിപ്പെട്ട നവോദാരനയങ്ങൾക്ക് ഒരു മറുപടി എന്ന പോലെ 'മറ്റൊരു ലോകം സാധ്യമാണ്' എന്ന് ദശലക്ഷ ങ്ങളുടെ ഉറച്ച പ്രഖ്യാപനമായിരുന്നു അത്. സ്വയംഭൂതവും സംഘാ ടനവും തമ്മിലുള്ള വൈരുദ്ധ്യാത്മകബന്ധത്തെക്കുറിച്ചുള്ള റോസാ ലക്സംബർഗിന്റെ സിദ്ധാന്തത്തിന്റെ ഒരു പ്രയോഗമാണ് അവിടെ കണ്ടതെന്ന് ഈ പ്രസ്ഥാനത്തിന്റെ ചരിത്രം എഴുതിയ എഥാൻ ഏൾ പറയുന്നുണ്ട്.

2013ൽ തുർക്കിയിലെ ഇസ്താംബുളിൽ ടാക്സിൻ ചത്വര ത്തിലും ഗെസി പാർക്കിലും നടന്ന, ഒറ്റയാളിൽ നിന്നോ ഒരു ദമ്പതി മാരിൽ നിന്നോ ആരംഭിച്ചു ആൾക്കൂട്ടത്തിലേക്കു പടർന്നു പിടിച്ച ജനാധിപത്യ പ്രക്ഷോഭങ്ങളും ഗ്രീസിലും സ്പെയിനിലും ഉണ്ടായ 'ഇൻഡിഗ്നാഡോസ്' പ്രസ്ഥാനവും ഈ മാതൃക പിന്തുടർന്നു.

ഇന്ത്യയിൽ സമീപകാലത്ത് നടന്ന എല്ലാ പ്രധാനസമരങ്ങളും ഈ മാതൃകയാണ് പിന്തുടർന്നത് എന്ന് പറയാം. 'നർമ്മദാ ബചാവോ' ആന്ദോളൻ, ആണവ റിആക്ടർകൾക്കെതിരെ പെരിങ്ങോമിലും ജെട്ഠാപൂരിലും കൂടംകുളത്തും നടന്ന സമരങ്ങൾ, നിയംഗിരിയിലെ ആദിവാസികളുടെ സമരം, പ്ലാച്ചിമടയിലെ കോളവിരുദ്ധ പ്രക്ഷോഭം, ചെങ്ങറ ഭൂസമരം, ആദിവാസി ഭൂസമരം, മൂന്നാറിലെ സ്ത്രീത്തൊഴി ലാളികളുടെ സമരം തുടങ്ങിയവയിലെല്ലാം ഇത്തരം പ്രതിരോധ ത്തിന്റെ ചില സ്വഭാവങ്ങൾ കാണാം; എങ്കിലും ഡൽഹിയിലെ അഴി മതി വിരുദ്ധപ്രക്ഷോഭം ('ഓക്കുപൈ ജന്തർ മന്തർ' എന്ന് വിളിക്കാം), നിർഭയയുടെ കൂട്ടബലാത്സംഗത്തെ തുടർന്ന് നടന്ന ഇന്ത്യാഗേറ്റ് ഓക്ക്യുപ്പേഷൻ, ജെ എൻ യു, ഹൈദരാബാദ് സർവകലാശാലകളിലെ വിദ്യാർഥി, അധ്യാപക ദളിത് ജനകീയബുദ്ധിജീവി വിഭാഗങ്ങൾ ഐക്യപ്പെട്ട സമരങ്ങൾ, ജിഗ്നേഷ് മേവാനിയുടെ നേതൃത്വത്തിൽ ഗുജറാത്തിൽ നിന്ന് ആരംഭിച്ച ദളിത്മാർക്സിസ്റ്റ് ചെറുത്തുനിൽപ്പ് എന്നിവ കുറേക്കൂടി വ്യാപകവും സാമൂഹ്യമാധ്യമങ്ങളുടെ പിന്തു ണയുള്ളതും നവീനരീതികൾ പിന്തുടരുന്നതുമായ സമരങ്ങൾ ആണ്.

ഇവിടെയെല്ലാം നാം കണ്ടെത്തുന്നത് രാഷ്ട്രീയത്തിന്റെ പുതു ഭാഷകളാണ്. 'ചരിത്രത്തിന്റെ അവസാനം' ആഘോഷിക്കപ്പെട്ട 1990കൾക്ക് ശേഷമാണ് ഇവയിൽ മിക്ക സംഭവങ്ങളും നടന്നത് എന്നതു യാദൃച്ഛികമല്ല. നവോദാരതത്ത്വചിന്ത, അഥവാ തത്ത്വചിന്ത യില്ലായ്മ, ആണ് ഒരേ ഒരു ബദൽ എന്ന് പ്രത്യക്ഷ ഇടതുപക്ഷം

കൂടി വിചാരിക്കാൻ തുടങ്ങിയ കാലത്താണ് ഈ മുന്നേറ്റങ്ങൾ നടന്നതും നടക്കുന്നതും എന്ന് ഓർക്കേണ്ടതുണ്ട്. ചൈന മുതൽ പശ്ചിമ ബംഗാൾ വരെ വേറെ വഴിയില്ലെന്ന് വിശ്വസിച്ചും ജനതയെ വിശ്വസിപ്പിച്ചും ഉദാരീകരണത്തിന്റെ വികസനപഥം സ്വീകരിച്ചു തുടങ്ങിയ കാലം, അതിന്റെ പ്രതികരണങ്ങളെന്നോണമാണല്ലോ ബീജിങ്ങിലും സിംഗൂരിലും നന്ദിഗ്രാമിലുമുള്ള മനുഷ്യർ പ്രക്ഷോഭത്തിന് ഒരുങ്ങിയത്. ബ്ലെയറിന്റെ 'നവലേബർ' കക്ഷിയും ഇങ്ങിനെ നവോദാരനയത്തിന്നു കീഴടങ്ങി. ഒന്നുകിൽ ഭരണകൂടം അല്ലെങ്കിൽ വിപണി. ഇതാണ് സാദ്ധ്യമായ ഒരേ ഒരു തിരഞ്ഞെടുപ്പ് എന്നായിരുന്നു ഇവരെല്ലാം ധരിച്ചത്.

ഭരണകൂടസോഷ്യലിസം റഷ്യയിലെന്നപോലെ പരാജയപ്പെട്ടതുകൊണ്ട് വിപണിയെ ആശ്രയിക്കയേ ഇനി മാർഗമുള്ളൂ എന്നായിരുന്നു വാദം. ചില പഴയ നക്സലൈറ്റ് നേതാക്കൾ വരെ ഈ വാദം കേരളത്തിൽ ഉയർത്തി. 'വിപണി' എന്ന് അവർ വിളിച്ചത് ഈ നവഉദാരീകരണത്തെയും കോർപ്പൊറേറ്റ് അധികാരത്തെയുമല്ലാതെ മറ്റൊന്നിനെയും ആയിരുന്നില്ല. എന്നാൽ മുൻവശത്തു കൂടി വലിച്ചെറിഞ്ഞ ഭരണകൂടത്തെ പിൻവശത്തു കൂടി അവർക്ക് വിളിച്ചു കയറ്റേണ്ടി വന്നു: കാരണം ഭരണകൂടത്തിന്റെ പിന്തുണയില്ലാതെ നവോദാരസാമ്പത്തികപദ്ധതിയും ജനജീവിതത്തിനു മേലുള്ള കോർപ്പൊറേറ്റ് അധികാരശക്തിയും വിജയിക്കുകയില്ല. പ്രകൃതിയുടെയും ധിഷണയുടെയും പൊതുസ്വത്തുക്കൾ (കോമൺസ്) സ്വകാര്യസംരംഭങ്ങൾക്ക് ഏറ്റെടുക്കാൻ ഭരണകൂടസഹായമില്ലാതെ പറ്റില്ല. ഒപ്പം തന്നെ സ്റ്റോക്ക്ഹോം കോൺഫറൻസിനും (1972) റിയോ ഡി ജെനീറോവിലെ എർത്ത് സമ്മിറ്റിനും (1992) ശേഷം അവഗണിക്കാൻ കഴിയാതായ പരിസ്ഥിതിധാർമ്മികതയെ മറികടക്കാനും ഭരണകൂടസഹായം അത്യാവശ്യം. അങ്ങിനെ കൃഷിഭൂമി ഉൾപ്പെടെയുള്ള ഭൂമി സ്വകാര്യവ്യവസായത്തിന്നായി ഏറ്റെടുക്കാനും പരിസ്ഥിതി നിയമങ്ങളിൽ കോർപ്പറേറ്റ് അനുകൂലമായ രീതിയിൽ വെള്ളം ചേർക്കാനുമായി തങ്ങൾക്കു അനുകൂലമായ ഭരണകൂടങ്ങൾ നിലവിൽ വരുത്തുക എന്ന കർത്തവ്യവും കോർപ്പറേറ്റുകൾക്ക് ഏറ്റെടുക്കേണ്ടി വന്നു. ഇന്ത്യയിലെ തന്നെ കഴിഞ്ഞ തിരഞ്ഞെടുപ്പുകളിൽ ആരാണ് പണം ഇറക്കിയതും പ്രചാരവേല നടത്തിയതും എന്ന് ആലോചിച്ചാൽ ഇതു മനസ്സിലാക്കാൻ ബുദ്ധിമുട്ടുണ്ടാവില്ല. നരേന്ദ്ര മോഡി മുതൽ തെരെസ്സാ മേയും ഡോണാൾഡ് ട്രംപും വരെയുള്ളവർ അങ്ങിനെ അധികാരത്തിൽ വന്നു. ഇന്ത്യൻ ഭരണകൂടം ആർ നടത്തുന്നു എന്ന കാര്യത്തിൽ ഇപ്പോൾ ആർക്കും സംശയമുണ്ടെന്ന് തോന്നുന്നില്ല. എങ്കിലും ചില ഘടകങ്ങൾ നവഉദാരീകരണനയങ്ങൾക്ക് ഇന്നും ഭീഷണിയായി നിൽക്കുന്നു: വർധിച്ചു വരുന്ന

ദാരിദ്ര്യം, തൊഴിലില്ലായ്മ, ആരോഗ്യം ഉൾപ്പെടെയുള്ള ക്ഷേമ പദ്ധതികളിൽ നിന്ന് ഭരണകൂടത്തിന്റെ പിൻവാങ്ങൽ, മറയ്ക്കാനാകാത്ത പരിസ്ഥിതിനാശം, അതിന്റെ ഫലമായ വായു-ജലപ്രദൂഷണം, ജലദൗർലഭ്യം, കർഷകർ, ദളിതർ, ആദിവാസികൾ എന്നിവർക്ക് വിശേഷിച്ചും ഉണ്ടാകുന്ന ആവാസനഷ്ടം, ഇവയ്ക്കൊന്നുമുള്ള പരിഹാരങ്ങൾ ലാഭമാത്രവ്രതക്കാരായ കോർപ്പൊറേറ്റുകളുടെ കൈവശം ഇല്ല. ഈ ഇരകളിൽ നിന്നാണ് ഇവിടെ പ്രതിരോധം സ്വാഭാവികമായും രൂപപ്പെടുക. ഭൂരിപക്ഷക്ഷേമവും കോർപ്പോറെറ്റുകളും ബാങ്കുകളും ചേർന്നുള്ള ഭരണവും തമ്മിലുള്ള വൈരുദ്ധ്യമാവും ഇതിന്റെ കാതൽ. ഇത് കോമൺസിനു വേണ്ടിയുള്ള ജലം, വായു, ഭൂമി, വിജ്ഞാനം, സംസ്കാരം ഇവ എല്ലാവരുടെതുമാണെന്ന തത്ത്വത്തിന്റെ പ്രയോഗത്തിനുവേണ്ടിയുള്ള സമരമാകാതെ വയ്യ. ജനകീയ ബുദ്ധിജീവികൾക്കും കലാകാരന്മാർക്കും ഇതിൽ നിന്ന് ഒഴിഞ്ഞു നിൽക്കാനും ആവില്ല.

അപ്പോൾ ഇനിയുള്ള ഏതു വിപ്ലവസങ്കൽപ്പത്തിനും ഇരുപതാം നൂറ്റാണ്ടിലെ ഏകശിലാരൂപമായ വിപ്ലവസങ്കൽപ്പം കയ്യൊഴിച്ചേ തീരൂ. ഭരണകൂടമോ വിപണിയോ എന്ന കപടമായ തിരഞ്ഞെടുപ്പിനു മുന്നിൽ പകച്ചു നിൽക്കുന്നവർക്ക് ഒന്നും ചെയ്യാനില്ല, ആത്യന്തികമായി അവർ നവോദാരമൂല്യങ്ങളെ സഹായിക്കയേ ഉള്ളൂ. പരിസ്ഥിതി, ലൈംഗികത, ലിംഗസമത്വം, ജാതിവ്യവസ്ഥ, രാഷ്ട്രീയനൈതികത ഇവയെ തന്ത്രം എന്ന നിലയിൽ അല്ലാതെ ഗൗരവമായിത്തന്നെ എടുക്കാത്തിടത്തോളം കമ്മ്യൂണിസ്റ്റ് പാർട്ടികൾ അപ്രസക്തമായിക്കൊണ്ടിരിക്കും. വികസനപരിപ്രേക്ഷ്യത്തിലും സംഘടനാരീതികളിലും സമൂലമായ പരിവർത്തനം കൊണ്ടുമാത്രമേ ജനതതിയുടെ പുതു ജൈവ രാഷ്ട്രീയപ്രസ്ഥാനങ്ങളുമായി കണ്ണി ചേരുവാൻ നിലനിൽക്കുന്ന ഇടതുപക്ഷത്തിനു കഴിയൂ. പുരുഷമേധാവിത്തം, മനുവാദം, മതമൗലികവാദങ്ങൾ, മൂലധനവികസനം ഭൂരിപക്ഷത്തിനു മേൽ അടിച്ചേല്പിക്കുന്ന നിർധനത്വം, ലാഭോന്മുഖവികസനം ഭൂമിക്കും ജീവിതത്തിനും ഏൽപ്പിക്കുന്ന പരിഹാരമില്ലാത്ത പരിക്കുകൾ ഇവയെ നേരിടാനുള്ള പദ്ധതികളാണ് ജനത അന്വേഷിക്കുന്നത്. അതിനു ഇരുപതാം നൂറ്റാണ്ടിലെ വിപ്ലവഭാവന മതിയാവില്ല. ജനങ്ങൾക്കു വേണ്ടി ഞങ്ങൾ വിപ്ലവം നയിക്കാം എന്ന ലെനിനിസ്റ്റുകളും മാവോയിസ്റ്റുകളും ഒരു പോലെ പങ്കിടുന്ന അഹങ്കാരത്തിനു ഇനി സ്ഥാനമില്ലെന്ന് ജനങ്ങൾ വിളിച്ചു പറഞ്ഞു കഴിഞ്ഞിരിക്കുന്നു. ഒപ്പം തന്നെ അവർ 'വർഗ്ഗ'ത്തെ പുനർനിർവചിച്ചിരിക്കുന്നു.

സാമ്പ്രദായികാർഥത്തിൽ വിപ്ലവവർഗ്ഗമായ വ്യവസായത്തൊഴിലാളികൾ മാത്രമല്ല, പല തരത്തിൽ കീഴാളരും ബഹിഷ്കൃതരും

വ്യവസ്ഥയുടെ ഇരകളുമായ ആളുകൾ മുഴുവൻ ദളിതർ / നിറമുള്ള വർ, സ്ത്രീകൾ, വിദ്യാർഥികൾ, തൊഴിലില്ലാത്തവർ, പുതിയ അടിമ വർഗ്ഗമായ, വിവരസാങ്കേതിക വിദ്യ കൈകാര്യം ചെയ്യുന്ന, കോർപ്പോറേറ്റുകളിലെ ജോലിക്കാർ, തൊഴിൽ ഇല്ലാത്തവർ, വികസനം മൂലം ആവാസഭൂമി നഷ്ടപ്പെട്ടവർ, മതമേധാവിത്തം മൂലം അഭയാർഥികളാക്കപ്പെടുന്ന ന്യൂനപക്ഷങ്ങൾ, വിവേചനം അനുഭവിക്കുന്ന മൂന്നാംലിംഗക്കാർ, വ്യത്യസ്തലൈംഗികത പിന്തുടരുന്നവർ ഇവരെല്ലാം വിശ്വാസ, ആചാരവ്യത്യാസങ്ങൾക്കതീതരായി ഒത്തു ചേരുമ്പോൾ ആണ് വ്യക്തിത്വമുള്ള ആളുകളുടെ നൈസർഗ്ഗികവും സർഗ്ഗാത്മകവുമായ കൂട്ടായ്മകൾ നെഗ്രിയും ഹാർട്ടും പറയുന്ന 'ജനതതി' അഥവാ 'മൾട്ടിറ്റ്യൂഡ്' രൂപം കൊള്ളുന്നത്. അവർ തങ്ങളെത്തന്നെ നയിക്കുന്നവരും സ്വന്തം പരിപാടി ചർച്ചകളിലൂടെ രൂപപ്പെടുത്താൻ കഴിവുള്ളവരും ആണ്.

സാമ്രാജ്യത്തിന്റെ മോഹങ്ങൾക്കും ബഹുദേശീയക്കുത്തകകളുടെ ആർത്തികൾക്കും ഏകാധിപത്യസമഗ്രാധിപത്യരാഷ്ട്രീയരൂപങ്ങൾക്കും മനുഷ്യാവകാശ ലംഘനങ്ങൾക്കും യുദ്ധക്കൊതിക്കും യുദ്ധവ്യവസായത്തിനും കുത്തകകളുടെ ചൂഷണത്തിനും പുരോഹിതാധികാരത്തിനും പുരുഷാധികാരത്തിനും ഉദ്യോഗസ്ഥ മേധാവിത്തങ്ങൾക്കും അവർ എതിർ നിൽക്കുന്നു ഈ മുദ്രാവാക്യങ്ങൾ എല്ലാം ഓരോ പോരാട്ടത്തിലും അവർ ഉയർത്തണമെന്നില്ല, കാരണം ഈ സമരങ്ങൾ വിഷയാധിഷ്ഠിതമാണ്. ഇവരെ ഒന്നിപ്പിക്കുന്നത് ഏകശിലാരൂപമായ ഒരു പ്രത്യയശാസ്ത്രം ആകണം എന്നുമില്ല, മറിച്ചു സ്വയം ബോധത്തിൽ നിന്നുണരുന്ന ഒരുമ, അഥവാ വിശാലമായ അർത്ഥത്തിലുള്ള 'സ്നേഹം' ആണ് അവരെ ഒന്നിച്ചുനിർത്തുന്നത്. അതുകൊണ്ട് ഇത് പുതിയ, സർഗ്ഗാത്മകമായ, വ്യവസ്ഥിതിയെ അതിന്നകത്തുനിന്ന് കലാപം ചെയ്തു അഴിച്ചു പണിയുന്ന, ജനാധിപത്യത്തിന്റെ ജൈവരാഷ്ട്രീയമാണ്. സാമൂഹ്യമാധ്യമങ്ങൾ അവർ പ്രയോജനപ്പെടുത്തുന്നത് പലപ്പോഴും അവയുടെ സാമ്പ്രദായികമായ ഉപയോഗം അട്ടിമറിച്ചു കൊണ്ടാണ്. അതിലൂടെ അവർ ദേശാതിർത്തികളും പലപ്പോഴും മായ്ച്ചുകളയുന്നു. ഇതിനെ പ്രതി ആഗോളം (കൗണ്ടർ ഗ്ലോബൽ) എന്ന് വിളിക്കാം. അതായത് ആഗോളീകരണത്തെ ചെറുക്കുന്നതരത്തിലുള്ള സാർവ്വദേശീയത. ആഗോളമുതലാളിത്തം ലോകത്തെ മുഴുവൻ അതിന്റെ വ്യവസായശാല ആക്കുമ്പോൾ അതിന്റെ കൂലിയടിമകളായി മാറ്റപ്പെടുന്ന ജനങ്ങളുടെ രാഷ്ട്രീയമാണ് ഇത്.

പ്രകൃതിയും സമൂഹവും അവയ്ക്കകത്തെ ശക്തികളുടെ ബന്ധങ്ങളിലൂടെയാണ് നിലവിൽ വന്നത് എന്നതുകൊണ്ട് ആ ശക്തികളുടെ ക്രമം മാറ്റിക്കൊണ്ടേ സമൂഹത്തെയും മാറ്റാനാവൂ. ഈ ക്രമവിപ്ലവത്തിന്റെ വിസ്ഫോടനമാണ് - ദേലേസും ഗ്യുതാരിയും ഇതിനെ

'സമരയന്ത്രം' (വാർ മെഷീൻ) എന്നു വിളിക്കുന്നു നാം മുൻപ് പറഞ്ഞ പ്രക്ഷോഭങ്ങളിൽ കണ്ടത്. നേതൃത്വത്തിന്റെ ബുദ്ധിയും പിൻഗാമികളുടെ ദേഹവും തമ്മിലുള്ള പഴയ വൈരുധ്യം മറികടക്കുന്ന, ജനങ്ങൾ ചിന്തിക്കുന്ന ഒരൊറ്റ ശരീരമായി - 'അവയവരഹിതശരീരം' എന്നു ദെലേസ് - മാറുന്ന സമരമാണ് ഇത്. ഇതിന് ഒറ്റ നേതാവ്, ഒറ്റ ശിരസ്സ്, ആവശ്യമില്ല, ഇത് ആവശ്യാനുസൃതമായി നേതാക്കളെ, ശിരസ്സുകളെ, സൃഷ്ടിക്കുന്നു. സ്വയം കേന്ദ്രമായതുകൊണ്ട് അതിനു ഒരു കേന്ദ്രത്തിൽനിന്ന് കൽപ്പന സ്വീകരിക്കേണ്ടതില്ല. സ്വന്തം വംശ, മത, വർഗ്ഗ, സംസ്കാര അഭിരുചി ലൈംഗിക സമീപനവ്യത്യാസങ്ങളെ നിഹനിക്കാതെ തന്നെ ജനങ്ങൾ ഇവിടെ ഒരു പൊതുവേദി നിർമ്മിക്കുന്നു.

ബൂർഷ്വാ ജനാധിപത്യത്തിന്റെയോ സോവിയറ്റ് ക്രമത്തിന്റെയോ മാതൃകകളിൽ ഒതുങ്ങാത്ത ഒന്നാണ് ഈ ജൈവസമൂഹം. ഇവിടെ ജനശക്തിയുടെ സാന്ദ്രവിശാലത തന്നെ ഹിംസയെ അനാവശ്യമാക്കുന്നു. ഴാക് റാൻസിയെ പറയുംപോലെ ജന്മംകൊണ്ടോ കർമ്മം കൊണ്ടോ ധനം കൊണ്ടോ ഭരിക്കാനായി ജനിച്ചവരാണെന്നു സ്വയം വിശ്വസിക്കുന്ന ജനാധിപത്യവിരുദ്ധ വർഗ്ഗങ്ങളെ അവർ പ്രതിരോധിക്കുന്നു. ഭരണകൂടത്തിന്റെ അധികാരം തങ്ങളിൽ നിന്നു പിടിച്ചു വാങ്ങപ്പെട്ടതും തങ്ങളെ നിയന്ത്രിക്കാനായി ('പോലീസിംഗ്' എന്ന് റാൻസിയെ) ഭരണകൂടം ഉപയോഗപ്പെടുത്തുന്നതും ആണെന്നും, ആ അധികാരം തിരിച്ചു പിടിക്കുന്നതാണ് ജനാധിപത്യമെന്നും അവർ മനസ്സിലാക്കുന്നു. ചുരുക്കത്തിൽ ഭരണകൂടം പുറത്തല്ല തങ്ങൾ തന്നെയാണെന്ന് അവർ തിരിച്ചറിയുന്നു. ഭരണകൂടത്തിന്റെ പ്രതീകാത്മകമായ അവസാനം ആണിത്. ഭരണകൂടം 'ദേശീയത'യെയും 'പൗരത്വ'ത്തെയും നിർവ്വചിക്കുമ്പോൾ, ആ നിർവ്വചനങ്ങളുടെ തടവറകളിൽനിന്ന് പുറത്തു കടന്നു ജാതിയെക്കുറിച്ചും വർഗത്തെക്കുറിച്ചും ഭരണഘടനയെക്കുറിച്ചും ദേശീയതയെക്കുറിച്ചും വധശിക്ഷയെക്കുറിച്ചും കാശ്മീരിനെക്കുറിച്ചും നാഗാലാന്റിനെക്കുറിച്ചും ലൈംഗികതയെക്കുറിച്ചും വികസനത്തെക്കുറിച്ചും ധീരമായ ചോദ്യങ്ങൾ ചോദിക്കാൻ അവർ പ്രാപ്തി നേടുന്നു.

ഇങ്ങനെ പറയുമ്പോൾ നിലനിൽക്കുന്ന ഇടതുപക്ഷം ഉയർത്തിപ്പിടിക്കുന്ന വർഗ്ഗരാഷ്ട്രീയവും സോഷ്യലിസവും മറ്റും അപ്രസക്തമായോ പഴയ ഇടതുപക്ഷം തന്നെയും നിലനിൽക്കേണ്ടതുണ്ടോ എന്നീ ചോദ്യങ്ങൾ ഉയർന്നേക്കാം. വർഗം എന്ന പരികൽപ്പന അസാധുവായിട്ടില്ല; പക്ഷേ വർഗ്ഗത്തെ മുൻപറഞ്ഞ പോലെ, അഥവാ നിക്കോസ് പോളന്റ്സാസ് ചെയ്തിട്ടുള്ള പോലെ, കേവലം സാമ്പത്തികതയിൽ ഒതുങ്ങാത്ത പല കീഴാള വിഭാഗങ്ങൾ ചേർന്ന സാമൂഹ്യ

വർഗങ്ങളായി പുനർനിർവചിക്കണം എന്ന് മാത്രം. യഥാർത്ഥ ജീവിതത്തിൽ ശുദ്ധമായ ക്ലാസിക്കൽ രൂപങ്ങളിലല്ല വർഗങ്ങൾ നിലനിൽക്കുന്നതെന്ന് കണ്ടറിയണം. സോഷ്യലിസത്തെ വർഗസമത്വം മാത്രമാക്കാതെ ലിംഗസമത്വവും ജാതിസമത്വവും വംശസമത്വവും വർണ്ണസമത്വവും എല്ലാമായി തിരിച്ചറിയുകയും അത് മുകളിൽ നിന്ന് അടിച്ചേൽപ്പിക്കേണ്ടതല്ലെന്നു മനസ്സിലാക്കുകയും ജനാധിപത്യത്തിന്റെ അഭാവത്തിൽ അത് അർത്ഥരഹിതമാണെന്ന് സമ്മതിക്കുകയും വേണം.

പഴയ ഹിംസാത്മകവിപ്ലവങ്ങൾ ജനാധിപത്യവിരുദ്ധവും രാക്ഷസീയവുമായ വ്യവസ്ഥകളാണ് സൃഷ്ടിച്ചത് എന്നും അവ നിലനിർത്താൻ കൂടുതൽ ഹിംസവേണ്ടി വന്നു എന്നും മനസ്സിലാക്കണം. ബ്രസീൽ, ബോളീവിയാ, വെനിസ്വേലാ, ഇക്വാഡോർ തുടങ്ങിയ ഇടങ്ങളിൽ സ്വന്തം പാരമ്പര്യങ്ങളിൽ നിന്ന് ശക്തി നേടി, ജനതയുടെ ആവശ്യങ്ങളോടുള്ള പ്രതികരണം എന്ന നിലയിൽ എങ്ങിനെയാണ് ഒരു പ്രതിപക്ഷം വളർന്നു വന്നതെന്ന് ക്രിയാത്മകവും വിമർശനാത്മകവുമായി പഠിക്കണം. ഉദാഹരണത്തിന് ഇക്വാഡോറിൽ മനുഷ്യർ പ്രകൃതിയുടെയും ഭൂമിയുടെയും ഉടമകൾ അല്ലെന്നും ഏറിയാൽ അവയുടെ നടത്തിപ്പുകാർ മാത്രമാണെന്നും - ഗാന്ധിയുടെ ട്രസ്റ്റീഷിപ് സിദ്ധാന്തം ഓർക്കാം - ഉള്ള ആന്റിസിലെ ക്വെചാ ഗോത്രത്തിന്റെ വിശ്വാസമാണ് പുതിയ സാമൂഹ്യചിന്തയ്ക്ക് അടിസ്ഥാനമായത്. ഇത് പിന്നീട് പല ലാറ്റിനമേരിക്കൻ രാജ്യങ്ങളും പിന്തുടർന്നു. (ഭൂട്ടാനിൽ ശരാശരിസമ്പത്തിന് പകരം ജനങ്ങളുടെ സന്തുഷ്ടിയെ - ഹാപ്പിനെസ്സ് - ദേശീയവികസനത്തിന്റെ അടിസ്ഥാനമായി എടുക്കുന്നത് ഇവിടെ ഓർക്കാം). ഇതുപോലെ സമുദായത്തിന്നകത്തു പരമ്പരാഗതമായി നിലനിൽക്കുന്ന ക്രിയാത്മകസങ്കൽപ്പങ്ങളെയും ഭാവനകളെയും - കേരളത്തിൽ മഹാബലിയുടെ കാലം ഭാവിയിലെ നൈതികസമൂഹത്തെക്കുറിച്ചുള്ള കവികളുടെ ഭാവനയെയും കീഴാളഭാവനയെയും ത്വരിപ്പിച്ചിട്ടുണ്ടല്ലോ - പ്രയോജനപ്പെടുത്തി ജൈവമായ സമത്വസങ്കൽപ്പങ്ങളും നൈതികതാദർശനങ്ങളും രൂപപ്പെടുത്താൻ ശ്രമം വേണം.

നാരായണഗുരുവിന്റെയും ഗാന്ധിയുടെയും അംബേദ്കറുടെയും ലോഹ്യയുടെയും നാട്ടിലെ വിപ്ലവസിദ്ധാന്തവും പ്രയോഗവും റഷ്യയിലെയോ ചൈനയിലെയോ മാർക്സിസ്റ്റുമാതൃകയെ അനുകരിക്കേണ്ടതില്ല. മുകളിൽനിന്നു താഴേക്കു പോകുന്ന ശ്രേണീക്രമാനുസൃതമായ പാർട്ടി ഘടനകൾ ആകെ പൊളിച്ചുപണിയണം, താഴെനിന്ന് മുകളിലേക്ക് പോകുന്ന അഭിപ്രായരൂപീകരണങ്ങൾ ഉണ്ടാകണം. നിലനിൽക്കുന്ന നിയമങ്ങളെ കോർപ്പൊറേറ്റുകളുടെയും

മറ്റും നിയമലംഘനങ്ങൾക്കെതിരെ പ്രയോജനപ്പെടുത്തുവാൻ കഴിയുന്ന സന്ദർഭങ്ങളുണ്ട്. അതിലാഭമോഹം കൊണ്ടും വാണിഭസൂത്രങ്ങൾ കൊണ്ടും ജനശത്രുക്കളായ കോർപ്പൊറേറ്റുകളും ബാങ്കുകളും തകരുമ്പോൾ, അവയെ രക്ഷിക്കാൻ അമേരിക്കയും ബ്രിട്ടനും ചെയ്ത പോലെ ജനങ്ങളുടെ നികുതിപ്പണം എടുത്തുനൽകുന്നതിന്നു പകരം അവയെ സുപ്രീംകോടതിവഴി ശിക്ഷിക്കാൻ കഴിയും എന്ന് ഐസ്ലാന്റിലെ ഗവണ്മെന്റ് ഇയ്യിടെയാണല്ലോ തെളിയിച്ചത്. ഒപ്പം തന്നെ നീതി നിയമത്തിനു മുൻപിൽ നടക്കുന്നുവെന്നും നിയമത്തെ നീതിക്കൊപ്പമെത്തിക്കാൻ നിയമം അനുസരിച്ചും തെറ്റിച്ചും ഉള്ള പ്രക്ഷോഭങ്ങൾ വേണ്ടിവരുമെന്നും ജനങ്ങളാണ് മുൻപിൽ നടക്കുന്നതെന്നും അവരുടെ പിറകിൽ നടക്കുകയാണ് ഇന്ന് ഇടതുപക്ഷം ചെയ്യേണ്ടതെന്നും തിരിച്ചറിയണം. ജിഗ്നേഷ് മേവാനിയുടെ സമരവുമായി ഇടതുപക്ഷം നടത്തിയ കൈ കോർക്കൽ ഇത്തരത്തിൽ പ്രധാനമാണ്, അത് വെറും നിസ്സഹായതയുടെയോ താത്കാലിക തന്ത്രത്തിന്റെയോ പ്രകടനമല്ലെങ്കിൽ. പാർട്ടികളുടെ സഹായം തേടാതെ ജനങ്ങൾ നീതിക്കുവേണ്ടി പ്രക്ഷോഭം നടത്തുമ്പോൾ, പാർട്ടികൾക്ക് അവരുടെ അതിജീവനത്തിനായെങ്കിലും ജനങ്ങളോടൊപ്പം നിൽക്കേണ്ടി വരുന്നു. മറിച്ചു അവയെ അംഗീകരിക്കാതിരിക്കാനും തകർക്കാനും തെറ്റു ചൂണ്ടിക്കാണിക്കുന്നവരെ ഭ്രഷ്ടും കൊലയും കൊണ്ട് പുറത്താക്കാനുമാണ് പാർട്ടിയന്ത്രം ഉപയോഗിക്കപ്പെടുന്നതെങ്കിൽ അത്തരം പാർട്ടികളെ ജനങ്ങൾ ബഹിഷ്കരിക്കുന്ന കാലം വിദൂരമല്ല.

ജനകീയബുദ്ധിജീവികളുടെ വർത്തമാനധർമ്മം നൈതികരാഷ്ട്രീയത്തിന്റെ ഭാഗത്തുനിന്ന് നിലനിൽക്കുന്ന രാഷ്ട്രീയപ്രയോഗങ്ങളെ മനസ്സിലാക്കുകയും അവയിൽ ജനാധിപത്യപക്ഷത്തു നിന്ന് ഇടപെടുകയുമാണ്. ഭാവിയുടെ രാഷ്ട്രീയത്തിന്റെ ഭാഷ, കൂടുതൽ ശരിയായിപ്പറഞ്ഞാൽ ഭാഷകൾ, ഫ്രാൻസിസ് ഫുക്കുയാമ പറഞ്ഞത് പോലെ ചരിത്രം അവസാനിച്ചുവെങ്കിൽ ചരിത്രാനന്തരലോകത്തിന്റെ ഭാഷകൾ, അങ്ങനെ മാത്രമേ രൂപപ്പെടുകയുള്ളൂ. യുക്തിയെ തീർച്ചകളുമായും സാധ്യതയെ അജ്ഞതയുമായും ബന്ധപ്പെടുത്തിക്കാണുന്ന തരം യുക്തിബോധത്തിന്റെ കാലം കഴിഞ്ഞു പോയി. നിർണ്ണയവാദത്തിനും യദൃച്ഛാവാദത്തിനും ഇടയ്ക്കുള്ള ഈ യുഗസന്ദർഭത്തിലാകാം പ്രകൃതിയുടെയും മനുഷ്യന്റെയും സർഗ്ഗാത്മകത അതർഹിക്കുന്ന സ്ഥാനം കണ്ടെത്തു

ആഗോളമഹാമാരിയുടെ സാംസ്കാരിക പാഠങ്ങൾ

1

കോവിഡ് 19 പോലെ ലോകമാകെ സ്തംഭിപ്പിച്ച ഒരു മഹാമാരി ലോകത്ത് ഉണ്ടായിട്ടില്ല. സ്പാനിഷ് ഫ്ളൂ, ബ്യൂബോണിക്പ്ലേഗ്, മലമ്പനി, വസൂരി, സാഴ്സ്, നിപ്പാ തുടങ്ങിയ രോഗങ്ങൾ ചില രാജ്യങ്ങളിലോ ഭൂഖണ്ഡങ്ങളിലോ മാത്രമായിരുന്നു പടർന്നത്. എന്നാൽ രാജ്യാന്തര യാത്രകളും വ്യാപാരവും വർധിച്ച ഈ ആഗോളീകരണ കാലം, രോഗങ്ങളെപ്പോലും ആഗോളീകരിച്ചിരിക്കുന്നു. ജനതയുടെ ക്ഷേമത്തെക്കാൾ സ്വന്തം ലാഭം ലക്ഷ്യമാക്കുന്ന ന്യൂനപക്ഷത്തിന്റെ ഉന്നമനത്തിലാണ് ലോകത്തെ അധികം ഭരണകൂടങ്ങളും ഇന്ന് ശ്രദ്ധ ചെലുത്തുന്നത്, മുതലാളിത്ത രാജ്യങ്ങളിൽ എല്ലാം തന്നെ സാമാന്യ ജനത രണ്ടാംതരം പൗരന്മാരാണ്. മൗലികാവകാശങ്ങളെ അമർച്ച ചെയ്യുന്നതിൽ അമേരിക്കയും ബ്രസീലും ഹംഗറിയും ടർക്കിയുമെല്ലാം മത്സരിക്കുന്നു. ഇന്ത്യ പോലുള്ള ജനാധിപത്യ രാജ്യങ്ങളിൽ പോലും ജനാധിപത്യത്തിന്റെ ഘടന നിലനിൽക്കുമ്പോഴും സത്ത ചോർന്നു പോയിരിക്കുന്നു.

സംസ്കാരം എന്ന മേഖലയെ സാമ്പത്തിക രാഷ്ട്രീയമണ്ഡലങ്ങളിൽ നിന്ന് പൂർണ്ണമായും വേർപെടുത്തി കാണുക സാദ്ധ്യമല്ല. അതുകൊണ്ടുതന്നെ ഈ മഹാമാരിയുടെ കാലത്തിനുശേഷം ഉരുത്തിരിയാനിടയുള്ള രാഷ്ട്രീയത്തിന് അക്കാലത്തെ സംസ്കാരപരിണതികളുമായി നിശ്ചയമായും ബന്ധമുണ്ടാകും.

കോവിഡിന്റെ പിന്മാറ്റത്തിനു ശേഷമുള്ള ലോകത്തെക്കുറിച്ച് ഒട്ടേറെ രാഷ്ട്രീയ, സാമ്പത്തിക ചിന്തകർ പല രീതിയിലുള്ള വിചാരങ്ങളും പ്രവചനങ്ങളും മുന്നോട്ടു വെച്ചിട്ടുണ്ട്, അവ ചിലപ്പോഴെങ്കിലും പരസ്പര വിരുദ്ധമാണ്. പക്ഷേ അവയ്ക്കെല്ലാം അവയുടേതായ യുക്തികളും ഉണ്ട്. ചിലർ ശുഭാപ്തി വിശ്വാസികളാണ്, ആധുനിക മാർക്സിസ്റ്റ് ആയ ജോർജിയോ അഗംബൻ അവരിൽ

പ്രധാനിയാണ്. അദ്ദേഹം വിശ്വസിക്കുന്നത് ഒരു പുതിയ രാഷ്ട്രീയം ഇനിയുള്ള ലോകത്ത് ഉരുത്തിരിയും എന്നാണ്. പൊതുജനാരോഗ്യം പൊതുമേഖലയിലുള്ള രാജ്യങ്ങളോ സ്ഥലങ്ങളോ ആണ് കോവിഡിനെ നേരിടുന്നതിൽ കൂടുതൽ സാഫല്യം നേടിയിട്ടുള്ളത്. ക്യൂബ, വിയറ്റ്നാം, കേരളം എന്നിങ്ങിനെയുള്ള സ്ഥലങ്ങൾ ഉദാഹരണം. ഒപ്പം ഇവിടെയെല്ലാം ജനങ്ങൾ ഒന്നിച്ചു നിന്ന യാതനയുടെയും അതിജീവനത്തിന്റെയും ഉയിർത്തെഴുന്നേല്പ്പിന്റെയും ഒരു ദീർഘ ചരിത്രമുണ്ട്, സജീവമായ സാംസ്കാരികജീവിതമുള്ള, സോഷ്യലിസ്റ്റ് സമത്വസങ്കല്പം ആഴത്തിൽ വേരൂന്നിയ, ഇടങ്ങളാണ് ഇവ. തന്നെയുമല്ല, കൂടുതൽ വികേന്ദ്രീകൃതമായ, ജനങ്ങൾക്കു കൂടുതൽ ശബ്ദമുള്ള, ഇടങ്ങൾ കൂടിയാണ്. ചെറിയ ചെറിയ യൂണിറ്റുകളായി ജനങ്ങളുടെ ആരോഗ്യത്തിൽ ശ്രദ്ധ ചെലുത്തിയതു കൊണ്ടാണ് ഈ നാടുകൾ രോഗത്തെ നന്നായി നേരിടാൻ പ്രാപ്തി നേടിയത്. ഗാന്ധി മുന്നോട്ടുവെച്ച ഗ്രാമതല ജനാധിപത്യം അതിന്റെ ഒരു മാതൃകയായിരുന്നു കേരളത്തിലെ ഇടതുപക്ഷം മുന്നോട്ടു വെച്ച ജനകീയാസൂത്രണം എന്ന ആശയം ഈ കാലത്ത് നടപ്പാക്കുകയാണ് അവർ ചെയ്തത് എന്ന് പറയാം.

അതേ സമയം ബഹുരാഷ്ട്രസംഘടനകളിൽ വിള്ളലുകൾ വീഴുന്നതും നാം കാണുന്നു. ലോകാരോഗ്യസംഘടന മുതൽ ബ്രെക്സിറ്റ് വരെയുള്ള സംഘടനകൾ വെല്ലുവിളികൾ നേരിടുന്നു. പലതിന്റെയും വിശ്വാസ്യത തന്നെ ചോദ്യം ചെയ്യപ്പെടുന്നു. ഒപ്പം തന്നെ സമ്പന്നരാജ്യങ്ങളായി ലോക നേതൃത്വം അവകാശപ്പെട്ടിരുന്ന അമേരിക്കൻ ഐക്യനാടുകൾ പോലെയുള്ള രാജ്യങ്ങൾ പ്രതിസന്ധി നേരിടാനാകാതെ കുഴങ്ങുന്നു. നാമെല്ലാം നമ്മേക്കാൾ മീതെ എന്ന് കരുതിയിരുന്ന യൂറോപ്പു പോലും നിസ്സഹായരാകുന്നത് നാം കണ്ടു. ന്യൂസീലാൻഡ് പോലുള്ള ചില ചെറിയ രാജ്യങ്ങൾ മാത്രമായിരുന്നു അപവാദം. അതിന്റെ കാരണങ്ങൾ അവിടത്തെ ചുരുങ്ങിയ ജനസംഖ്യയിലും അച്ചടക്കത്തിലും സംസ്കാരത്തിലും രാഷ്ട്രീയ സംവിധാനത്തിലുമാണ് അന്വേഷിക്കേണ്ടത്. ഞാൻ ഇതെഴുതുമ്പോൾ, അമേരിക്ക വർണ്ണവിവേചനത്തിന്നെതിരായ വലിയൊരു പ്രക്ഷോഭം നേരിടുകയാണ്, പ്രസിഡന്റിനു തന്നെ വൈറ്റ് ഹൗസിലെ ബങ്കറിൽ ഒളിക്കേണ്ട അവസ്ഥ. അത് പടിഞ്ഞാറൻ രാജ്യങ്ങളിൽ മുഴുവൻ പടർന്നു പിടിച്ചിരിക്കുന്നു. ഇത് ഒരു പുതിയ ജനകീയ പ്രക്ഷോഭ മാതൃക മുന്നോട്ടുവെയ്ക്കുന്നു. കീഴാളർക്കു ലോകമെങ്ങും പ്രത്യാശ നൽകുന്നു. ബ്രസീലിനെപ്പോലുള്ള തെക്കൻ അമേരിക്കൻ രാജ്യങ്ങളുടെ ഭരണകൂടങ്ങളുടെ ക്രൂരതയും അവഗണനയും അനുഭവിക്കുന്ന ജനങ്ങളും ഏറെക്കാലം അടങ്ങിയിരിക്കാനിടയില്ല.

ഇതോടൊപ്പം വികസനത്തെക്കുറിച്ചുള്ള നമ്മുടെ സങ്കല്പങ്ങൾ തന്നെ മാറിയേക്കാം. ആഗോളതാപനം ഉൾപ്പെടെയുള്ള പരിസ്ഥിതി പ്രശ്നങ്ങൾ ഇപ്പോൾ കൂടുതൽ ശ്രദ്ധ നേടുന്നുണ്ട്. പുതിയ പുതിയ രോഗങ്ങൾ ഉണ്ടാക്കുന്നതിലും വൈറസ്സുകളിൽ രൂപപരിണാമം വരുത്തുന്നതിലും ഈ മാറ്റങ്ങൾക്കും പങ്കുണ്ടെന്ന സംശയം ശാസ്ത്രജ്ഞർക്കുണ്ട്. ഒപ്പം ഇവയെ വ്യാപിപ്പിക്കുവാൻ രാജ്യാന്തര യാത്രകളും വാണിജ്യവും സഹായിക്കുന്നുമുണ്ട്. ഈ സാഹചര്യത്തിൽ രാജ്യങ്ങളുടെ സ്വയം പര്യാപ്തത പ്രധാനമായി വരാം. ആമസോൺ മഴക്കാടുകളുടെ തീപ്പിടുത്തവും വനസംരക്ഷണ നിയമങ്ങളിലും പരിസ്ഥിതിനിയന്ത്രണങ്ങളിലും അമേരിക്ക, ഇന്ത്യ, ബ്രസീൽ തുടങ്ങിയ രാഷ്ട്രങ്ങൾ ധനികർക്ക് വേണ്ടി വരുത്തുന്ന അയവുകളും ചോദ്യം ചെയ്യപ്പെടാതെ പോവില്ല. മനുഷ്യർക്കു ഭൂമിയിൽ ആധിപത്യം ഉണ്ടായിരുന്ന യുഗം (Anthropocene) കഴിഞ്ഞു എന്നും ഇനി ഉണ്ടാകേണ്ടത് മനുഷ്യരും ഇത്തരജീവികളും സസ്യങ്ങളും ഐക്യത്തിൽ കഴിയുന്ന ജൈവ ഉദ്ഗ്രഥനത്തിന്റെ യുഗം (Symbiocene) ആണെന്നും ചിന്തകർ വാദിക്കുന്നു.

ഒപ്പം തന്നെ കർഷകരുടെ സഹനവും തൊഴിലാളികളുടെ ജോലി സമയത്തിലെ വർദ്ധനവും മറ്റും ജനങ്ങൾ ശ്രദ്ധിച്ചു തുടങ്ങിയിട്ടുണ്ട്. ഇന്ത്യയിലെ കുടിയേറ്റത്തൊഴിലാളികളുടെ പ്രയാണവും മറ്റും നമ്മുടെ വ്യവസ്ഥിതിയിലെ വിള്ളലുകൾ പുറത്തു കൊണ്ടുവന്നിരിക്കുന്നു. നെഹ്രൂവിയൻ ക്ഷേമരാഷ്ട്രസങ്കൽപ്പം എത്ര പ്രധാനമാണെന്ന് ഈ സഹനങ്ങൾ കാണിച്ചു തരുന്നു. അതോടൊപ്പം അംബേദ്കർ ചിന്തയും ജാതിവിവേചനത്തിന്റെ അസമത്വതിന്നെതിരായ സമരങ്ങളെ കൂടുതലായി പ്രചോദിപ്പിച്ചേക്കാം.

ഗാന്ധിയുടെ മറ്റൊരു തത്വം, മിതവ്യയം, ഇക്കാലത്ത് ജനങ്ങൾക്ക് ശീലിക്കേണ്ടി വന്നിരിക്കുന്നു. ആഡംബരങ്ങൾക്ക് സമയമില്ലാതാകുന്ന അവസ്ഥ. ജീവിച്ചു പോകാൻ അത്യാവശ്യത്തിനു മാത്രമുള്ള സാധനങ്ങൾ മതി എന്ന് ജനങ്ങളെ ഈ അടച്ചിരിപ്പ് പഠിപ്പിച്ചു. ഉപഭോഗഭ്രാന്തിനു ഇത് കുറവ് വരുത്തിയേക്കാം.

നേരെ മറിച്ചു വാദിക്കുന്ന സ്ലാവോയ് സിസെക്കിനെപ്പോലുള്ള ലെനിനിസ്റ്റ് ചിന്തകരും ഉണ്ട്. ഈ ആഗോള മഹാമാരി സമഗ്രാധിപതികൾക്ക് ജനങ്ങളെ നിയന്ത്രിക്കാൻ പുതിയ അവസരങ്ങൾ നൽകുകയും അവരെ ഇനിയും ശക്തരാക്കുകയും ചെയ്യും എന്നാണ് അവർ വിചാരിക്കുന്നത്. ഇന്ത്യയിൽ ഈ ആരോഗ്യാടിയന്തിരാവസ്ഥയുടെ മറവിൽ തൊഴിലാളികളുടെ തൊഴിൽസമയം കൂട്ടാനും ചെറിയ ഉദ്യോഗസ്ഥരുടെ പോലും ശമ്പളം വെട്ടിക്കുറയ്ക്കാനും പലരെയും പിരിച്ചുവിടാനും വനനിയമത്തിൽ വെള്ളം ചേർക്കാനും

പ്രതിഷേധങ്ങളിൽ പങ്കെടുത്തവരെയും വിമത ബുദ്ധിജീവികളെയും പല കള്ളക്കുറ്റങ്ങളും ചുമത്തി തടവിലിടാനുമുള്ള ശ്രമങ്ങൾ നടക്കുന്നത് നാം കാണുന്നുണ്ടല്ലോ. ഒപ്പം തന്നെ യുദ്ധഭീതി പടർത്തി അധികാരം ഉറപ്പിക്കാനുള്ള യത്നങ്ങളും നടക്കുന്നു. അപ്പോൾ സിസെക്ക് ചൂണ്ടിക്കാട്ടുന്ന ഈ സാധ്യതയും തള്ളിക്കളയാനാവില്ല. എങ്കിലും ജനാധിപത്യവും സമത്വചിന്തയും സ്വാശ്രയത്വവും പരിസ്ഥിതിചിന്തയും ഇനിയുള്ള കാലം ശക്തിപ്പെടും എന്നു കരുതാൻ തന്നെയാണ് ഞാൻ ഇഷ്ടപ്പെടുന്നത്.

സംഘടിതമതങ്ങൾ ഈ ചെറിയ വൈറസ്സിന് മുന്നിൽ നിസ്സഹായരാകുന്നതും നാം കണ്ടു. അമ്പലങ്ങളും പള്ളികളും വിഹാരങ്ങളും ഒഴിഞ്ഞു കിടക്കുന്നു. കബീർ പറയും പോലെ, ദൈവം എല്ലായിടത്തുമുണ്ടെന്നു പറയുന്നവർ തന്നെ തീർത്ഥയാത്രകൾ നടത്തുന്നതിന്റെ അർത്ഥശൂന്യത ഇപ്പോൾ വിശ്വാസികൾക്കും ബോദ്ധ്യമാകാൻ തുടങ്ങിക്കാണണം. ഈ രോഗത്തിന് ശാസ്ത്രം എന്തെങ്കിലും പ്രതിവിധി കണ്ടെത്തും എന്ന് പ്രതീക്ഷിക്കാത്ത മതനേതാക്കൾ പോലും ഇല്ല. പൂജാരിമാർ മാസ്ക് ധരിച്ചു ദൈവങ്ങളെ പൂജിക്കുന്നതും വിശ്വാസികൾ ശാരീരിക അകലം പാലിച്ച് നമസ്കാരങ്ങൾ നടത്തുന്നതും രസകരമായ ഒരു വിരോധാഭാസം തന്നെ.

2

ഈ പൊതുസന്ദർഭത്തിൽ വേണം നാം കലയിലും സാഹിത്യത്തിലും വിചാരഗതികളിലും സംഭവിക്കാനിടയുള്ള മാറ്റങ്ങളെ നോക്കിക്കാണുവാൻ.

കലയും സംസ്കാരവും സാങ്കേതികവിദ്യകളെ കൂടുതലായി ആശ്രയിക്കാൻ തുടങ്ങിയതാണ് ഇതിൽ ഏറ്റവും ശ്രദ്ധേയമായ കാര്യം. പുതിയ പ്ലാറ്റ്ഫോമുകൾ ധാരാളമായി ഉണ്ടായി വരുന്നു. സൂം, ബ്ലൂ ജീൻസ്, ഗൂഗിൾ മീറ്റ്, വെബെക്സ് ഇങ്ങനെ 'സ്കൈപ്പി'നു പുറമേ ഒട്ടേറെ വെർചൽ വേദികൾ സജീവമായിരിക്കുന്നു. കലാപ്രദർശനങ്ങൾ, കവിയരങ്ങുകൾ, വെബിനാറുകൾ എന്നറിയപ്പെടുന്ന വെബ് സെമിനാറുകൾ, ഫേസ് ബുക്ക് ലൈവ് പ്രഭാഷണങ്ങൾ ഇങ്ങിനെയുള്ള, അകലത്തിലും അടുപ്പം സൃഷ്ടിക്കുന്ന, സംവിധാനങ്ങൾ ഇനി സ്ഥിരമായേക്കാം. സാഹിത്യോത്സവങ്ങൾ പോലും ഈ രീതിയിലേക്ക് മാറാൻ സാധ്യതയുണ്ട്. ഇപ്പോൾ തന്നെ കൊളംബിയായിലെ മെഡലിൻ കാവ്യോത്സവവും ബെർലിൻ സാഹിത്യോത്സവവും ഈ രീതി പിന്തുടരാൻ തീരുമാനിച്ചിരിക്കുന്നു. കേരളത്തിലും പുറത്തുമായി ധാരാളം സെമിനാറുകളും പ്രഭാഷണ പരമ്പരകളും കവിതാവതരണങ്ങളും നടക്കുന്നു. പത്രവായന കൂടുതലും

ഓൺലൈൻ ആയി മാറിക്കഴിഞ്ഞു. പ്രസാധകർ മൊബൈൽ, കിൻഡിൽ ഇവയിൽ വായിക്കാവുന്ന ഇ-ബുക്കുകൾ കൂടുതലായി പ്രസിദ്ധീകരിക്കാൻ തുടങ്ങിയിരിക്കുന്നു. പുസ്തകപ്രകാശനങ്ങൾ ധാരാളമായി ഫേസ്ബുക്ക്, സൂം തുടങ്ങിയ മാദ്ധ്യമങ്ങൾ ഉപയോഗിച്ച് നടക്കുന്നു. ബിനാലെ പോലുള്ള കലാപ്രദർശനങ്ങൾ, ഫിലിം ഫെസ്റ്റിവലുകൾ തുടങ്ങിയവയും ഓൺലൈൻ രീതിയിലേക്ക് മാറുകയാണ്. ഇയ്യിടെ പല ഫിലിം ഫെസ്റ്റിവലുകളും സംഗീതോത്സവങ്ങളും ഈ രീതിയിൽ നടന്നു. വീഡിയോ ആർട്ട്പോലുള്ള നവകലാരൂപങ്ങൾക്ക് കൂടുതൽ പ്രചാരം ലഭിച്ചേക്കാം. കൂടുതലായി ചെറിയ സിനിമകൾ ഉണ്ടായേക്കാം. തിയ്യേറ്ററുകൾ അപ്രസക്തമായേക്കാം. ലോകത്തെ പല ആർട്ട് മ്യൂസിയങ്ങളും ഇപ്പോൾ തന്നെ ഓൺലൈൻ ആക്കിക്കഴിഞ്ഞിരിക്കുന്നു. ഇവയെല്ലാം മൂലധനശക്തിയെ വെല്ലുവിളിക്കുന്ന പ്രവർത്തനങ്ങളാണ്. അതേ, സാമൂഹ്യമാദ്ധ്യമങ്ങളിലൂടെ കലയും സാഹിത്യവും കൂടുതൽ ജനകീയമാവുകയാണ്, അവയുടെ ഗുണത്തിൽ കൂടി ശ്രദ്ധ വേണം എന്ന് മാത്രം.

ഇതോടൊപ്പം താത്കാലികമായെങ്കിലും വിദ്യാഭ്യാസം അധികപങ്കും ഓൺലൈൻ ആക്കപ്പെട്ടിരിക്കുന്നു. ഇതേക്കുറിച്ചുള്ള പല ദിശകളിലുള്ള ചർച്ചകൾ എമ്പാടും നടക്കുന്നുണ്ട്. അവയിലെ ആശയങ്ങൾ മുഴുവൻ എടുത്തു പറയുക പ്രയാസമാണ്. എന്നാൽ പ്രധാനമായും ഉന്നയിക്കപ്പെടുന്നത് നാലു ചോദ്യങ്ങളാണ്:

ഒന്ന്: ടി.വി, മൊബൈൽ സൗകര്യങ്ങളോ ശക്തിയുള്ള വൈ ഫൈ കണക്ഷനുകളോ പ്രാപ്യമല്ലാത്ത ഇടങ്ങളിൽ ദരിദ്രരായ വിദ്യാർത്ഥി വിഭാഗങ്ങളിൽ ഇത്തരം വിദ്യാഭ്യാസം എത്രത്തോളം പ്രായോഗികമാണ്?

രണ്ട്: ക്ലാസുമുറികളിൽ സാദ്ധ്യമായ രീതിയിലുള്ള സംവാദങ്ങൾ, സംശയനിവാരണം എന്നിവ ഈ രീതിയിൽ സാദ്ധ്യമാണോ?

മൂന്ന്: സ്കൂളിൽ നിന്നും കോളേജിൽ നിന്നും മറ്റും കിട്ടുന്ന പൊതുവായ സാമൂഹ്യപാടവങ്ങളും മൂല്യങ്ങളും സംഘടനാബോധവും ഇത്തരം വിദ്യാഭ്യാസത്തിൽ പൂർണ്ണമായും നഷ്ടപ്പെടുകയും വിദ്യാർഥികൾ സമൂഹത്തിൽ നിന്ന് ഒറ്റപ്പെട്ട വ്യക്തികളായി, സ്വാർത്ഥമതികളായി മാറുകയും ചെയ്യുകയില്ലേ?

നാല്: സ്ഥാപനങ്ങളിൽ സാദ്ധ്യമായ ലൈബ്രറികളുടെ ഉപയോഗം, വിദ്യാർഥികളുടെ തന്നെ പരസ്പരമുള്ള ആശയവിനിമയം ഇവ ഈ സമ്പ്രദായത്തിൽ അസാദ്ധ്യമാകുന്നില്ലേ?

ഇതിൽ ആദ്യത്തെ പ്രശ്നം സർക്കാരിന്റെയും ജനകീയ സംഘങ്ങളുടെയും സഹായത്തോടെ കുറെയൊക്കെ പരിഹരിക്കാൻ

കഴിയുമെന്ന് കേരളം തന്നെ തെളിയിച്ചിട്ടുണ്ട്. എന്നാൽ സ്ഥാപന ങ്ങളിൽ പതിവുള്ള സാധാരണ ക്ലാസ്സുകൾ തന്നെ സൈബർ മാധ്യമ ങ്ങളിലൂടെ നടത്തുന്നതിൽ വലിയ കാര്യമുണ്ടെന്നു തോന്നുന്നില്ല. ഇന്റർനെറ്റിന്റെ ഉപയോഗം, പുതിയ ജ്ഞാനസമ്പാദന സാധ്യതകൾ ഇവ കൂട്ടിച്ചേർക്കുമ്പോഴേ പുതിയ സമ്പ്രദായം സാർത്ഥകമാവൂ. നിർഭാഗ്യവശാൽ ഇപ്പോൾ മിക്കയിടത്തും നടക്കുന്നത് പഴയ ക്ലാസ് മുറികളുടെ വെർചൽ തലത്തിലുള്ള യാന്ത്രികമായ പുനരുത്പാദനം മാത്രമാണ്. അതിൽ നിന്നുതന്നെ സംവാദം വെട്ടി മാറ്റപ്പെടുകയും ചെയ്യുന്നു. അപ്പോൾ വിദ്യാഭ്യാസത്തിന്റെ തന്നെ ഒരു പുനർനിർവ ചനവും പുനർരൂപീകരണവും ഉണ്ടായാലേ ഒപ്പം ക്ലാസ് റൂമും ഓൺ ലൈൻ സാദ്ധ്യതകളും ചേർന്ന ഒരു സമ്പ്രദായം വികസിപ്പിച്ചാലേ പുതിയ രീതി അർത്ഥവത്താകുകയുള്ളൂ. ഏതായാലും ഈ പ്രതി സന്ധി വിദ്യാഭ്യാസത്തിന്റെ എല്ലാ തലങ്ങളെയും മേഖലകളെയും സംബന്ധിച്ച ഒരു പുതിയ ചർച്ചയ്ക്കു കളമൊരുക്കി എന്ന നല്ല കാര്യം നാം കാണാതെ പൊയ്ക്കൂടാ. വിദ്യാഭ്യാസത്തെ ഒരു തൊഴിൽ നേടാനുള്ള പരിശീലനം മാത്രമാക്കി ചുരുക്കി അതിന്റെ മാനുഷിക മൂല്യം, അഥവാ മനുഷികീകരണമെന്ന മാനം ഇല്ലാതാ ക്കാനുള്ള ശ്രമം നടക്കുന്ന ഇക്കാലത്ത് ഈ പുനർവിചാരങ്ങൾ പ്രധാനമാണ്.

എന്നാൽ ഇക്കാലം ഉയർത്തുന്ന ഏറ്റവും പ്രധാനമായ ഒരു ചോദ്യം പ്രതിരോധപ്രസ്ഥാനങ്ങളുടെയും പ്രതിപക്ഷകലാസാഹിത്യ ങ്ങളുടെയും ഭാവിയെ സംബന്ധിച്ചതാണ്. പ്രതിരോധം കൊണ്ട് ഞാൻ അർത്ഥമാക്കുന്നത് എന്തെന്ന് ആദ്യം വിശദീകരിക്കട്ടെ. അതി ന്നുള്ള ഏറ്റവും നല്ല വഴി പ്രതിരോധം വിപ്ലവത്തിൽനിന്ന് എങ്ങനെ വ്യത്യസ്തമാകുന്നു എന്ന് ആലോചിക്കുകയാണ്. വിപ്ലവം, ദീർഘ കാലത്തെ മുന്നൊരുക്കം അതിനു പിറകിൽ ഉണ്ടാകാമെങ്കിൽ പോലും ഒരു പ്രത്യേകസ്ഥലത്തും കാലത്തും നടക്കുന്ന 'സംഭവ' മാണ്: പ്രതിരോധം സാർവകാലികവും സാർവലൗകികവുമായ ഒരു 'അവസ്ഥ'യാണ്. സമൂഹങ്ങളുടെ അസ്തിത്വത്തിന്റെ തന്നെ ഒരു വ്യവസ്ഥയാണ് അത് എന്നു പറയാം. വിപ്ലവം ക്രമേണ ജനവിരുദ്ധ മായി മാറുന്ന സമഗ്രാധിപത്യമായി അപചയിച്ചേക്കാം. വാസ്തവ ത്തിൽ ഇന്നോളം നടന്ന വിപ്ലവങ്ങളുടെ എല്ലാം ഗതി അങ്ങിനെ ആയിരുന്നിട്ടുമുണ്ട്.

ഫ്രഞ്ച്, അമേരിക്കൻ, റഷ്യൻ, ചൈനീസ്, കിഴക്കൻ യൂറോ പ്യൻ, അൽബേനിയൻ, ഇറാനിയൻ വിപ്ലവങ്ങൾ ഉദാഹരണം. അവ യെല്ലാം തന്നെ അവ എന്തിന്നെതിരെ പോരാടിയോ അതിൽ തന്നെ

ചെന്നവസാനിച്ചു. മൂലധനാധിപത്യം, മതാധിപത്യം, ഏകാധിപത്യം എന്നിവയിൽ. നെപ്പോളിയൻ, പോൾപോട്ട്, ചൗഷെസ്ക്യൂ, എൻവർ ഓജാ, ഖൊമീനി തുടങ്ങിയവരുടെ രീതികൾ എങ്ങനെ മനുഷ്യാവകാശവിരുദ്ധമായിരുന്നു എന്ന് നമുക്കറിയാം. അമേരിക്കൻ വിപ്ലവം ക്രമേണ ലോകത്തിലെ ഏറ്റവും വലിയ സാമ്രാജ്യത്തിനു ജന്മം നൽകി. റഷ്യൻ വിപ്ലവം ക്രമേണ ജനങ്ങളിൽ നിന്ന് അകന്നു പോയി, ചൈനീസ് വിപ്ലവം ലോകത്തെ ഏറ്റവും സമർത്ഥമായ മുതലാളിത്ത വ്യവസ്ഥയായി മാറിക്കൊണ്ടിരിക്കുന്നു. ഇതോടൊപ്പം പറയേണ്ട ഒന്നുണ്ട്. വിപ്ലവങ്ങൾ ദുഷിക്കുന്നു എന്നത് കൊണ്ട് പല പ്രതിവിപ്ലവകാരികളും കരുതുംപോലെ വിപ്ലവം എന്ന ആശയം അപ്രസക്തമാകുന്നില്ല.

ഓരോ വിപ്ലവത്തിനും പിറകിൽ ജനങ്ങളുടെയും അവരെ ഒന്നിപ്പിച്ച വലിയ സ്നേഹവും പ്രവർത്തിച്ചിരുന്നു, മഹത്തായ സ്വപ്നങ്ങളാണ് അവരെ ഉണർത്തി ഒന്നിപ്പിച്ചിരുന്നത്. അവ തുടർന്നും പ്രവർത്തിക്കും എന്ന് തെളിയിച്ച സംഭവങ്ങളാണ് റഷ്യയിൽ വിപ്ലവശേഷം ഉക്രൈനിൽ നടന്ന കർഷകകലാപവും ചൈനയിൽ നടന്ന വിദ്യാർഥിയുവജനപ്രകടനവും കിഴക്കൻ യൂറോപ്യൻ നാടുകളിൽ നടന്ന പുഷ്പവിപ്ലവങ്ങളും മറ്റും. ഇവയ്ക്കൊപ്പം, സിയാറ്റിൽ ലോകവാണിജ്യഉച്ചകോടിക്കെതിരെ നടന്ന പ്രകടനവും വാൾ സ്ട്രീറ്റ് ഉപരോധവും വിസ്ഥാപനത്തിന്നെതിരെ ഒറീസ്സയിലും ഗുജറാത്തിലും സിൻഗൂരിലും നന്ദിഗ്രാമിലും നടന്ന കീഴാളപ്രതിരോധങ്ങളും പ്ലാച്ചിമടയിലെ കൊക്കക്കോളവിരുദ്ധസമരവും കേരളം ഉൾപ്പെടെ പലയിടത്തും നടന്നതും നടക്കുന്നതുമായ ആദിവാസിഭൂസമരങ്ങളും ലാൽഗഢ്, ജോപ്പൂർ, കൂടംകുളം എന്നിവിടങ്ങളിലെ ആണവവിരുദ്ധസമരങ്ങളും നിർഭയയുടെ ബലാത്സംഗത്തിനുശേഷം ഡൽഹിയിൽ നടന്ന ഉപരോധവും പൂനയിലെ ഫിലിം ആൻഡ് ടെലിവിഷൻ ഇൻസ്റ്റിറ്റ്യൂട്ട്, ജവഹർലാൽ നെഹ്റു സർവകലാശാല, ഹൈദരാബാദ് സെൻട്രൽ സർവകലാശാല, ഡൽഹി സർവ്വകലാശാല, ഐ ഐ ടികൾ തുടങ്ങിയ ഉന്നതവിദ്യാഭ്യാസ സ്ഥാപനങ്ങളിലുണ്ടായ ചെറുത്തുനിൽപ്പും മൂന്നാറിലെ സ്ത്രീതൊഴിലാളികളുടെ സമരവും ഹിന്ദുത്വവാദികളുടെ അസഹിഷ്ണുതയിലും ബുദ്ധിജീവികളുടെ കൊലപാതകങ്ങളിലും പ്രതിഷേധിച്ചു എഴുത്തുകാരും ബുദ്ധിജീവികളും പുരസ്കാരം തിരിച്ചു നൽകിയും സ്ഥാനങ്ങൾ രാജി വച്ചും മറ്റും നടത്തിയ ചെറുത്തുനിൽപ്പും പൗരത്വ നിയമഭേദഗതിക്കെതിരെ രാജ്യം മുഴുവൻ ഉയർന്നു വന്ന പ്രതിഷേധങ്ങളും പാർട്ടികളുടെ നേതൃത്വത്തിലും പുറത്തും നടന്നുപോന്നിട്ടുള്ള വിവിധ തൊഴിലാളി

കർഷക സമരങ്ങളും ഉപരോധങ്ങളും ലിംഗസമത്വത്തിന്നായുള്ള മുന്നേറ്റങ്ങളും ഈജിപ്തും ടുണീഷ്യയും മുതൽ ലിബിയയും യെമെനും ബഹറൈനും വരെയുള്ള നാടുകളിലെ ജനാധിപത്യ കലാപങ്ങളുമെല്ലാം പ്രതിരോധത്തിന്റെ ചില സമീപകാല ഉദാഹ രണങ്ങളാണ്. സ്പർട്ടാക്കസ്സിന്റെ കാലം മുതലേ ഇത്തരം പ്രതിരോ ധങ്ങളിൽ മനുഷ്യർ ഏർപ്പെട്ടു പോന്നിട്ടുണ്ട്. മനുഷ്യചരിത്രം അനീ തിക്കും അസ്വാതന്ത്ര്യങ്ങൾക്കും അസമത്വത്തിന്റെ ഭിന്നരൂപങ്ങൾക്കും എതിരായ ചെറുത്തുനിൽപ്പുകൾ കൊണ്ട്, പ്രതിരോധിക്കുന്ന 'ജനത തിയുടെ മുഹൂർത്തങ്ങൾ' കൊണ്ട് സമ്പന്നമാണ്. ഇവയിൽ എല്ലാം വിജയം കാണണമെന്നില്ല, പക്ഷേ അവ മനുഷ്യന്റെ നീതിബോധത്തിന്റെ പ്രകടനങ്ങളാണ്; തുർക്കിയിലെ ചിന്തകനും വാസ്തുശിൽപിയു മായ ടോണി ചക്കർ അറബ് വിപ്ലവങ്ങളെക്കുറിച്ചു പറഞ്ഞതുപോലെ, 'ആകാശത്തിന്റെ ഒരു വിള്ളലിലൂടെ മിന്നൽപിണർ എന്ന പോലെ ഭാവിയുടെ ഒരു ദ്രുതദർശനം' അവ സാധ്യമാക്കുന്നു.

നമ്മുടെ കാലത്ത് പ്രതിരോധം എന്തിന്നെതിരെ എന്ന ചോദ്യം കൂടി അല്പം ചർച്ച ചെയ്യാം. ഒറ്റവാക്കിൽ പറഞ്ഞാൽ ഹിംസയ്ക്കെ തിരെ. എന്നാൽ ഹിംസ അമൂർത്തമല്ല, ഓരോ കാലത്തും അത് പുതിയ പുതിയ രൂപങ്ങൾ ധരിക്കുന്നു. നമ്മുടെ കാലത്തെ ഹിംസ യുടെ പ്രധാനപ്രഭവങ്ങൾ എന്തായിരിക്കാം?

ഒന്നാമത്തേത് ചെറുതും വലുതുമായ യുദ്ധങ്ങൾ തന്നെ. രബീന്ദ്ര നാഥ് ടാഗോർ മുൻപേ തന്നെ രൂക്ഷമായി വിമർശിച്ചതും ഇന്ന് ഇന്ത്യ യിൽ ഏറ്റവും വികൃതമായ രൂപത്തിൽ അവതരിക്കുന്നതുമായ തര ത്തിലുള്ള സങ്കുചിത ദേശീയവാദവും സാമ്രാജ്യത്തിന്റെ സാമ്പത്തിക മോഹങ്ങളുമാണ് യുദ്ധാവസ്ഥയെ നിലനിർത്തുന്നത്. ദേശത്തോ ടുള്ള സ്നേഹം ജനതയുടെ പുരോഗതിക്കായുള്ള പ്രവർത്തനത്തി ലൂടെയാണ് സാക്ഷാത്കരിക്കേണ്ടത്, മറിച്ചു അത് സങ്കുചിതമാകു മ്പോൾ വെറുപ്പ് മാത്രമാണ് സൃഷ്ടിക്കുന്നത്. തങ്ങൾക്കിഷ്ടമില്ലാത്ത വരെ മുഴുവൻ രാജ്യദ്രോഹികളായി പ്രഖ്യാപിക്കാനും രാജ്യത്തി ന്നകത്തു തന്നെയുള്ള ന്യൂനപക്ഷങ്ങളെയും പ്രതിപക്ഷങ്ങളെയും ആക്രമിക്കുവാനുമാണ് ഇന്ന് ഹിന്ദുത്വവാദികൾ ദേശീയവാദത്തെ ഉപയോഗിക്കുന്നത്. അമേരിക്കൻ സമ്പദ്വ്യവസ്ഥയെ താങ്ങി നിർ ത്തുന്നത് യുദ്ധ വ്യവസായങ്ങൾ ആണെന്നതുകൊണ്ട് ആ സാമ്രാ ജ്യത്തിനു ലോകമെമ്പാടും യുദ്ധാന്തരീക്ഷവും പരസ്പരസംശയവും നിലനിർത്തേണ്ടതുണ്ട്. ഇന്നത്തെ യുദ്ധാവസ്ഥയുടെ മുഖ്യകാരണം ആ രാഷ്ട്രം തന്നെ. കൂടാതെ അതിർത്തിത്തർക്കങ്ങളും വിപണി മത്സരങ്ങളും ദേശീയാഹന്തയുമെല്ലാം യുദ്ധം പ്രോത്സാഹിപ്പിക്കുന്നു.

മറ്റൊരു അക്രമാസക്തമായ പ്രതിലോമശക്തി ആഗോളീകരണമാണ്. അത് സാംസ്കാരികവൈവിധ്യത്തെ ഇല്ലാതാക്കുന്നു. മാധ്യമങ്ങളുടെ കുത്തകവത്കരണവും വാർത്തകളുടെ നിർമ്മിതിയും ഭാഷയുടെ ജഡവത്കരണവും (jargonization) പല ഭാഷകളുടെയും കൊലപാതകവും നമ്മുടെ ഇന്ന് പാശ്ചാത്യരുടെ ഇന്നലെയും നമ്മുടെ നാളെ അവരുടെ ഇന്നും ആണെന്ന രീതിയിലുള്ള ഒരു ശ്രേണീക്രമത്തിന്റെ സൃഷ്ടിയും 'മൂന്നാംലോക'ത്തിന്റെ സാംസ്കാരികസ്മൃതികളുടെ നശീകരണവും യുക്തിയുടെ ആക്രമണോത്സുകതയിലൂടെ പാരമ്പര്യലോകവീക്ഷണങ്ങളെ തകർക്കുന്ന ജ്ഞാനഹിംസയും എണ്ണാനും അളക്കാനും തൂക്കാനുമാകാത്ത എല്ലാ മനുഷ്യാനുഭവത്തെയും ബഹിഷ്കരിക്കുന്ന സ്ഥിതിവിവരക്കണക്കുകളുടെ ആധിപത്യവും ആഗോളീകരണത്തിന്റെ ചില പ്രത്യാഘാതങ്ങൾമാത്രമാണ്. 'നമ്മുടെ കാലത്തെ ഏറ്റവും വലിയ ഹിംസ' എന്ന് ബോദ്രിയാദ് ആഗോളീകരണത്തെ വിശേഷിപ്പിച്ചത് തെറ്റല്ല. വീട്ടിലും തെരുവിലും ഓഫീസിലും ചരിത്രത്തിലും സംസ്കാരത്തിലും സാമൂഹ്യമാധ്യമങ്ങളിലും സ്ത്രീയെ പ്രത്യക്ഷവും പരോക്ഷവുമായി ധ്വംസിക്കുന്ന പുരുഷ മേധാവിത്തം ഹിംസയുടെ മറ്റൊരു പ്രമുഖ പ്രഭവമാണ്. ഇതിന്റെ തന്നെ ഒരു ഭാഗമാണ് ഇതരലൈംഗികതകളെ അസ്വാഭാവികമായി കാണുന്നത്. ബലാത്കാരവും ദുരഭിമാനക്കൊലയും മുതൽ അടുക്കളത്തടവും വാക്കാൽഹിംസയും വരെ ഇത് പല രൂപങ്ങൾ സ്വീകരിക്കുന്നു.

ജ്യോതിബാ ഫൂലെ, അംബേദ്കർ, ശ്രീനാരായണഗുരു തുടങ്ങിയവർ തികച്ചും മനുഷ്യവിരുദ്ധമായിക്കണ്ട ജാതിവാദം സമൂഹത്തെ സവർണർക്ക് അനുകൂലമാക്കുന്ന മറ്റൊരു ഹിംസാരൂപമാണ്. അത് അവർണരെയും ആദിവാസികളെയും നിരന്തരം ദ്രോഹിക്കുകയും അവർക്ക് പ്രാഥമികാവകാശങ്ങൾ നിഷേധിക്കുകയും സംസ്കാരത്തിലും അറിവിലും നിന്ന് അവരെ അകറ്റി നിർത്തുകയും ചെയ്യുന്നു. ദളിത്വിദ്യാർഥികൾക്കെതിരെ മദിരാശിയിലും ഹൈദരാബാദിലും ഡൽഹിയിലും സമീപകാലത്തു നടന്ന അക്രമങ്ങൾ അവർ പഠിച്ചുയരുന്നതിന്നെതിരായ സമീപനം കൂടിയാണ് തുറന്നു കാട്ടുന്നത്. ഇന്ത്യൻ നാട്ടിൻപുറങ്ങൾ മുതൽ രാഷ്ട്രീയം വരെ ജാതിവിചാരത്താൽ ദുഷിച്ചിരിക്കുന്നു.

വടക്ക്കിഴക്കുള്ളവർക്ക് എതിരായി നടക്കുന്ന അക്രമങ്ങൾ ഇന്ത്യയിൽ വംശവാദവും ശക്തമെന്ന് തെളിയിക്കുന്നു. ജോർജ് ഫ്ലോയ്ഡിന്റെ കൊലപാതകം വംശവിദ്വേഷത്തിലേക്ക് ലോകത്തിന്റെ മുഴുവൻ ശ്രദ്ധ തിരിച്ചിട്ടുണ്ട്. നമ്മുടെ ദൈനംദിനപെരുമാറ്റങ്ങൾ,

പരസ്യങ്ങൾ, സാഹിത്യം, പല നിറക്കാരോടും വംശക്കാരോടുമുള്ള സമീപനങ്ങൾ ഇവയെ നാം തന്നെ സൂക്ഷ്മമായി, സ്വയം വിമർശന പരമായി, വിലയിരുത്തിയേ തീരൂ. നാസികളുടെ ആര്യമഹിമാവാദം ഹിന്ദുത്വശക്തികളിലൂടെ പുനരവതരിക്കുന്ന ഇക്കാലത്ത് വിശേഷിച്ചും.

വികസനത്തിന്റെ പേരിൽ പരിസ്ഥിതി നശിപ്പിക്കുകയും ലക്ഷക്കണക്കിനാളുകളുടെ ആവാസഭൂമി നഷ്ടമാക്കുകയും മലകളും കാടുകളും അപൂർവ ഭൂപ്രദേശങ്ങളും ജന്തുസസ്യജാലവും ഇല്ലാതാക്കുകയും ചെയ്യുന്ന മുതലാളിത്തത്തിന്റെ ലാഭക്കൊതി മനുഷ്യഭാവിയെതന്നെ അസാധ്യമാക്കുന്നു. ഈ 'ഇക്കോഫാസിസ'വും ഇതിനെ പിന്തുണയ്ക്കുന്ന 'ടെക്നോഫാസിസ'വും മുതലാളിത്ത രീതിയിലുള്ള വികസനത്തിന്റെ ദുരന്തോല്പന്നങ്ങളാണ്.

ഇന്നത്തെ ഇന്ത്യയിൽ മതഫാസിസമാണ് ഏറ്റവും ശക്തമായി നമ്മുടെ ജീവിതങ്ങളെ സംഘർഷപൂർണമാക്കുന്നത്. ഉംബെർട്ടോ ഇക്കോ 'ഫൈവ് മോറൽ പീസസ്' എന്ന പുസ്തകത്തിൽ സാർവജനീന ഫാസിസത്തിന്റെ ചില ലക്ഷണങ്ങൾ എണ്ണിപ്പറയുന്നുണ്ട്. ആധുനികചിന്തയുടെ തിരസ്കാരം, അന്ധമായ പാരമ്പര്യാരാധന, കപടപ്രചാരണത്തിലൂടെ കൃത്രിമമായ ബിംബങ്ങളുടെ നിർമ്മാണം, ബുദ്ധിജീവിവിരോധം, അഭിപ്രായവ്യത്യാസങ്ങളോടുള്ള അസഹിഷ്ണുത, മേൽക്കോയ്മ നഷ്ടപ്പെട്ട സാമൂഹ്യവിഭാഗങ്ങളെ, വിശേഷിച്ചും മധ്യവർഗങ്ങളെ, പ്രീണിപ്പിക്കുന്ന സമീപനം, ന്യൂനപക്ഷങ്ങളെ എല്ലാ കുഴപ്പത്തിനും ഉത്തരവാദികൾ ആയി കാണൽ, വംശവിദ്വേഷം, ദുർബലരോടുള്ള പുച്ഛഭാവം, 'ആണത്ത'ത്തെക്കുറിച്ചുള്ള വീമ്പുപറച്ചിൽ, ജനത 'ശക്തന്നു മുന്നിൽ കീഴടങ്ങുന്ന സ്ത്രീയെപ്പോലെ'യാണെന്ന വിശ്വാസം, വിമതലൈംഗികതയോടുള്ള വിരോധവും പൊതുവായ സദാചാരനാട്യവും, വീരസ്വർഗത്തിലുള്ള വിശ്വാസം, ജനങ്ങൾ തങ്ങളാണെന്ന മട്ടിലുള്ള സംസാരം, വാഗാടോപം, ചിന്തയുടെ സങ്കീർണതയോടുള്ള ഭയം, എല്ലാറ്റിനെയും കറുപ്പും വെളുപ്പും മാത്രമായി കാണുന്ന പ്രവണത, വിമർശകരെ നിശ്ശബ്ദരാക്കാനുള്ള ശ്രമം, അതിന്റെ ഫലമായ മാധ്യമ നിയന്ത്രണം, 'ശത്രു'വിന്റെ കരുത്തു അധികരിച്ചു കാണൽ ഇവയാണ് അതിൽ പ്രധാനം. ഈ ലക്ഷണങ്ങൾ എല്ലാം ഒരിടത്ത് കാണണമെങ്കിൽ നാസി ജെർമനിയിലേക്ക് നോക്കണമെന്നില്ല, ഇന്ത്യയിലെ ഹിന്ദുത്വവാദപ്രസ്ഥാനത്തെയും അതിന്റെ ഭരണകൂടത്തെയും നോക്കിയാൽ മതി.

ഇന്ത്യയെ ഹിന്ദുവും ആര്യനുമായി നിർവചിച്ചു മറ്റെല്ലാ വിഭാഗങ്ങളെയും അന്യരാക്കുക, സാംസ്കാരികസ്ഥാപനങ്ങളെ മുഴുവൻ

സ്വന്തം പ്രചാരണയന്ത്രങ്ങളാക്കുക, സെൻസർഷിപ്പും തടവും കൊലപാതകവും ബ്ലാക്ക്മെയ്‌ലിങ്ങും വഴി വിമർശകരെയും എതിർപ്രസ്ഥാനങ്ങളെയും നിർവീര്യരാക്കാൻ ശ്രമിക്കുക, വിമർശകമായ കലാസൃഷ്ടികളെ സാഹിത്യം മുതൽ നാടകവും സിനിമയും വരെ ആക്രമിക്കുക, കലാകാരന്മാരെ വേണ്ടിവന്നാൽ നാട് കടത്തുകയും കൊല്ലുകയും ചെയ്യുക, നീതിന്യായ വ്യവസ്ഥയെപ്പോലും തങ്ങൾക്കനുകൂലമായി ഉപയോഗിക്കുക, മതസംഘർഷങ്ങൾ ബോധപൂർവം ആസൂത്രണം ചെയ്യുക, ചരിത്രത്തെ തങ്ങൾക്കനുകൂലമായി വ്യാഖ്യാനിക്കുക, അതിന്നായി തങ്ങൾക്കെതിരായരേഖകൾ പോലും അപ്രത്യക്ഷമാക്കുക, തങ്ങൾക്കെതിരായ പ്രവർത്തനത്തെ മുഴുവൻ രാജ്യദ്രോഹമായി വ്യാഖ്യാനിക്കുക ഇങ്ങനെ ഒരു രാഷ്ട്രീയസാംസ്കാരിക യുദ്ധം തന്നെയാണ് ഇന്ത്യയിൽ ഇപ്പോൾ അരങ്ങേറുന്നത്. ഈ നവഹിന്ദുത്വവാദത്തിന്റെ പ്രധാന ഇരകൾ ദളിതർ, ആദിവാസികൾ, മുസ്ലീം, ക്രിസ്ത്യൻ ന്യൂനപക്ഷങ്ങൾ, തൊഴിലാളികൾ, ഭൂരഹിതചെറുകിട കർഷകർ, പരിസ്ഥിതിപ്രവർത്തകർ, സർക്കാരേതരസംഘങ്ങൾ, മതേതരവാദികൾ, രാഷ്ട്രീയ ഇടതുപക്ഷം, സ്വതന്ത്ര കലാസാഹിത്യകാരന്മാർ എന്നിവരാണ്. ഈ ഹൈന്ദവവാദം മറ്റു മതതീവ്രവാദങ്ങൾക്കും ഇന്ധനമായി മാറുന്നു. അങ്ങനെ നമ്മുടെ സാമൂഹ്യാന്തരീക്ഷം ആകെ കലുഷിതമാകുന്നു.

3

മുൻപറഞ്ഞ ഹിംസാരൂപങ്ങൾക്കെതിരെ ചെറുത്തുനിൽപ്പുകളും നടക്കാതിരിക്കുന്നില്ല. ആദ്യം സൂചിപ്പിച്ച പോലെ സ്ത്രീസമരങ്ങൾ, പരിസ്ഥിതിപരമായ ചെറുത്തുനിൽപ്പുകൾ, ദരിദ്രരും തൊഴിലാളികളും കർഷകരും തൊഴിലില്ലാത്തവരും നടത്തുന്ന വർഗപരമായ ഉയിർത്തെഴുന്നേൽപ്പുകൾ, അന്യവത്കരിക്കപ്പെടുന്ന മത-ലൈംഗിക ന്യൂനപക്ഷങ്ങൾ നടത്തുന്ന മുന്നേറ്റങ്ങൾ, യുദ്ധവിരുദ്ധവും സാമ്രാജ്യത്വ വിരുദ്ധവുമായ സംഘടിതപ്രവർത്തനങ്ങൾ ഇങ്ങനെ പലതും രാഷ്ട്രീയകക്ഷികളുടെ നേതൃത്വത്തിലും അല്ലാതെയും നടക്കുന്നുണ്ട്. എന്നാൽ നമ്മുടെ വന്മാധ്യമങ്ങൾ ഏതാണ്ട് എല്ലാം തന്നെ ഈ ചെറുത്തുനിൽപ്പുകളെ തമസ്കരിക്കുകയും വ്യവസ്ഥയെ ന്യായീകരിക്കുകയും ചെയ്യുന്നു. 'വായിൽ എല്ലുള്ള നായ കുരയ്ക്കുകയില്ല' എന്ന ആഫ്രിക്കൻ പഴഞ്ചൊല്ലിനെ ഓർമ്മിപ്പിക്കുന്നതാണ് അവയുടെ അവസ്ഥ. അവ മിക്കവാറും എല്ലാം കോർപ്പറേറ്റുകളുടെ ഉടമസ്ഥതയിൽ ഉള്ളവയും വൻകുത്തകകളുടെയും സർക്കാരിന്റെയും

പരസ്യങ്ങൾ കൊണ്ട് നില നിൽക്കുന്നവയുമാണ്. അവയ്ക്ക് അതു കൊണ്ടുതന്നെ ഭരണകൂടത്തിനോ മുതലാളിത്തത്തിനോ എതിരെ സംസാരിക്കാനാവില്ല. അവ ഭാഷയെ അരാഷ്ട്രീയവത്കരിക്കുകയും ആധുനികമായ മിത്തുകൾ സൃഷ്ടിക്കുകയും ചെയ്യുന്നു.

2014ലെ പൊതുതിരഞ്ഞെടുപ്പിൽ 'ആപ്കോ' എന്ന അമേരിക്കൻ കമ്പനിക്ക് 1500 കോടി ഡോളർ ആണ് നരേന്ദ്രമോഡി എന്ന വിഗ്രഹം സൃഷ്ടിക്കാനും എല്ലാ നിലയിലും മറ്റു അനേകം ഇന്ത്യൻ സംസ്ഥാനങ്ങൾക്ക് പിറകിൽ നിൽക്കുന്ന ഗുജറാത്തിനെ ഒരു മാതൃകാസംസ്ഥാനമായി അവതരിപ്പിക്കാനും ഹിന്ദുത്വ അജണ്ടയെ വികസന പരിപാടിയായി നിറം പൂശാനും ബി ജെ പി നൽകിയത്. കൂടാതെ എല്ലാ സാമൂഹ്യമാധ്യമങ്ങളും നിരന്തരം ഉപയോഗിക്കയും ചെയ്തു. നമ്മുടെ പ്രധാന ദേശീയ പത്രങ്ങൾ ഏതാണ്ട് എല്ലാം തന്നെ - ഇന്ത്യൻ എക്സ്പ്രസ്സ് കുറെ വ്യത്യസ്തമാണെങ്കിലും - മോഡി തരംഗം സൃഷ്ടിക്കാൻ ഉപയോഗിക്കപ്പെട്ടു. ഇന്നും അവ ഉയർത്തിക്കാട്ടുന്നത് മോഡിയുടെ ബിംബം തന്നെ.

നോട്ടു പിൻവലിക്കലിന്റെ യഥാർത്ഥ ലക്ഷ്യങ്ങളെല്ലാം ജനങ്ങളിൽ നിന്ന് സമർത്ഥമായി മറച്ചു വെയ്ക്കപ്പെട്ടു. അതിനെ കള്ളപ്പണവേട്ടയായി അവതരിപ്പിക്കുന്നതിൽ മാധ്യമങ്ങൾ വിജയിച്ചു എന്നു തന്നെ വേണം അടുത്തു നടന്ന തിരഞ്ഞെടുപ്പ് ഫലങ്ങളിൽ നിന്ന് കരുതാൻ. യൂ പി തിരഞ്ഞെടുപ്പിലും സാമൂഹ്യമാധ്യമങ്ങൾ, മറ്റു വന്മാധ്യമങ്ങൾക്കും ചാനലുകൾക്കും ഒപ്പം, വലിയ പങ്കാണ് വഹിച്ചത്. നമ്മുടെ പത്രങ്ങളും ചാനലുകളും ഇന്നും സെൻസേഷനുകളുടെ പിറകെ ആണ്. പത്രങ്ങൾ വാർത്തകൾക്ക് നൽകുന്ന സ്ഥാനം, സ്ഥലം, ശീർഷകം, ഭാഷ, സ്വരം, കൂടെയുള്ള ചിത്രം ഇവയിലൂടെയെല്ലാം അവയെ തങ്ങളുടെ താത്പര്യത്തിന്നനുസരിച്ചു മാറ്റി എടുക്കുന്നു.

ടെലിവിഷൻ വ്യത്യസ്തമല്ല. എപ്പോഴും സംഭവങ്ങളുടെ യഥാർത്ഥ കാരണങ്ങൾ മറച്ചുവെയ്ക്കപ്പെടുന്നു. എന്തുകൊണ്ട് കർഷകർ ആത്മഹത്യ ചെയ്യുന്നു, എന്തുകൊണ്ട് ക്രൂഡ് ഓയിലിന് വില കുറഞ്ഞിട്ടും പെട്രോളിന് ദിനംപ്രതി വില കൂടുന്നു, എന്തുകൊണ്ട് ക്ഷാമം ഉണ്ടാകുന്നു തുടങ്ങിയ ചോദ്യങ്ങളൊന്നും അവ ചോദിക്കുകയില്ല. പട്ടിണിമരണങ്ങൾ അവിടെ 'അജ്ഞാതരോഗം' ആയി മാറുന്നു, പൊലീസ് നടത്തുന്ന കൊലപാതകങ്ങൾ 'ഏറ്റുമുട്ടൽ മരണങ്ങൾ' ആയി അവതരിപ്പിക്കപ്പെടുന്നു. ഫീച്ചറുകൾ ദുരന്തങ്ങളെ അതി വികാരം കലർത്തി കെട്ടിക്കാഴ്ചകളാക്കുന്നു. സീരിയലുകൾ എന്ന പേരിലുള്ള ടീ വീ നാടകങ്ങളിൽ മേലോഡ്രാമയും അസൂയയും ഹിംസയും വിദ്വേഷവും മാത്രമാണ് കാണുക. അവ മനുഷ്യരെ,

സ്ത്രീകളെ വിശേഷിച്ചും, 'ടൈപ്പ്'കൾ ആക്കി മാറ്റുന്നു. നന്മയുടെ സാദ്ധ്യത പോലും ഇല്ലാത്ത ലോകമാണ് അവയുടേത്. സാമൂഹ്യ മായ ഒരു പ്രവർത്തനവും അവയിൽ കാണില്ല. മനുഷ്യർ അവയ്ക്ക് മുൻപിൽ നിഷ്ക്രിയരായ കാണികൾ മാത്രം. ചിലപ്പോൾഅവ രാഷ്ട്രീയലക്ഷ്യങ്ങൾക്കായി നമ്മുടെ മഹാകാവ്യങ്ങളെപ്പോലും ഉപ യോഗിക്കുന്നു. 25 കോടി രൂപ ലാഭം ഉണ്ടാക്കിയ ടിവി രാമായണം ഹിന്ദുത്വരാഷ്ട്രീയത്തെ എങ്ങനെ സേവിച്ചു എന്ന് റൊമീലാ ഥാപ്പ രുടെ പഠനം കാണിക്കുന്നുണ്ട്. 'വിഷം കലക്കിയ പാനപാത്രം' എന്ന് മൈക്കേൽ ട്രേസി ടെലിവിഷനെ വിശേഷിപ്പിക്കുന്നുണ്ടല്ലോ.

ആധിപത്യപരമായ മാധ്യമപ്രവർത്തനത്തിന്റെ ഈ പശ്ചാത്ത ലത്തിലാണ് അധീശമാധ്യമങ്ങൾക്കെതിരെ പ്രവർത്തിക്കുന്ന ബദൽ മാധ്യമങ്ങൾ, അഥവാ പ്രതിമാധ്യമങ്ങൾ (alternative media/ counter-media) പ്രസക്തമാകുന്നത്. ഇന്ന് സത്യം അറിയാനും വൻമാധ്യമ ങ്ങൾ മറച്ചുവെയ്ക്കുന്ന വാർത്തകൾ വായിക്കാനും അവയിൽ വരുന്ന വാർത്തകളുടെമറുപുറം കാണാനും നമുക്ക് ഓൺലൈൻ മാധ്യമ ങ്ങളെ ആശ്രയിക്കേണ്ടി വരുന്നു. ഇംഗ്ലീഷിൽ scroll.in, wire.in, counter-currents, india resists,catchnews, newsclick, leftclick തുടങ്ങിയ ഓൺലൈൻ പ്രസിദ്ധീകരണങ്ങൾ ഉദാഹരണമാണ്. മല യാളത്തിലും പല ഓൺലൈൻ പ്രസിദ്ധീകരണങ്ങളും പലപ്പോഴും ക്രിയാത്മകമായി പ്രവർത്തിക്കുന്നുണ്ട്. ഇത്തരം മാധ്യമങ്ങൾക്ക് സത്യസന്ധമാകാനും വാർത്തകളുടെ മറുപുറം തേടാനും കഴിയു ന്നത് വൻപത്രങ്ങളുടെ പണച്ചിലവില്ലാത്തതിനാൽ ഇവയ്ക്ക് പരസ്യ ങ്ങളെ ആശ്രയിക്കേണ്ടി വരാത്തതുകൊണ്ടാണ്. ഒപ്പം പ്രതിജ്ഞാ ബദ്ധരായ പത്രപ്രവർത്തകരും ഇവയിൽ ഉണ്ട്.

ഇന്ത്യൻ റൈറ്റേഴ്സ് ഫോറത്തിന്റെ ആഭിമുഖ്യത്തിൽ ഞാനും ഗീതാ ഹരിഹരനും ചേർന്ന് എഡിറ്റ് ചെയ്യുന്ന 'ഗുഫ്ടുഗു' (സംഭാ ഷണം) എന്ന വെബ് ത്രൈമാസികവും ഞങ്ങൾ നടത്തുന്ന, അപ്പ പ്പോൾ സംഭവങ്ങളോട് പ്രതികരിക്കുകയും സത്യം പുറത്തുകൊണ്ടു വരികയും ചെയ്യുന്ന, 'ഇന്ത്യൻ കൾച്ചറൽ ഫോറം' വെബ്സൈറ്റും ഇക്കൂട്ടത്തിൽപെടുന്നു. ഇവ കൂടാതെ ഫേസ് ബുക്ക്, ബ്ലോഗുകൾ, ടിറ്റെർ (ഇപ്പോൾ എക്സ്) തുടങ്ങിയവയും പ്രതിരോധത്തിന്നായി പ്രയോജനപ്പെടുത്താം. സംഭവങ്ങളോട് ശരിയായി പ്രതികരിക്കാനും അഭിപ്രായം രൂപീകരിക്കാനും സത്യം പുറത്തുകൊണ്ടു വരുന്ന ലേഖനങ്ങളും അപഗ്രഥനങ്ങളും മറ്റും പുനഃപ്രസിദ്ധീകരിക്കാനും കാർട്ടൂണുകൾ, ചിത്രങ്ങൾ മുതലായവ ഫലപ്രദമായി പ്രയോജന പ്പെടുത്താനും പ്രതിരോധപരമായ പ്രചാരണം നടത്താനും ഇവ യ്ക്കു കഴിയും.

അറബ് വിപ്ലവങ്ങളിൽ സാമൂഹ്യമാധ്യമങ്ങൾ വലിയ പങ്കാണ് വഹിച്ചത്, അതുപോലെ ഇന്ത്യയിൽ സമീപകാലത്ത് നടന്ന എല്ലാ പ്രതിരോധപ്രസ്ഥാനങ്ങളുടെയും പ്രചാരണം പ്രധാനമായും നടന്നത് സാമൂഹ്യമാധ്യമങ്ങളിലൂടെയാണ്. സന്ദേശം ഫേസ്ബുക്ക്, ട്വിറ്റർ മുതലായവയിലൂടെ കൈ മാറി 'ഫ്ളാഷ് മോബുകൾ' (മിന്നൽ പ്രകടനങ്ങൾ) സംഘടിപ്പിക്കപ്പെട്ടിരുന്നു. 'നിർഭയ' സംഭവത്തിൽ ഡൽഹിയിൽ ഇത് പരീക്ഷിച്ചു വിജയിക്കയുണ്ടായി. സഫ്ദർ ഹശ്മി ട്രസ്റ്റ്, ദക്ഷിണായൻ, ഇന്ത്യൻ റൈറ്റേഴ്സ് ഫോറം, സബ് രംഗ്ട്രസ്റ്റ് ഇവ ഉൾപ്പടെയുള്ള നാൽപ്പതിലേറെ സംഘടനകൾ ഡൽഹിയിലും പരിസരത്തും തന്നെ ഇങ്ങിനെ തങ്ങളുടെ യഥാർത്ഥപ്രവർത്തനത്തെയും ഓൺലൈൻ മാധ്യമപ്രവർത്തനത്തെയും കൂട്ടി യോജിപ്പിക്കുന്നുണ്ട്.

അഭിപ്രായരൂപീകരണത്തിൽ അവ വഹിക്കുന്ന പങ്ക് വളരെ വലുതാണ്. സാമൂഹ്യമാധ്യമങ്ങൾക്ക് ബദൽ വിദ്യാഭ്യാസവേദികൾ എന്ന നിലയിലും പ്രവർത്തിക്കാൻ കഴിയും. ഇന്ത്യൻ പാഠപുസ്തകങ്ങൾ കാവിവത്കരിക്കപ്പെടുകയും ചരിത്രം വളച്ചൊടിക്കപ്പെടുകയും ചെയ്യുന്ന ഈ കാലത്ത് ഇന്റർനെറ്റും സാമൂഹ്യമാധ്യമങ്ങളും ഉപയോഗിച്ചുള്ള വിദ്യാഭ്യാസത്തിനു സർഗാത്മകമായ പങ്ക് വഹിക്കാനാവും. പകർപ്പവകാശമുക്തമായ ലേഖനങ്ങൾ, പുസ്തകങ്ങൾ ഇവ കൂടുതലായി ഇന്റർനെറ്റിലൂടെ ലഭ്യമാക്കപ്പെടണം. ഇപ്പോൾ തന്നെ ഒട്ടേറെ കൃതികൾ അങ്ങനെ ലഭ്യമാണെങ്കിലും. 'ക്രിയേറ്റിവ് കോമൺസ്' പ്രസാധനതത്ത്വം പിന്തുടർന്നാൽ ഇത് ചെയ്യാൻ കഴിയും. കൃതികൾ സ്വതന്ത്രമായി 'ഡൗൺലോഡ്' ചെയ്യാൻ നെറ്റിൽ ലഭ്യമാക്കുകയും അതേസമയം എഴുത്തുകാർക്ക് അവ പ്രസിദ്ധീകരിക്കാനുള്ള അവകാശം നിലനിർത്തുകയും ചെയ്യുന്ന ഒരു വ്യവസ്ഥയാണ് ഇത്. സ്ലാവോയ് സിസെക്കിനെപ്പോലുള്ള ഇടതുപക്ഷ ചിന്തകർ 'കോപ്പിലെഫ്റ്റ്' തത്ത്വത്തിൽ വിശ്വസിക്കുന്നവരാണ്. അവരുടെ എല്ലാ കൃതികളും ഇന്റർനെറ്റിൽ സൗജന്യമായി ലഭ്യമാണ്. ഈ വഴി പുരോഗമനാശയങ്ങൾ കൂടുതലായി പ്രചരിപ്പിക്കാൻ കഴിയും. കേരളത്തിലും ഇതിനു ചില ഉദാഹരണങ്ങൾ ഉണ്ടായിട്ടുണ്ട്. തിരുവനന്തപുരത്തെ 'സായാഹ്ന' പോലുള്ള സംഘങ്ങൾ ഇങ്ങനെ കൃതികൾ പ്രസിദ്ധീകരിക്കുന്നുണ്ട്. 'സെന്റർ ഫോർ ഡെവലപ്മെന്റ് സ്റ്റഡീ'സും ഇങ്ങനെ ചിലത് പ്രസിദ്ധീകരിച്ചിട്ടുണ്ട്

എല്ലാ നവസാങ്കേതികവിദ്യകളും ഇരുതലവാളുകൾ ആണ്. അവ ജനശത്രുക്കൾക്കും ജനബന്ധുക്കൾക്കും പ്രയോജനപ്പെടുത്താൻ കഴിയും. ഇന്ന് പ്രതിഫലം പറ്റുന്ന 'ട്രോളു'കളും ഐ ടി വിദഗ്ദ്ധരും

ജനവിരുദ്ധമായ പ്രവർത്തനങ്ങൾ ധാരാളമായി നടത്തിക്കൊണ്ടിരിക്കയാണ്, അവയെ പ്രതിരോധിക്കണമെങ്കിൽ ജനാധിപത്യവിശ്വാസികളും ഈ പുതിയ മാധ്യമങ്ങളെ നന്നായി പ്രയോജനപ്പെടുത്തേണ്ടതുണ്ട്. ശത്രു അറിയുന്നത് അറിയുകയും ശത്രുവിന്റെ ആയുധങ്ങൾ അവർക്കെതിരെ പ്രയോഗിക്കയും ചെയ്യുക എന്നത് ഏതു സമരത്തിന്റേയും മർമ്മമാണ്. നവമാധ്യമങ്ങളുടെ കാര്യത്തിലും ഇത് വ്യത്യസ്തമല്ല. സൈബർ ലോകവും യഥാർത്ഥ ലോകവും ഒത്തു ചേരുന്നത്, ഓൺലൈൻ പ്രവർത്തനം പുറംലോകത്തെ പ്രവർത്തനത്തിന്റെ മാധ്യമവും മാർഗദർശിയും സംഘാടനോപാധിയും ആകുമ്പോഴാണ്.

കോവിഡ്കാലത്തിനു ശേഷമുള്ള പ്രതിരോധത്തിന്റേയും കലാസാഹിത്യപ്രവർത്തനങ്ങളുടെയും വിലപ്പെട്ട പാഠങ്ങളാണ് നാം ഇന്ന് പഠിച്ചുകൊണ്ടിരിക്കുന്നത്. ഇവ നിലനിർത്തുകയും വികസിപ്പിക്കുകയും ചെയ്യേണ്ടതുണ്ട്. അങ്ങനെ മാത്രമേ നാനാത്വം കലർന്ന ഇന്ത്യ എന്ന സങ്കല്പത്തെ നിലനിർത്താനും സമത്വപൂർണ്ണമായ ഒരു ഭാവി സൃഷ്ടിക്കാനും നമുക്ക് കഴിയൂ.

■

www.ingramcontent.com/pod-product-compliance
Lightning Source LLC
LaVergne TN
LVHW102036051026
849518LV00014B/1990
* 9 7 8 8 1 9 7 4 1 0 9 8 7 *